உலகை மாற்றிய புத்தகங்கள்

ராபர்ட். பி. டவுன்ஸ்

தமிழில்

ஏ. ஜி. வேங்கடாச்சாரி

பரிசல் புத்தக நிலையம்

உலகை மாற்றிய புத்தகங்கள்

ஆசிரியர் : ராபர்ட். பி. டவுன்ஸ்

தமிழாக்கம் : ஏ.ஜி.வேங்கடாச்சாரி

முதல் பதிப்பு: டிசம்பர் 2022

வெளியீடு : பரிசல் புத்தக நிலையம்

235, P-பிளாக், MMDA காலனி

அரும்பாக்கம், சென்னை - 600 106

பேச: 9382853646, 8825767500

மின்னஞ்சல்: parisalbooks2021@gmail.com

பக்க வடிவமைப்பு: யு.நிலா

அச்சாக்கம்: ரவிராஜா பிரிண்டர்ஸ், சென்னை

பக்கம்: 344

விலை: ரூ 380

ULAGAI MATRIYA PUTTHAGANGAL

Author : Robert. B.DOWNS

Translator : A.G.Vengadachari

First Edition: December 2022

Published by: PARISAL PUTTHAGA NILAYAM

No.235, P-Block, MMDA Colony

Arumbakkam, Chennai - 600 106

Mobile: 93828 53646

E-mail: parisalbooks2021@gmail.com

Designed by: Y.NILA

Printed at: RaviRaja Printers, Chennai

ISBN: 978-93-91949-59-4

Pages: 344

Price: Rs.380

முகவுரை

புத்தகங்களைப் பற்றி ஒரு தவறான கருத்து பரவலாக இருந்து வருகிறது. அவை உலகாயதத் தன்மை படைத்த, தீமையே உருவான இந்த உலகினின்று விலகியுள்ள திருச்சபை, மடாலயங்கள், சர்வகலாசாலைகள் போன்ற அறிவியல் ஸ்தலங்களின் அமைதிக்கே உரித்தானவை, உயிரற்றவை, பயனற்றவை, சாந்தி மயமானவை என்பதே அந்தக் கருத்து. உலக விவகாரங்களில் ஈடுபாடுள்ளவர்களுக்குச் சிறிதும் பொருளற்ற அநுபவச் சாத்தியமில்லாத தத்துவங்கள் புத்தகங்களில் மலிந்து கிடக்கின்றன என்று இக்கருத்தினர் தவறாக நினைக்கிறார்கள்.

அச்சிட்ட புத்தகத்திற்குக் காட்டுமிராண்டி வணக்கம் செலுத்துகிறான்; செய்திகளைக் கொணர்ந்து சேர்க்கும் தெய்விக சக்தி அதில் இருப்பதை அவன் உணருகிறான். புத்தகங்கள் விஷயத்தில் உலக விவகாரியைவிட அதிகமான பிரத்தியட்ச உணர்வுடையவனாக அவன் தென்படுகிறான். புத்தகங்கள் வீணானவை, தீமையற்றவை, குற்றமற்றவை என்பதற்கு எதிரிடையான சாட்சியம், வரலாற்றில் நெடுகக் குவிந்து கிடப்பதைக் காணலாம். அவை சக்தியின் உறைவிடங்கள், ஜீவாதாரமானவை, நிகழ்ச்சிகளின் போக்கையே அடியோடு மாற்றிவிட வல்லவை என்பதற்குச் சரித்திரச் சான்றுகள் நிறைய உண்டு. அவற்றால் சில சமயம் நன்மை நிகழலாம்; தீமையும் விளையலாம்.

ஒவ்வொரு சகாப்தத்திலும் புத்தகங்களின் உள்ளுறை சக்தியை உணர்ந்தறியும் சாமர்த்தியசாலிகளாகச் சர்வாதிகாரிகள் இருந்து வந்துள்ளனர். கொடுங்கோலர்களும், சர்வாதிகார ஆட்சிகளும் எப்பொழுதேனும் எங்கேனும் எதிர்ப்பை அடக்கவும் கருத்துகளை அழிக்கவும் விரும்பிய போதெல்லாம், ஒவ்வொரு தருணத்திலும் மாறுபட்ட கருத்துகளைத் தாங்கி நிற்கும் புத்தகங்களையும் பல

சமயம் அவற்றை இயற்றியவர்களையும் அழித்துவிட வேண்டுமென்றே முதல் முதலாக எண்ணமிட்டனர். இதற்கு எதிரிடையான நிலவரத்தையும் காணலாம். வேறு சில புத்தகங்களைத் தந்திரமாகத் தமக்கு அனுகூலமாகப் பயன்படுத்திக் கொண்டு, மக்கள் மீது தமது பிடியை அவர்கள் இறுக்கிக் கொண்டதும் உண்டு. ஹிட்லரின், 'மைன் காம்ப்', கார்ல் மார்க்ஸின், 'டாஸ் காபிடல்', லெனினும், ஸ்டாலினும் ஏராளமாக எழுதிக் குவித்த புத்தகங்கள் ஆகியவை இதற்கு உதாரணங்கள். புத்தகங்களில் கெட்டித்து வைத்திருக்கும் மகத்தான வெடிச்சக்திகளை யதேச்சாதிகாரியைப் போல வேறு எவரும் கண்டு உணரவில்லை. ஜனநாயக நாடுகளும் இதே விஷயத்தைச் சில சமயம் வன்மையாக உணர நேரிடுகிறது. அமெரிக்க ராஜாங்க இலாகாவானது, அயல்நாடுகளில் நடத்தும் செய்தித்துறைப் புத்தகாலயங்களில் விரிவான புத்தகத் தணிக்கை பல இடங்களில் நடப்பதாகவும் பல இடங்களில் புத்தகங்கள் கொளுத்தப்பட்டன என்றும் சில ஆண்டுகளுக்கு முன் செய்தி கிடைத்தது. இதைக் கேட்டு அமெரிக்க மக்களும் அவர்களுடைய நண்பர்களும் பரவலாக அதிர்ச்சி யடைந்தனர். அதை அவர்களால் நம்பமுடியவில்லை. அதன் விளைவு மிகக் கடுமையாகி விடவே ஜனாதிபதி ஐஸன்ஹாவரே குறுக்கிட்டுத் தமது சர்க்காரின் நற்பெயரைக் காப்பதற்கு முயல வேண்டியதாயிற்று. 'புத்தகம் எரிப்போருடன் சேராதீர்கள்' என்ற புகழ்பெற்ற தமது உரையை அவர் நிகழ்த்தினார். முந்திய நூற்றாண்டுகளில் போலவே இக்காலத்திலும் பண்பாட்டிற்கும் நாகரிகத்திற்கும் புத்தகங்கள் அடிப்படையானவை என்ற உணர்வு, எல்லா இடங்களிலும் மக்களுக்கு ஏற்பட்டுள்ளது.

புத்தகங்களுக்குள்ள மகத்தான சக்தியை, சில குறிப்பிட்ட உதாரணங்கள் மூலம் மெய்ப்பித்துக் காட்டுவதே இந்த நூலின் நோக்கம். மிகச் சிறந்த நூல்கள் என்றோ, மிகப் பெரிய நூல்கள் என்றோ பட்டியலிட்டுத் தொகுத்து வழங்கும் உத்தேசம் இல்லை. அவ்வாறு பட்டியல் தயாரிப்பது இலக்கிய விமரிசகர்கள், நூலாசிரியர்கள், பதிப்பாசிரியர்கள், கல்வித் துறையினர், புத்தகாலயத்தினர் போன்றோருக்கு உவப்பான பொழுதுபோக்கு. அவர்களது சிபாரிசுகள் அநேகமாக இலக்கியத் திறனாய்வு வகையைச்

சேர்ந்தவை. சரித்திரம், பொருளாதாரம், பண்பாடு, நாகரிகம், விஞ்ஞானச் சிந்தனை போன்றவைகளில் மறுமலர்ச்சிக் காலம் முதல், இருபதாம் நூற்றாண்டின் மையம் வரை எந்தப் புத்தகங்கள் மிகுந்த செல்வாக்குள்ளவையாக இருந்து வந்திருக்கின்றன என்பதைக் கண்டறிவதே இந்தப் புத்தகத்தின் நோக்கம்.

இந்தப் பெரும் பணியில் புத்தகங்களின் தேர்வுதான் மிகச் சிரமமான பிரச்னை. ஒரு டஜன் நூல்கள் தாமாக நினைவிற்கு வருகின்றன. அவற்றிற்கு மேல் நூல்களைப் பொறுக்கி எடுப்பதில் விரிவான வேறுபாடுகளைக் காணலாம். பிரதான நிபந்தனைக்கு இசைவாக இருக்கிறதா என்று பார்த்துப் பெரும்பாலானவற்றைப் பொறுக்கி விடலாம். மனித வர்க்கத்தின் சிந்தனை, செயல் இரண்டின் மீதும் பெரிய அளவில் தொடர்ந்து அது செல்வாக்குப் பெற்றிருக்க வேண்டும் என்பதுதான் அந்த நிபந்தனை. தவிர ஒரே ஒரு நாட்டில் மட்டும் அன்றி உலகில் பெரும் பகுதியினரிடையே அது பரவி இருந்திருக்க வேண்டும். இந்த முதன்மையான சோதனையில் ஏராளமான நூல்கள் அடிபட்டுப் போகும்.

மதம், தத்துவம், இலக்கியம் ஆகிய விரிவான முக்கியமான துறைகளை விலக்கிவிட்டு, சௌகரியத்தை முன்னிட்டு, விஞ்ஞானம், சமூக விஞ்ஞானம் ஆகிய துறைகளைச் சேர்ந்த நூல்களை மட்டுமே பரிசீலனைக்கு எடுத்துக் கொள்ள வேண்டும் என்று முடிவு செய்யப்பட்டது. பிற எல்லா வகை நூல்களும் சேர்ந்து அளிக்கும் கவர்ச்சியை விடச் சமய, இலக்கியப் பெரு நூல்களின் மொத்தமான ஈர்ப்பு அதிகமே. ஆனால் ஜேம்ஸ் மன்னன் வடித்துக் கொடுத்த பைபிளின் உருவற்ற செல்வாக்கை எவ்வாறு மதிப்பிடுவது? அந்த மகத்தான நூல் விஷயத்தில் அல்லது ஷேக்ஸ்பியர், மில்டன் ஆகியோர் நூல்கள் விஷயத்தில் சர்ச்சைக்கு இடமில்லாத தன்மயமற்ற தராதரங்களைக் கொண்டு மதிப்பிடுவதில், சமாளிக்க முடியாத தடைகள் நிறைய உண்டு. மொழி, இலக்கியம், தத்துவம், சிந்தனைப் போக்கு, நீதிநெறி, வாழ்க்கையில் பிற அம்சங்கள் ஆகிய எல்லா வகைச் சமுதாயப் பிரிவுகளிலும் அவை பரவி நிற்கின்றன. அவற்றின் செல்வாக்கை அளவிட முடியாது.

மதத்தையும் புராதன, இக்காலத் தத்துவ வகைகளையும் சேர்த்துக் கொள்வதாயின் பட்டியல் பெருகிவிடும். பைபிள் (ஜேம்ஸ் மன்னர், டூவே ஆகியோரின் பதிப்புகள்) தால்மூத், (யூத சமய நூல்) குர் ஆன், பவித்திரமான பௌத்த, ஹிந்து நூல்கள், கன்ஃபூஷியஸ், கிரேக்க தத்துவ ஞானிகள், அர்ச். அகஸ்டின், அர்ச். தாமஸ் அக்குவினாஸ், மார்ட்டின் லூதர், இம்மானுவல், கான்ட் உட்பட ஏராளமான பேரின் படைப்புகள் ஆகிய இவை இடம் பெற வேண்டியிருக்கும். செல்வாக்கை மட்டும் கொண்டு பார்ப்பதாயின், மேரி பேக்கர் எட்டியின், 'விஞ்ஞானமும் ஆரோக்கியமும்' ஜோசப் ஸ்மித்தின் மோர்மான்களைப் (கிறிஸ்துவ சமயத்தைச் சேர்ந்த பலதாரப் பிரிவினர்) பற்றிய நூல் ஆகியவையும் பரிசீலனைக்கு உரியவை ஆகும்.

மகத்தான இலக்கிய சிருஷ்டிகள் - கதை, நாடகம், கவிதை, கட்டுரை வகைகளில் - தோன்றி மிகக் கவர்ச்சியுடன் விளங்கி உலகை ஊக்குவித்துள்ளன. கிரேக்க, ரோமப் பேரிலக்கிய கர்த்தர்கள் மட்டுமன்றி, டாண்டே, சாஸர், ராபிலே சர்வான்ட்டி, மோலியெர், ஷேக்ஸ்பியர், மில்டன், கதே, ஹெயின், த தயேவ் கி போன்றோரும் இன்னும் அந்த தில் சிறிது தாழ்ந்தோருமான ஏராளமான பேரும் கவனிக்கப் பெறுதல் வேண்டும்.

விளைவை மட்டும் கொண்டு பார்ப்பதாயின், புகழ்பெற்ற பயண வரலாறுகள் இருக்கின்றன. மார்க்கோபோலோ காலத்திலிருந்து மனிதனது திருஷ்டியை விரிவாக்கி, அவன் காணக்கூடிய உலகை அவை விசாலப்படுத்தி வந்துள்ளன. இடைக்காலத்தில் இணையற்ற யாத்திரிகராக விளங்கிய மார்க்கோபோலோ, தமது சாகஸங்களையும், கண்டுபிடிப்புகளையும் பற்றிய ரசமான வரலாறுகளின் மூலம் கீழ்த்திசை நாடுகளை, அநேகமாக ஒன்றுமே அறிந்திராத ஐரோப்பியருக்கு அறிமுகப்படுத்தினார். அமெரிக்காவை முதல் தடவையாகத் தாம் கடல் வழியாக அடைந்ததைப் பற்றிய விவரங்களை 1493இல் ஒரு கடிதமாக வரைந்தார் கிறி தபர் கொலம்பஸ். அது தாமதமின்றிப் பல்வேறு மொழிகளில் பிரசுரமாகியது. ஐரோப்பிய நாடுகளில் அது பிரமாதமான பரபரப்பையும், ஆர்வத்தையும் விளைவித்தது. 1807இல்

அமெரிகோ வெ புக்கியின் கடிதங்கள் பிரசுரமாயின. அவற்றை ஆட்சேபித்தவர் உண்டு. 'கா மோகிராபி இன்ட்ரொடாக்ஷோ' என்ற அவருடைய நூல்தான் புது உலகம் 'அமெரிக்கா' என்று அழைக்கப் பெறுவதற்குக் காரணமாயிற்று. அடுத்த நூற்றாண்டுதான் வரலாற்றிலேயே அதிகமாகப் புது இடங்களைத் தேடிக் கண்டறிந்த காலம். ஏராளமான பயண நூல்கள் அச்சில் வந்தன. 16ஆவது நூற்றாண்டின் இறுதியில் ரிச்சர்ட் ஹக்லூயிட் இவற்றைத் தொகை நூலாக்கி வெளியிட்டார். 'Principalle Navigations, Voiages, Traffiques Discoveries of the English Nation' என்பது அதன் பெயர். சாம்யூ பர்ச்சா வெளியிட்ட, 'யாத்திரிகர்கள்' (Pilgrimes) என்ற நூலிலும் இவை இடம் பெற்றன.

முற்றும் கற்பனையே ஆனாலும் பிரயாண இலக்கிய வகையில் ஜூல் வென் இயற்றிய, 'உலகைச் சுற்றி 80 நாள்' என்ற நூலை (1872) அலட்சியம் செய்வதற்கில்லை. கதை வகையைச் சேராத வேறு எந்த நூலும் இதைப்போல அவ்வளவு கற்பனைக் கிளர்ச்சியைத் தோற்றுவித்ததில்லை. அண்மையில் (1943இல்) பிரசுரமான வெண்டெல் வில்கியின், 'ஓர் உலகம்' என்ற நூல், அமெரிக்கரிடையே ஸர்வ தேச மனப்பான்மை ஏற்படுவதற்குப் பெரிதும் துணை புரிந்தது. ஐக்கிய நாடுகளின் தாபனத்தை அமைப்பது என்ற கருத்தை உருவாக்கியதில் இதுவும் செல்வாக்குப் பெற்று விளங்கியது.

அதிகபட்ச செல்வாக்குடன் விளங்கும் நூல்களின் பட்டியலைத் தயாரிப்பதற்கு முன்னர் நடைபெற்ற முயற்சிகளையும் நினைத்துப் பார்த்து ஒப்புமை கூறுவது பொருத்தமாயிருக்கும். 'பப்ளிஷர் வீக்லி' என்ற சஞ்சிகைக்காக, 1935இல் அத்தகைய பட்டியலை, எட்வர்டு வீக், ஜான் டூயி, சார்ல் ஏ. பியர்ட் ஆகியோர் தயாரித்தனர். 1885 முதல் வெளியானவற்றில் செல்வாக்கு மிகுந்தவை என்று தமக்குப் புலப்பட்ட இருபத்தைந்து நூல்களை ஒவ்வொருவரும் தேர்ந்தெடுத்தனர். இவற்றின் மீது ஓட்டு எடுத்து ஐம்பது நூல்களைப் பொறுக்கினர். அந்த ஐம்பதில் நான்குதான் ஒரு மனதான ஆதரவு பெற்றன. மார்க்ஸின், 'டா காபிடல்', பெல்லாமியின், 'பின்னோக்கி', பிரேஸரின், 'தங்கக்கிளை', பெங்க்ளரின், 'மேற்றிசைத் தாழ்வு' ஆகியவைதாம் இவை. இருபத்தொன்பது நூல்களுக்குச் சாதகமாக

ஒவ்வொரு ஓட்டுத்தான் கிடைத்தது. இந்த நூலில் குறிப்பிட்ட புத்தகங்களில் மக்கிண்டரின் நூலை மூவருமே தேர்ந்தெடுத்து இருந்தனர். ஹிட்லருக்குப் பியர்டின் ஒரே ஒரு ஓட்டுத்தான் கிடைத்தது. மார்க்ஸைப்பற்றி மட்டுமே கருத்தொற்றுமை இருந்தது. அதற்குப் பின் இருபது ஆண்டுகள் உருண்டோடி விட்டன. இன்று மீண்டும் மதிப்பிடுவதாயின், அவர்கள் தமது ஜாபிதாவில் முக்கியமான மாறுதல்கள் செய்வர் என்பதில் ஐயமில்லை.

'நமது மனத்தை மாற்றிய நூல்கள்' என்ற பெயரில் சில ஆண்டுகளுக்குப் பிறகு, 1930ஆம் வருஷம் மால்கம் கௌலியும் பர்னார்டு மித்தும் இதே வழிமுறையைக் கையாண்டனர். அமெரிக்க மக்களின் மனத்தை அவ்வக் காலத்தில் உருவாக்கிய விசேஷச் செல்வாக்குப் பெற்றவை என்று ஒரு டஜன் புத்தகங்களைக் கல்விமான்களும், சரித்திராசிரியர்களும், விமரிசகர்களும், விரிவுரையாளர்களும், பொதுவாழ்வினருமாக ஓட்டெடுத்து முடிவு செய்தனர். ஆலோசனை கேட்ட பல்வேறு பேர் சேர்ந்து சிபாரிசு செய்த மொத்த நூல்கள் நூற்று முப்பத்து நான்கு. இறுதியாகத் தேர்ந்தெடுத்த நூல்கள் பன்னிரண்டு. அவை பின்வருவன :

பிராய்டு	-	ஆடம்ஸ்கனவுகளின் விளக்கம்
ஆடம்ஸ்	-	ஹென்றி ஆடம்ஸின் கல்வித்துறை
டர்னர்	-	அமெரிக்க சரித்திரத்தின் எல்லை
ஸம்னர்	-	குடியானவர்கள் வாழ்க்கை
வெப்லன்	-	வியாபாரத் துறை
டூவி	-	தத்துவ சாத்திரத்தின் ஆராய்ச்சி
போவஸ்	-	பூர்விக மனிதனின் மனம்
பியர்டு	-	அரசியல் சட்டத்தின் பொருளாதார விளக்கம்
ரிச்சர்ட்ஸ்	-	இலக்கியத் திறனாய்வின் அடிப்படை உண்மைகள்
பாரிங்டன்	-	அமெரிக்கச் சிந்தனையின் முக்கியமான போக்குகள்

லெனின் - அரசாங்கமும் புரட்சியும்
ஸ்பெங்கிளர் - மேலை நாடுகளின் தாழ்ச்சி நிலைமை

இந்தப் பன்னிரண்டில் பிராய்டு, ஆடம்ஸ், டர்னர், ஸ்பெங்கிளர் ஆகியோர் மட்டுமே சேர்க்கத் தகுந்தவர்கள் என்று முடிவு செய்தனர்.

'உலக இலக்கிய நூல்கள்' என்ற பெயரில் சிறிய புத்தகம் ஒன்றை 'ஹோரெஸ் ஷிப்' என்ற ஆங்கிலேயர் 1945இல் எழுதி வெளியிட்டார். காலம், இடம், பொருள் என்ற நிர்ப்பந்தமின்றி ஷிப் தீர்மானம் செய்த பத்து நூல்களாவன :

விவிலிய நூல் -
பிளேட்டோ - குடியரசு
அர்ச் அகஸ்டின் - கடவுளின் நகரம்
குர்-ஆன் -
டாண்டே - தெய்விக இன்ப இயல்
ஷேக்ஸ்பியரின் நாடகங்கள் -
புன்யான் - யாத்ரிகரின் முன்னேற்றம்
மில்டன் - ஆர்யோபாஜிடிகா
டார்வின் - உயிரினங்களின் தோற்றுவாய்
மார்க்ஸ் - டாஸ் காபிடல்

இந்த ஆராய்ச்சி நூலுக்கு வைத்திருக்கும் நிபந்தனைகளின்படி கடைசி மூன்று தவிர மற்றவை அடிபட்டுப் போகின்றன. ஆனால் கடைசி இரண்டு மட்டுமே இதில் சேர்க்கப்படுகின்றன.

எந்த ஒரு புத்தகத்தைப் பற்றியும் ஒருமனதான முடிவு கூறுவது மிக மிகச் சிரமம் என்பதை மேலே காட்டிய உதாரணங்களிலிருந்து தெரிந்து கொள்ளலாம். தேர்ந்தெடுக்கும் பணி அதில் ஈடுபட்டிருப்பவரின் தன்மைக்கும் விருப்பு வெறுப்புகளுக்கும் உட்பட்டது. இதில் சேர்த்துள்ள புத்தகங்களில் பெரும் பாலானவற்றைக் குறித்து முழு உடன்பாடு காண்பது அரிது.

ஆனால் பதினாறு நூலாசிரியர்களில் குறிப்பிட்டவர்களது நூல்களையும் சேர்த்ததற்கு நல்ல ஆதாரம் கொடுத்திருப்பதாகவே நம்புகிறோம். சில நூல்களை ஜாக்கிரதையாகப் பரிசீலித்து, ஏதோ ஒரு காரணத்தால் விலக்கியிருக்கிறோம். அவற்றையும் இங்கே எடுத்துரைப்பது சுவையாகவே இருக்கும்.

விஞ்ஞானப் பெரு நூல்களில், ஹார்வேயின், ‘டீமோடு கார்டிஸ்’ என்பதற்குச் சமமாக ஆண்ட்ரியாஸ் வெஸேலியஸ் என்பவரின், ‘டீ கார்ப்போரிஸ் உர்யூமானி பாப்ரிகா’வைக் குறிப்பிடலாம். லிப்நிஸ் இயற்றிய கணித பௌதிக நூல், நியூட்டனது, ‘பிரின்ஸிபியா மாதமாடிகா’ விற்குச் சமமானது. சமூக, விஞ்ஞான வகைகளில் பிரெடரிக்-ஜான்ஸன் டர்னரின், ‘அமெரிக்க வரலாற்றில் எல்லை விஷயம்’ என்பது மிகச் சிறந்த வழிகாட்டி நூல்.

ஆனால் அது அத்துறையில் மாக்கிண்டரின், ‘சரித்திரத்தில் பூகோளக் கேந்திரம்’ என்பதற்கு உள்ள உலகப் புகழைப் பெற்றது அல்ல. மார்க்ஸும், எங்கல்ஸும் சேர்ந்து வெளியிட்ட கம்யூனிஸ்டுப் பிரகடனம், ஒரு நூற்றாண்டுக்கும் மேலாகச் சமுதாய அமைப்பில் மாறுதல்கள் ஏற்படுத்துவதற்கு விஷேசச் சக்தி வாய்ந்ததாகப் பயன்பட்டுள்ளன. ஆனால் மார்க்ஸின் டாஸ் காப்பிடலை விட அதில் மனமுதிர்ச்சி குறைவு. செப்பியுள்ள ஆதாரங்களிலும் கவனக் குறைவு காணப்படுகிறது.

காலத்தின் நெடும்போக்கில் டாஸ் காப்பிடலை விட அது குறைந்த செல்வாக்குள்ளதாகவே இருக்கும். தோரோவின், ‘சட்ட மறுப்பை’விட அவரது வால்டனைச் சேர்த்திருக்கலாம் என்று சிலர் கருதக் கூடும். ஆனால் வால்டனின் செல்வாக்கு, திட்ட வட்டமாக நிர்ணயிக்கக் கூடியது அல்ல. பரிசீலனைக்கு எடுத்துக் கொண்ட பிற நூல்களைக் கவனிப்போம். பார்ஸன் மேஸன் லாக்வீம் எழுதிய, ‘வாஷிங்டன் வாழ்க்கை வரலாறு’ (1800), அமெரிக்கச் சிந்தனையையும், சம்பிரதாயத்தையும் ஆறு தலைமுறைக்காலம் (குறிப்பாக லிங்கன் விஷயத்தில்) விசேஷச் செல்வாக்குடன் உருவகப்படுத்தி வழிகாட்டியாக விளங்கியது. ரிச்சர்ட் ஹென்ரி டானா இயற்றிய Two Years Before the Mast (1840) என்பது ஒரு பேரிலக்கிய நூல். அமெரிக்க மாலுமிகளின் நிலைமை திருந்துவதற்கு

அது பெரிதும் பயன்பட்டது. அப்டன் ஸிங்கிளரின் 'காடு *(ஜங்கிள்)' என்ற நூல் சிகாகோ கட்டைத் தொட்டிகளில் இருந்த பரிதாபகரமான நிலைமையை வெளிப்படுத்தி அடிப்படையான சீர்திருத்தங்களுக்கு வழி செய்தது. ஆனால் இவை மூன்றின் செல்வாக்கிற்கும் வரம்புண்டு. எனவே அவற்றைச் சேர்க்க இயலவில்லை.

பானி பார்மரின் பள்ளியறைச் சமையற்கலை நூல், எமிலி போஸ்டின் பழக்க வழக்கச் சீர்மை (Etiquette), டாக்டர் ஆல்பிரெட் கின்சீயின், 'ஆண்களின் பெண்களின் பால்முறை நிலவரம்' முதலியன சிபாரிசு பெற்றது விசித்திரமாக இருக்கலாம். ஆனால் அவை தகுதியற்றவை அல்ல.

இறுதியாக இதில் இடம் பெற்றுள்ள பதினாறு நூல்களில் ஆறு, விஞ்ஞான வகையைச் சேர்ந்தவை (காலம் 1543 முதல் 1915 வரை); பத்து, சமூக விஞ்ஞான வகையைச் சேர்ந்தவை (காலம் 152 முதல் 1927 வரை). இத்தகைய பாகுபாடு, பொருளற்றது என்பதைப் பற்றிச் சந்தேகமே இல்லை. ஆனால், சமூக, விஞ்ஞான நூல்களைப் போலவே விஞ்ஞான நூல்களும் சமுதாயப் போக்கை உருவாக்குவதில் விசேஷச் செல்வாக்குப் பெற்றிருந்தன. ஸ்ரீமதி ஸ்டோவின், 'அங்கிள் டாம்ஸ் காபின்' கதை வடிவத்தில் அமைந்திருந்த போதிலும் ஒரு சமுதாய முக்கியத்துவமுள்ள ஆவணமாகக் கருதுவதற்கான தகுதி பெற்றது.

வெடி மருந்தின் வீரியம் வாய்ந்த இந்தப் பதினாறு புத்தகங் களையும் விமரிசிக்கையில் எப்போதும் ஒரு கேள்வி எழத்தான் எழும். 'புத்தகத்தைக் காலம் உருவாக்கியதா? காலத்தைப் புத்தகம் உருவாக்கியதா?' அதாவது, 'ஒரு குறிப்பிட்ட புத்தகம், தான் வெளி வந்த கால விஷேசத்தால் செல்வாக்கடைந்ததா? வேறு ஒரு சகாப்தத்திலும் முதல் நூல் காலத்துப் பொருள் படைத்ததாக அது இருந்திருக்கக் கூடுமா? வேறு ஏதாவது ஒரு தேதியில் அதை இயற்றி இருக்க முடியுமா?' அநேகமாக ஒவ்வொரு நூல் விஷயத்திலும் காலமே அதைத் தோற்றுவித்தது என்ற தீர்மானத்திற்கு வராமல் இருக்க முடியாது. வரலாற்றின் வேறொரு சகாப்தத்தில் அந்த நூல் தோன்றாமல் இருந்திருக்கலாம். அல்லது தோன்றியிருந்தாலும் மக்கள் கவனத்தை ஈர்க்காமல் இருந்திருக்கலாம்.

நிறைய உதாரணங்கள் நினைவிற்கு வரும். தான் மிகவும் நேசித்த இத்தாலியை அந்நிய ஆக்ரமிப்பினின்றும் விடுவிப்பது என்ற திட்டவட்டமான நோக்கத்துடன் மாக்கிவல்லியின், 'மன்னன் (The Prince)' எழுதப் பெற்றது. 'சமுதாயங்களின் செல்வம்' என்ற நூலை ஆடம் ஸ்மித், எழுதிக் கொண்டிருந்த போது தமது கடலாடி வர்த்தகத்தையும் தொழில் துறையையும் பெரிய அளவில் விஸ்தரிப்பதற்கு இங்கிலாந்து தயாராக இருந்தது. ஏற்கனவே வெடித்தெழும் தருவாயில் இருந்த அமெரிக்கப் புரட்சி துவங்குவதற்குத் தாமஸ் பெயினின், 'பகுத்தறிவு (Common Sense)' காரணமாக இருந்தது. அதே மாதிரி உள்நாட்டு யுத்தம் துவங்குவதற்கு யாரியட் பீச்சர்ஸ் ஸ்டொவின், 'அங்கிள் டாம்ஸ் காபின்' பயன்பட்டது. ஐரோப்பியத் தொழில் துறையில், முக்கியமாக இங்கிலாந்தில், தொழில் பட்டறை முறையில் பத்தொன்பதாவது நூற்றாண்டின் மத்தியில் பயங்கரமான நிலவரம் இருந்திராவிடில், 'டாஸ் காபிடலை' இயற்றுவதற்கு விஷயம் கார்ல் மார்க்ஸுக்குக் கிடைத்திராது. ஆயிரத்து எண்ணூற்றுத் தொண்ணூறுக்குப் பிறகு உலக வல்லரசுகளிடையே கடற்படைப் போட்டி துவங்கியது. அட்மிரல் மாஹன் இயற்றிய, 'வரலாற்றின் மீது கடலாதிக்கத்தின் செல்வாக்கு (Influence of Sea Power on History)' என்ற புத்தகந்தான் இதை ஊக்குவித்தது. ஆனால், 'ஆதிக்கம் விரிவு காண வேண்டும்; ஏகாதிபத்திய சாகஸங்களில் இறங்க வேண்டும்' என்ற நிர்ப்பந்தம் ஏற்கெனவே இருந்து வந்தது. முதலாவது உலக யுத்தத்தை அடுத்து ஜெர்மனியில் குழப்பம் ஏற்படாமல் இருந்திருந்தால் அடால்ப் ஹிட்லர் யாரும் அறியாத, சித்திரம் தீட்டுபவராகவே இருந்திருப்பார்.

மெதுவாக எரிந்து வெடியைக் கிளப்பும் திரி போல, சில புத்தகங்கள், வெளியான சில ஆண்டுகளுக்குப் பிறகு முழுச் செல்வாக்குடன் விளங்கியது உண்டு. ஆடம் ஸ்மித், கார்ல் மார்க்ஸ் ஆகியோர் புத்தகங்கள் இதற்கு உதாரணங்கள். தமது நூல்களின் முக்கியத்துவத்தை உலகம் உணர ஆரம்பித்தபோது அவர்கள் உயிருடன் இருக்கவில்லை. இந்தியாவிலும், தென் ஆப்பிரிக்காவிலும் மஹாத்மா காந்தி, சட்ட மறுப்பை நடத்துவதற்கு ஐம்பது ஆண்டுகள் முன்னரே அந்தச் சித்தாந்தத்திற்கு மூல கர்த்தாவான தோரோ காலமாகி விட்டார். ஹாஷாபரின் மேல்பார்வையில்

ஜெர்மன் பூகோளவியல் அரசியல்வாதிகள் தோன்றிய பிறகுதான், பலப் பல ஆண்டுகளுக்கு முன்னர் மாக்கிண்டர் வெளியிட்ட தத்துவங்கள், அவற்றிற்குரிய மதிப்பைப் பெற்றன. தமது பதிப்புகள் வாங்குவார் அற்று இருந்த நிலைமையைக் கண்டு ஏமாற்றமடைந்த வழிகாட்டிச் சிந்தனையாளர்களில் இவர்கள் சிலர்.

அடிக்கடி மற்றோர் கேள்வி எழுந்த வண்ணம் இருக்கிறது. செல்வாக்கை எப்படி அளவிடுவது? திட்டவட்டமான பயன்களை அல்லது நடவடிக்கைகளைக் கொண்டு மதிப்பிடக்கூடிய நூல்களாகவே தேர்வு செய்யப்பட்டன என்பதை ஏற்கனவே கூறியுள்ளோம். அதாவது நிகழ்ச்சிகளின் போக்குடன் அவை நேரடியான தொடர்புள்ளவை என்பது மெய்ப்பிக்கப்பட வேண்டும். குறுகிய துறைகளில் அல்லது குறிப்பிட்ட ஒரு காலத்தில் எழும் பிரச்னைகளுக்குத் தீர்வு காண நூல்கள் சில சமயம் முயன்றது உண்டு. அவை, தமது காலத்திற்குரிய, அப்போது முக்கியமாக விளங்கும் விஷயங்களைப் பற்றியனவாக இருக்கும். சமய, தத்துவ, இலக்கியப் பெரு நூல்களை விட அவை துரிதமாகக் காலகதி அடைந்து விடுவது தவிர்க்க முடியாததாகிறது.

நூல் வெளியாகும் காலத்தில் அதிலுள்ள கருத்துகளுக்குச் சாதக பாதகமாக வெளிப்பட்ட அபிப்பிராயங்களைக் கொண்டு அதன் செல்வாக்கை மதிப்பிடுவது ஏறக்குறையப் பிசகுக்கு இடமில்லாத முறை. ஒரு நூலின் கருத்துகள் கடுமையான எதிர்ப்பைக் கிளறி விட்டாலோ அதற்குச் சாதகமாக ஆதரவு திரண்டெழுந்தாலோ மக்களின் சிந்தனையை அது பெரிதும் பாதித்துள்ளது என்று பொருள் கொள்ளலாம். அரசாங்கத் தணிக்கையும் பிறவகை அடக்குமுறை முயற்சிகளும் புத்தகம் எவ்வாறு ஏற்கப்படுகிறது என்பதைப் புலப்படுத்தும். நூல் பிரசுரமான காலத்துப் பத்திரிகைகள், சாதக பாதகச் சர்ச்சை செய்யும் துண்டுப் பிரசுரங்கள், சரித்திராசிரியர்கள் தரும் தகவல்கள், வாழ்க்கைச் சரிதை நூல்கள் போன்றவைகளிலிருந்து அக்காலத்திய மனப்பான்மைகள் எவ்வாறு இருந்தன என்பதைக் கண்டறியலாம். ஆனால் அதன் செல்வாக்கிற்குத் திடமான அளவுகோல் வேறு. அதிலுள்ள சித்தாந்தங்கள், வேலைத் திட்டங்கள் அல்லது கருத்துகள்

இறுதியாக எந்த அளவு ஏற்கப்பட்டுப் பிற நாடுகளுக்குப் பரவிப் பல பாஷைகளில் மொழிபெயர்க்கப்படுகின்றன. அதைப்போல் எழுதுவதற்குத் தூண்டுகின்றன, போட்டியாளர் கிளம்புமாறு செய்கின்றன, மக்களும், சமுதாயங்களும் தமது வாழ்விலும் சிந்தனையிலும் படிப்படியாக அந்நூலின் பொருளை எவ்வாறு ஜீரணித்துக் கொள்கின்றன என்பதுதான் செல்வாக்கிற்கு மிக முக்கியமான அளவுகோல்.

ஒரு குறிப்பிட்ட நபரைத் தழுவிய பெயரெச்சங்களையும், பெயர்ச் சொற்களையும் படைத்து, ஒரு குறிப்பிட்ட கருத்தை அல்லது சிந்தனையை விளக்க முற்படுவது புகழ் வெளிப்படும் விசித்திர வகைகளில் ஒன்று. மாக்கியவெல்லியன், கோபர் நிகன், மால்த்துஸியன், நியூடோனியன், பிராய்டியன் என்ற பெயரெச்சங்களும் டார்வினிஸம், மார்க்ஸிஸம், ஹிட்லரிஸம் ஆகிய சொற்களும் அன்றாட அகராதியில் சேர்ந்து அதை வளப்படுத்தி வருகின்றன. ஒவ்வொன்றும் ஒரு கருத்தைத் திட்டவட்டமாகப் புலப்படுத்துகிறது, அது குறிப்பிடுவது புகழ்ச்சியையா? இகழ்ச்சியையா என்பது அவரவர் பார்க்கும் கோணத்தைப் பொறுத்தது.

தேர்ந்தெடுத்த பட்டியலில் உள்ள நூல்களில் பெரும்பாலானவை படிப்பதற்கு மிகச் சிரமமானவை, எனவே. 'நிபுணர்களைக் கொண்ட ஒரு சிறு குழுவைத் தவிரப் பிறரிடம் இவை எவ்வாறு செல்வாக்குப் பெற முடியும்?' என்ற கேள்வி எழுவது சகஜம். கோபர்நிகஸின் லத்தீன் மூலங்களைச் சுலபமாகக் கண்டறிய வல்லார் மிகச் சிலரே. ஹார்வே, நியூட்டன், ஆகியோரின் நூல்களும் அப்படிப்பட்டவையே. ஐன்ஸ்டீனின் தத்துவங்களை எந்த மொழியிலும் படித்துப் புரிந்து கொள்வது கஷ்டம். ஆடம் ஸ்மித், மால்தஸ், மார்க்ஸ் ஆகியோரின் காரிய காரண விளக்கம் சுற்று வட்டமானது. அவற்றை ஒரு சமுதாய விஞ்ஞானிதான் முழுதாகக் கண்டறிந்து பாராட்டக்கூடும். ஹார்வே, டார்வின், பிராய்டு ஆகியோரின் நூல்களைப் புரிந்து கொள்வதற்கு அவர்களுடைய வாழ்க்கை வரலாறு நன்றாகத் தெரிய வேண்டும். பாமர மக்களுக்குக் கிடைப்பது பிறர் கற்றறிந்து ஜீரணித்து வழங்கும் வடிகட்டிய சரக்குத்தான். புத்தகங்கள், சஞ்சிகைகள், பத்திரிகைகள்,

பாட விளக்கங்கள், பொது உரைகள் போன்றவை மூலந்தான் அவர்களுக்கு இவை கிடைத்து வந்துள்ளன. அண்மையில் தான் ரேடியோ, டெலிவிஷன், சினிமா ஆகியவையும் கருத்துப் பிரசாரத்திற்குப் பயன்பட்டுள்ளன. ஜாபிதாவிலுள்ள பதினாறு நூல்களில், 'காமன்ஸென்ஸ்', 'அங்கிள் டாம்ஸ் காபின்', 'மைன் காம்ப்' தவிர மற்றவை, பிரசுரமான காலத்தில் நிறைய விற்பனையானதில்லை. அவை செல்வாக்குப் பெற்றன. நிபுணர்கள் வழங்கியுள்ள விளக்கங்கள் மூலந்தான், நியூட்டனது கண்டுபிடிப்புகளை ஆதாரமாகக் கொண்டுதான் அன்றாட வாழ்க்கையில் பல சாதனங்கள் பயன்படுகின்றன என்ற பிரக்ஞையே பெரும்பாலோருக்கு இல்லை. அணுசக்தி, அணுவைப் பிளப்பது போன்றவை ஐன்ஸ்டீனின் சித்தாந்தங்களில் வேரூன்றியவை என்ற பிரக்ஞையும் இருப்பதில்லை.

தேதியின் வரிசைக் கிரமத்தில், பதினாறு நூல்களையும் விமரிசிக்கையில், அவற்றையெல்லாம் ஒரு மாலையாக இணைத்து வைத்திருக்கும் நேர்மையான தொடர்பைக் காணலாம். ஹட்ஸன் கூறியபடி இதில் குரு சீடர் உரையாடல் போன்ற அமைப்புத் முறை இருப்பது புலப்படும். பண்டைய கிரேக்கத் தத்துவாசிரியர்கள் கோபர்நிகஸின் சிந்தனையை ஊக்கி விட்டனர். கோபர்நிகஸ், கலீலியோ, கெப்ளர் போன்ற மாவீரர்களது சாதனைகளின் அடிப்படையில் தமது தத்துவங்கள் எழுந்தவை என்று நியூட்டன் கூறியுள்ளார். இவர்களெல்லாம் இல்லாது ஒரு ஐன்ஸ்டீன் தோன்றியிருக்க முடியாது. உயிரினங்களின் தோற்றுவாய்த் தத்துவத்தைத் தாம் உருவாக்குவதற்கு, முன்னர் வெளியான ஜீவசாஸ்திரம், பூகோள விஞ்ஞானிகள், பூகர்ப்ப சாஸ்திரிகள் போன்றோர் பெரிதும் துணையாக இருந்தனர் என்று டார்வின் கூறியுள்ளார். விஞ்ஞானம், தத்துவார்த்த சிந்தனையாகத் தான் நெடுங்காலம் வளர்ந்து வந்தது. சோதனைக்கூட நிரூபண முறையில் அதை வகைப்படுத்திய பணியைத் தொடக்கியவர் கோபர் நிகஸ். ஹார்வே, நியூட்டன், டார்வின், பிராய்டு போன்றோர் பின்னர் அதை விரிவுபடுத்தினர்.

மனிதன் தோன்றியபோதே சுதந்திர ஆர்வமும் பிறந்து விட்டது. மாக்கியவெல்லி, ஆடம் ஸ்மித், பெயின், தோரோ,

ஸ்டொவ் ஆகியோரின் உருக்கமான பேருரைகளில் இவை சிறந்து காணப்பெறுகின்றன. ஆடம் ஸ்மித், மால்துஸ், ரிகார்டோ ஆகியோரைக் கார்ல் மார்க்ஸ் ஆதாரமாகக் கொண்டார். டார்வினது வழியைப் பின்பற்றித் தமது பணியை வகைப்படுத்த அவர் முயன்றார். முந்தைய கடற்படை, ராணுவ நூல்களையும் பொதுப்படையான வரலாற்று ஆசிரியர்களையும் பயன்படுத்தித் தான் The Influence of Sea Power on History என்ற நூலை மாஹன் இயற்றினார்.

மாஹனது முடிவுகளில் சிலவற்றை மாக்கிண்டரும் பின்னர் வந்த பூகோள அரசியல் ஆசிரியர்களும் ஏற்கவில்லை. எனினும் அவரது கருத்துகள் தம்மைப் பெரிதும் ஊக்குவித்துச் சிந்தையைக் கிளறின என்பதை அவர்கள் ஒப்புக் கொண்டனர். மாக்கிய வெல்லி, டார்வின், மார்க்ஸ், மாஹன், மாக்கிண்டர், பிராய்டு ஆகியவர்களின் நூல்களைத் தெரிந்தோ தெரியாமலோ ஹிட்லர் தமது மைன் காம்ப்பில் பயன்படுத்தியுள்ளார்.

நூலாசிரியர்களையும், நூல்களையும் தேர்ந்தெடுத்த விஷயமாக மேலும் சில விளக்கங்கள் தேவை. தமது சொந்த நாட்டுக்கும், மொழிக்கும் ஒருவர் ஏற்றம் தந்து வலியுறுத்துவது இயல்பு. அந்தக் குறை இதில் தவிர்க்கப்பட்டிருக்கிறதா என்று கேட்டால், 'இல்லை' என்ற பதில் தான் கிடைக்கும். இந்த ஜாபிதாவில் உள்ள நான்கு அமெரிக்கர்கள் பெயின், தோரோ, ஸ்டௌவ், மாஹன். ஆறு பேர் பிரிட்டிஷார். அவர்கள், ஹார்வே, நியூட்டன், ஸ்மித், மால்துஸ், டார்வின், மாக்கிண்டர் ஆகிய மூவரும் ஜெர்மானியர். மார்க்ஸ், ஐன்ஸ்டீன், ஹிட்லர் மாக்கியவெல்லி இத்தாலியர்; கோபர்நிகஸ் போலிஷ் இனத்தவர்; பிராய்டு ஆஸ்டிரியாக்காரர்; ஐரோப்பாக் கண்டத்தைச் சேர்ந்த அறுவரில் மூவர் யூதர்கள்; சீனர் ஒருவர்; பிரெஞ்சுக்காரர் ஒருவர்; ரஷியர் இல்லையே என்று குறைப்படலாம். வேறு விதமான பட்சபாதங்களும் இருப்பதாகச் சொல்லக் கூடும்.

நூல் என்றால் என்ன? அதன் எந்த இலக்கணத்துக்கும் ஆட்சேபம் கிளம்பும். புத்தகத்தை மதிப்பிடுவது எப்படி? அதன் அளவைக் கொண்டா? இந்த எண்ணமே படுமோசமானது; எனினும் திடமான அடிப்படைகளைக் கொண்டு மதிப்பிட்டுப் பார்த்தால் பெயினின், 'காமன்ஸென்ஸ்', தோரோவின், 'ஸிவில்

டிஸ்-ஒபீடியன்ஸ்', மாக்கிண்டரின், 'ஜோக்ராபிகல் பிவட்ஆப் ஹிஸ்டரி', ஐன்ஸ்டீனது, 'ஸ்பெஷல் தியரி ஆப் ரிலேடிவிடி' என்ற நூலின் முதல் வெளியீடு ஆகியவை வெறும் துண்டுப் பிரசுரங்கள் என்றுதான் கருதப்பட வேண்டியவை. கடைசி மூன்றும் பத்திரிகைக் கட்டுரைகளாகத்தான் முதலில் வந்தன. 'பிரின்ஸிபியா மாதமாடிகா', 'தி வெல்த் ஆப் நேஷன்ஸ்' ஜனத் தொகையைப் பற்றிய மால்துஸ் வெளியீட்டின் பிந்தைய பதிப்புகள், 'டாஸ் காபிடல்', 'மைன் காம்ப்' ஆகியவை இவற்றிற்கு நேர்மாறாகக் கன நூல்கள் என்ற வகையைச் சேர்ந்தவை. பெருநூல்கள் எக்காலத்திலும் ஒரு சமுதாயத்தில் கிளர்ச்சியைக் கிளப்பி விட்டதில்லை என்கிறார் வால்டேர். உணர்வு மிகுதியுடன் வரையப் பெறும் சிறு நூல்கள்தாம் அவ்வாறு பயன்படுபவை என்பது வால்டேரின் கருத்து. பெயின், தோரோ ஆகியவர் நூல்கள் விஷயத்தில் இது முற்றும் பொருந்தும்; மாக்கிண்டர், ஐன்ஸ்டீன் நூல்கள் விஷயத்தில் பொருந்தாது. இந்தப் பட்டியலில் புத்தகத்தின் அளவுக்குச் சிறிதும் மதிப்புத் தரவில்லை.

ஒரு நூலின் தயாரிப்பில் செலவான காலம் கவனிப்பிற்குரிய விஷயங்களில் ஒன்று. அதிகக் காலம் எடுத்துக் கொண்டது கோபர் நிகஸ்தான். 'டிரெவல்யூஷனிஸ்ட்' என்ற நூலைக் கோபர் நிகஸ் தயாரிக்க முப்பது ஆண்டுகள் ஆயின. ஆனால் அவர் அந்தக் காலம் முழுவதையும் அப்பணியிலேயே செலவிடவில்லை. நியூட்டன், தமது, 'பிரின்ஸிபியா மாதமாடிகா'வை எழுதி முடிக்கப் பதினெட்டு ஆண்டுகள் ஆயின கால அளவைக் கொண்டு மட்டும் பார்த்துக் கோபர்நிகஸின் நூல்தான் பெரியது என்று யாரே கூறுவர்? ஆடம் ஸ்மித்தின், 'வெல்த் ஆப் நேஷன்ஸ்', டார்வினது, 'ஆரிஜின் ஆப் தி ஸ்பீஷீஸ்', மார்க்ஸின், 'டாஸ் காபிடல்' ஆகிய ஒவ்வொன்றையும் எழுதி முடிக்கப் பதினேழு ஆண்டுகள் ஆயின. மாக்கியவெல்லின், 'பிரின்ஸ்' ஆறே மாதங்களில் எழுதப்பெற்றது. பெயினின், 'காமன்ஸென்ஸ்' மூன்று அல்லது நான்கு மாதங்களில் தயாராகியது.

ஒரு நூலை எழுதுவதற்கு ஆகும் காலம் இவ்வாறு மிகமிக வேறுபடுவதற்குப் பல காரணங்கள் உண்டு. அவற்றில் ஒன்று ஆசிரியரின் தனித்தன்மை. தமது கண்டுபிடிப்புகளை முற்றும் சரிபார்த்துக் கடுமையான பரிசோதனைகளுக்கு உட்படுத்தித்

தெளிவு பெற்ற பிறகுதான் அச்சகத்துக்கு அனுப்புவது என்ற முறையைக் கோபர்நிகஸ், நியூட்டன், ஹார்வே, டார்வின் போன்ற விஞ்ஞானிகள் பின்பற்றினர். பிரம்மாண்டமான தகவல்களைச் சேகரித்துத் தமது பொருளாதார நூல்களை இயற்றினர் ஸ்மித்தும் மார்க்ஸும். அவற்றை மீண்டும் மீண்டும் படித்து விரிவான மாறுதல்களையும் செய்தனர். இதற்கெல்லாம் நிறைய அவகாசம் வேண்டியிருந்தது. மாக்கியவெல்லி, இளம் மால்துஸ், பெயின், தோரோ ஆகியோர் துடிதுடிப்புள்ளவர்கள்; தாமதமின்றி உலகிற்குச் சொல்லியாக வேண்டிய அவசர விஷயங்கள் தம்மிடம் இருப்பதாகக் கருதியவர்கள்.

ஜாபிதாவிலுள்ள பதினாறு பேரில் பெரும்பாலோர் ஒரே நூலினால் கியாதி அடைந்தவர்கள். ஒரு நூல்தான் பலருக்குப் புகழை அளித்தது. அவர்கள் இயற்றிய பிற நூல்களை மக்கள் மறந்துவிட்டனர். ஹார்வே, நியூட்டன், ஸ்மித், மால்துஸ், மார்க்ஸ், ஸ்டௌவ், மாஹன், ஐன்ஸ்டீன் ஆகியோர் இன்னும் பல நூல்கள் இயற்றினர். பலர் நிறைய நூல்களை எழுதிக் குவித்தவர்கள். ஆனால் அவற்றின் பெயர்கள் சில நிபுணர்களைத் தவிர மற்றவர்களுக்கு நினைவிற்குக் கூட வரமாட்டா. பெயின், தோரோ, டார்வின், பிராய்டு ஆகியோர் இந்த விதிக்கு விலக்கானவர்கள். வளமான திறனைப் பயன்படுத்தி இந்த ஜாபிதாவில் உள்ளவற்றைப் போன்ற சிறப்புள்ள பிற நூல்களையும் அவர்கள் வரைந்துள்ளனர்.

நூலாசிரியர்களின் குணச்சித்திர பாவங்களை, அவர்களது தனித்தன்மைகளை, வாழ்க்கை வரலாற்றுக் குறிப்புகள் மேலும் பிரகாசப்படுத்தக் கூடியவை. தலைசிறந்த பெருநூலை இயற்று வதற்கு ஒருவர் திருமணம் ஆனவராக இருக்கவேண்டுமா என்பது ஒரு பிரச்னை. கோபர்நிகஸ் ஒருதுறவி. நியூட்டன், ஸ்மித்,. தோரோ, ஹிட்லர் ஆகியோர் கல்யாணமாகாதவர்கள். ஹார்வே, மாஹன், மாக்கிண்டர், பெயின் ஆகியோர் மணமானவர்கள்; ஆனால் குழந்தை இல்லாதவர்கள். பெயின், இருமுறை மணம் செய்து கொண்டார். ஆனால் இரண்டுமே வீணாயின. மால்துஸ் மணந்தது ஒரு முறைதான். ஐன்ஸ்டீன், இருமுறை மணந்து கொண்டவர். மாக்கியவெல்லி, டார்வின், மார்க்ஸ், பிராய்டு ஆகியோர் தமது

மனைவியர்களிடமும் ஸ்டௌவ், தமது கணவரிடமும் விசேஷ அன்பு நிறைந்தவர்கள். அது மட்டுமல்ல. அவர்களது குடும்பங்கள் மிகப் பெரியனவாக இருந்தன. எனவே பலவாறாக உள்ள இந்தத் தகவல்களிலிருந்து முடிவு காணத் தயங்குவது இயற்கை.

ஒரு பெருநூலை இயற்ற வேண்டுமானால் அதற்கு வயதும் மன முதிர்ச்சியும் தேவை என்று கருதப்படலாம். ஜாபிதாவிலுள்ள பதினாறு நூலாசிரியர்கள் விஷயத்தில் இது எந்த அளவு பொருந்தும்? முதல் பதிப்பு வெளிவந்த காலையில் கோபர் நிகஸுக்கு வயது எழுபது. ஐன்ஸ்டீன், இருபத்தாறு பிராயத்தினர், மால்துஸும் தோரோவும் முப்பதைக் கடந்தவர்கள். பெயினும் ஹிட்லரும் நாற்பதை நெருங்கிக் கொண்டிருந்தனர். நாற்பத்து நாலு முதல் ஐம்பத்துநாலு வரை உள்ள பத்து வருஷ காலந்தான், நூல்கள் சம்பந்தப்பட்டவரை, மிக மிகப் பயனுள்ளவையாக இருந்தது. மாக்கியவெல்லி, பிராய்டு, நியூட்டன், மால்துஸ், மாஹன், டார்வின், ஹார்வே, ஸ்மித் ஆகியோர் இந்தப் பிராயத்தில் பெருமை அடைந்தவர்கள். ஸ்டௌவும் மாக்கிண்டரும் நாற்பதைத் தாண்டியவர்கள்.

சுருங்கச் சொல்லுமிடத்துப் பெரும்பாலான நூலாசிரியர் களிடம் சில பொதுக் குணவிசேஷங்களை எடுப்பாகக் காணலாம். விஞ்ஞானிகளை நீக்கிப் பார்த்தால் மற்றவர்கள் சம்பிரதாய விரோதிகள், தீவிரவாதிகள், வெறியர்கள், புரட்சியாளர், கிளர்ச்சியாளர் என்றுதான் மதிக்கப் பெறுவர். அவை பெரும்பாலும் நல்லபடி வரைந்த நூல்கள் அல்ல. சிறப்பான இலக்கிய நடை அவற்றில் இல்லை. எனினும் அவை பெரு வெற்றி அடைந்ததற்குக் காரணம் அவை காலப்பக்குவம் உள்ளவையாக இருந்ததுதான். அவற்றின் செய்தி, உணர்ச்சி மயமானது; கோடிக்கணக்கான மக்கள் மனத்தில் எதிரொலித்தது. சில சமயம் அவற்றால் நன்மை உண்டு; தீமையும் உண்டு. புத்தகங்கள் சக்தி வாய்ந்த சாதனங்கள்; பெரிய விளைவுகளைத் தம்முள் கொண்ட சாதனங்கள் அல்லது கருவிகள் என்பதை மெய்ப்பித்துக் காட்டுவது தான் இதன் நோக்கம்.

✦✦✦

பொருளடக்கம்

1.	அதிகார வேட்டையின் தன்மை நிகோலோ மாக்கியவெல்லி மன்னன்	23
2.	அமெரிக்கப் புரட்சியாளர் தாமஸ் பெயின் பகுத்தறிவு	44
3.	சுதந்திர முயற்சியின் ஆதார சுருதி ஆடம் ஸ்மித் தேசங்களின் செல்வம்	68
4.	மிதமிஞ்சிய மக்கள் தாமஸ் மால்துஸ் ஜனத்தொகைக் கோட்பாடு : ஒரு கட்டுரை	91
5.	தனி நபரும் அரசாங்கமும் ஹென்றி டேவிட் தோரோ சட்ட மறுப்பு	110
6.	தாழ்நிலையினரின் உரிமைப் பிரசாரகர் ஹாரியெட் பீச்சர் ஸ்டோவ் டாம் மாமனின் குடில்	131
7.	பாட்டாளிகளின் வழிகாட்டி கார்ல் மார்க்ஸ் டாஸ் காபிடல்	150
8.	பெரிய கப்பலும் யானையும் ஆல்பிரெட் டி. மாஹன் வரலாற்றின் மீது கடலாதிக்கத்தின் செல்வாக்கு	172
9.	இதய பூமியும் உலகத் தீவும் ஸர் ஹால்பார்ட் ஜே. மாக்கிண்டர் வரலாற்றின் பூகோள கேந்திரம்	190
10.	வெறியாட்ட விளக்கம் அடால்ப் ஹிட்லர் என் போராட்டம்: மைன் காம்ப்	210
11.	சுழலும் வானுலகு நிகோலஸ் கோபர் நிகஸ் டி. ரெவல்யூஷனிபஸ் ஆர்பியம் கொலஸ்டியம்	231
12.	விஞ்ஞானவியல் வைத்தியமுறை உதயம் வில்லியம் ஹார்வி டி மோடு கார்டிஸ்	252

13.	உலக அமைப்பியல் சர் ஐசக் நியூட்டன் பிரின்ஸிபியா மாதெமாடிகா	269
14.	தகுதி மிக்கோர் மிஞ்சுவது சார்லஸ் டார்வின் உயிரினங்களின் தோற்றுவாய்	288
15.	நினைவிழந்தோரின் உளவியலாளன் சிக்மண்ட் பிராய்ட் கனவுகளின் விளக்கம்	310
16.	அணுயுகத்தின் அபிமான பிதா ஆல்பர்ட் ஐன்ஸ்டீன் தொடர்பு நிலை (Relativity) விசேஷ, பொதுச் சித்தாந்தங்கள்	330

I

அதிகார வேட்டையின் தன்மை நிகோலோ மாக்கியவெல்லி மன்னன்

மாக்கியவெல்லி என்றாலே நான்கு நூற்றாண்டுகளுக்கு மேலாக உலகினர் மனத்தில் சூழ்ச்சி, துரோகம், மோசடி, கொடுமை, தீமை என்றெல்லாம் பொருள்படுவதாக இருந்து வந்திருக்கிறது. நிகோலோ மாக்கியவெல்லி என்றாலே, லட்சியம் சரியானதாக இருந்தால் அதை அடைய, எந்த முறையையேனும் கையாளலாம் என்ற தத்துவவாதத்தில் திளைக்கும் சதிகாரத் தந்திரசாலியான, உள்ளொன்று வைத்துப் புறமொன்று பேசுபவரான, நெறியற்ற, முற்றும் நெமுறைகளில்லாத, நீதியுணர்ச்சி அற்ற ஓர் அரசியல் வாதியைக் குறிப்பதாகக் கருதப்பட்டு வந்திருக்கிறது. சந்தர்ப்பச் சூழ்நிலைக் கேற்ப அரசியலை நடத்திச் செல்வதே மாக்கிய வெல்லிக்கு உயர்ந்த நியதியாக இருந்தது என்று எங்கும் கருதப்படுகிறது. மாக்கியவெல்லி, சைத்தான், பழைய நிக் ஆகியவை ஒரே கருத்துக் கொண்டவை யென்று பதினேழாம் நூற்றாண்டில் இங்கிலாந்தில் கருதினார்கள். இத்தகைய குற்றச் சாட்டுகளுக்கு எதிர்வாதம் உண்டா? அவற்றில் கடுமையை மிதப்படுத்தக்கூடிய சந்தர்ப்ப நிலைகள் இருக்கக் கூடுமா அல்லது இருந்தனவா என்பது ஆராய வேண்டிய விஷயம்.

1513ஆம் ஆண்டில், 'மன்னன் (The Prince)' என்ற ஒரு நூலை மாக்கியவெல்லி இயற்றினார். அவருக்கு வாய்த்த அபகீர்த்தி பூராவும் அநேகமாக அந்த ஒரு புத்தகத்தின் விளைவுதான். அவர் காலமாகி ஐந்தாண்டுகளுக்குப் பிறகுதான் அது பிரசுரமாயிற்று. எந்த நூலையும் அது படைக்கப்பெற்ற காலத்தின் நிலவரத்தினின்று பிரித்துப் பார்க்க இயலாது. 'மன்னன் (The Prince)' என்ற நூல் இந்த விதிக்கு முற்றும் பொருந்தும். எனினும் ஒவ்வொரு பெரு நூலையும் போலவே அதில் எக்காலத்துக்கும் உதவக்கூடிய படிப்பினைகள் இருக்கின்றன.

1498ஆம் ஆண்டுக்கு முன் மாக்கியவெல்லி எவ்வாறு வாழ்ந்தார் என்பதைப்பற்றி ஒன்றும் தெரியவில்லை. 29வது வயதில் ஃபிளாரென்ஸ் குடியரசின் செயலாளர் பதவியை அவர் அடைந்தார். அந்த நகர - அரசாங்கத்திற்குப் பதினெட்டு ஆண்டுகள் அவர் சேவை புரிந்தார். ராஜதந்திரத் தூதுவர் என்ற வகையில் டஸ்கனிக்கும் ரோமாபுரிக்கும் பின்னர் ஆல்ப்ஸ் மலைகளுக்கு அப்பாலுள்ள நாடுகளுக்கும் அவர் சென்றார். அவர் பரிச்சயப் படுத்திக் கொண்ட பிரமுகர்கள் பலர் உண்டு. அவர்களில் குறிப்பிடத் தக்கவர்கள் கவுன்டஸ்காடெர்னா ஸ்போர்ஜா, வியன்னா அரசின் கொடுங்கோலனாகிய பண்டோல்போ பெட்ரூக்கி, ஆரகானைச் சேர்ந்த ஃபர்டினாண்டு, பிரான்ஸின் பன்னிரண்டாவது லூயி மன்னர், சக்கரவர்த்தி மாக்ஸிமில்லியன், போப் ஆண்டவராயிருந்த ஆறாவது அலெக்ஸாந்தர், போப் ஆண்டவர் இரண்டாவது ஜூலியஸ், ஷிஸேர் பூர்ஜியா ஆகியோர். ஃபிளாரென்ஸ் அரசாங்கத்துக்கும் மற்ற நகர-அரசாங்கங்களான வெனிஸ், பீஸா, மிலான், நேபிள்ஸ் ஆகியவற்றுக்கு இடையே ராஜதந்திரப் போராட்டம் நிகழ்ந்து கொண்டிருந்தது. அக்காலத்து அரசியலில் நம்ப இயலாத அளவுக்கு ஊழல் மலிந்து கிடந்தது. மாக்கியவெல்லி, மனித சுபாவத்தைக் கற்றறிந்த சாமர்த்தியசாலி. அவருடைய செயலாற்றும் தகுதி முதன்மையாக இருந்தது. சிரமமான உரையாடல்களைத் திறம்படச் சாதுர்யமாக நடத்தப் பல வாய்ப்புகள் அவருக்குக் கிட்டின. அரசியல் விவகாரங்களில் பின்னர் அவர் காண்பித்த உணர்வும் எதிலும் குறைகாணும் சுபாவமும் அநுபவத்திலிருந்து பிறந்தவை. பேராசை, சுயநலம் தவிர வேறு நோக்கங்களுடன் மக்களால் செயலாற்ற இயலாது என்பது அவரது துணிவு.

மாக்கியவெல்லியின் அதிர்ஷ்டச் சக்கரம் சுழன்றது. ஸ்பெயினின் துணையுடன் மெடிசி பரம்பரையினர், குடியரசைக் கவிழ்த்து விட்டுப் ஃபிளாரென்ஸில் தமது ஆட்சியை மீண்டும் தோற்றுவித்தனர். மாக்கியவெல்லியைப் பதவியிலிருந்து விலக்கிச் சிறைப்படுத்திச் சித்திரவதை செய்து இறுதியாக நாட்டுப்புறத்தில் ஸான் காஸியோனோவுக்கு அருகில் இருந்த அவரது சிறிய எஸ்டேட்டுக்கு நாடு கடத்தி விட்டனர். 1527இல் அவர் காலமானார்.

அதுவரை பெரும்பாலும் பிரஷ்டராகவே அவர் அங்கே காலங்கழிக்க நேரிட்டது. பொது வாழ்வினின்று விலகி நின்ற இக்காலம் பல ஆண்டு நீடித்தது; செய்வதற்கு ஒன்றுமில்லை. எழுதுவதையே பொழுது போக்காகக் கொண்டார். 'மன்னன் (The Prince)', 'உபதேசங்கள்', 'போர்க் கலை', 'ஃபிளாரென்ஸின் வரலாறு' ஆகியவை அவர் இயற்றிய நூல்கள், எல்லாமே அக்காலத்தையும் பழங்காலத்தையும் பற்றிய அரசியல் விவகார வெளியீடுகளாகவே இருந்தன.

பொது விஷயங்கள் சம்பந்தப்பட்டவரை உணர்ச்சியால் உந்தப்பட்டு மாக்கியவெல்லி செயலாற்றினார் என்று சொல்லக் கூடியது எதுவுமில்லை. ஆனால் ஒரே விஷயத்தில் மட்டும் அவர் ஆழ்ந்த பற்றுதல் கொண்டவராக இருந்தார். அவர் உண்மையான தேசபக்தர். இத்தாலி, பலமான ஒன்றுபட்ட நாடாக இயங்க வேண்டும் என்பது அவருடைய பேரார்வம். இத்தாலிய ஒற்றுமையைத் தவிர மற்ற எல்லா விஷயங்களையும் உணர்ச்சி வசப்படாமல் அவநம்பிக்கையுடன் கூடிய நோக்கமுடையவராக, மதியை மட்டுமே கொண்டு மதிப்பிடும் 'ஸினிக்'காக இருக்க அவரால் முடியும். ஆனால் இத்தாலிய ஒருமைப்பாட்டை விவாதிக்கத் தொடங்கியதும் ஓர் உத்வேகம், சொல்வளம், தெம்பு, மிடுக்கு, ஆவேசம் எல்லாமே சேர்ந்து வந்துவிடும். 16ஆவது நூற்றாண்டின் தொடக்கத்தில் காணப்பெற்ற இத்தாலியின் துயர் படிந்த நிலவரத்தைக் கண்டு கண்ணீர் உகுக்காத தேசபக்தரே இல்லை.

மாக்கியவெல்லி காலத்து இத்தாலியில் பிரமாதமான, பொருளாதார, சமய எழுச்சிகள் காணப்பெற்றன. இங்கிலாந்து, பிரான்ஸ், ஸ்பெயின் போன்ற நாடுகளில் நீண்ட போராட்டங்களுக்குப் பிறகு தேசிய ஒற்றுமை கணிசமாகக் கைகூடியிருந்தது. இத்தாலியில் அதற்கு நேர்மாறாகத் தேசீய ஐக்கியம் அல்லது நாட்டின் ஒருமைப்பாடு என்ற கருத்தே உருவாகாமல் இருந்தது. நாட்டை ஐந்து பிரதான ராஜீய உறுப்புகள் ஆண்டு வந்தன. மிலான், பிளாரென்ஸ், வெனிஸ், நேபிள்ஸ், திருச்சபை ஆகியவையே அவ்வைந்தும். இவற்றில் பரப்பிலும் பலத்திலும் முதன்மையாக விளங்கியது வெனிஸ். அரசியல் ரீதியாக பல கூறுகளாகப் பிளவு

பட்டிருந்த இத்தாலியை இது எப்பொழுதுமே வலிமை குன்றியதாக வைத்திருந்தது. அந்நியர்களின் சூழ்ச்சியையும் குறுக்கீட்டையும் வருந்தி அழைப்பது போன்ற நிலவரம் இருந்தது. 1494ஆம் ஆண்டில் பிரெஞ்சு மன்னர் எட்டாவது சார்லஸ் படையெடுத்தார். அவர் பின்வாங்கிய சில ஆண்டுகளில் பன்னிரண்டாவது லூயியும் ஆரகானின் ஃபார்டினாண்டும் நேபிள்ஸ் ராஜ்யத்தைத் தம்மிடையே பங்கு போட்டுக் கொள்வதென ஒப்புக்கொண்டனர். ஜெர்மனி, ஸ்விட்ஸர்லாந்து, பிரான்ஸ், ஸ்பெயின் தேசங்களின் படைகள் முன்னேறி வந்து இத்தாலிய முனையில் போரிட்டுக் கொண்டிருந்தன.

இத்தாலிய மக்கள் தம்மிடையே தனிப்பட்ட சண்டைகள், பொது விவகாரத் தகராறுகள் முதலியவற்றில் ஈடுபட்டிருந்தனர். வழிப்பறிக் கொலைகள் மலிந்து கிடந்தன. பொறாமை மிகுதியால் ஒரு குடியரசு மற்றொன்றை எதிர்த்துப் போரிட்டது. அந்நியர்களான பகைவர்களுக்கு எதிராக ஓர் ஐக்கிய முன்னணியை உருவாக்க அவற்றால் சிறிதும் இயலாது போயிற்று. அது திருச்சபையின் வரலாற்றில் மிக இழிவான காலம். தனது லௌகிக அதிகாரத்துக்குப் போட்டி உருவாகி விடக்கூடாதே என்ற பயத்தில் இத்தாலியின் ஒற்றுமையைவிடப் பிளவுபட்ட நிலைமையையே அது சிலாகித்தது.

இத்தாலியைப் பயமுறுத்தியிருந்த அபாயங்களைப் பிறரை விட மிகத் தெளிவாகக் கண்டுகொண்டார் மாக்கிய வெல்லி. அவரது நிர்ப்பந்த ஓய்வு, சிந்தனையை ஊக்கியது. தமது அன்பிற்குரிய தாய்நாட்டிற்கு வாய்த்த தீமைகளையெல்லாம் பற்றி அவர் நினைந்து வாடினார். ஒரு பெரிய தலைவர் தோன்றினால் மட்டுமே விமோசனம் கிட்டும் என்று அவர் திடமாக நம்பினார். அந்தத் தலைவன், சக்தியும் நிர்த்தாட்சண்யமாகச் செயலாற்றும் தன்மையும் படைத்தவனாக இருத்தல் வேண்டும். சில்லறை இத்தாலிய ராஜ்யங்களைத் தமது அதிகாரத்தின் கீழே கொணர்ந்து, பாதுகாப்பிற்கு வேண்டிய தகுதி படைத்த ஒரே சமுதாயமாக இணைத்து, வெறுக்கதக்க அன்னியர்களைத் தேசத்திலிருந்து விரட்டியடிக்கக் கூடிய சக்தி வாய்ந்தவனாக அவன் இருக்க வேண்டுமென்று அவர் கருதினார். அத்தகைய அரசன் எங்கே கிடைப்பான்? அன்றைய நிலைமைக்குத் தேவையான தலைவனின்

குணாதிசயங்களைப் பற்றிய மாக்கிய வெல்லியின் கருத்தோவியமே, 'மன்னன்' என்ற அந்த நூல். வெற்றி அடைய அவனைப் பின்பற்றியாக வேண்டிய வழிகளையும் விவரமாக அவர் அதில் எழுதிச் சேர்த்தார்.

ஃபிளாரெஸ்ஸின் பொது அதிபரான லாரென்ஸோ டிமெடிசிக்கு மாக்கியவெல்லி இந்நூலை அர்ப்பணம் செய்திருக்கிறார். ஆனால் அந்நூலில் அவர் விவரித்துள்ள கற்பனை வீரன் ஸிஸேர் போர்ஜியாதான். அவன் போப் ஆண்டவர் ஆறாவது அலெக்ஸாந்தரின் புதல்வன். பதினேழாவது வயதில் கார்டினல் என்ற உயர் அந்தஸ்தை எய்தியவன். திறமை வாய்ந்த ராணுவ வீரன். ரொமானாவை வென்று வாகை சூடியவன். குரூரமும் கருணையின்மையும் சேர்ந்தமைந்த சர்வாதிகாரி. அவனது அரசவைக்கு **1502**ஆம் வருஷத்தில் மாக்கியவெல்லி தூது சென்றார். அங்கே அவர், தமது கற்பனை வீரனைக் கண்டறிந்தது பற்றிச் சரித்திராசிரியர் நெவின்ஸ் பின்வருமாறு எழுதியுள்ளார்: 'முன் ஜாக்கிரதையையும், துணிவையும் அன்பு ததும்பும் சொற்களையும் ரத்தம் தோய்ந்த செயல்களையும் மாற்றி மாற்றிப் போர்ஜியா பயன்படுத்திய திறனைக் கண்டு மாக்கியவெல்லி வியந்தார். நம்பிக்கைத் துரோகத்தையும், வெளி வேஷத்தையும் இமையை அசைக்காமல் அவன் பயன்படுத்தினான். ஜெயித்த மக்களை அடக்கி ஆள அவன் பின்பற்றிய பயங்கர முறைகள், பிடிபட்ட ராஜ்யத்தைத் தனது இரும்புப் பிடியில் நெருக்கி வைத்திருந்த கொடுமை ஆகியவற்றை அவர் கண்டறிந்தார்.' ஏமாற்று வித்தை, குரூரம், நம்பிக்கைத் துரோகம் ஆகியவற்றைத் துணையாகக் கொண்டு ஸிஸேர், பல பிரகாசமான வெற்றிகளை அடைந்தான். ஆனால் அவை நிலைத்து நிற்கவில்லை. மாக்கியவெல்லி, குடியரசில் உறுதியான நம்பிக்கை யுள்ளவர். ஆனால் இத்தாலியின் நிலைமை படுமோசமாகவும் மிக மிக வருந்தத் தக்கதாகவும் இருந்ததைப் பரிசீலித்தபோது இந்தக் குழப்பத்தையெல்லாம் ஒழித்துக் கட்டுவதற்குத் தகுதியான லட்சியத் தலைவன் ஸிஸேர் போர்ஜியாதான் என்பதை அவர் கண்டார்.

ஒன்றுபட்ட சமுதாயத்தின் ஆதர்சம் ஊக்குவித்த தேசபக்த ஆர்வத்துடன் அத்தருணத்தின் முக்கியமான தேவைகளை, புதிய

அரசனுக்கு வாய்க்கக்கூடிய பொன்னான சந்தர்ப்பத்தை உணர்ந்து அறிந்து, அதுவரை அடைத்து வைக்கப்பட்டிருந்த தம் சக்தியையும், உற்சாகத்தையும் ஒருங்கே திரட்டி, 'மன்னன்' என்ற அந்த நூலைப் புனைந்தார் மாக்கியவெல்லி. 1513ஆம் ஆண்டின் பிற்பகுதியில் அது இயற்றப்பட்டது. லாரென்ஸோவின் அரசவையில் நூலாசிரியரின் சமர்ப்பண உரையுடன் கூட அது வழங்கப் பெற்றது. 'எத்தனையோ ஆண்டுகள் நான் கற்றறிந்ததை, எவ்வளவோ கஷ்டப்பட்டு அபாயங்களுக்கு உள்ளாகி அறிந்து கொண்டதை, மிகக் குறைந்த காலத்தில் தெளிந்தறிவதற்கு வாய்ப்புத் தருவதான இந்நூலை விட வேறு மேலான நன்கொடையை அளிப்பது அசாத்தியம்' என்று அவர் அதில் கூறியிருந்தார்.

'மன்னன்' என்ற நூலில் கேந்திரமாக அமைந்திருந்த வாதம் இதுதான்: அரசாங்கத்தின் க்ஷேமநலனை முன்னிட்டுச் செய்யும் எல்லாமே நியாயந்தான். பொது வாழ்வு, சொந்த வாழ்க்கை ஆகிய இரண்டிற்கும் உள்ள நீதி நெறிகளின் அளவுகோல்களே வேறானவை. பலாத்காரச் செயல்களும் ஏமாற்றுதலும் தனிப்பட்ட விவகாரங்களில் முற்றும் வெறுக்கத் தக்கவை; குற்றமென்று கருதப்படுபவை. ஆனால் மாக்கியவெல்லியின் இந்தச் சிந்தாந்தப்படி பொதுநலனை முன்னிட்டு ஒரு ராஜதந்திரி, இவற்றை நிகழ்த்துவது முற்றும் ஒழுங்கானதாகவே கருதப்படுகிறது. அதாவது, அரசியல் துறை வேறு, நீதி நெறி வேறு என்று மாக்கியவெல்லி பிரிவினை செய்து விடுகிறார்.

மன்னர்களுக்கு வழிகாட்டும் நூல் என்று 'மன்னன்' மதிக்கப் பெறுகிறது. 'கொடுங்கோலர்களின் வழிமுறை நூல்' என்றும் அதைச் சிலர் வருணிக்கிறார்கள். அதிகாரத்தை எப்படிச் சம்பாதித்துக் காப்பாற்றிக் கொள்வது என்பதை அது போதிக்கிறது. ஆனால் அந்த அதிகாரமானது மன்னனின் பெருமைக்காக அல்லாமல் மக்களின் நன்மையைக் கோருவதாக இருத்தல் வேண்டும். படையெடுப்பு அல்லது புரட்சி, பாதிக்காத வகையில் பந்தோபஸ்துடன் கூடிய ஸ்திரமான அரசை மக்களுக்கு அளிப்பதே அதிகாரத்தின் நோக்கம். அந்த ஸ்திரத்தன்மையையும் பந்தோபஸ்தையும் எந்தச் சாதனங்களைக் கொண்டு வெற்றிகரமாக்குவது?

பரம்பரையாக வரும் முடியரசு ஆட்சியைச் சுருங்கச் சொல்லி இந்நூல் அதை நிராகரித்து விடுகிறது. சாதாரண சாமர்த்தியமும், புத்திசாலித்தனமும் அரசனுக்கு இருந்தால் அரசைத் தன் ஆதிக்கத்தில் வைத்திருப்பதற்கான திறனும் அவனுக்கு இருக்குமென்பது அதன் கருத்து. ஆனால் புதிதாக ஜெயிக்கப்பட்ட பிரதேசங்கள், தாம் இணைக்கப்பெறும் தேசத்தின் இனமும் மொழியும் உள்ளவையாக இருக்குமாயின், ஆதிக்கம் செலுத்துவது சிறிது சுலபமாகக் கைகூடும். (1) தொன்மையான அரச பரம்பரையின் இரத்தக் கலப்பே இல்லாதபடி அழிக்கப் பெற வேண்டும். (2) சட்டங்களையோ, வரிகளையோ மாற்றக்கூடாது.

மொழி, பழக்கவழக்கங்கள், சட்டங்கள் இவை மாறுபட்டிருக்கும் பகுதிகளை ஒரு தேசம் சுவீகரித்துக் கொள்ளுமானால் கஷ்டங்கள் பன்மடங்கு ஆகும். அவற்றைச் சமாளிப்பதற்கு நல்ல அதிருஷ்டம் பிரமாதமாக இருக்க வேண்டும். முயற்சியும் அதற்கு ஏற்ப அமைய வேண்டும். அவற்றை அடக்கி ஆள்வதற்கான சாதனங்களை மாக்கியவெல்லி தொடர்ந்து விவரிக்கிறார்: அந்தப் பிரதேசத்துக்குத் தாமே சென்று மன்னர் அங்கு வசிக்க வேண்டும். அவற்றில் துருப்புக்களைக் கொண்டு நிறுத்தி அதிகாரம் செலுத்துவதை விட அங்கே குடியேறுவதற்குத் தம் சமுதாய மக்களை அனுப்பி வைப்பதற்கு செலவு குறைவாக ஆகும். பலக் குறைவாக உள்ள அண்டை நாடுகளுடன் நட்புறவு கொள்ள வேண்டும். அதிகச் சக்தி வாய்ந்த பக்கத்துத் தேசங்களைப் பலவீனப்படுத்துவதற்கு முயல வேண்டும். இந்த அடிப்படையான விதிமுறைகளைப் பொருட்படுத்தாததால்தான் பிரான்சின் மன்னர் பன்னிரண்டாவது லூயி தோல்வியுற்றுத் தாம் ஜெயித்த பிரதேசங்களையும் இழந்துவிட்டார்.

மாகாணங்களை எப்படி ஆட்சி புரிவது என்பதைப் பற்றிய பரிசீலனையில் மூன்று முறைகளை மாக்கியவெல்லி பிரஸ்தாபிக்கிறார். தனது சொந்தச் சட்டங்களின் கீழ்ச் சுதந்திரமாக வாழும் சம்பிரதாயம் இருந்துவந்த ஒரு தேசத்தை எவ்வாறு அடக்கி வைத்திருக்கலாம் என்பதை அவை கூறுகின்றன: (1) அதை அழித்து விடுவது; (2) அங்கே நேரிடையாகச் சென்று வசிப்பது; (3) தன்

சட்டங்களுக்கு உட்பட்டு அது பணியாற்றுமாறு நிபந்தனையுடன் அநுமதிப்பது. கப்பம் கட்டச் செய்வது அவற்றில் ஒன்று. அந்த நாட்டு மக்களை தங்கள் நண்பர்களாக இருக்குமாறு பார்த்துக் கொள்ளக்கூடிய ஒரு சிலரிடம் அதன் ஆட்சிப் பொறுப்பை ஒப்படைப்பது மற்றொரு நிபந்தனை. பின்பற்றக்கூடிய இந்தப் பல்வேறு முறைகளில் முதல் இரண்டுந்தான் மிகப் பத்திரமானவை என்று சிபாரிசு செய்யப்படுகின்றன.

'ஓர் அரசனின் கீழ் வாழ்ந்து பழக்கப்பட்ட நகரம் அல்லது மாகாணம், புதிய ஆதிக்கத்தின் கீழ் வந்து, அந்த அரச பரம்பரை முற்றுப் பெறுமாயின், கட்டளைக்குக் கீழ்ப்படிந்து பழக்கப்பட்ட பிரஜைகள் தங்கள் பழைய மன்னனது உத்தரவு அற்றுப்போன நிலைமையில் தம்மிடையே இருந்து ஒரு புதிய தலைவனைத் தேர்ந்தெடுப்பதில் உடன்பாடு காண்பது அசாத்தியமாக இருக்கும். சுதந்திர புருஷர்களாக வாழ்வது என்னவென்பதை அறியாதவர் களாதலால் வாளேந்திப் போரிட அவர்கள் தயங்குவர். எனவே, புது மனிதன் ஒருவன் சுலபமாக அவர்களைச் சரிப்படுத்தித் தனது கட்சியில் சேர்த்துக் கொண்டு விடலாம்.'

புதிய ஆதிக்கத்தைப் பற்றிய மேல் விவாதத்தில் மாக்கிய வெல்லி பின்வருமாறு எச்சரித்துள்ளார்: 'ஜனக் கூட்டத்தினர் சபல சித்தமுடையவர். ஒரு குறிப்பிட்ட வழியை ஏற்குமாறு அவர்களைச் செய்வது சுலபம். ஆனால் அதே நிலையில் தொடர்ந்து இருக்குமாறு உறுதிப்படுத்துவது கஷ்டம். எனவே மக்கள், தாமே சுயமாக நம்பிக்கை வைக்காத நிலவரத்தில் நிர்ப்பந்தம் செய்தாவது நம்பும்படி கட்டளைகளைப் பிறப்பிக்க வேண்டும்.'

மிகச் சீரிய சக்தி வாய்ந்த தலைவனுக்கு எடுத்துக்காட்டாக ஸிஸர் போர்ஜியாவின் வரலாற்றைப் புகழ்ந்து பெருமைப் படுத்துகிறார் ஆசிரியர், ராஜத் துரோகம், கொலை வழி முதலிய நடத்தைகளுக்காக வருத்தம் தெரிவிக்கிறார்.

'கோமகனின் எல்லாச் செயல்களையும் நினைவுபடுத்திப் பார்க்கையில் அதனால் அவரைப் பழிப்பது எப்படி என்று எனக்குப் புலப்படவில்லை. அதிருஷ்ட வசத்தாலோ பிறருடைய முயற்சிகளின் விளைவாகவோ அரசாங்கப் பொறுப்பை ஏற்கும் எல்லோரும்

பின்பற்ற வேண்டிய புருஷர் என்றும் அவரைக் குறிப்பிடுவர். அவர் மிக உயர்ந்த தன்மை படைத்தவர். மிக விரிவான தூரதிருஷ்டி படைத்தவர். வேறு விதமாக அவர், தமது நடத்தையை ஒழுங்கு செய்திருக்க முடியாது..... எனவே, தமக்குக் கிடைத்த ராஜ்யத்தை உறுதிப்படுத்திக் கொள்ளும் அவசியம் இருப்பவருக்கு இந்த மனிதரின் செயல்களைவிட மிகச் சிறப்பான உதாரணம் கிடைக்க முடியாது. நண்பர்களை அடையவும், மிரட்டியோ மோசம் செய்தோ நிலைமையைச் சமாளிக்கவும், மக்கள் நேசித்து அஞ்சச் செய்யவும், போர்வீரர் பின்பற்றி வணங்கவும், தமக்குக் கேடு விளைவிக்கக் கூடிய அதிகாரம் அல்லது காரணம் இருக்கக் கூடியவர்களைத் தீர்த்துக் கட்டவும் பழையன கழிந்து புதியன இடம் பெறச் செய்யவும், கடமையுடனும், கருணையுடனும், பெருந்தன்மையுடனும் பரந்த உள்ளத்துடனும், பணியாற்றவும், விசுவாசம் இல்லாத போர்வீரர்களை அழிக்கவும், உற்சாகத்துடன், துணை புரியவும், கோபிப்பானோ என்ற பயத்தில் ஜாக்கிரதையுடன் செயலாற்றவும் கூடிய மன்னர்களின் நட்பைப் பெறுவதற்கும் அவசியம் உள்ளவர்களுக்கு வேறு சிறந்த எடுத்துக்காட்டுக் கிடைக்க முடியாது.

'அரசாங்க அதிகாரத்தை ஆக்கிரமித்துப் பிடித்துக் கொண்டவன், தான் இழைக்க விரும்பும் தீமைகளையெல்லாம் ஒரே அடியில் துரிதமாகச் செய்தாக வேண்டும். ஒவ்வொரு நாளும் தீமை இழைக்க வேண்டிய அவசியம் இருக்கலாகாது. அவற்றை உபயோகித்த பின் தொடர்ந்து பயன்படுத்தாமல் கைவிடுவதன் காரணமாக மக்கள் மனத்தில் நம்பிக்கையை விதைத்துப் பின்னர் அவர்களுக்கு அனுகூலங்களைச் செய்து, தனக்குச் சாதகமாக்கிக் கொள்ள வேண்டும்... அனுகூலங்களைச் சிறுகச் சிறுகத்தான் வழங்க வேண்டும். அப்போதுதான் அவர்கள் அவற்றைப் முழுமையாகச் சுவைக்க இயலும்.'

புத்திசாலியான ஒரு மன்னன் தன் பிரஜைகளை அடக்கி ஆள்வதற்குக் கையாளும் பல சாதனங்களில் தண்டனை கிடைக்குமோ என்ற பயமும் ஒன்றாகும்.

'மன்னன் தன் மக்களுடன் நேசப்பான்மையில் பழகுவது மிகவும் அவசியம், இல்லாவிடில் கெட்ட காலம் வாய்க்கையில் அவன் வசதியற்றுப் போவான்... மக்களை நம்பி அரசாங்கத்தை உருவாக்குகிறவன் மணல்மீது கோட்டை கட்டுபவன் என்ற பழமொழியை எடுத்துக் காட்டி என்னை யாரும் பழிக்கலாகாது. மக்கள் தனக்குச் சாதகமாக இருக்கிறார்கள் என்றும் விரோதிகள் அல்லது மாஜிஸ்டிரேட்டுகள் தன்னை முடக்கிப் போடும் காலையில் அவர்கள் தன்னைக் காப்பாற்றுவார்கள் என்றும் தானே நினைத்துக் கொள்ளும் ஒரு தனிப்பட்ட பிரஜை விஷயத்தில் இப்பழமொழி உண்மையாக இருக்கலாம். ஆனால் தைரியமும் ஆளும் தகுதியும் தனது ராஜ்யத்தில் அமைதியை நிலைநிறுத்துவது எப்படி என்ற அறிவும் உள்ள ஓர் அரசன், தனது பந்தோபஸ்துக்கு அடிப்படையாக மக்களது பிரியத்தில் நம்பிக்கை வைத்த தற்காக ஒருபோதும் வருந்த நேரிடாது.'

திருச்சபையின் நேரடியான ஆட்சிக்கு உட்பட்டு இயங்கும் சமய அறிஞர்களைக் குறித்து மாக்கியவெல்லி நிந்தனை முறையில் மிகக் கடுமையாக எழுதியிருக்கிறார்:

'சமயத்துறை ஆதிக்கங்கள் வாய்ப்பது தகுதியின் விளைவாக அல்லது அதிர்ஷ்டத்தின் காரணமாக. ஆனால் இவ்விரண்டு நலன்களும் இல்லாதவாறே அவை தொடர்ந்து வகிக்கப் பெறுகின்றன. சமய அதிபர்கள் எவ்வாறு நடந்து கொண்டாலும் வாழ்ந்தாலும் அவர்களுடைய அதிகாரத்தைப் பத்திரமாகக் காப்பாற்றித் தரும் தன்மையும் திறனும் அந்தச் சாஸனங்களுக்கு உண்டு. காத்து ரக்ஷித்தாக வேண்டிய அவசியமில்லாத அதிகாரப் பிரதேசங்கள், ஆளுகை செலுத்தியாக வேண்டிய அவசியமில்லாத பிரஜைகள்- இந்த அதிபர்களுக்கு மட்டுமே உண்டு.'

ரோமாபுரித் திருச்சபையானது அன்னியர்களுக்கு எதிரிடையாக இத்தாலியை ஐக்கியப்படுத்தவில்லை என்று இந்நூலிலும், பிற புத்தகங்களிலும் மாக்கியவெல்லி மனம் கசந்து பதினாறாவது நூற்றாண்டின் தொடக்கத்தில் குற்றம் சாட்டி யுள்ளார். திருச்சபை, அரசாங்கம் இரண்டும் திட்டவட்டமாகப் பிரிந்துவிட வேண்டும் என்று அவர் வற்புறுத்தினார்.

அரசு பலமாக அமைவதற்கு நல்ல படைபலம் தேவை. எனவே ராணுவ விவகாரங்கள் முதன்மையான முக்கியத்துவம் உள்ளவையென்று அவர் கருதினார். இதற்காகத் தமது நூலில் கணிசமான இடத்தை ஒதுக்கியிருக்கிறார். அவர் காலத்தில் இத்தாலிய ராஜ்யங்கள் பலவற்றில் பெரும்பாலும் அன்னியர்களைக் கொண்ட கூலிப்படைகளைத் தேசப் பாதுகாப்புக்காக அமர்த்தும் வழக்கம் இருந்தது. அத்தகைய துருப்புக்கள் பயனற்றவை, அபாயகரமானவை என்று மாக்கியவெல்லி வாதித்தார். பிரஜைகளைக் கொண்ட தேசிய இராணுவமே அதிகப் பயனுள்ளதாகவும் நம்பகமாகவும் இருக்கும் என்றார். தேசிய, சமுதாய வாழ்வு பிழைத்து வளர்ந்தோங்குவது ஆயுத பலத்தையே பொறுத்திருப்பதால் ஆட்சி புரியும் மன்னன், ராஜ்ய விவகாரங்களையே பிரதான விஷயமாக ஆராய்ந்து அதிலேயே நாட்டம் கொண்டிருக்க வேண்டும் என்றார்.

மன்னர்களின் நடத்தையைப் பற்றி, வெவ்வேறு நிலைமைகளின் கீழ் அவர்கள் எவ்வாறு நடந்துகொள்ள வேண்டும் என்பதைப் பற்றி அவர் பல அத்தியாயங்களில் எழுதியிருக்கிறார்:

'மக்கள் வாழ்கின்ற வகைக்கும் அவர்கள் வாழவேண்டிய வகைக்கும் மிகப் பெரிய வேறுபாடு உண்டு. தனது அதிகாரத்தைக் காப்பாற்றிக் கொள்ள விரும்பும் மன்னன், கெட்டவனாக இருப்பதற்கும் அவசியத்தை அனுசரித்துத் தனது நல்ல தன்மையை உபயோகிக்கவும், உபயோகப்படுத்தாமல் இருக்கவும் தெரிந்தவனாக இருத்தல் மிகவும் அவசியம்.... நல்லவை என்று மதிக்கப் பெறும் எல்லாக் குணநலன்களும் வாய்ந்தவனாக ஒரு மன்னன் இருப்பது போற்றுதற்குரியதே என்பதை நான் ஒப்புக் கொள்கிறேன். ஆனால் அவை எல்லாம் அமைந்திருப்பதோ அல்லது இடையறாது அவற்றை அவன் அனுஷ்டிப்பதோ அசாத்தியம்..... அரசாங்கம் பறி போகும்படி செய்யக்கூடிய தீய நடத்தைகள் விளைவிக்கும் அபக்கியாதியைத் தவிர்ப்பதற்கு வேண்டிய விவேகம் அவனுக்கு இருக்க வேண்டும்.'

கஞ்சன் என்ற பெயர் வாய்க்குமே என்று ஒரு மன்னன் கவலைப்படலாகாது. 'அவன் தனக்கும் தன் பிரஜைகளுக்கும்

சொந்தமானதைச் செலவு செய்கிறான் அல்லது பிறருக்குச் சொந்தமானதைச் செலவழிக்கிறான்.... உனக்கோ உன் குடிகளுக்கோ சொந்தம் இல்லாததை நீ தாராளமாகக் கொடுக்க வேண்டும். ராணுவ வெற்றியின் மூலம் சம்பாதித்துள்ள பிறருடைய உடைமை விஷயத்தில் தாராளமாக இருப்பதன் மூலம் உன்னுடைய கீர்த்தி பெருகுமே ஒழியக் குறையாது. உனக்குச் சொந்தமானதைக் கொடுத்துத் தீர்த்து விடுவதுதான் தீமையை விளைக்கும். தாராள மனப்பான்மையைப்போல் தனக்குத் தானே நாசம் விளைவிக்கக் கூடிய தன்மை வேறு இருக்க முடியாது. தாராளமாக நடந்து கொள்வதற்கான சாதனங்களைத் தாராளப் பான்மையானது இழக்கும்படி செய்துவிடுகிறது. அதன் வறுமை மிஞ்சிக் கேவல நிலை ஏற்படுகிறது. அவ்வாறின்றி வறுமையைத் தவிர்க்க வேண்டுமாயின் நீ பேராசைக்காரனாக மாறித் துவேஷத்திற்கு உள்ளாக நேரிடும்.'

தன் குடிகள் ஒன்றுபட்டிருந்து அடங்கி நடக்க வேண்டுமாயின் அதற்கான சாதனங்களில் ஒன்று குரூரமாக நடந்து கொள்வது. 'ஒரு சில குறிப்பிடத் தக்க உதாரணங்கள் கலகத்தை அடக்குகிறவன், மிகுந்த தாராளப் போக்குடன் விஷயங்கள் தம் வழியே செல்லட்டும் என்று அனுமதிப்பவனை விட இறுதியில் அதிகமான கருணை படைத்தவன் என்று கருதப்பெறுவான். தாராளப் போக்கில் செல்வதன் விளைவாக இரத்தக் களறியும் குற்றப் பெருக்கும் மிஞ்சும். மன்னனின் கடுமை, தனி நபர்களுக்குத் தீமை இழைக்கலாம். ஆனால் தாராளப் போக்கின் விளைவுகள், ராஜ்யம் முழுவதற்குமே கெடுதலை உண்டுபண்ணும்.'

பிரசித்தமான ஒரு பகுதியில் மாக்கியவெல்லி கூறுகிறார்: 'இதிலிருந்து ஒரு பிரச்னை எழுகிறது. மன்னனிடம் மக்கள் பயப்படுவதைவிட நேசிப்பது சிறந்ததா அல்லது நேசிப்பதை விடப் பயப்படுவது மேலானதா? இரண்டும் சேர்ந்திருக்கவே விரும்புவோம் என்ற பதில் ஒருவேளை அளிக்கப்பெறலாம். ஆனால் அன்பும், அச்சமும் ஒன்றாகச் சேர்ந்திருப்பது சாத்தியமல்ல. இரண்டில் ஒன்றை வரித்துக் கொள்வதாயின் நேசத்தை விட அச்சமே அதிகப் பத்திரமானது. ஒரு விஷயத்தை உறுதியாகக் கூறலாம். அவர்கள்

நன்றியற்று, நிலையற்றவர்களாய்ப் பொய்மையில் மூழ்கி அபாயத்தைத் தவிர்ப்பதில் சுறுசுறுப்புள்ளவர்களாக, லாபமடைவதில் பேராசை உள்ளவர்களாகக் காணப்பெறுகிறார்கள். அனுகூலங்களை நீ பொழியக்கூடிய காலையில் உன்னிடம் விசுவாசம் உள்ளவர்களாக இருப்பர். அபாயம் வெகு தொலைவில் இருக்கையில் இரத்தம் சிந்தவும் உடைமைகளையும் தம் குழந்தைகளின் உயிர்களையும் தம் உயிர்களையும் தியாகம் செய்யவும் தயாராக இருப்பதாகக் கூறுவர். ஆனால் தேவை வந்துறும் காலையில் உனக்கு எதிராகத் திரும்பி விடுவர்.'

இது அப்பட்டமான நிந்தனைதான். ஆனால் அன்பையும் அச்சத்தையும் சீர்தூக்கிப் பார்க்கும் மாக்கியவெல்லி, துவேஷம் வராமல் தவிர்ப்பதற்குத் தம்மால் இயன்ற அளவு பாடுபட வேண்டுமென்று மன்னனுக்கு உபதேசிக்கிறார்.

மன்னர்கள் சொன்ன சொல் காத்தல் என்பதைப் பற்றிய பதினெட்டாவது அத்தியாயத்தைப் போல வேறு எதுவும் அவ்வளவு பொதுப்படையான கண்டனத்திற்கு உள்ளானதில்லை. 'மாக்கியவெல்லி வரி' என்று கேவலமாகப் பேசப்படுவதற்கான மூல காரணங்களை நூலின் பிற பகுதிகளை விட இதில்தான் அதிகமாகக் காணலாம். சொன்ன சொல் காத்தல் புகழுக்கு உரியதே என்று அவர் ஒப்புக் கொள்கிறார். ஆனால் அரசியல் அதிகாரத்தைக் காப்பாற்றிக் கொள்வதற்காக மோசடி, வஞ்சம், பொய்யுரை முதலியன அவசியமானவை, மன்னிக்கப்பெற வேண்டியவை என்று கூறுகிறார்.

'இரண்டு விதமாகவும் வாதிக்கலாம். ஒன்று, சட்டங்களுக்கு இசைவான வழி. மற்றொன்று, பலாத்காரப் பாதை. முதல் வழி மனிதர்களுக்கு உரியது. இரண்டாவது மிருகங்களுக்கு இசைவானது. ஆனால் பெரும்பாலும் முதல் வழியானது பயன் அளிப்பதில்லை. எனவே, இரண்டாவது முறையைக் கையாள வேண்டி ஏற்படுகிறது. எனவே, மனிதன், மிருகம் ஆகிய இரண்டையும் எவ்வாறு நன்கு பயன்படுத்திக் கொள்ளலாம் என்பதை மன்னன் தெளிந்தறிய வேண்டும்... மிருகத் தன்மையை விவேகத்துடன் பயன்படுத்திக் கொள்வது எங்ஙனம் என்று மன்னன் அறிய வேண்டுமாகையால்

அவன் மிருகங்களிடையே சிங்கம், குள்ளநரி ஆகிய இரண்டின் தன்மைகளையும் உணர்தல் வேண்டும். தனக்கு வைக்கப் பெறும் பொறிகளினின்றும் பாதுகாத்துக் கொள்ளச் சிங்கம் சக்தியற்றது. ஓநாய்களிடமிருந்து தன்னைக் காப்பாற்றிக் கொள்ளக் குள்ள நரியினால் இயலாது. மன்னன் விவேகியாக இருந்தால் தனக்குத் தீங்கு விளைவிக்கக் கூடிய சொல்லைக் காப்பாற்றியாக வேண்டும் என்பதில்லை. காப்பாற்ற அவனால் இயலாது. வாக்குக் கொடுப்பதில் கொண்டுபோய் விட்ட காரணங்களை அகற்றி விட்டால் வாக்கின்படி நடந்தாக வேண்டும் என்பதில்லை. எல்லா மனிதர்களுமே நல்லவர்களாக இருந்தால் இது நல்ல புத்திமதி ஆகாது. ஆனால் அவர்கள் உண்மைக்கு மாறாக நடந்து கொள்பவர்கள், உங்களிடம் விசுவாசமற்றவர்கள். எனவே, பதிலுக்கு நீங்களும் அவர்களுக்குச் சொன்ன சொல்லைக் காப்பாற்றாமல் இருந்துவிடலாம். சொன்ன சொல்படி நடவாமல் இருப்பதற்குப் பிறர் சரி என ஒப்புக்கொள்ளக் கூடிய காரணங்களைக் கண்டுபிடித்து மூடி மறைக்க எந்த அரசனுக்கும் பஞ்சம் ஏற்பட்டதேயில்லை. மக்கள் மிக எளிமையானவர்கள்; தற்காலத் தேவைகள் மட்டுமே அவர்களுடைய போக்கை நிர்ணயிக்கின்றன. எனவே, அவர்களை ஏமாற்ற விரும்புவோரிடம் தாமே சம்மதித்து ஏமாறுவதற்கு அவர்கள் எக்காலத்திலும் தவறியதே இல்லை கருணை, விசுவாசம், மனிதாபிமானம், சமயப்பற்று, நேர்மை ஆகியவை இருப்பதுபோல வெளிக்குத் தோன்றுவது நல்லதுதான். அம்மாதிரி இருப்பதும் நல்லதுதான். ஆனால் அதற்கு விரோதமாக நடந்தாக வேண்டிய அவசியம் ஏற்படுகையில் நேர் எதிர்நிலைக்கு மாறிவிடக் கூடிய மனப்பக்குவம் இருந்தாக வேண்டும். நீ எப்படித் தோன்றுகிறாய் என்பதைத்தான் ஒவ்வொருவனும் காண்கிறான். ஆனால் நீ எப்பேர்ப்பட்டவன் என்பதை வெகு சிலரே அறிவர்.'

'அரசன் தன்னை எவரும் துவேஷிக்காமலும் வெறுக்காமலும் பார்த்துக் கொள்வது மிகவும் அவசியம்' என்று மாக்கியவெல்லி யோசனை கூறினார். துவேஷம், இரண்டு முக்கியமான வழிகளில் வந்து அடையலாம். பேராசை மிகுந்தவனாக இருப்பதுடன் தன் பிரஜைகளின் சொத்து விஷயத்திலும் மாதர் விஷயத்திலும் குறுக்கிடுவதன் காரணமாகத் துவேஷம் விளையக்கூடும். சபல

சித்தம் உள்ளவனாகவும் சிறுபிள்ளைத் தனமாகவும் ஆண்மையற்ற வனாகவும் சஞ்சல புத்தியுடையவனாகவும், அல்லது உறுதியற்றவனாகவும் காணப்பெறும் மன்னன் வெறுப்புக்கு உள்ளாகிறான்.' மேலும், தயவாக அளிக்கும் எல்லாவற்றையும் தாமே வினியோகித்து அரசர்கள் மக்களின் அபிமானத்தைப் பெறவேண்டும். 'தண்டனை விதிக்கும் பொறுப்பை மாஜிஸ் டிரேட்டுகளுக்கு விட்டுவிட வேண்டும். அதிருப்தியை எழுப்பக் கூடிய எல்லா விஷயங்களின் பைசலையுமே பொதுப்படையாக அவர்களிடமே ஒப்படைத்துவிட வேண்டும்.' மக்களின் துஷேத்திற்கு உள்ளாகும் மன்னனுக்குக் கோட்டைகள் கூடப் போதிய பாதுகாப்பாக இருக்க மாட்டா.

மன்னன் எவ்வாறு காட்சியளிக்க வேண்டும் என்பதைப் பற்றி மாக்கியவெல்லி பின்வருமாறு புத்திமதி கூறுகிறார்:

'.....யோக்கியதையைப் பாராட்டிப் போஷிக்கும் தன்மை படைத்தவனாக மன்னன் தன்னைக் காண்பித்துக் கொள்ள வேண்டும். ஒவ்வொரு கலையிலும் அருஞ் சாதனைகளுக்கு உரியோரைக் கௌரவிக்க வேண்டும். தன் பிரஜைகள் எல்லோரும் தத்தம் தொழில்களைத் தொடர்ந்து சரிவர நடத்துவதற்கு அவன் ஊக்கம் அளிக்க வேண்டும். வாணிபமாயினும், விவசாயமாயினும் வேறு எந்தத் தொழிலாயினும் சரி; நிம்மதியாக அதை அவர்கள் நடத்தும் படி விடவேண்டும். தம் உடைமைகளை ஒவ்வொருவரும் அழகுபடுத்துவதற்கு இடையூறு எதுவும் இருக்கலாகாது. அவை தம்மிடமிருந்து பறிக்கப்படுமோ என்று அவர்கள் பயப்படும் நிலைமை இருக்கலாகாது. வரிகளுக்காக அஞ்சிப் புதிதாக ஒரு தொழிலை ஆரம்பிக்காமல் இருக்கும்படியும் நேரிடலாகாது.'

தொன்மையான ரோமாபுரி அரசிடம் மாக்கியவெல்லி பெருமதிப்பு வைத்திருந்தார். அதை நினைவில் கொண்டு 'ஒவ்வோர் ஆண்டும் உசிதமான காலங்களில் திருவிழாக்களையும் கண்காட்சி களையும் நடத்தி மக்களை மகிழ்விக்க வேண்டும்' என்று மன்னனுக்குப் புத்திமதி கூறுகிறார்.

மாக்கியவெல்லி அதிர்ஷ்டம் அல்லது தலைவிதி என்பதில் உறுதியான நம்பிக்கை கொண்டவர். அக்காலத்தில் ஜோதிட

விஷயமாக இருந்து வந்த மனப்பான்மைதான் இவ்வாறு பிரதிபலித்தது போலும் 'நம் செயல்களில் பாதிக்கு அதிருஷ்டம் காரணமாக இருக்கலாம். ஆனால் மற்றப் பாதியை நாமேதான் ஏறக்குறைய ஒழுங்கு செய்ய வேண்டியவர்கள்' என்று அவர் எழுதினார். தன் விதியின் மீது மனிதன் ஓரளவு ஆதிக்கம் செலுத்தக் கூடியவன்தான் என்பது அவரது திட நம்பிக்கை. எனவே, விதியில் அவருக்கு இருந்த நம்பிக்கை மிதமானது என்றே சொல்லவேண்டும். 'அதி ஜாக்கிரதையை விடச் செயலாற்றத் துடிப்பதே மேலானது. அதிர்ஷ்டத்தைப் பெண்ணுடன் ஒப்பிடலாம். அடங்கியிருப்பதற்காக அடித்தாக வேண்டும். முரட்டுத் தனமாகக் கையாள வேண்டும். பயந்து நடுங்குகிறவர்களை விட அம்மாதிரி தன்னை நடத்தக் கூடியவர்களிடந்தான் அவள் தயக்கமின்றிப் பணிந்து போகிறாள் என்பதை நாம் காண்கிறோம். மாதரைப் போலவே அதிர்ஷ்டமும் இளைஞர்களிடந்தான் தயவு காட்டுகிறது. அவர்கள் சரியா தப்பா என்று துருவிப் பார்ப்பதில்லை. சற்றுக் கடுகடுப்பாகக் காணப்பெறுகின்றனர். அதிகமான துணிவுடன் கூட அவளுக்கு உத்தரவு போடுகின்றனர்.'

'இத்தாலியை விடுவிப்பதற்காக ஒரு விண்ணப்பம்' என்ற பகுதியுடன், 'மன்னன்' என்ற நூல் முடிவு பெறுகிறது. இது தேசபக்தியுடன் செயலாற்றுமாறு வேண்டிக்கொள்ளும் சங்க நாதமாக அமைந்துள்ளது: 'இத்தாலியானது தன் இப்போதைய இழிநிலையில் ஹீப்ருக்களைவிட மோசமான அடிமை நிலையிலும், பாரசீகத்தைவிட அதிகமான கொடுமைக்கு உள்ளாகியும் எதீனியர்களை விட அதிகமான ஒற்றுமைக் குறைவுடனும் காணப்பெறுகிறது. ஒழுங்குமுறை இல்லை. அடி வாங்கி, நிலைமை தவறிக் கெட்டு, நலிந்து, கிழிந்து, பிறர் வசமாகி எல்லா வகையான அழிவுக்கும் ஆளாகும்படி கைவிடப்பட்டிருக்கிறது. எனவே ஒரு புதிய மன்னன், ஓர் இத்தாலிய மகா புருஷன் முன்னுக்கு வரவேண்டிய காலம் வந்துவிட்டது..... இந்தக் காட்டுமிராண்டித் தனமான கொடுமைகளினின்றும் குரூர அநுபவங்களினின்றும் தன்னை மீட்பதற்கு யாராவது ஒருவரைக் கடவுள் கொடுத்து உதவவேண்டும் என்று இத்தாலி எவ்வாறு பிரார்த்தனை செய்து

வருகிறது என்பதைக் காண்கிறோம். யாராயினும் சரி, எந்தக் கொடியையேனும் கட்டிப் பறக்கவிட்டு அழைத்தால் பின் செல்லத் தயாராகவும் ஆவலுடனும் அது இருந்து வருவதைக் காண்கிறோம்.'

தமது உணர்ச்சி மிகுந்த விண்ணப்பத்தை மாக்கியவெல்லி பின்வருமாறு முடிக்கிறார்:

'தனக்கு விடுதலை அளிக்க வல்லவனுக்குக் கடைசியாக இத்தாலி காத்து நிற்கும் இந்த வாய்ப்பு வீணாக நஷ்டமாகி விடும்படி அனுமதிக்கலாகாது. அன்னியப் படை வெள்ளங்களால் அவதியுற்ற எல்லா மாகாணங்களும் எவ்வளவு அன்புடன் புதிய மன்னனை வரவேற்கக் காத்திருக்கின்றன! பழி வாங்க வேண்டும் என்பதில் எத்தனை ஆர்வம்! எவ்வளவு உறுதியான விசுவாசம்! என்ன பக்தி! என்ன கண்ணீர்ப் பெருக்கு! இவற்றுடன் நான் கையாளும் சொற்களால் விவரித்துக் கூற முடியாத படி இருக்கின்றது என் நிலை. அவன் வேண்டாமென யார்தாம் கூறுவர்? அவனுக்குக் கீழ்ப்படிய எந்த மக்கள்தாம் மறுப்பர்? எந்தப் பொறாமைக்காரன் தான் அவனுக்கு இடையூறு செய்வான்? அவனுக்குப் பணிந்து போகாத இத்தாலியன் உண்டா? இந்தக் காட்டுமிராண்டித் தனமான கொடுமையின் துர்நாற்றம் எவரும் சகிக்கக்கூடாததாக இருக்கிறது.'

அன்னிய நாட்டினரின் படைகள் நிறுத்தப் பெறாமல், அன்னிய ஆதிக்கமின்றி ஒன்றுபட்ட இத்தாலியைத் தோற்றுவிக்க வேண்டுமென மாக்கியவெல்லி கனவு கண்டார். பல ஆண்டுகளுக்குப் பிறகுதான் அக்கனவு நனவாயிற்று.

'மன்னன்' என்ற நூலின் கையெழுத்துப் பிரதிகள் ஆசிரியரது வாழ்நாளிலும் பிறகு பல ஆண்டுகள் வரையும் மக்களிடையே கைமாறிச் சென்றன. எந்த மன்னனுக்கு அந்நூல் அர்ப்பணிக்கப் பட்டதோ அவனது நெருங்கிய உறவினரான போப் ஆண்டவர் ஏழாவது கிளெமென்ட் அதைப் பிரசுரிக்கலாமென 1532ஆம் வருஷம் அங்கீகாரம் அளித்தார். அடுத்த இருபது ஆண்டுகளில் அந்நூலின் இருபத்தைந்து பதிப்புகள் வெளியாயின. பின்னர் ஒரு பெரும்புயல் உருவாகத் தொடங்கியது. மாக்கியவெல்லியின் நூல்களையெல்லாம் அழித்துவிட வேண்டும் என்று டிரென்ட் கவுன்சில் உத்தரவிட்டது. ரோமாபுரியில் நாஸ்திகப்பட்டம் கட்டி

அதைக் கண்டனம் செய்தார்கள். அங்கேயும் ஐரோப்பாவில் பிறவிடங்களிலும் அவருடைய நூல்கள் தடை செய்யப்பட்டன. கத்தோலிக்கர்கள் ஜெர்மனியில் அவருக்குக் கொடும்பாவி கட்டிக் கொளுத்தினர். அவருக்கு எதிரிடையான கூச்சலில் கத்தோலிக்கருடன் பிராடெஸ்டென்டுகளும் சேர்ந்து கொண்டனர். தடை செய்யப்பட்ட நூல்களின் ஜாபிதாவில் மாக்கிய வெல்லியின் எல்லாப் புத்தகங்களும் 1559இல் சேர்க்கப்பட்டுவிட்டன!

பத்தொன்பதாவது நூற்றாண்டின் இறுதி வரை மாக்கிய வெல்லியின் புகழை உணர்ந்து ஓரளவு மன்னித்து, அவர் கூறியது சரியே என்று சொல்லக்கூடிய நிலவரம் ஏற்படவில்லை. அமெரிக்கா, பிரான்ஸ், ஜெர்மனி ஆகியவற்றிலும் பிற நாடுகளிலும் தலைதூக்கிய புரட்சி இயக்கங்கள் காரணமாக அரசாங்கம் மதச் சார்பற்றதாக மாறும்போக்கு எதிர்த்து நிற்க இயலாதவாறு வளர்ச்சி கண்டது. திருச்சபையும் அரசாங்கமும் பிரிவினையாவதை நோக்கிய அபிவிருத்தியும் இதேமாதிரி காணப்பட்டது. சுதந்திரத்திற்காக நடைபெற்ற இத்தாலியக் கிளர்ச்சி 1870ஆம் ஆண்டில் வெற்றிகரமான உச்சநிலையை அடைந்தது. அதை ஊக்குவித்தவர் மாபெருந் தேச பக்தரான மாக்கியவெல்லிதான். அவருடைய கோட்பாடுகளைப் பின்பற்றித்தான் கேவோர் பிரபு என்ற தலைவர், இத்தாலியை ஒன்றுபடுத்திப் படையெடுப்பாளரை அடித்து விரட்டினார் என்று ஹெச். டக்ளஸ் க்ரிகரி கண்ணுக்கு மெய்யாக நிரூபணம் செய்திருக்கிறார். வேறு எந்த வழியில் சென்றிருந்தாலும் பேராபத்தும் தோல்வியுமே விளைந்திருக்கும்.

எல்லாச் சகாப்தங்களிலும் சர்வாதிகாரிகளும் கொடுங்கோலர்களும் இந்த நூலில் கண்டிருக்கும் புத்திமதியினால் பெரிதும் பயனடைந்திருக்கின்றனர் என்பது மறுக்க முடியாத உண்மை. இதை ஆர்வத்துடன் படித்தவர்களின் ஜாபிதா மிகவும் கவர்ச்சிகரமானது. ஐந்தாவது சார்லஸ் சக்கரவர்த்தி, காதெரின் டீமெடிசி ஆகியோர் இதை வியந்து போற்றினர். இதன் கையெழுத்துப் பிரதி ஒன்றை ஆலிவர் கிராம்வெல் சம்பாதித்து இங்கிலாந்தில் தன் காமன்வெல்த் சர்க்காரை அதில் கூறியுள்ள கொள்கைகளைத் தழுவி நடத்தலானான். பிரான்ஸின் மன்னர்களான

மூன்றாவது ஹென்றி, நான்காவது ஹென்றி ஆகிய இருவரும் கொலையுண்டபோது அவர்களிடம் இதன் பிரதிகள் காணப் பெற்றன. பிரஷ்யாவின் கொள்கையை உருப்படுத்துவதில் மகா பிரெடரிக்கிற்கு இது பெரிதும் பயன்பட்டது. பதினாலாவது லூயி இந்தப் புத்தகத்தைக் கையில் வைத்துக் கொண்டுதான் படுக்கைக்குச் செல்வது வழககம். வாட்டர்லூ போர்க்களத்தில் நெப்போலியன் போனபார்ட்டின் கோச்சுவண்டியில் விளக்கத்துடன் கூடிய ஒரு பிரதி இருந்தது. சர்க்காரைப் பற்றிய மூன்றாவது நெப்போலியனின் கருத்துகள் முக்கியமாக இதிலிருந்து வெளிப்போந்தவைதாம். பிஸ்மார்க், பக்தி சிரத்தையுடன்கூட மாக்கியவெல்லியின் கொடிய சீடராக இருந்தார். இந்நூலைத் தமது படுக்கையருகில் எப்பொழுதும் வைத்துக் கொண்டிருந்ததாகவும் தமக்கு இது இடையறாது ஊக்கம் அளித்து வந்ததாகவும் அடால்ப் ஹிட்லர் கூறியிருக்கிறார். 'ராஜ தந்திரியின் தலைசிறந்த வழிகாட்டியாக மாக்கியவெல்லியின் 'மன்னன்' பயன்படுகிறது என்று நான் நம்புகிறேன். மக்களது மனப்பான்மையிலோ, தேசங்கள் செயல்படும் விதத்திலோ சென்ற நானூறு வருஷங்களில் ஆழ்ந்த மாறுதல் எதுவும் ஏற்படவில்லையாகையால் அவரது சித்தாந்தம் இன்றும் ஜீவ சக்தியுடன் விளங்குகிறது' என்று பெனிடோ முஸோலினி கூறியிருக்கிறார். (பின்னர் தமது கருத்தை முஸோலினி மாற்றிக் கொண்டுவிட்டார். இத்தாலியப் புத்தகாலயங்களில் வழங்க லாயக்கில்லாத நூல்களின் ஜாபிதாவில் மாக்கியவெல்லியைப் பாஸிஸ்டுகள் சேர்த்திருந்தார்கள்).

மாக்கியவெல்லி வழி வகுத்துக் காட்டிய சில அடிப்படையான கோட்பாடுகளை அலட்சியம் செய்ததாலோ அல்லது தவறாகப் பொருள் கொண்டதாலோ ஹிட்லர், முஸோலினி போன்ற கொடுங்கோலர்களுக்குக் கேவலமான முடிவு ஏற்பட்டது என்று வரலாற்று நிகழ்ச்சிகளைத் துல்லியமாக ஆராய்ந்தவர்கள் தெளிவாகக் கூறியிருக்கிறார்கள்.

'உபதேசங்கள்' (Discourses), 'மன்னன்' என்ற இரு நூல்களையும் படிக்காமல் மாக்கியவெல்லியின் கருத்துகளைப் பூராவாக உணர்ந்தறிய முடியாது என்று அவரைப் பற்றிய

ஆராய்ச்சியில் ஈடுபட்டுள்ளோர் கூறுகின்றனர். 'உபதேசங்கள்' என்ற நூலை எழுதி முடிப்பதற்கு ஐந்து வருஷ காலம் ஆயிற்று. 'மன்ன'னும் அதுவும் ஒரே ஆண்டில் பிரசுரமாயின. 'உபதேசங்கள்' பெரிய நூல். இரண்டுக்கும் இடையே ஒரு பாகுபாடு உண்டு. நிலைமை எப்படி இருக்கிறது என்பதை 'மன்ன'னிலும் 'எவ்வாறு இருக்க வேண்டும்?' என்பதை 'உபதேசங்களி'லும் காணலாம் என்று கூறப்பட்டுள்ளது. தனித்தனி முடி மன்னர்கள் ஆளும் சிற்றரசுகளைப் பற்றி மட்டுமே முக்கியமாக, 'மன்னன்' கவனம் செலுத்துகிறது. ஆனால் குடியரசுகள் பின்பற்ற வேண்டிய கோட்பாடுகளைப் பற்றியது, 'உபதேசங்கள்' என்ற நூல்.

இரண்டு புத்தகங்களையும் ஒப்பு நோக்கிப் படிப்போர் திடுக்கிடத்தக்க ஒரு முடிவுக்கு வருவர். மாக்கியவெல்லி திடமான குடியரசுவாதி என்பதே அந்த முடிவு. கொடுங்கோன்மையை அவர் விரும்பியதே இல்லை. மக்களை அடிப்படையாகக் கொண்டு முடிமன்னன் ஆட்சி செலுத்தும் சேர்க்கையே மிகச் சிறந்தது என்று அவர் கருதினார். மக்கள் சாதகமாக இல்லாத எந்த மன்னனும் பத்திரமாக வாழ முடியாது. அரசியல் சட்ட ரீதியான வரம்புகளை வைத்துக் கொண்டு ஆட்சி செலுத்தும் மன்னர்களின் அரசாங்கங்கள் தாம் உறுதியாக நிலைத்து நிற்கக் கூடியவை. 'மக்களை அடிப்படையாகக் கொண்டு அரசியலை உருவாக்குவது மணல்மீது கட்டிடம் எழுப்புவது போன்றது' என்ற பழமொழியை அவர் கண்டனம் செய்திருக்கிறார். மக்கள் மனமார அளிக்கும் தீர்ப்பு, சரியானதாகத்தான் இருக்கும் என்பது மாக்கியவெல்லியின் அபிப்பிராயம். பழைய ரோமன் குடியரசு ஆட்சி முறையே லட்சியத் தன்மை படைத்தது என்று அவர் கருதினார். 'உபதேசங்கள்' என்ற நூலில் அடிக்கடி இதைப் பிரஸ்தாபித்திருக்கிறார்.

பிறவற்றையெல்லாம் விடச் சுதந்திர மக்களுக்குக் குடியரசு ஆட்சியே அதிக மதிப்பு வாய்ந்தது என்று கருதும் மாக்கிய வெல்லி ஏன், 'மன்னன்' என்ற நூலை இயற்றினார் என்ற கேள்வி எழுகிறது. ஒரு குறிப்பிட்ட காலத்தில் ஒரு குறிப்பிட்ட நிலவரத்தை முன்னிட்டு இந்நூல் எழுதப் பெற்றது. பதினாறாவது நூற்றாண்டில் வெற்றிகரமான குடியரசு ஒன்றை இத்தாலியில் நிறுவுவது அசாத்தியம்

என்பதை மாக்கியவெல்லி சந்தேகமற உணர்ந்திருந்தார். செய்வது என்ன எனத் தெரியாது கையாலாக நிலையில் ஆழ்ந்து அரசியல் துறை ஊழல் மயமாக இருந்த நிலவரத்தில் இத்தாலிய மக்களை அந்நிலவரத்தினின்று மீட்டு வாழ்வளிக்கச் சக்திமான் ஒருவனது உதவி கிடைத்தாக வேண்டும் என்ற ஒரே நோக்கத்துடன் 'மன்னன்' எழுதப் பெற்றது. ஒரு தீவிரமான நெருக்கடியை எதிர்நோக்கியிருந்த இத்தாலி, தனது விமோசனத்துக்கான சாதனங்களை ஜாக்கிரதையாகப் பொறுக்கி எடுக்கக் கூடிய நிலவரத்தில் இருக்கவில்லை.

மாக்கியவெல்லியின் கீர்த்திக்கு அதற்குரிய மதிப்புக் கிடைக்கச் செய்வதற்கு ஒருபுறம் முயற்சிகள் நடந்து வருகின்றன. மற்றொரு புறம் அவர் விஷயமாக விரிவான கருத்து வேறுபாடுகள் இருக்கவே இருக்கின்றன. சில ஆண்டுகளுக்கு முன் கியூசெப் ப்ரேஜெலினி விவரித்த நிலைமை இன்றும் இருக்கவே இருக்கிறது. அவர் கூறினார்:

"கத்தோலிக்கர்கள் காண்பிக்கும் மாக்கியவெல்லி, திருச்சபையின் எதிரி. தேசபக்தர்களின் மாக்கியவெல்லி ஒன்றுபட்ட இத்தாலியையும் ஸேவாய் அரச பரம்பரையையும் சாத்தியமாக்கிய வழிகாட்டியாக விளங்குகிறார். ராணுவத்தினர் போற்றும் மாக்கியவெல்லி தேசிய இராணுவங்களின் தோற்றுவாய்க்கு முன்னோடி என்று கருதப்படுகிறார். பிரத்தியட்சவாத உணர்வுடன் கூடிய புதுமுறைச் சிந்தனையைக் கண்டுபிடித்தவராகத் தத்துவ ஆசிரியர்களுக்கு மாக்கியவெல்லி காட்சியளிக்கிறார். எழுத்தாளர்கள் அவரது வீரியமான நடையையும் துணிவுடன் கூடிய சொல்லாட்சியையும் கண்டு வியக்கின்றனர். இவ்வாறு பலவாறாக மாக்கியவெல்லி மதிக்கப் பெறுவதற்கு முற்றும் நியாயம் இருக்கிறது."

கார்ல் மார்க்ஸுக்கு முன்னர் அரசியல் சிந்தனையில் மாக்கிய வெல்லியைப் போல அவ்வளவு புரட்சிகரமாக வேறு எவரும் மோதுண்டு அதனை உருவாக்கியதில்லை. இது ஆட்சேபத்துக்கு இடமில்லாத உண்மை. எனவே, 'அரசியல் விஞ்ஞானத்தின் ஸ்தாபகர்' என்று கருதப்படுவதற்கு அவருக்குள்ள தகுதி முற்றும் நியாயமானது.

✦✦✦

II

அமெரிக்கப் புரட்சியாளர் தாமஸ் பெயின் பகுத்தறிவு

37ஆவது வயதில் தாமஸ் பெயின் அமெரிக்கா வந்தடைந்த போது, அவருடைய எதிர்காலம் மிகப் பிரகாசமானதாக இருக்கும் என்று மதிபடைத்த எவனும் கூறியிருக்க முடியாது. அதுவரை அவர் தொடர்ச்சியாகப் பல தோல்விகளைக் கண்டு நிராசையில் ஆழ்ந்திருந்தார். புது உலகிற்கு வந்த அவர், சில ஆண்டுகளில் ஆங்கில மொழியில் மகத்தான பிரசுரங்களை வெளியிட்டு, அமெரிக்க வரலாற்றிலேயே மிக மிகச் சர்ச்சைக்குரியவராக மாறிவிடுவார் என எவரும் எதிர்பார்த்திருக்க முடியாது. அவர் பெரிய அரசியல் கிளர்ச்சிக்காரர், புரட்சியாளர், பிரிட்டனின் அமெரிக்கக் காலனிகள், பிரிட்டன், மேற்கு ஐரோப்பா ஆகியவற்றில் அவரிடம் அச்சமும் துவேஷமும் வளருமென்றோ அல்லது அவரைப் போற்றிப் புகழ்பாடுவர் என்றோ முதலில் எவரும் நினைத்திருக்க முடியாது. அவரது தன்மையிலும் குணநலன்களிலும் கடல் பயணமானது, வியக்கத்தக்க ஒரு மாறுதலை விளைவித்தது. ஒரு சர்வ சாதாரண மனிதராக இருந்தவர் இரவோடு இரவாகப் பெரிய மேதையாக மாறிவிட்டார்.

எனினும் தாமஸ் பெயினின் ஆரம்ப காலப்பணிகள் வீண்போகவில்லை என்பதை ஆழ்ந்து பரிசீலிப்போர் உணருவர். ஒரு வகையில் புதிய வாழ்க்கைக்குப் பூர்வாங்க முயற்சியாகவே அவை அமைந்தன. இங்கிலாந்தின் கீழ்ப்பகுதியில் நார்பக் கவுண்டியில் டெத்போர்டு என்ற இடத்தில் 1737ஆம் வருஷம் ஜனவரி மாதம் 29ஆம் தேதி அவர் பிறந்தார். அவருடைய தந்தை, ஒரு குவேக்கர். தாய் ஆங்கிலிக்கன் திருச்சபையினர். பிள்ளைப் பிராயத்திலேயே மிகக் கொடிய வறுமையை, துயரங்களை, ஓயாத

உழைப்பை அவர் அனுபவிக்க வேண்டி இருந்தது. 13வயது வரை அவர் கிராமர் ஸ்கூலுக்குச் சென்றார். அங்கே மிகச் சிறந்த அறவழிக் கல்வியும் பயனுள்ள விஷயஞானமும் தமக்குக் கிடைத்ததாக அவரே எழுதி வைத்திருக்கிறார். அவர் விஞ்ஞானத்திலும் புதிய கண்டு பிடிப்புகளிலும் ஆர்வத்துடன் விளங்கினார். தத்துவத்தைவிட அதன் பிரயோகத்தில் தான் அவருக்கு அதிகமான நாட்டம் இருந்தது. சிறு பிராயத்தில் தோன்றிய இந்த ஆவல் சுறுசுறுப்பாக வாழ்நாள் நெடுக நீடித்தது.

சொற்ப காலம் இவ்வாறு பள்ளியில் படித்த பின் தம் தந்தையின் தொழிலாகிய கச்சுகளின் தயாரிப்பை அவர் கற்றுக் கொண்டார். இப்பணி மூன்று ஆண்டுக் காலம் நீடித்தது. இவ்வேலையில் அலுப்புத் தட்டியதுடன் கடலின் கவர்ச்சி அவரை ஈர்த்தது. வீட்டை விட்டு வெளியேறி, 'டெரிபிள்' என்ற ஒரு கப்பலில் பணி புரியலானார். 'மரணம்' என்ற பயங்கரமான பெயரை வைத்துக் கொண்டிருந்தார், அந்தக் கப்பலின் காப்டன் தந்தை அவரைக் கண்டுபிடித்து, மீட்டு 19வயது வரை பழைய பணியிலே ஈடுபடுத்தினார். மீண்டும் சொற்ப காலம் 'கிங் ஆப் பிரஷ்யா' என்ற கப்பலில் வேலைக்குப் போனார். ஆனால், மாலுமியின் 'இன்பகரமான' வாழ்க்கை அலுப்புத் தட்டி, மீண்டும் பழைய தொழிலுக்கே திரும்பினார். ஆனால் இம்முறை டெத்போர்டில் இல்லாமல் லண்டனில் ட்ரூரிலேனுக்கு அருகில், கச்சுத் தயாரிப்புக் கடையொன்றில் சேர்ந்தார். ஓய்வு நேரத்தில் வான சாஸ்திரத்தைப் பற்றிய உரைகளைக் கேட்கலானார்.

அடுத்து வந்த ஆண்டுகள் தொல்லை நிறைந்தவையாக இருந்தன. எவ்விதத் திடமான நோக்கமும் இல்லாமல் அலைந்து திரிந்தார். தாய் தந்தை அற்ற ஒரு பணிப் பெண்ணை, சாண்ட்விச் நகரில் திருமணம் செய்து கொண்டார். ஆனால் அப்பெண் ஒரு வருஷத்துக்குள் காலமாகி விட்டாள். அவளுடைய தந்தை கலால் துறையில் பணியாற்றி வந்தவர். பிற அலுவல்களைக் கவனிப்பதற்கு ஓய்வு நேரம் இருந்ததால் இத்தொழிலை அவர் நாடினார். பெயினுக்கு ஒரு கலால் அதிகாரிப்பதவி கிடைத்தது. நண்பர்களை இழக்கவும் மக்களின் பொல்லாப்பைப் பெறவும் இதைவிட

நிச்சயமான வழி வேறு இருக்க முடியாது. கள்ளக் கடத்தல் காரர்களைப் பிடிப்பதுதான் அவருடைய வேலை. செல்வர்களும், ஏழைகளும் இது காரணமாக ஒருசேர அவருடைய விரோதிகள் ஆயினர். விதிகளை அமலாக்குகையில் மனச்சாட்சிப்படி பணியாற்ற வில்லை என்று சொல்லி அவரை வேலையிலிருந்து நீக்கி விட்டார்கள். சிறிது காலம், தமது பழைய தொழிலைச் செய்துவிட்டு, கென்ஸிங்டனில் வருஷம் 25 பவுன் சம்பளத்தில் பள்ளியாசிரியர் பொறுப்பை ஏற்றுப் பட்டினிகிடந்தார். மீண்டும் மணம் செய்து கொண்டார். அவருடைய மனைவியும், மாமியாரும் 'லுவெஸ்' என்ற ஊரில் ஒரு பலசரக்குக் கடை வைத்திருந்தனர். அதில் ஓய்வு நேரத்தில் உழைத்து உப வருமானத்துக்கு வழி செய்து கொண்டார்.

சுங்க இலாகா சேவையின் பிற்பகுதியில் ஒயிட் ஹார்ட் டாவர்ன் என்ற மது இல்லத்தில் நெடுநேரம் கழிக்கும் வழக்கம் ஏற்பட்டது. அங்கே கூட்டங்களை நடத்தி வந்த நண்பர்களின் கிளப்பில் அவர் சேர்ந்தார். அதன் உறுப்பினர்களுக்கு இன்ப மூட்டுவதற்காக நகைச்சுவை ததும்பும் செய்யுட்களையும் நாட்டுப்பற்று மிகுந்த கீதங்களையும் புனைந்து பாடுவார். சில சமயம், 'கனமான' விஷயங்களைப் பற்றி ஆராய்ச்சிக் கட்டுரை களையும் தயாரித்துப் படிப்பது உண்டு. அக்காலத்துப் பிரச்னைகளைப் பற்றி அடிக்கடி காரசாரமான வாதங்கள் நடைபெறும். வாதத் திறமை காரணமாகக் கூட உழைத்து வந்த கலால் இலாகாச் சிப்பந்திகள், தம் பிரதிநிதியாக அவரைத் தேர்ந்தெடுத்து, சம்பள உயர்வையும், வேலை நிலைமை திருந்துவதையும் கோரி வற்புறுத்துமாறு பணித்தனர். ஒரு துண்டுப் பிரசுரத்தைத் தயாரிப்பதில் அவர் பல வாரங்களைச் செலவிட்டார். 'கலால் அதிகாரிகளின் சம்பளப் பிரச்னையும் அவர்களது வறுமையினின்று எழும் ஊழல் பற்றிய சிந்தனைகளும்' என்பது அந்தத் துண்டுப் பிரசுரத்தின் தலைப்பு. 1772-73இல் லண்டனுக்குச் சென்று தமது முறையீட்டைப் பார்லிமெண்ட் மெம்பர்களிடமும், பிற அதிகாரிகளிடமும் அவர் சமர்ப்பித்தார்.

கலால் ஊழியர் சார்பில் அவர் சமர்ப்பித்த மனு நிராகரிக்கப் பட்டதுடன் கடமையைப் புறக்கணித்ததாகக் குற்றஞ்சாட்டி,

அவரை வேலையிலிருந்து நீக்கி விட்டார்கள். அவரது கடை திவாலாகிவிட்டது. கடன் பாக்கிக்கான சிறை வாசத்தைத் தவிர்ப்பதற்கு அங்கிருந்த எல்லாச் சாமான்களையும் சொந்த உடைமைகளையும் விற்று விட வேண்டியதாயிற்று. இத்தருணம் பார்த்து மனைவியும் அவரை விட்டுச் சென்று விட்டாள். இவ்வாறாக நடு வயதை நெருங்கிய தருணத்தில் தன்னந்தனியராகிக் கையில் ஒரு காசும் இல்லாத நிலைமை வாய்த்தது.

லண்டனில் தங்கியிருந்த காலத்தில் அதிருஷ்ட வசமாக பெஞ்சமின் பிராங்கிளினைப் பெயின் சந்தித்தார். காலனிகளின் கமிஷனராக நியமனம் பெற்று, பிராங்கிளின் அங்கு வந்திருந்தார் பெயினின் மேதையைக் கண்டு வியந்து, அமெரிக்காவுக்குச் சென்றால் அங்கு அதிருஷ்டம் கிட்டலாம் என்று சொல்லி, அதற்கு அவரை பிராங்கிளின் இசைய வைத்தார். ஃபிலடெல்பியாவில் இருந்த பிராங்கிளினின் மருமகன், ரிச்சர்டு பாக் என்பவருக்கு ஓர் அறிமுகக் கடிதத்துடன் பெயின் புறப்பட்டுச் சென்றார். 'மதிப்புக்குரிய அபார சாமர்த்தியமுள்ள இளைஞர்' என்ற பிராங்கிளின் தமது கடிதத்தில் குறிப்பிட்டு, அவரை ஒரு குமாஸ் தாவாகவோ, பள்ளிக்கூடத்தில் ட்யூட்டராகவோ, துணை சர்வேயராகவோ நியமிக்கலாமெனச் சிபாரிசு செய்திருந்தார். 1774 டிசம்பரில் இந்த ஒரே ஓர் ஆஸ்தியுடன்கூட ஃபிலடெல்பியாவில் பெயின் அடியெடுத்து வைத்தார்.

பெயினிடம் மதிப்பிட முடியாத வேறு வகை ஆஸ்தியொன்று இருந்தது. அது அவரது விரிவான அநுபவம். இங்கிலாந்தில் நீதி நிர்வாகம் எவ்வளவு காட்டுமிராண்டித் தனமாக அமலாகி வந்தது என்பதை அவர் கூர்ந்து கவனித்து வந்தார். மிக மிகக் கொடிய வறுமையை அவர் சுவைத்திருந்தார். மனிதனுக்கு இயற்கையாக உள்ள உரிமைகளைப் பற்றி அவர் நிறையக் கேள்விப்பட்டதுண்டு; படித்தும் இருந்தார். பிரிட்டனில் அரச குலத்தையும் பிரபுக்கள் வரிசையையும் சேர்ந்த ஒரு சில ஆயிரம் பேர்க்கும் லக்ஷக்கணக்கான சாமானிய மக்களுக்கும் இடையே இருந்து வந்த விரிவான பிளவை அவர் கண்டறிந்தார். காமன்ஸ் சபைக்குப் பிரதிநிதிகளைப் பொறுக்கியெடுப்பதில் இருந்து வந்த படுமோசமான ஊழல்

முறைகளையும் அரச குடும்பத்தினரின் லஞ்சத்தையும், மதியீனத்தையும் அவர் நன்கு அறிந்திருந்தார். இந்த விஷயங்களையெல்லாம் பற்றித் தீர்க்காலோசனை செய்ததன் விளைவாக மனித சமூகத்திடம் கருணை மிகுதி அவருக்கு ஏற்பட்டது. ஜனநாயகத்தில் பற்றுதலும் உலகெங்குமே சமூக அரசியல் சீர்திருத்தங்கள் ஏற்படவேண்டும் என்பதில் ஆர்வமும் ஏற்பட்டிருந்தன.

ஃபிலடெல்பியாவுக்கு வந்தவுடன் புதிதாக நிறுவப் பெற்ற 'பென்ஸில்வேனியா மாகஸீன்' என்ற சஞ்சிகையின் ஆசிரியப் பதவி பெயினுக்குக் கிடைத்தது. அது 18 மாதந்தான் பிழைத்திருந்தது. அது நின்று போனவுடன் ஒரு பெரிய பிரசாரகராகத் தமது நீண்ட காலசேவையைத் துவங்கி விட்டார். நீக்ரோக்களை அடிமைகளாக வைத்திருப்பதைக் கண்டனம் செய்து அவர்களுக்கு விமோசனம் வழங்க வேண்டும் என்று கோரிய ஒரு கட்டுரையை வெளியிட்டார். அது பிரசுரமான ஐந்து வாரங்களில் அமெரிக்காவில் முதன் முதலாக அடிமை எதிர்ப்புச் சங்கம் ஃபிலடெல்பியாவில் தோன்றியது. மாதருக்குச் சம உரிமை, உலகெங்கும் செல்லுபடியாகக் கூடிய காபிரைட் உரிமைகள் ஆகியவற்றை வற்புறுத்தும் பிரசுரங்கள் வெளிவந்தன. வாயில்லா ஜீவன்கள் துன்புறுத்தப் பெறுவதைக் கண்டனம் செய்தும், சவால் விட்டுச் சண்டை செய்து விவகாரங்களைத் தீர்த்துக் கொள்ளும் பழக்கங்களைக் கண்டித்தும் பிற பிரசுரங்கள் வந்தன. தேசங்கள் தம்மிடையே எழக்கூடிய தகராறுகளைத் தீர்த்துக் கொள்வதற்கு யுத்தத்தைச் சாதனமாகப் பயன்படுத்திக் கொள்ளும் முறை ஒழிய வேண்டும் என்று அவர் வலியுறுத்தினார்.

இதை அவர் எழுதி வெளியிட்டபோதே ஒரு சர்வதேச யுத்தம் வேகமாக உருவாகிக் கொண்டிருந்தது. அதில் முக்கியமாக அவர் பங்கு பெறவும் வேண்டி நேரிட்டது. 1775இல் இளவேனிற் காலத்தில் கான்கார்ட் - வெல்லிங்டன்-பங்கர்டன் போர்கள் நிகழ்ந்தன. ஏப்ரல் மாதம் லேக்-ஸிங்டன்ஸில் நடைபெற்ற படுகொலைக்குப் பிறகு பெஞ்சமின் பிராங்கிளினுக்கு எழுதிய ஒரு கடிதத்தில், "நான் இப்போரில் அடியெடுத்து வைத்த கணத்திலிருந்து, நாட்டை இம்மாதிரி போருக்கு இரையாக்குவது, எனக்கு மிகுந்த வேதனையை அளித்தது" என்று கூறினார்.

பின்பற்ற வேண்டிய சரியான முறையைப் பற்றிக் காலனிகளில் வெவ்வேறு வகை உணர்ச்சிகள் காணப்பெற்றன. சாமி யூல் ஆடம்ஸ், ஜான் ஹான்காக் போன்ற தீவிரவாதிகள் பலமாக யுத்தத்தை ஆதரித்தனர். மன்னரிடம் விசுவாசமுள்ள டோரிகள் மற்றொருபுறம் இருந்தனர். பிரிட்டனிடம் விசுவாசம் தெரிவித்து, அதனிடமிருந்து பிரிவதையும் சுதந்தரத்தையும் அவ்வளவாக விரும்பாதவர்களிடையே ஜார்ஜ் வாஷிங்டன், பெஞ்சமின் பிராங்கிளின், தாமஸ் ஜெபர்ஸன் போன்றோர் காணப்பெற்றனர். ஐரோப்பாவில் நடைபெற்ற இரண்டு காங்கிரஸ்களிலும் பிரிட்டிஷ் மன்னரிடம் விசுவாசத்தை உறுதி செய்தும், குறைகளை நியாயமாகத் தீர்க்க வேண்டுமென்று விண்ணப்பித்துக் கொண்டும் தீர்மானங்கள் நிறைவேறின.

சிந்தனையில் குழப்பம், அபிப்பிராயங்களிலும் மனப்போக்கிலும் முரண்பாடுகள், இப்படியும் அப்படியுமாக இழுபறி நிர்ப்பந்தங்கள் மலிந்து காணப்பெற்றன. இவற்றிடையே நிகழ்ச்சிகளின் போக்கையும் அவற்றின் விளைவுகளையும் குறித்து, மனத்தெளிவு பெற்றிருந்தவர் ஒரே ஒருவர்தான். இங்கிலாந்திலிருந்து பிரிவது தவிர்க்க முடியாதது என்பது ஆரம்பத்திலிருந்தே தாமஸ் பெயினின் அபிப்பிராயம். 1775ஆம் ஆண்டின் பிற்பகுதியில் தம் கருத்துகளைத் தெளிவாக உருவாக்கி அவர் எழுதினார். பிரசுரத்துக்கு முன்னர், தமது நூலைப் பல நண்பர்களிடம் அவர் காண்பித்தார். அவர்களில் ஒருவர் டாக்டர் பெஞ்சமின் என்பவர். 'பகுத்தறிவு' (CommonSense) என்ற தலைப்பை வைக்கலாம் என்று யோசனை கூறியுதுடன், அதைப் பிரசுரிப்பதற்கு ஒருவரைக் கண்டுபிடிப்பதிலும் பெயினுக்கு அவர் துணைபுரிந்தார். பிலடெல்பியாவில் ஓர் அச்சகத்தையும் புத்தகக் கடையையும் வைத்துக் கொண்டிருந்த ராபர்ட் பெல் என்ற ஸ்காட்லாந்து நாட்டினர்தாம் அதைப் பிரசுரித்தார்.

'பகுத்தறிவு' 1776 ஜனவரி 10ஆம் தேதி வெளியாயிற்று. ஓர் ஆங்கிலேயரால் எழுதப் பெற்றது என்ற அறிவிப்புடன் 47 பக்கங்கள், 2 ஷில்லிங் விலையுடன் கூடிய பிரசுரமாக அது வெளிவந்தது. 3 மாதங்களில் 1,20,000 பிரதிகள் செலவாயின. மொத்தம் இப்பிரசுரம்

5 லட்சம் பிரதிகள் வரை செலவானதாக மதிப்பிட்டிருக்கிறார்கள் அப்போதைக்கும் இப்போதைக்கும் உள்ள ஜனத்தொகை உயர்வைக் கருத்திற் கொண்டு பார்த்தால், இப்போது 3 கோடி பிரதிகள் விற்பதற்கு அதைச் சமமாகக் கொள்ளலாம். 13 காலனிகளிலும் எழுதப் படிக்கத் தெரிந்த அனைவரும் அதைப் படித்தார்கள் எனத் தெரிகிறது. இவ்வளவு ஏராளமாக விற்பனை ஆகியும் ஆசிரியர் என்ற வகையில் தமக்கு உரிமைப் பணம் சிறிதும் தேவையில்லை என்று அவர் கூறிவிட்டார்.

மக்கள் மனத்தை உடனடியாக ஈர்த்த நூல் என்று 'பகுத்தறிவு'டன் ஒப்பிடக்கூடிய வேறு எந்த நூலும் இலக்கியத்தின் வரலாற்றில் வந்ததே இல்லை. சமரச உணர்வோ தயக்கமோ இன்றி, சுதந்தரத்துக்காக, அமெரிக்காவில் குடியேறி மக்கள் போரிட வேண்டும் என்று அது சங்கநாதம் செய்தது. பிரிட்டனுடனும் மூன்றாவது ஜார்ஜ் மன்னருடனும் ஏற்பட்டிருந்த தகராறுக்குப் புரட்சி ஒன்றேதான் பரிகாரம் என்று எடுத்துக்காட்டினார். "அடிமேல் அடி அடித்தால் தான் பயன் கிடைக்குமாகையால் கடவுளின் பேரால் கூறுகிறேன்; நாம் இறுதியாகப் பிரிந்துதான் ஆகவேண்டும். இல்லாவிடில், ஏதோ சட்டங்களை ரத்து செய்வதற்காக ஏராளமாக உயிரைக் கொடுக்கப் போரிட்டவர்கள் ஆகிவிடுவோம். இதற்காகவா நாம் போரிடுவது.....? நிலத்துக்காயினும் சரி, சட்ட வாபசுக்காயினும் சரி, மித மிஞ்சிய அதிக விலையைக் கொடுப்பது மதியீனம். இது ஒரு நகரம், கவுண்டி, மாகாணம் அல்லது அரசாங்கத்தைப் பற்றிய விவகாரமல்ல.

ஒரு மாபெருங் கண்டத்தையே பற்றிய விவகாரம். இது ஒரு நாள் அல்லது ஒரு சகாப்தத்துக்கு மட்டும் கவலைப்பட வேண்டிய விஷயமல்ல. இந்தப் போராட்டம், வரப்போகும் சந்ததிகளை யெல்லாம் பற்றியது. இந்தக் கண்டத்திலுள்ள எல்லாரும் நம்பிக்கையுடன் கண்ணியமாக ஒத்துழைப்பதற்கான பக்குவமான தருணம் இது. இந்தக் கண்டத்தில் இருப்போரைச் சேர்த்து வைத்துள்ள பிணைப்பு இன்னும் இறுகியாகவில்லை. நம் எல்லோரையும் முடிபோட்டு ஒன்றாக வைத்திருக்கக் கூடிய பிணைப்பு சுதந்தரம் ஒன்றுதான்."

‘பகுத்தறி’வை மிக அடக்கமாக, எவரும் ஆட்சேபிக்கக் கூடாதபடி பின்வருமாறு பெயின் அறிமுகம் செய்து வைக்கிறார்:

“இந்தப் பிரசுரத்தில் வெளியிட்டுள்ள உணர்ச்சிகள் பொதுவாக மக்களின் ஆதரவைப் பெறக் கூடிய அளவுக்குப் போதிய கவர்ச்சியை இன்னும் அடைந்தாகவில்லை; இது தவறு என்ற ஒரு விஷயத்தை நினைத்துப் பார்க்கும் நீண்ட காலம் இல்லாது போய், இது சரியானது என்று மேலெழுந்தவாறு கருதப்படுவதற்கான வாய்ப்பு ஏற்பட்டுவிடும்; வழக்கத்தை யொட்டிச் செயலாற்ற வேண்டும் என்ற பெருங்கூச்சல் எழுவதற்குக் காரணமாகிவிடும். ஆனால், ஆரவாரம் விரைவில் அடங்கிவிடுகிறது. பகுத்தறிவை விடக் காலப்போக்கு அதிகப் பேரை மாற்றி விடுகிறது.”

துண்டுப் பிரசுரத்தின் முதல் பகுதியில் சர்க்காரின் தோற்றுவாயின் தன்மையும் விளக்கப் பெறுகின்றது. இங்கிலாந்தின் அரசியல் சட்டத்தைச் சுட்டி இது விளக்கம் தருகின்றது. ஆட்சியைப் பற்றிய தமது தத்துவத்தைப் பெயின் பின்வருமாறு கூறுகிறார் :

“அரசாங்கம் மிக மிகச் சிறப்பாக நடப்பதாயினுங்கூட அது மிகவும் அவசியமான தீமையாகத்தான் இருக்கும். அது மிக மோசமாக இயங்குமாயின் சகிக்க முடியாததாகி விடுகிறது. அரசாங்கமானது ஆடையைப் போல, இழந்துவிட்ட குற்றமற்ற தன்மையின் சின்னந்தான். சுவர்க்கத்தின் நிலங்கள் மீது மன்னர்களின் அரண்மனைகள் எழுகின்றன..... நாகரிகம் அதிகமான சீர்மை அடைய ஆட்சிமுறையைச் செலுத்துவதற்கான வாய்ப்புக் குறைந்து கொண்டே போகும்.”

நீதி நெறி உலகை ஆளமுடியாதுபோன நிலையில் சர்க்கார் தோன்றி வளர்ச்சி காணலாயிற்று என்கிறார் திரு பெயின். ஆனால், அப்படி ஆள்வதன் நோக்கமும் லட்சியமுமாக அமைகின்றவை சுதந்திரமும், பந்தோபஸ்துந்தான் என்று அவர் கூறுகிறார்.

சமுதாயம், சர்க்கார் இரண்டிற்குமிடையே உள்ள வேறுபாடுகள் வியக்தமாகத் தரப்படுகின்றன. சமூகத்துடன் ஒத்துழைப்பதன் மூலமாக மட்டுமே சில தேவைகளைத் திருப்தி செய்துகொள்ள

முடியும். ஆகையால்தான், மக்களைச் சமூகம் ஈர்க்கின்றது. இந்த நிலைமையில், சுதந்திரம், சமத்துவம் போன்ற சில இயற்கையான உரிமைகளை உடையவனாக இருக்கிறான் மனிதன். லட்சியக் கண்ணோட்டத்துடன் பார்த்தால் சர்க்கார் இல்லாமலேயே சமாதானமாகவும், சந்தோஷமாகவும் வாழ்வதற்குத் தகுதி உள்ளவனாக மனிதன் காணப்பெறுதல் வேண்டும். ஆனால், 'மனச்சாட்சியின் கட்டளை' தெளிவாக ஒரே சீராகவும், எதிர்ப்பின்றி ஏற்று நடக்கக் கூடியதாகவும் இருந்தால் மட்டுமே இவ்வாறு நிகழும். ஆனால் மனித சமூகமானது இயற்கையிலேயே சபல சித்தம் படைத்தது; தார்மிகச் சீர்மை இல்லாதது. எனவே, அதை அடக்கி வைப்பதற்கான பக்தி தேவைப்படுகிறது இந்தச் சக்தியை அளிக்கின்றது அரசாங்கம். ஆனால், மக்களது பந்தோபஸ்து வளர்ச்சி, நிம்மதியான வாழ்க்கை ஆகியவை சர்க்காரை விடச் சமூகத்தையே அதிகமாக நம்பியிருக்கின்றன. சமுதாய நடைமுறைகள், பழக்க வழக்கங்கள் மக்களிடையே இருந்துவரும் பரஸ்பர உறவு முறைகள் க்ஷேம நலன்கள் ஆகியவை அரசியல் ஸ்தாபனங்களை விட அதிகமான செல்வாக்கு உள்ளவை.

பிரமாதமாகப் பெருமையடித்துக் கொள்ளும் இங்கிலாந்தின் அரசியல் சட்டத்தைப் பற்றிப் பெயின் சில கருத்துகளை வழங்குகிறார்: "அது உருப்பெற்றது, இருளும் அடிமைத்தனமும் படர்ந்திருந்த காலம். அந்த நிலவரத்தைக் கொண்டு பார்த்தால் அது உயர்ந்த நோக்கமுள்ளது என்றுதான் சொல்லவேண்டும். உலகமெங்கும் கொடுங்கோன்மை ஆதிக்கம் செலுத்தியபோது அதிலிருந்து சிறிதேனும் விலகிச் செல்லும் ஏற்பாடு உண்மையில் கீர்த்தி வாய்ந்ததுதான். எனினும், அது முழுச்சீர்மை இல்லாதது, பலவித நிர்ப்பந்த சேஷ்டைகளால் பாதிக்கப் பெறுவது. வாக்களிப்பதை நிறைவேற்றி வைப்பதற்கான தகுதி இல்லாதது என்பது நிதரிசனமாகி விட்டது." சர்க்காரின் பிரதான குணங்களில் ஒன்று பொறுப்புணர்ச்சி. அது பிரிட்டிஷ் அரசியலில் அடியோடு காணப்படவில்லை என்கிறார் பெயின். "எதற்கேனும், யாராவது பொறுப்பு என்று நிர்ணயிப்பதற்குச் சாத்தியமில்லாத வகையில் அது மிக மிகச் சிக்கலாகக் காணப்பெறுகிறது. காமன்ஸ் சபைக்கு மெம்பர்களைத் தேர்ந்தெடுக்க மக்களுக்கு உள்ள உரிமை

ஒன்றுதான், தத்துவ ரீதியில் பார்த்தால் அதில் போற்றுதற்குரிய அம்சம். காலனிகள் ஜனநாயக முறையில் தேர்ந்தெடுக்கப்பட்ட ஒரே ஒரு சட்ட மன்றத்தை வைத்துக் கொள்ள வேண்டும். ஒரு ஜனாதிபதியும், ஒரு மந்திரி சபையும் ஏற்படவேண்டும். நிர்வாகப் பிரிவு காங்கிரஸுக்குப் பொறுப்புள்ளதாக இருக்கவேண்டும்'' என்று யோசனை கூறினார் பெயின்.

பாரம்பரியமாக வரும் முடியரசு முறைமீது பெயின் கடுமையான சொல்லம்புகளைத் தொடுத்திருக்கிறார். அதை விசேஷ அருவருப்புடன் கண்டனம் செய்திருக்கிறார். முடியரசுத் தத்துவத்தைப் பொதுவாகவும், ஆங்கில முடியரசை விசேஷமாகவும் அவர் தாக்கினார்.

மன்னர்கள் ஆட்சி நடத்துவது என்ற ஏற்பாட்டை உலகில் முதலில் தோற்றுவித்தவர்கள், கிறிஸ்தவர்கள் அல்லாதவர்கள். இந்த வழக்கத்தைக் கிறிஸ்தவர்கள் அவர்களிடமிருந்து எடுத்துக் கொண்டனர். உருவ வழிபாடு ஏற்றம் காணச் செய்வதற்கு, இது ஒரு செழுமையான கற்பனையாகச் சைத்தானால் சிருஷ்டிக்கப் பட்டது. மாண்டுபோன மன்னர்களுக்குத் தெய்விக மரியாதைகளைச் செலுத்துவது கிறிஸ்தவர் அல்லாதாரின் வழி. ஆனால், கிறிஸ்தவ உலகம் ஒருபடி மேலே சென்று உயிர் வாழும் நிலையிலேயே தன் மன்னர்களுக்கு இம்மரியாதையை அளிக்கிறது. முடியரசே ஒரு தீமை. அத்துடன் பாரம்பரிய பாத்தியதையை நாம் சேர்த்து விட்டோம். நம்மை நாமே இறக்கிக் கொண்டு தாழ்நிலையை அடையச் செய்கின்றது முடியரசு. ஆனால், அதை வாரிசு முறையானது உரிமையாக்குகின்றதாகையால் பின்வரும் சந்ததிகள் மீது அதைத் திணித்து அவமானப்படுவதாக முடிகிறது. மன்னர்களின் பாரம்பரிய உரிமைகளின் மதியீனத்தை இயற்கையே நிரூபணம் செய்கிறது. சிங்கம் அமரவேண்டிய இடத்தில் ஒரு கழுதை அமர நேரிட்டு மனித சமூகமே கேலி செய்யும்படியாக ஒரு நிலைமையை அது அடிக்கடி தோற்றுவித்து விடுகிறது.

வில்லியம் இங்கிலாந்தை ஜயித்துத் தன் வசப்படுத்திக் கொண்ட பழங்காலம் முதலே ஆங்கில அரச வாரிசுக் கிரமம், சட்ட சம்மதமாக இருந்ததில்லை என்று பெயின் சந்தேகிக்கிறார். ''ஆயுதந்

தாங்கிய ஒரு கொள்ளைக் கூட்டத்துடன் ஒரு பிரஞ்சு இருஜாதிக்காரன், இங்கிலாந்தில் இறங்கி, அந்நாட்டு மக்களின் சம்மதம் இல்லாமல் தன்னை அதன் மன்னனாகப் பிரகடனம் செய்து கொள்ளுகிறான். இது அற்பத்தனமான, கேடுகெட்ட நடைமுறை. இதில் தெய்விக அம்சம் எதுவும் இல்லை." நல்லவர்களும், புத்திமான்களும், ஒருவர் பின் ஒருவராக வரக்கூடிய ஓர் இன நிலவரத்தை முடியரசினால் உறுதி செய்யக் கூடுமானால், அதற்கு அவ்வளவு ஆட்சேபம் இராது. ஆனால், "முட்டாள்கள், போக்கிரிகள், தகுதியற்றவர்கள் ஏற்றம் காண்பதற்கு அது வழியைத் திறந்து விடுகிறது. தாம் அரசாளவும், கீழ்ப்படியவும் பிறந்ததாக நினைப்பவர்கள், விரைவில் திமிர் பிடித்தவர்களாக ஆகி விடுகின்றனர். மனித சமூகத்தினின்று தனியாக விலகி நிற்கும் தன்மையினராகையால் சுலபமாகத் தமது முக்கியத் துவத்தைப் பற்றிய விஷம் அவர்களுக்குத் தலைக்கேறி விடுகிறது. அவர்கள் பரம்பரைப் பாத்தியதையாக அரச பீடத்தை அடைகையில், அறியாமையில் ஆழ்ந்தவர்களாகவும், முற்றும் தகுதியற்றவர் களாகவும், தேசமெங்கும் மதிக்கப் பெறுகின்றனர்." சிறுபாலர்களையும், முதுகிழவர்களையும் அரசுரிமை செலுத்த அநுமதிப்பதன் விளைவாகப் பல தீமைகள், சங்கிலிக் கோவையாக நிகழ்கின்றன.

மன்னன் பாலகனாக இருக்கும்போது, அதிகாரத்தை ஒரு ராஜப்பிரதிநிதி வகிக்கிறார். முதுகிழவர் அரச பீடத்தை அலங்கரிக்கையில் முதுமையின் அசதியும் பிடிவாதமான கோளாறுகளும், அவரது ஆட்சியைப் பாதிக்கின்றன. பாரம்பரிய அரசுரிமை இருப்பது உள்நாட்டுப் போர் வராமல் தடை செய்கின்றது என்ற வாதத்தை மறுக்கும் வகையில், வில்லியம் வெற்றி கண்ட காலம்முதல் நடந்தேறியவைகளை அவர் சுட்டிக் காட்டுகிறார். முடியரசின் கீழ்த்தான் எட்டு உள்நாட்டுப் போர்களும், பத்தொன்பது கலகங்களும் நிகழ்ந்திருக்கின்றன என்று அவர் சுட்டிக் காட்டுகிறார். அவர் காணும் முடிவு இதுதான் :

"போர் செய்வதும் பதவிகளை வழங்குவதும் தவிர இங்கிலாந்தில் மன்னனுக்கு வேறு ஜோலி இல்லை. பச்சையாகச் சொல்லுமிடத்துத் தேசத்தை வறுமையில் ஆழ்த்தி மக்களை

ஒருவரோடொருவர் மல்லுக்கு நிற்க வைக்கிறான் மன்னன். வருஷம் எட்டு லக்ஷம் பவுனும் கொடுத்து, போதாகுறைக்கு அவனுக்குப் பூசனையும் போட வேண்டியிருக்கிறது. இவ்வளவு லட்சணமுள்ள பணிக்கு இதுவரை மகுடதாரிகளாக விளங்கியுள்ள போக்கிரிகளை யெல்லாம்விட உண்மையுடைய ஒரு நபர் சமூகத்திடமும் கடவுளின் முன்னிலையிலும் அதிக மதிப்புள்ளவனாகத் திகழ்கிறான்."

பல இடங்களில் மூன்றாம் ஜார்ஜ் மன்னனுக்குப் பெயின் தம் 'மரியாதை'யைச் செலுத்தியிருக்கிறார். லெக்ஸிங்டன் படுகொலைக்குப் பிறகு "கல்நெஞ்சனும் முன் கோபியுமான அந்த ஆங்கில மகுடதாரியை நான் அடியோடு விலக்கிவிட்டேன். தன் மக்களின் தந்தை என்ற பாசாங்குப் பட்டத்தை வைத்துக் கொண்டு, அவர்களுடைய படுகொலையைப்பற்றிய சேதிக்கு உணர்வின்றிச் செவிமடுக்கிறான்! தன் ஆத்மா மீது அவர்களது குருதிக் கறை படிந்திருந்தும் நிம்மதியாகத் தூங்குகிறான். அந்தக் கேவலமான பிரகிருதியை நான் வெறுக்கிறேன்" என்று பெயின் எழுதினார். வேறு இடத்தில், "அமெரிக்காவின் மன்னன் எங்கே என்று சிலர் கேட்கிறார்கள். அவன் வான் மீதிருந்து ஆட்சி நடத்துகிறான். அன்பர்களே, பிரிட்டனின் மகுடதாரியான மிருகத்தைப் போல மனித சமூகத்தை அவன் அள்ளி அம்மானையாடுவதில்லை" என்று அவர் கூறியுள்ளார்.

முடியரசின் கீழ் இயங்கும் சர்க்காரைப்பற்றிச் சகஜமாக நிலவி வந்த கருத்துக்களைத் தகர்த்தெறிந்த பின்னர், "அமெரிக்க விவகாரங்களின் இப்போதைய நிலவரத்தைப் பற்றிய சில எண்ணங்களை அவர் கவனிக்கிறார்". பிரிட்டனிலிருந்து பிரிந்து விடுவதற்கான பொருளாதாரக் காரணங்களை அதில் வலியுறுத்துகிறார். இங்கிலாந்துடன் இருந்து வந்த தொடர்புதான் அமெரிக்காவின் செழுமைக்குக் காரணம் என்ற டோரிக் கூற்றுக்கு அவர் தந்துள்ள மறுப்புரை இதுதான் :

"எந்த ஐரோப்பிய வல்லரசுடனும் சிறிதும் தொடர்பு இல்லாதிருந்தால் அமெரிக்காவுக்கு இப்போதைய செழுமை இருந்திருக்கும்; இன்னும் அதிகமாகவும் இருந்திருக்கக் கூடும். அதைச் செல்வமிகு நாடாக்கிய வர்த்தகப் பொருள்கள் வாழ்க்கைக்கு

மிக அவசியமானவை. திண்டிப் பழக்கம் ஐரோப்பாவில் இருக்கும் வரை எப்பொழுதுமே அவற்றிற்கு மார்க்கெட் இருந்து கொண்டு தான் இருக்கும்..... ஐரோப்பாவில் எந்த மார்க்கெட்டிலும் நமது மக்காச் சோளம் விலை போகும். இறக்குமதிச் சரக்குகளைக் காசு கொடுத்து வழங்குகிறோம், நம் இஷ்டப்படி எங்கிருந்தேனும் அவற்றை வாங்கிக் கொள்வோம்.''

ஸ்பெயின், பிரான்ஸ் ஆகியவற்றிற்கும் (அமெரிக்க) இந்தியருக்கும் எதிராக அமெரிக்கக் காலனிகளுக்கு பிரிட்டன் பாதுகாப்பு அளித்த வரலாற்று உண்மையைப் பின்வருமாறு அவர் உதறித் தள்ளுகிறார் : ''இதே மாதிரி வர்த்தகத்தையும் ஆதிக்கத்தையும் முன்னிட்டுத் துருக்கியையும் பிரிட்டன் காப்பாற்றியிருக்கும். எவ்வாறாயினும் பாதுகாப்புச் செலவை பிரிட்டன் மட்டுமின்றி அமெரிக்காவும் ஏற்றுக் கொண்டது'' என்கிறார் பெயின்.

தாய் நாடு என்று பிரிட்டனைப்பற்றி இருந்துவந்த உணர்ச்சி பூர்வமான எண்ணமானது, பிரிவினைக்கு எதிராகக் காலனிகளைப் பிணைத்துவைத்திருக்கும் சக்திவாய்ந்த பந்தங்களில் ஒன்று என்பதைப் பெயின் ஒப்புக் கொண்டார். இது வாஸ்தவமாயின், அதன் நடத்தை மேலும் வெட்கங் கெட்டதாக மதிக்கப்பெறும். வன விலங்குகள் கூட, தாம் ஈன்றெடுத்த குட்டிகளை விழுங்குவதில்லை. காட்டுமிராண்டிகள் கூடத் தம் குடும்பத்தினர் மீது போர் தொடுப்பதில்லை. ''மன்னரும் அவரைச் சார்ந்த பரசிரமஜீவிகளும், கத்தோலிக்க வழிமுறையைத் தழுவிப் 'பெற்றோர்', 'தாய்' என்ற சொற்றொடரை உறுதியின்றி, எதையும் நம்புவதற்குத் தயாராயுள்ள நமது மனத்தை ஆட்கொள்வதற்காகத் தமது சார்பினரைப் போப்பாண்டவர் வசப்படுத்திக் கொள்ளும் சூழ்ச்சியை ஒத்தவாறு பயன்படுத்திக் கொள்கின்றனர். அமெரிக்காவின் தாயகம் என்ற தகுதி ஐரோப்பாவுக்கு உண்டே ஒழிய இங்கிலாந்துக்குக் கிடையாது. ஐரோப்பாவின் ஒவ்வொரு மூலை முடுக்கிலும் சமய, சிவில் உரிமைகளில் பற்றுதல் கொண்டு சித்திரவதைக்கு உள்ளானவர்களுக்குப் புதுஉலகம் புகலிடமாக இருந்து வந்திருக்கிறது. இந்த மாகாணவாசிகளிடையேகூட ஆங்கில வமிசத்தில் வந்தவர் மூன்றில் ஒரு பங்குக்கும் குறைவானவர்களே, எனவே, தந்தையர் நாடு, தாய் என்றெல்லாம் இங்கிலாந்து ஒன்றைமட்டும் சுட்டிக்

கூறுவது பொய்யானது, சுயநல நோக்குள்ளது. குறுகிய, தாராளப் பான்மையற்ற கூற்று என்று சொல்லி நான் மறுதளிக்கிறேன்.

"அந்நிய உலகின் எப்பகுதியுடனும் சாசுவதமான பிணைப்புக்களை ஏற்படுத்திக் கொள்வதைத் தெளிந்து தவிர்க்க வேண்டும்" என்று ஜார்ஜ் வாஷிங்டன் (பெயினுக்கு) வெகுகாலத்துக்குப் பிறகு கூறினார். "எல்லாத் தேசங்களுடனும் சமாதானம், வர்த்தகம், உண்மையான நட்புறவு கொள்ள வேண்டும். ஆனால் எந்நாட்டுடனும் பந்தங்களின் மூலம் பிணைபட்டு விடக்கூடாது" என்பது பின்னர் தாமஸ் ஜெபெர்ஸன் வகுத்துத் தந்த கொள்கை. இந்த எச்சரிக்கைகளுக்கெல்லாம் முன்னோடியாக இருந்து பிரிட்டனுடன் தொடர்பு நீடிக்குமாயின் ஏராளமான பிரதி கூலங்கள் நிகழும் என்று பெயின் கூறினார்.

"...பிரிட்டனுக்கு உள்ளடங்கி அல்லது அதன் பாதுகாப்பை நம்பியிருப்போமாயின், அது இந்தக் கண்டத்தை ஐரோப்பிய யுத்தங்களிலும் தகராறுகளிலும் சிக்க வைத்துவிடும். நாம் கோபம் கொள்ளவோ, குறைப்படவோ இடமில்லாத நாடுகள், நமது நட்பை நாடக்கூடாத வேற்றுணர்ச்சிகளை அது தோற்றுவித்துவிடும். ஐரோப்பா நமது வர்த்தக மார்க்கெட். எனவே, அதில் எந்தப் பகுதியுடனும் அரைகுறைத் தொடர்பு எதையும் நாம் வைத்துக் கொள்ளலாகாது. ஐரோப்பியப் போட்டா போட்டிகளில் சிக்கிக் கொள்ளாமல் விலகிச் செல்வதுதான் அமெரிக்காவின் உண்மையான நலனுக்கு உகந்தது. பிரிட்டனின் கீழ் இருந்தால் ஒருகாலும் இதைச் செய்ய இயலாது. பிரிட்டிஷ் அரசியலின் தேவைக்கேற்ப இங்குமங்கும் வலிக்கப் பெறும் சாதனமாகத்தான் நாம் பயன்படுவோம். ஐரோப்பாவில் அரசுகள் அளவற்றுக்கிடக்கின்றன. எனவே, நெடுநாள் அமைதியாக வாழ அவற்றால் முடியாது. இங்கிலாந்துக்கும் வேறு அந்நிய வல்லரசுக்குமிடையே போர் மூளும்போதெல்லாம் அமெரிக்காவின் வர்த்தகம் பிரிட்டிஷ் தொடர்பின் காரணமாகப் பாழ்பட்டுவிடும்".

பிரிட்டிஷ் ஆட்சி (அமெரிக்காவில்) அமல் நடப்பதாயின் நேரிடக் கூடிய ஏராளமான பிரதிகூலங்களை விமரிசனம் செய்து பெயின் கட்டிய முடிவு இதுதான் :

"...இந்தக் கண்டத்துக்கு நியாயம் வழங்கக் கூடிய சக்தி பிரிட்டனுக்கு இல்லை. விரைவில் இதை ஆளும் விவகாரம் தாங்க முடியாதபடி கனத்துவிடும்; மிக மிகச் சிக்கலாகிவிடும். நம்மைப் பற்றி அறியாமை மிகுதியாகவுள்ள ஒரு வல்லரசு, அவ்வளவு தொலை தூரத்தில் இருந்து கொண்டு, போதிய வசதியுடன் கூடிய ஆட்சியை நடத்துவது சாத்தியப்படாது. நம்மை ஐயிக்க இயலாதவர்களால் நம்மை எப்படி அடக்கி ஆள முடியும்? ஒரு முறையீட்டையோ அல்லது மனுவையோ எடுத்துக் கொண்டு மூவாயிரம், நாலாயிரம் மைல் விரைந்தோடி, பதிலுக்காக நாலைந்து மாதம் காத்துக் கொண்டிருப்பது எப்பொழுதும் நடவாத காரியம். பதில் வந்த பிறகு அதற்கு விளக்கம் தர மேலும் ஐந்தாறு மாதங்களாகலாம். இது மதியீனம், சிறுபிள்ளைத்தனம் என்பது சில ஆண்டுகளில் வெட்ட வெளிச்சமாகி விடும்.... ஒரு கண்டத்தை ஒரு தீவு என்றென்றைக்கும் ஆண்டு கொண்டிருக்க இயலும் என்பதைப் போன்ற அபத்தம் வேறு இருக்க முடியாது. எந்த உபக்கிரஹமும் தாய்க்கிரஹத்தை விடப் பெரிதாக இருக்க முடியாது. இது இயற்கையின் நியதி."

சௌஜன்யமும் சமரஸமான நல்லிணக்கமும் இன்னமும் ஏற்படக் கூடும் என்று நம்பும் சந்தேகப் பிராணிகளுக்கும் பயந்தவர்களுக்கும் ஆர்வத்துடன் பெயின் இந்த வேண்டுகோளை விடுத்தார்:

"கடந்து சென்ற காலத்தை உங்களால் மீட்டுத் தர இயலுமா? விபசாரி மீண்டும் குற்றமற்ற தன்மையினள் ஆவாளா? அதே மாதிரிதான் பிரிட்டனுக்கும் அமெரிக்காவுக்குமிடையே மீண்டும் சமரஸமான நல்லிணக்கம் ஏற்படுவது சாத்தியமல்ல. கடைசிப் பிணைக்கயிறும் இப்பொழுது அறுந்துவிட்டது. நமது எதிரிடையான விண்ணப்பங்களை இங்கிலாந்து மக்கள் இப்பொழுது சமர்ப்பித்து வருகிறார்கள். இயற்கைகூட மன்னிக்க இயலாத தீமைகள் இழைக்கப்பட்டுள்ளன. அவற்றை மன்னித்து விட்டு இயற்கையானது இயற்கையாக இருத்தல் சாத்தியமல்ல. பிரிட்டன் நடத்திய கொலைகளை அமெரிக்கா மன்னிக்குமாயின், தன் ஆசை நாயகியைக் கற்பழித்த காதலனை மன்னித்து விடுவதற்கு அது சமமாக இருக்கும்.

உலகின் பிற பகுதிகள் கொடுமையின் பளு தாங்காது தத்தளித்துக் கொண்டிருக்கையில், அமெரிக்காவானது சுதந்தரத்துக்குத் தன் தலைவாயிலை அகலத் திறந்து விடவேண்டும். சித்திரவதைக்கு உள்ளாகும் மனித சமூகத்துக்கு அது அடைக்கலமாக அமைய வேண்டும்.

அமெரிக்கரின் தன்னம்பிக்கையைப் போஷித்து பிரிட்டனுடன் வெற்றிகரமாகப் போர் நடத்துவதற்கு மட்டுமன்றி அவசியம் நேரிடின் உலகமே பகையாகத் திரண்டு வந்தாலும் அதை ஜயிப்பதற்கு வேண்டிய ஆள் பலம், பொருள் உற்பத்திக்கான அநுபவம், இயற்கை வசதிகள் முதலியன தம்மிடம் இருக்கின்றன என்ற நம்பிக்கையை அமெரிக்கர்களுக்கு உண்டு பண்ணுவதை நோக்கமாகக் கொண்டு "அமெரிக்காவின் இப்போதயை 'தகுதி' என்ற விஷயமாக, முற்றும் அநுபவ சாத்தியமான ரீதியில் கடைசி அத்தியாயத்தைப் பெயின் வரைந்தார். ஏற்கனவே காலனிகளிடம் கட்டுப்பாட்டுடன் கூடிய ஆயுதபாணிகள் நிறைய இருந்தனர். பிரிட்டிஷ் கடற்படையுடன் ஒப்பிடக்கூடிய ஒன்றை விரைவில் கட்டிவிட முடியும். அதற்கு வேண்டிய தார், மரம், இரும்பு, கயிறு வகைகள் அமெரிக்காவில் கணிசமாகக் கிடைக்கின்றன. "கப்பல் கட்டுவது அமெரிக்காவிற்கு விசேஷப் புகழை அளித்துள்ள தொழில். காலக்கிரமத்தில் உலகனைத்தையுமே இத்துறையில் அது மிஞ்சிவிடப் போகிறது." எந்நிலையிலும் தற்காப்புக்கும், பாதுகாப்பிற்கும் ஒரு கடற்படை தேவையாக இருக்கும். மூன்று அல்லது நான்காயிரம் மைல்களுக்கப்பால் இருக்கும் ஆங்கிலக் கடற்படை பயன்படுவது அரிது. திடீரென வந்துறும் நெருக்கடிகளின் போது அதனால் சிறிதும் பிரயோஜனம் இராது."

பின்னர், சமயத்தைப் பற்றிய பல சர்ச்சைகளில் பெயின் ஈடுபட்டவராகையால் மத விஷயங்களில் அவர் கொண்டிருந்த கருத்துகளை இங்கே பார்ப்பது பொருத்தமாக இருக்கும்.

"மனச்சாட்சிப் பூர்வமாகச் சமய வழிபாடுகளில் ஈடுபடுவதற்கும் எல்லாருக்கும் பாதுகாப்பு அளிப்பது எல்லாச் சர்க்காருக்கும் உள்ள இன்றியமையாத கடமை. இவ்விஷயமாகச் சர்க்கார் வேறு என்ன செய்யக் கூடுமென்று நான் அறியேன்.

(ஆதிக்கம் செலுத்தும் திருச்சபைக்கு எதிரிடையாகவும், திருச்சபையையும், அரசாங்கத்தையும் பிரிவினை செய்வதற்குச் சாதகமாகவும் இந்த வாதம் இருப்பது தெளிவு)... நம்மிடையே மத அபிப்பிராயங்கள் பலவாறாகக் காணப்பெறுவது கடவுளின் சித்தம் என்று நான் மனச்சாட்சிக்கு ஏற்ப முழுமையாக நம்புகின்றவன். கிறிஸ்துவ சமயத்துக்கு அடிப்படையாய் உள்ள அன்பு விரிந்து செயலாற்றுவதை இது சாத்தியமாக்குகிறது. நாம் எல்லோருமே ஒரேவிதச் சிந்தனை உள்ளவர்களாக இருப்போமாயின் மத சம்பந்தமான நம் மன நிலைகளை ஆராய்ந்தறிய விஷயங்கள் இருக்கமாட்டா. இந்த தாராளக் கோட்பாட்டுக்கு இணங்க நம்மிடையே இருந்து வரும் பல்வேறு சமயப் பிரிவுகளை ஒரே குடும்பத்தைச் சேர்ந்த பல குழந்தைகளாக மதிக்கிறேன். அவற்றினிடையே பெயரின் முன்பகுதிதான் வெவ்வேறாக இருந்து வருகிறது.

“வெளிப்படையாக, திடமான உறுதியுடன் சுதந்தரப் பிரகடனம் செய்வது போல வேறு எதுவும் நம் விவகாரங்களைத் துரிதமாகத் தீர்த்து வைக்கக் கூடியது அல்ல” என்பது பெயினின் திடநம்பிக்கை. இதற்குக் காரணமாக உள்ள நான்கு அம்சங்களைச் செப்பி, பெயின் ‘பகுத்தறிவு’ என்ற நூலை முடிக்கிறார்: (1) அமெரிக்காவானது பிரிட்டனின் அடிமை நாடு என்று கருதப்படும் வரை இரண்டுக்குமிடையே எழுந்துள்ள வேற்றுமைகளை மத்தியஸ்தம் செய்து தீர்த்து வைக்க எந்தத் தேசமும் முயலாது. (2) பிரிட்டனுக்கும் அமெரிக்காவுக்கு இடையே ஏற்பட்டுள்ள பிரிவினையை அகற்றி இரண்டுக்குமுள்ள தொடர்பைப் பலப்படுத்தி, பிரான்ஸோ அல்லது ஸ்பெயினோ உதவி அளிக்குமென எதிர்பார்ப்பதற்கில்லை. அத்தகைய உதவி அவர்களுக்கே பாதகம் விளைவிக்கும். (3) பிரிட்டிஷாருக்கு உட்பட்ட பிரஜைகள் என்று தம்மை அமெரிக்கர் கருதிக் கொள்ளும் வரையில் அந்நிய நாடுகள் அவர்களைக் கலகக்காரர்கள் என்றே மதிக்கும். அவர்களிடமிருந்து அநுதாபம் கிடைக்காது. (4) பிரிட்டன் விஷயத்தில் தமக்குள்ள குறைகளைத் தொகுத்து அதனுடன் இருந்து வரும் எல்லாத் தொடர்புகளையும் அறுத்துக் கொள்ளும் உத்தேசத்தை அறிவிக்கும் ஒரு பிரகடனத்தைத் தயாரித்து அதன் பிரதிகளைப் பிற நாடுகளுக்கு

அனுப்பி வைத்து அவற்றுடன் சமாதானமாகவே வாழ்ந்து, வர்த்தக உறவு முறைகளை ஏற்படுத்திக்கொள்ள விரும்புவதாகத் தெரிவித்தால் மிக மிகச் சாதகமான விளைவுகள் ஏற்படும்.

தமது வாதத்தைப் பூர்த்தி செய்யும் வகையில் பெயின் மேலும் கூறுகிறார் :

"சுதந்திரப் பிரகடனம் வெளியிடப்பட்டாலொழிய அமெரிக்கக் கண்டமானது செய்ய வேண்டிய கசப்பான பணியைத் தொடர்ந்து தள்ளிப் போட்டுக் கொண்டே போகும் மனிதனைப் போல ஆகிவிடும். அதைத் தான் செய்தே தீரவேண்டுமென்பதை அவன் அறிவான். அதைத் தொடங்குவதில் ஒரு வெறுப்பு, இந்த விவகாரம் தீர்ந்து போய்விடாதா என்ற எண்ணம், அதே சமயத்தில் அதை நிறைவேற்றி வைப்பது மிகவும் அவசியம் என்ற சிந்தனை விடாமல் அவனைத் துரத்திக் கொண்டே இருக்கிறது".

"எனவே, ஒருவரையொருவர் சந்தேக புத்தியுடன், என்ன நிகழ்கின்றது பார்க்கலாம் என்ற ஐயப்பாட்டுடன் உற்று நோக்குவதைத் தவிர்த்து, தம்மை அடுத்து வாழ்பவர்களை நம்மில் ஒவ்வொருவரும் நண்பர்களாக்கிக் கொள்ளவேண்டும். பழைய சண்டை சச்சரவுகளையெல்லாம் மறந்து அந்த மறதியில் புதைத்து விட்டு ஒருசேர அணிவகுத்து ஒன்றுபடுவோமாக. லிபரல், டோரி என்ற வேறுபாடுகள் மறைந்து போகட்டும். ஒரு நல்ல பிரஜை, வெளிப்படையான, உறுதியான நண்பன், மனித சமூகத்தின் உரிமைகளையும் சுதந்திரமான சுயேச்சையான அமெரிக்க நாடுகளின் அமைப்பையும் ஆதரிக்கின்றவன் என்பன தவிர நம்மிடையே வேறு எந்தச் சொல்லும் கேட்கப்படாத நிலை வரட்டும்."

அமெரிக்க மக்களுக்குப் 'பகுத்தறிவு' விடுத்த புரட்சிகர மான செய்தி இதுவே. முற்றும் அநுபவ சாத்தியமான, பிரத்தியட்ச பூர்வமான வாதங்களை அதில் காணலாம். கிளர்ச்சிக்கென்றே பிறந்த ஒருவர் தமது கட்சி அபிமானத்தில் திளைத்து, தீவிரமான பற்றுதல் கொண்டு உணர்ச்சி பூர்வமாக விண்ணப்பம் செய்வதையும் இதில் பார்க்கலாம்.

உடனடியாகப் புயற் காற்றுச் சூறைபோல அக்கால மக்களைத் தாக்கியது. அப்பொழுது இருந்த சில தலைவர்களின் கருத்துக்களிலிருந்து இதை உணரலாம். தம் சந்தேகங்களெல்லாம் நீங்கியவராக நார்பக்கிலிருந்து ஜோஸப் ரீடுக்கு அவர் எழுதினார்: "பாமத், நார்பக் ஆகியவற்றில் கேட்டது போன்ற பிரகாசமான வாதங்கள் இன்னும் சில நிகழ்த்தப்பெறுமாயின் அவையும் 'பகுத்தறிவு' என்ற வெளியீட்டில் காணப்பெறும் பழுதற்ற சித்தாந்தமும், பதில் சொல்லக் கூடாத காரியகாரண விளக்கமும் சேர்ந்து பிரிந்து போனது முற்றும் சரியே என்ற முடிவு காண்பதைச் சுலபமாக்கிவிடும்." சில வாரங்கள் கழித்து அவர் மீண்டும் ரீடுக்கு எழுதினார்: "வர்ஜீனியாவிலிருந்து அண்மையில் கிடைத்த கடிதங்களிலிருந்து அங்கே பலரது மனத்தைப் பெயினின் 'பகுத்தறிவு' (Common Sensse) வியக்கத் தக்கவாறு மாற்றியிருக்கிறது என்பதைக் காண்கிறோம்."

"தம் மனைவிக்கு எழுதிய கடிதத்தில் ஜான் ஆடம்ஸ் கூறுகிறார்: 'பகுத்தறிவு' என்ற தலைப்புள்ள துண்டுப் பிரசுரத்தை உனக்கு நான் அனுப்பியுள்ளேன். அது நிலை நிறுத்தும் சித்தாந்தங்கள், கொடுமையையும் கொடுங்கோலாட்சியின் அக்கிரமங்களையும் விரைவில் எதிர்த்தாக வேண்டும் என்ற ஒரு பொது நம்பிக்கையை உண்டு பண்ணக் கூடியவை". அந்நூலைப் படித்த பிறகு அபி கெயில் அளித்த பதிலில், "'பகுத்தறிவு' உண்மை ஒளி வீசுவது. சந்தேகங்களை அகற்றி நாம் எதை வரித்துக் கொள்ள வேண்டும் என்பதைத் தெளிவாக்கும் வகையில் உரிய காலத்தில் பிரசுரமாகி உள்ளது". பெயினின் நூல்களைப்பற்றியும் கூறுகிறார்: எக் காலத்திலும் எந்நாட்டிலும் அச்சு வாகனமேறிய எந்த வெளியீடும் இவ்வளவு உடனடியான விளைவுகள் கொண்டதாக இருந்ததில்லை. "எனக்கு அது திடநம்பிக்கையை உண்டு பண்ணியுள்ளது" என்று ஜெனரல் சார்லஸ் லீ எழுதியிருக்கிறார். அதன் விளைவுகள் பிரமாதம் என்பது பிராங்கிளினது கருத்து. அமெரிக்கக் கண்டத்துக் காங்கிரஸில் கூடியுள்ள மெம்பர்கள் செவியில் இந்தப் பிரகடனம் இடி முழக்கமாக வெடித்தது என்று வில்லியம் ஹென்றி டிரேயிட்டன், அதன் நடவடிக்கைகளைப் பற்றிய விவரணையில் கூறியிருக்கிறார்.

'அமெரிக்கப் புரட்சியின் வரலாறு' என்று தமது நூலில் ஸர் ஜார்ஜ் டிரெவிலியன் பின்வரும் கருத்துரையை வழங்கினார்:

"உடனடியாகப் பயனளித்து, படர்ந்து, செல்வாக்குள்ளதாக நீடித்து நிலைத்துவிட்ட வேறு எந்த நூலையும் எம்மனிதனும் புனைந்ததில்லையே!..... புதிய குடியரசிடம் நல்லெண்ணம் உள்ளவர்கள் இருக்கும் ஒவ்வொரு நாட்டின் மொழியிலும் இதை மொழிபெயர்த்து, திருடி, நையாண்டி செய்து, இதைப்போல எழுதிப் பரப்பியிருக்கிறார்கள்... சுயேச்சையான அந்தஸ்து என்ற எண்ணத்தையே கேட்கச் சகியாத ஆயிரக்கணக்கான பேரின் மனத்தைப் 'பகுத்தறிவு' மாற்றிவிட்டது" என அக்காலத்தப் பத்திரிகைகள் எழுதியுள்ளன. அதன் விளைவுகளை அற்புதங்கள் என்றுதான் கூறவேண்டும். டோரிகளை அது தாராளப் போக்கினராக மாற்றிவிட்டது.

'பகுத்தறிவு' வெளிவந்த சில மாதங்களுக்குள் சுதந்திரத்திற்காக வோட்டளிக்கும்படி பெரும்பாலான ராஜ்யங்கள் தமது பிரதிநிதி களுக்குக் கட்டளை பிறப்பித்திருந்தன. மேரிலாந்து மட்டுமே முடிவு காணத் தங்கியது. நியூயார்க் இதற்கு எதிரிடையாக இருந்தது. பெயினின் புகழ்பெற்ற வெளியீடு பிரசுரமான தேதியிலிருந்து ஆறு மாதங்களுக்குள் அமெரிக்கக் கண்டத்துக் காங்கிரஸ் பிலடெல்பியாவில் அரசாங்க மாளிகையில் கூடி அமெரிக்க ஐக்கிய நாடுகளின் சுதந்திரத்தைப் பிரகடனம் செய்தது. பெயின் இந்தப் பிரகடனத்தை வரையவில்லை என்றாலும், இதை உருவாக்கிய பணியில் தாமஸ் ஜெபர்ஸனுக்குத் துணைபுரிந்தார். அடிமை முறைக்கு எதிரிடையான ஒரு ஷரத்தைச் சேர்க்க வேண்டுமென பெயின் வற்புறுத்தினார். அது ஏற்கப்படவில்லை. மற்றப்படி கீர்த்தி வாய்ந்த இந்தப் பிரகடனத்தில் பெயின் ஆதரித்து நின்ற கோட்பாடுகள் எல்லாமே இடம் பெற்று விட்டன.

'பகுத்தறி'வின் கதைக்கும் பெயினின் பிற்கால வாழ்வுக்கும் மறைமுகமான பொருத்தந்தான் உண்டு. அதன் முக்கிய அம்சங்களைச் சுருக்கமாக எடுத்துரைக்கலாம். சுதந்தரப் பிரகடனத்தை அடுத்துப் புரட்சிப் படையில் அவர் சேர்ந்து கொண்டார். அமெரிக்காவின்

சுதந்திரத்தை ஆதரித்து அவர் நிறைய எழுதினார்; பேசினார் பல துண்டுப் பிரசுரங்களை நெருக்கடி என்ற தலைப்பின்கீழ்த் தொடர்ச்சியாக வெளியிட்டு, தேசிய ஐக்கியத்தையும் உணர்வையும் பெரிதும் போஷித்தார். அடிக்கடி மேற்கோளாக எடுத்துக்காட்டப் பெறும் பிரசித்தி பெற்ற பின்வரும் வாக்கியத்துடன் முதல் பிரசுரம் தொடங்குகிறது: "மக்களின் ஆத்மாவுக்கு மகத்தான சோதனை வாய்த்துள்ள காலம் இது. வேனிற்கால இராணுவ வீரர்களாகவும், நல்ல காலத்தில் நாட்டுப் பற்றுள்ளவர்களாகவும் இருப்போர் இந்த நெருக்கடியின்போது தேசப் பணியினின்று பின்வாங்குவர்.

இப்பொழுது இந்த நிலைமையைச் சமாளிக்கின்றவர் களுக்கு எல்லா ஆண்களும் பெண்களும் அன்பு காட்டி நன்றி கூறுவர்," பிரசுரங்களின் வெளியீட்டிலும் மக்களின் மனஉறுதியைப் பலப்படுத்துவதிலும் அவருக்குள்ள திறனை அங்கீகரித்துச் சில மாதங்களில் காங்கிரஸானது ராணுவ சேனையிலிருந்து அவரை விடுவித்து அயல் நாட்டு விவகாரக் கமிட்டியின் காரியதரிசியாக நியமித்தது. அதாவது அமெரிக்காவின், முதல் ராஜாங்க காரியதரிசியாக அவர் நியமனம் பெற்றார். சில சர்ச்சைகள் எழுந்து இப்பத வியை அவர் துறக்க வேண்டியதாயிற்று. பென்சில்வேனியா அசெம்பிளியின் நடைமுறைப் பொறுப்பாளராக அடுத்தபடி அவர் நியமனம் பெற்றார். 1781இல் நிதி உதவியைக் கோரிப் பெறுவதற்காக ஜான் லாரென்சுடன் அவரை பிரான்சுக்கு அனுப்பினார்கள். அப்பொழுது அமெரிக்க சர்க்காரின் நிதி நிலைமை சிரமமாக இருந்தது. நிறையப் பணத்தையும் சப்ளைகளையும் பெற்று அதே ஆண்டில் அவர் திரும்பி வந்தார்.

புரட்சி முடிவுற்ற பின், புதிய யந்திர சாதனங்களைக் கண்டுபிடித்து உருவாக்குவதில் பெயின் கவனம் செலுத்தினார். முதன்முதலாக இரும்பாலான தொங்கு பாலத்தை உருவாக்கினார். நீராவியின் சக்தியைக் கொண்டு பரீட்சைகளை நடத்தினார். சிலர் தொழில் நுட்பப் பிரச்னைகளைப்பற்றி பிரான்சிலும் இங்கிலாந்திலும் இஞ்சினீயர்களைக் கலந்தாலோசிப்பதென முடிவாயிற்று. 1787இல் பெயின் இதற்காக ஐரோப்பா சென்றார். அங்கே பதினைந்து வருஷ காலம் தங்கியிருந்தார். பிறகு அவர் ஐரோப்பாவில் அடியெடுத்து

வைத்ததும் பிரெஞ்சுப் புரட்சி வெடித்தது. தம் ஜனநாயகக் கருத்துகளின் உண்மைகளை மேலும் ருசுப்பிப்பதாகக் கருதிப் புரட்சியை அவர் உற்சாகத்துடன் ஆதரித்தார். புரட்சியைக் கண்டனம் செய்து எட்மண்ட் பர்க்கின் தாக்குதல்களுக்கு பதிலளிக்கும் வகையில் புரட்சியை ஆதரித்து, பிரசித்தி பெற்ற 'மனித உரிமைகள்' என்ற நூலை அவர் எழுதி வெளியிட்டார். அதில் கூறியிருந்த சித்தாந்தங்களின் விளைவாக ராஜத் துரோகி எனக் கருதி இங்கிலாந்தில் அவரைக் கைது செய்ய முற்பட்டனர். எனவே அவசர அவசரமாக அங்கிருந்து பிரான்சிற்குத் தப்பிச் சென்றார். அங்கே 'கலே' பகுதியின் பிரதிநிதியாக தேசீயக் கன்வென்ஷனுக்கு அவரைத் தேர்ந்தெடுத்தார்கள். பதினாறாவது லூயி மன்னரைத் தூக்கு மேடையினின்றும் தப்புவிக்க முயன்றதன் விளைவாக ராபஸ்பியர், மாரா ஆகியோரின் விரோதம் வந்துற்றது. தீவிரவாதிகள் ஆட்சிப்பொறுப்பை ஏற்றவுடன் அவரைக் கைது செய்து கெளரவ பிரெஞ்சுக் குடிமகன் பிரஜா உரிமையைப் பறித்துப் பத்து மாதச் சிறைத் தண்டனையை விதித்தனர். தூக்கு மேடையினின்று அவர் மயிரளவில் தப்பினார். அமெரிக்கத் தூதர் மன்ரோ குறுக்கிட்டு வற்புறுத்தியதன் விளைவாக அவருக்கு விடுதலை கிடைத்தது. மன்ரோவின் இல்லத்தில் அவரைக் காப்பாற்றிப் போஷித்துக் குணப்படுத்தினர்.

இக்காலத்தில் வெளியான அவரது மகத்தான நூல் 'பகுத்தறிவு சகாப்தம்' என்ற பெயர் படைத்தது. சில சமயம் 'நாஸ்திகர்களின் விவிலிய நூல்' என்று அதைக் கூறுவதுண்டு. ஆனால் உண்மையில் பெயின் புனிதமான தெய்வ பக்தி உடையவர். கடவுள் ஒருவரே என்ற தத்துவத்திலும், இந்த வாழ்க்கைக்குப் பிறகு வர இருப்பதிலும் அவருக்கு நம்பிக்கை உண்டு. 'பழைய ஏற்பாடு' (Old Testaments) என்ற தொன்னூலை அவர் மிகுதியாகக் குறை கூறியதுண்டு. ஆனால் புரட்சிக் காலத்தில் பிரான்ஸில் அலைஅலையாகப் பெருகி வந்த நாஸ்திக வேகத்தைத் தடுத்து நிறுத்தும் நோக்கத்துடன்தான் இந்நூல் வெளியிடப்பட்டது. எனினும், சம்பிரதாய வழியினரான சமயக் குழுவினரும், தத்தவ போதகர்களும் பெயினை அபாயகரமான தீவிரவாதி தெய்வ நம்பிக்கை இல்லாதவர் என்று கடுமையாகத் தாக்கி இருக்கிறார்கள்.

1802இல் அமெரிக்காவுக்குப் பெயின் திரும்பியபோது புரட்சி வீரருக்குரிய வரவேற்பு அவருக்குக் கிடைக்கவில்லை. 'பகுத்தறிவு சகாப்தம்' என்ற நூலை இயற்றியதற்காகவும், அரசியல் தத்துவங்கள் தீவிரப் போக்குள்ளவையாக இருந்த காரணத்தினாலும், அரசியல் தலைவர்களும் ஆலய வழிபாட்டில் நம்பிக்கை உடையவர்களும் அவரை நடைமுறையில் ஒதுக்கி வைத்தனர். நியூயார்க்கைச் சேர்ந்த நியூராக்கெல் என்ற இடத்தில் அவரது இல்லம் இருந்தது. அமெரிக்கக் குடிமகன் அல்ல என்று சொல்லி அங்கே அவருக்கு கொலை செய்தவதற்குக்கூட ஒரு முயற்சி நடைபெற்றது. நம்பவே இயலாத வகையில் ஏழு வருஷ காலம் வசைமொழி, துவேஷம், அலட்சியம், வறுமை, சுகவீனம் ஆகிய அநுபவங்களுக்குப் பிறகு 1809ஆம் ஆண்டில் அவர் காலமானார். அப்போது அவருக்கு வயது 72. குவேக்கர்களுக்கான கல்லறைப் பிரிவில் அவரை அடக்கம் செய்ய அநுமதி மறுக்கப்பட்டது.

தம் வாழ்க்கையின் கடைசி ஆண்டுகளில் பெயின் அநுபவித்த கசப்பு, பொய்மை, தீவிரமான துவேஷங்கள் முதலியன சமீப காலம் வரை நீடித்துக் காணப்பெற்றன. தியோடார் ரூஸ்வெல்ட் 'ஆபாசமான சின்னஞ்சிறு நாஸ்திகர்' என்று அவரைப்பற்றிப் பிரஸ்தாபித்தார். புனிதமான ரோமாபுரி சாம்ராஜ்யம் என்பதில் புனிதமோ ரோமாபுரித் தொடர்போ, சாம்ராஜ்யமோ கிடையாது. அதைப் போலவே பெயினிடம் ஆபாசமோ, சிறுமையோ, நாஸ்திகமோ சிறிதும் கிடையாது. 1903ஆம் ஆண்டுவரை நியூயார்க்கில் ஒரு ரேடியோ நிலையத்தில் பெயினைப் பற்றிப் பேசக் கூடாதெனத் தடை விதித்திருந்தார்கள். மாபெரும் அமெரிக்கர்களின் கீர்த்தி மண்டபம் நிறுவப் பெற்றது 1900ஆம் வருஷத்தில். ஆனால் நாற்பத்தைந்து ஆண்டுகளுக்குப் பிறகே டாம்பெயின் அதில் இடம் பெற்றார். 1806ஆம் ஆண்டில் மறுக்கப்பட்ட குடியுரிமையை நியூராக்கெல் நகரசபை 1945ஆம் ஆண்டில் அவருக்கு மீண்டும் வழங்கியது.

'அமெரிக்கச் சுதந்திரத்தின் ஸ்தாபகர்' என்ற விருது வேறு எவரையும்விட அவருக்குத்தான் சரியாகப் பொருந்தும். அவர் தாம் 'அமெரிக்க ஐக்கிய நாடுகள்' என்ற சொற்றொடரை உபயோகித்தார்.

பிரிட்டிஷ் அரசாங்கத்தைப் போலவே அமெரிக்க ஐக்கிய நாடுகளின் பெயரும் சரித்திரத்தில் மிக மிகப் பட்ட வர்த்தனமாக விளங்கும் என்று அவர் கூறியிருக்கிறார். "அமெரிக்கா ஆதரிக்கும் கோட்பாடுகள் பெரிய அளவில் மனித சமூகம் அனைத்துக்குமே பொருந்தும்" என்று அவர் பிரகடனம் செய்தார்.

"எங்கெல்லாம் விடுதலை இருக்கிறதோ அங்கு என் நாட்டையும் காணலாம்" என்று பிராங்கிளின் கூறினார். அதற்கு பதிலளிக்கும் வகையில், "எங்கெல்லாம் விடுதலை இல்லையோ அங்கே என் நாட்டைக் காணலாம்" என்று அவர் கூறியது, அவருடைய குணநலன்களை மிகச் சிறப்பாக எடுத்துக் காட்டுகிறது.

தமது வாழ்நாளிலேயே தப்பர்த்தம் செய்து கொண்டு பெயினை எல்லோருமே தூஷிக்கவில்லை. ஆண்ட்ரூ ஜாக்ஸன் துணிவுடன் கூறினார்: "கைகளால் உருவாக்கக்கூடிய எந்த நினைவுச் சின்னமும் தாமஸ் பெயினுக்குத் தேவையில்லை. சுதந்திர அன்பர்களின் இதயங்கள் அனைத்திலுமே அவர் தமக்கு நினைவுச் சின்னங்களை ஏற்படுத்திக் கொண்டுள்ளார்."

✦✦✦

III

சுதந்திர முயற்சியின் ஆதார சுருதி ஆடம் ஸ்மித் தேசங்களின் செல்வம்

டாம்பெயினின் 'பகுத்தறிவு' வெளியாகி அமெரிக்காவின் சுதந்தரப் பிரகடனத்தையும் அந்தத் தேசத்துப் புரட்சியின் மகத்தான நிகழ்ச்சிகளையும் உருவாக்கத் துணைபுரிந்தது. அடுத்த இரண்டு மாதங்களுக்குள், வேறு ஒரு துறையில் மனித முயற்சியைத் தீவிரமாகப் பாதித்த மற்றொரு நூல் பிரசுரமாயிற்று. பெயினின் பிரசுரம் அனலைக் கக்கியது. ஆனால் 'தேசங்களது செல்வத்தின் தலைமையையும் காரணங்களையும் பற்றிய ஒரு விசாரணை' என்ற தலைப்பில் ஆடம் ஸ்மித் இயற்றியது இரண்டு புத்தகங்களைக் கொண்ட ஓர் ஆராய்ச்சி நூல். அது உடனடியாக இன்றி, தாமதித்து வெடிக்கக் கூடிய குண்டாக அமைந்தது. முதலில் அதை யாரும் அவ்வளவாக கவனிக்கவில்லை. ஆசிரியர் வாழ்ந்ததற்கு அடுத்த நூற்றாண்டில்தான் அந்த நூலின் முழுவன்மையும் நடைமுறையில் வெளிப்பட்டது.

1776ஆம் ஆண்டில் ஒரு சகாப்தம் முடிவுற்று மற்றொன்று துவங்கியதாகச் சொல்லலாம். அமெரிக்கப் புரட்சி தொடங்கி விட்டது. பிரெஞ்சுப் புரட்சி சமைக்கப் பெற்று வந்தது. நீராவிச் சக்தியின் கண்டுபிடிப்பால் தட்டிவிடப்பட்ட தொழில்புரட்சி வேகமாக உருப்பெற்று வந்தது. இதற்கு முந்திய சகாப்தத்தை, 'தற்காலத்தின் இருளடைந்த படலம்' என்று ஒரு விமரிசகர் வருணித்துள்ளார். இங்கிலாந்தில் பொருளாதார வாழ்வின் ஒவ்வோர் அம்சமும் அரசாங்கத்தின் கண்டிப்பான கட்டுத் திட்டத்தில் இருந்து வந்தது. அது விலைவாசிகளை ஸ்திரப்படுத்தியது. ஊதிய அளவையும் வேலை நேரத்தையும் நிர்ணயித்தது. உற்பத்தியை ஒழுங்குமுறை செய்தது. ஏற்றுமதி இறக்குமதி உட்படப் பிற

நாடுகளுடன் வர்த்தகம் முற்றும் அதன் ஆதினத்திலேயே இருந்து வந்தது. பெரும்பாலும் யுத்தம் நிகழ்ந்த வண்ணமே இருந்தது. தேசியக் கொள்கையானது சக்தி வாய்ந்த சைன்யத்தையும் கடற்படையையும், பெரிய ஜனத்தொகையையும் அவசியமாக்கியது. உலகமெங்கும் காலனிகளைக் கைப்பற்றிக் கொள்வது, பிரான்ஸ் போன்ற போட்டியிட்ட நாடுகளை நியாயமாகவோ அநியாயமாகவோ பலவீனப்படுத்துவது முதலியன அவசியமெனக் கருதப்பட்டன. செல்வத்தை நியாயமாகப் பகிர்ந்து கொள்ளவேண்டும் என்ற யோசனைகளை யெல்லாம் ஆளும் வர்க்கத்தினர் கடுமையாக எதிர்த்து வந்தனர். சலுகையுள்ள சிலருக்கு மட்டுமே கல்வி அளிக்கப்பட்டு வந்தது. கிரிமினல் சட்டங்கள் மிகக் கடுமையாக இருந்தன. பாமர மக்களின் ராஜீய உரிமைகள் சித்தாந்தத்தில் இருந்தன; நடைமுறைக்கு வரவில்லை.

தலைமுறை தலைமுறையாக வந்த நியதிப்படி நிலப் பிரபுக்களே அரசாட்சிப் பொறுப்பை வகித்து வந்தனர். ஆனால் வியாபாரிகளையும் தொழிலதிபர்களையும் கொண்ட ஒரு புதிய, சக்தி வாய்ந்த வர்க்கம் தலை தூக்கியிருந்தது. அடித்துக் கேட்டு விசேஷ உரிமைகளை இவர்கள் அடைந்து வந்தனர். ஏற்றுமதிகள் நன்மை, இறக்குமதிகள் தீமை என்று இவர்கள் கருதினர். பணம் தேசத்தை விட்டு வெளியேறும்படி அநுமதிக்கலாகாது; எப்பொழுதுமே வர்த்தக மிச்சமானது தேசத்துக்குச் சாதகமாகவே இருக்க வேண்டும்; தொழிலாளரின் ஊதியம் குறைவாகவும், வேலை நேரம் அதிகமாகவும் இருத்தல் வேண்டும்; சுதேசித் தொழில்களுக்கு அரண்செய்ய, தூக்கான காப்பு வரிகளை விதிக்க வேண்டும்; சக்தி வாய்ந்த வர்த்தகக் கடற்படை மிகவும் அவசியம்; வாணிகத் துறையினருக்கு உதவும் படியாக இருக்கக் கூடிய எல்லாமே சமுதாயம் பூராவுக்குமே நன்மை பயக்கவல்லது என்றெல்லாம் கருதப்பட்டு வந்த காலம் அது. கோஷித்து நிர்ப்பந்தித்ததன் விளைவாக, இந்தப் பொதுப்படையான கருத்துகளையெல்லாம் பார்லிமெண்ட் சட்டமாக வடித்துக் கொடுத்தது.

இத்தருணத்தில்தான் ஆடம் ஸ்மித் தோன்றித் தவறானவை, தீங்கிழைக்கக் கூடியவை என்று தமக்குப் புலப்பட்ட கருத்துகளுக்கு

வெடி வைத்தார். அதுவரை அவர் செய்து வந்ததெல்லாம், புதிதாக மேற்கொண்ட பெரும்பணிக்கு ஒரு முன்னோடி என்றுதான் கருதவேண்டும். அவர் ஸ்காட்லாந்துக்காரர். பதினான்காவது வயதில் (1737) கிளாஸ்கோ ஸர்வகலாசாலையில் மெட்ரிகுலேஷன் பரீட்சையில் தேறினார். அங்கே பிரான்சிஸ் ஹட்சேஸன் என்ற ஒரு மகத்தான ஆசானது செல்வாக்கில் வளர்ச்சி கண்டார். 'அதிகபட்ச மக்களின் அதிகபட்ச இன்பம்' என்ற கருத்தில் அவர் உறுதியான நம்பிக்கை கொண்டவர். அடிக்கடி அவர் அதை எடுத்துரைக்கவே, அது ஸ்மித்தின் சிந்தனையை ஆட்கொண்ட சித்தாந்தம் ஆகிவிட்டது. அங்கிருந்து ஆக்ஸ்போர்ட் ஸர்வகலாசாலைக்குச் சென்று அங்கே ஸ்மித் ஆறாண்டுகளைக் கழித்தார். அங்கே பல விஷயங்களைப் பற்றிய நூல்களை மிக விரிவாகப் படிப்பதில் தமது நேரத்தைப் பெரும்பாலும் கழித்தார். ஸ்காட்லாந்துக்குத் திரும்பி வந்து 1751 வரை பொதுக் கூட்டங்களில் உரை நிகழ்த்தி வந்தார்.

தர்க்க, மனத்தத்துவப் பேராசிரியர் பதவி அவ்வாண்டில் கிடைத்தது. விரைவில் கிளாஸ்கோ ஸர்வகலாசாலையில் அறநெறித் தத்துவப் பேராசிரியரானார். பன்னிரண்டு ஆண்டுகள் அருள்வன்மையுடன் ரஞ்சிதமாகப் போதிக்கும் புலவராகத் திகழ்ந்தார். 'தார்மிக மனவுணர்ச்சிகளின் தத்துவம்' என்ற நூல் வெளியாகி அவரது புகழை எங்கும் பரப்பியது. அந்த நூல் நிறைய விற்பனையாயிற்று. 'தேசங்களின் செல்வம்' என்ற நூலைவிட அது உயர்ந்தது என்று அவரது காலத்தவர் மதித்தனர். தாராளமான ரொக்க வருவாயில் ஆசை விழுந்து, ஆசிரியப் பதவியைத் துறந்து, ஓர் இளம் பிரபுவின் துணைவனாக ஐரோப்பாக் கண்டத்துக்குச் சென்று அவருக்கு மூன்றாண்டுக் காலம் கல்வியும் போதித்து வந்தார். அக்காலத்தில் பிரபலமடைந்திருந்த பொருளாதார நிபுணர்கள், தத்துவாசிரியர்கள், அரசியல் சிந்தனையாளர் போன்றோரின் பரிச்சயம், விசேஷமாக பிரான்ஸில் அவருக்கு ஏற்பட்டது.

'தேசங்களின் செல்வம்' என்று, பின்னர் வளர்ச்சி கண்ட விஷயத்தைக் குறிப்புக்களாக 1759ஆம் ஆண்டிலேயே ஸ்மித் எழுதி வைத்திருந்தார். ஆனால் அது மெதுவாகத்தான் உருவாகி முழுமை கண்டது. வருஷக்கணக்கில் சிந்தித்தார்; ஆராய்ச்சி செய்தார்;

படித்தார்; நேரடியாகக் கூர்ந்து கவனித்தார்; பல்வேறு துறையினருடன் உரையாடினார். எழுதியதைப் பலமுறை சோதித்துச் சோதித்துத்திருத்தினார். இவ்வாறெல்லாம் உழைத்து உருவாக்கிய பின்புதான் அச்சிடுவதற்குத் தமது மாபெரும் நூலை அவர் அனுப்பி வைத்தார். நூல் பிரசுரமாவதற்கு முந்திய மூன்று ஆண்டுகள் லண்டனில் கழிந்தன. அமெரிக்கக் காலனிகளின் ஏஜெண்டான பெஞ்சமின் பிராங்கிளினுடன் நூலை விவாதித்தார். 1776, மார்ச் 9ஆம் தேதி அது வெளியாயிற்று. பின்னர் அதன் பல பதிப்புக்கள் பிரசுரமாயின. உலகில் புழங்கி வரும் பெரும்பாலான மொழிகளில் அது வந்திருக்கிறது.

'தேசங்களின் செல்வம்' வெறும் பொருளாதார ஆராய்ச்சி வெளியீடு அல்ல; அதை ஒரு கலைக் களஞ்சியம் என்றே சொல்லலாம். 'ஐரோப்பிய நாகரிகம் முழுவதன் வரலாறும் விமரிசனமும்' என்று ஒருவர் அதை வருணித்துள்ளார். 'உழைப்பின் பாகுபாடு' என்ற விஷயத்தைப்பற்றிய சர்ச்சையுடன் நூல் தொடங்குகிறது. 'பணத்தின் தோற்றுவாயும் பயன்களும்' என்பது அடுத்து அவர் கவனிக்கும் விஷயம். பண்டங்களின் விலைவாசி, உழைப்புக்கு ஊதியம், பங்குதாரர்களுக்கு லாபம், நிலக்குத்தகை, வெள்ளியின் மதிப்பு, பயன்தரும் உழைப்புக்கும் பயனற்ற உழைப்புக்குமுள்ள வேறுபாடுகள் முதலியவை மேலும் விளக்கப் பெற்றுள்ள விஷயங்கள். ரோமாபுரி சாம்ராஜ்யத்தின் வீழ்ச்சிக் காலத்திலிருந்து பொருளாதாரம் வளர்ச்சி கண்ட வரலாறு இடம் பெற்றுள்ளது. ஐரோப்பிய நாடுகளின் வாணிக, காலனிக் கொள்கைகளை விரிவாக அலசிக் காட்டி விமரிசனம் செய்கிறார்.

மன்னரின் ஆதாயம், ஆரம்ப நிலையிலுள்ள சமூகங்களில் காணப்பெற்ற வெவ்வேறு பாதுகாப்பு, நீதி பரிபாலன முறைகள், ஐரோப்பாவில் நிரந்தரமான படையமைப்புக்கள் தோன்றி வளர்ந்த கதை, இடைக்காலத்துக் கல்வியின் வரலாறு, தமது காலத்து ஸர்வகலாசாலைகளைப் பற்றிய குணதோஷ ஆராய்ச்சி, திருச்சபையின் லௌகிக அதிகாரத்தின் சரித்திரம், சர்க்கார்களின் கடன்கள் வளர்ந்த விதம், இறுதியாக வரி விதிப்புக் கோட்பாடுகள், அரசாங்க ஆதாய முறைகள் ஆகியவை ஆராயப் பெற்றுள்ளன.

ஒவ்வொரு மனிதனும் முக்கியமாகச் சுயநல நோக்கத்துடன் தான் செயலாற்றுகிறான் என்று நிக்கோலோ மாக்கியவெல்லி கூறியதைத்தான் 'தேசங்களின் செல்வம்' என்ற தம் நூலின் ஆதார அடிப்படையாக ஸ்மித் கொண்டிருக்கவேண்டும். செல்வத்தில் ஆசை கொள்வது அதன் புறத்தோற்றங்கள் பலவற்றில் ஒன்று. மனித வர்க்கத்தின் எல்லா நடவடிக்கைகளையும் பின்னாலிருந்து ஊக்குவிப்பவை சுயநல உணர்வுகளும் ஆர்வங்களுந்தான். இவ்வாறு மனிதன் நடந்துகொள்வது ஆட்சேபகரமானது என்றோ, விரும்பத்தகாதது என்றோ கருதாமல், தனி நபரின் சுயநலம் சமுதாயத்தின் க்ஷேமநலத்துக்கு உகப்பானது தான் என்று ஸ்மித் நம்புகிறார். 'ஒவ்வொரு மனிதனும், ஒரேசீராக இடையறாது, எப்பொழுதும் தன் நிலைமை மேம்படுவதற்காக உழைக்கும்படி' அநுமதிப்பதன் மூலம் தேசத்தின் சுபிட்சத்துக்குச் சிறப்பாக வழிவகை செய்யலாம் என்று அவர் கருதுகிறார்.

மேலும் அவர் கூறுகிறார்: "வேண்டிய உணவுப் பொருள்கள் நமக்குக் கிடைப்பது கசாப்புக் கடைக்காரன், மது தயாரிப்பவன் அல்லது ரொட்டிக்காரனுடைய தரும சிந்தனையின் விளைவாக அல்ல. தமது நலனில் அவர்களுக்கு உள்ள பிரியத்தின் காரணமாக அவை நமக்குக் கிடைக்கின்றன. அவர்களுடன் நாம் பேசுவது மனிதாபிமானத்தைச் சுட்டிக் காட்டி அல்ல. அவர்களுடைய தன்னலப் பிரியத்தை மதித்துத்தான். நமக்கு மிகவும் அவசியமான தேவை என்று பேசுவதில்லை. அவர்களுக்குக் கிடைக்கக்கூடிய அநுகூலத்தைப் பற்றிப் பேசுகிறோம்". இம்மாதிரியே சில பகுதிகள் இருப்பது காரணமாகத்தான், அவரைப் பற்றிக் குறிப்பிடுகையில், "அந்த அரை விலங்கான, அரை மதி படைத்துள்ள ஸ்காட்லாந்துக்காரன், 'ஆண்டவனிடம் துவேஷம் கொள். அவனது சட்டம் நாசமாகட்டும். அண்டை அயலானின் உடைமைகளில் ஆசை வை' என்று பொருள்படும் தெய்வ நிந்தனையை வேண்டுமென்றே போதித்துள்ளான்" என்று ரஸ்கின் எழுதியிருக்கிறார்.

உழைப்பைப் பகிர்ந்து கொள்வது, மூலதனத்தைத் திரட்டுவது என்ற இரண்டின் மூலமாகத்தான் நவீனத் தொழில்களை நடத்த இயலுகிறது என்பது ஸ்மித்தின் வாதம். பதினெட்டாம் நூற்றாண்டுத்

தத்துவ ஞானிகள் செப்பியவாறு சுபாவமாகவுள்ள சுயநலந்தான் இந்த இரண்டுக்கும் மூலகாரணம் என்று விளக்கம் தரப்படுகிறது. தன்னையும் அறியாமலேயே தெய்வீகக்கரமொன்று, தனது சொந்த லாபத்துக்கு உழைக்கையிலேயே எல்லோரின் நன்மைக்குமாகப் பயன்படும் வகையில், மனிதனை இட்டுச் செல்கின்றது. எனவே, பொருளாதார அமைப்பின் விஷயமாகச் சர்க்காரது தலையீடு மிகமிகக் குறைந்தபட்சமாக இருக்க வேண்டியதுதான் நியாயம். வேறு ஒரு சந்தர்ப்பத்தில் டாம் பெயின் வாதிட்டது போல, மிகக் குறைவாக அதிகாரம் செலுத்தும் ஆட்சிமுறைதான் மிகச் சிறந்தது.

உழைப்பைப் பகிர்ந்து கொள்வதால் கிட்டும் அநுகூலங்களை, குண்டூசியின் தயாரிப்பை விளக்கமான உதாரணமாக எடுத்துக் கொண்டு கைக்கு மெய்யாக ஸ்மித் ருசுப்பிக்கிறார்: "இந்தத் தொழிலைப் படிக்காத - இதில் பயன்படும் இயந்திரங்களின் பரிச்சயம் இல்லாத - ஒரு தொழிலாளி, மிகமிகக் கஷ்டப்பட்டு உழைத்தானானால், தினம் ஒரு குண்டூசியை அவன் தயாரிக்கக் கூடும். நிச்சயமாக இருபதை உற்பத்தி செய்ய அவனால் முடியாது. தயாரிக்கும் நடைமுறையை இருபது தனித்தனிப் பணிகளாகப் பிரித்துக் கொண்டு, ஒவ்வொரு பணியையும் தனித்தனியாக ஓர் ஆள் செய்யலாம். இம்மாதிரி வேலை நடைபெறும் ஒரு பட்டறையில் பத்துப் பேர் ஒரு நாளில் 48,000 குண்டூசிகளுக்கு மேலாகவே தயாரிப்பதைப் பார்த்திருக்கிறேன். சிரமம் நிறைந்த தம் பணிகளை ஓர் ஒழுங்குப்படி பிரித்துக் கொண்டு இணைப்பதன் விளைவுதான் இது."

உழைப்பைப் பகிர்ந்துகொள்வது பழங்குடி மக்களின் சமூகத்திலேயே தோன்றியது.

வேட்டைக்காரர்கள் அல்லது ஆட்டிடையர்களின் சமூகத்தில் பிறரைவிட அதிகமான நெளிவு சுளுவுடன் வில்களையும், அம்புகளையும் தயாரிக்கக் கூடிய ஒரு குறிப்பிட்ட நபர் இருக்கிறான். அவற்றைக் கொடுத்துத் தன் தோழர்களிடமிருந்து கால்நடைகளையும் மானிறைச்சியையும் அவன் அடிக்கடி பண்டமாற்று செய்து கொள்கிறான். தானே நேரில் வேட்டைக்குச் சென்று பிடிக்கக் கூடியவற்றை விட அதிகமாக இவற்றை இந்த

முறையின் மூலம் அடையக் கூடும் என்பதை அவன் பின்னர்க் கண்டு கொள்கிறான். எனவே, தனது சுயநலத்தையே கருத்திற் கொண்டு, வில்களையும் அம்புகளையும் தயாரிப்பது அவனது பிரதானத் தொழிலாகி விடுகிறது...

தம் சின்னஞ்சிறு குடிசைகளுக்கு அல்லது இடம் விட்டு இடம் எடுத்துச் செல்லக்கூடிய குடாய்ப்புக்களுக்கு வேண்டிய மரச்சட்டங்கள், மேல் மூடிகள் முதலியவற்றைச் செய்வதில் ஒருவன் பிறரை விஞ்சக் கூடியவனாயிருக்கிறான்.

அதேமாதிரி ஒரு மூன்றாவது நபர் கருமானாகலாம் அல்லது கன்னானாகலாம். நான்காவது பேர்வழி தோலைப் பதனிடுபவனாக அல்லது பக்குவப்படுத்துபவன் ஆகலாம்..... இவ்வாறாக, தான் உழைத்துப் படைப்பவைகளில் தன் சொந்தத் தேவைக்கு அதிகமாக இருப்பதைக் கொடுத்து, பிறர் உழைத்து உபரியாகத் தயாரிக்கும் பண்டங்களில் தனக்குத் தேவையாக இருப்பவைகளை நிச்சயமாக அடைய முடியும் என்று ஏற்படுகிறது. ஒவ்வொரு மனிதனும் ஒரு குறிப்பிட்ட தொழிலில் ஈடுபாடு கொண்டு, தனக்கு அந்தக் குறிப்பிட்ட வகைத் தொழிலில் இருக்கக் கூடிய மேதையை அல்லது திறனை, உழைப்பின்மூலம் பழுதற்ற தாக்கிக்கொள்வதற்கு இது ஆக்கம் அளிக்கிறது.

அடுத்தபடி ஸ்மித் கவனம் செலுத்துவது பணம், பண்டங்களின் விலைவாசி ஆகிய விஷயங்களில். அவர் வகுத்த ஒரு கோட்பாடு தவறானது என்று வழிவழியாக வந்த பொருளாதார சாஸ்திரிகள் கண்டித்துள்ளனர். ஆனால் பிற்காலத்திய சோஷலிஸ்ட் சிந்தனையாளர் தம் பரிவாரங்களைத் திரட்டுவதற்கு இது பெரிதும் பயன்பட்டிருக்கிறது. "உழைப்பு மட்டுந்தான் எக்காலமும் மாறாத மதிப்புடையது. எல்லாக் காலங்களிலும் எல்லா இடங்களிலும் எல்லாப் பண்டங்களையும் மதிப்பிடுவதற்கும் ஒப்புநோக்குவதற்கும் உழைப்பு ஒன்றே இறுதியான, உண்மையான அளவுகோல். உழைப்பின் மதிப்புத்தான் அவற்றின் உண்மையான விலை. பணமாகச் சொல்வது பெயரளவில் குறிப்பிடும் விலைதான்" என்கிறார் ஸ்மித்.

இரண்டு விஷயங்களைப்பற்றிய வியாக்கியானங்களில் ஸ்மித் மனம் விட்டு, சில சமயம் கோபக்கனல் பறக்க எழுதியுள்ளார். பேரம் பேசும் சக்தி விஷயத்தில் முதலாளிகள், தொழிலாளர் நிலைகளில் உள்ள ஏற்றத் தாழ்வுகள் ஒரு விஷயம். கூலி குறைவாக இருந்தால்தான் தொழிலாளர் அதிகமாக உழைக்க வேண்டிய நிர்ப்பந்தம் ஏற்பட்டு, இங்கிலாந்து வளம் அடையும் என்ற கடலாடி வாணிகர்களின் வாதம் மற்றொன்று. முதல் விஷயத்தைப் பற்றி விவாதிக்கையில், "தொழிலாளர் முடிந்தவரை அதிகமாகப் பெறவும், முதலாளிகள் முடிந்தவரை குறைவாகவே கொடுக்கவும் விரும்புகின்றனர். உழைப்பின் ஊதியத்தை உயர்த்தத் தொழிலாளரும், அதைக் குறைப்பதற்காக முதலாளிகளும் ஒன்று சேருகிறார்கள்" என்று அவர் கூறுகிறார். மேலும் அவர் எழுதுகிறார்:

"சாதாரணமாக எல்லாச் சந்தர்ப்பங்களிலும் தகராறிடும் இரு சாராரில் அநுகூலம் யாருக்கு இருக்கிறது? தம் நிபந்தனைகளை ஏற்குமாறு மற்றக் கட்சியை நிர்ப்பந்திக்க யாரால் இயலும் என்பதை முன் கூட்டியே தெரிந்து கொள்வதில் எவ்விதச் சிரமமும் இராது. யஜமானர்கள் எண்ணிக்கையில் குறைந்தவர்கள். எனவே, சுலபமாக ஒன்று சேர முடிகிறது. மேலும், சட்டமானது அவர்கள் அப்படிச் சேருவதற்கு அதிகாரம் அளிக்கிறது. சேரக் கூடாது என்று அது தடை செய்யாமலாவது இருக்கிறது. ஆனால் தொழிலாளர் ஒன்று சேரக் கூடாது என்று அது தடை செய்கிறது. உழைப்பின் விலையைக் குறைப்பதற்காக ஒன்று சேருவதற்கு எதிரிடையான சட்டமெதையும் பார்லிமெண்ட் நிறைவேற்றவில்லை. ஆனால் அதை உயர்த்த வேண்டுமென்பதற்காக ஒன்று சேருவதைத் தடை செய்யும் சட்டங்கள் பல இருக்கின்றன. இத்தகைய தகராறுகள் எல்லா வற்றிலும் நாள்படத்தாக்குப் பிடிக்கக் கூடியவர்கள் யஜமானர்கள் தாம். ஒரு தொழிலாளியைக் கூட வேலையில் அமர்த்தாமலேயே ஒரு சுகஜீவி, ஒரு விவசாயி, ஒரு தொழில் பட்டறையின் யஜமான் அல்லது வியாபாரி, பொதுவாக, தன்னிடம் இருக்கக்கூடிய கையிருப்பை வைத்துக் கொண்டு ஒரு வருஷம், இரண்டு வருஷம் வரை உயிர் வாழ முடிகிறது. தொழிலாளர்களில் பெரும்பாலோரால் வேலையில்லாமல் ஒரு வாரங்கூடப் பிழைத்திருக்க இயலாது. ஒரு மாதம் தாக்குப் பிடிக்கக்கூடியவர்கள் அரிது. ஒரு வருஷம்

சமாளிப்பது அரிதினும் அரிது. நாளாவட்டத்தில் தொழிலாளிக்கு யஜமான் எவ்வாறு அவசியமோ அதேமாதிரி யஜமானுக்கும் தொழிலாளி தேவையே. ஆனால் யஜமான் விஷயத்தில் தொழிலாளி உடனடியாக தேவையாக இருக்கவில்லை.

ஏழைத் தொழிலாளியிடந்தான் ஸ்மித்தின் அநுதாப மெல்லாம் என்பதைக் கீழ்க்கண்ட பகுதிகள் புலப்படுத்துகின்றன:

"ஒவ்வொரு பெரிய ராஜீய சமுதாயத்திலும் வேலைக்காரர், தொழிலாளர், பணியாட்கள் ஆகிய பலதரப்பட்ட உழைப்பாளர் தாம் மிகப் பெரியதோர் பகுதியினர். மிகுதியாக இருப்பவர்களின் சூழ்நிலை திருந்துவது சமுதாயம் பூராவுக்கும் அசௌகரியமானது என்று ஒருகாலும் கருதப்படமாட்டாது. மக்களின் சமுதாயம் பூராவுக்கும் உண்டியளித்து, உடுப்பு உடுத்தி, இருக்கையை அமைத்துத்தருபவர்கள், தாமே சுமாராகவாவது சாப்பிட்டு, உடுத்தி, ஜாகை வசதி பெறக்கூடிய வகையில், சொந்த உழைப்பில் ஒரு பங்கைப் பெற்றாக வேண்டும் என்பது தரும் நியாயமாகும்... உழைப்புக்குத் தாராளமான ஊதியம் அளித்தால் சாமானிய மக்கள் மேலும் சுறுசுறுப்பாக உழைப்பர். உழைப்பின் ஊதியம் தொழிலுக்கு ஊக்கம் அளிக்கிறது. கிடைக்கக் கூடிய ஊக்கத்துக்குத் தக்கபடி வளர்ச்சி காணக் கூடியது, வேலையில் சுறுசுறுப்பு. ஊதியம் குறைவாக இருக்கும் இடங்களைவிட அதிகமாக இருக்கும் இடங்களில், எப்பொழுதுமே தொழிலாளர்களிடம் அதிகமான சுறுசுறுப்பு, ஆர்வம், வேகம் ஆகியவற்றைக் காண்கிறோம்.

மேலும் ஸ்மித் கூறுகிறார்:

"உயர்ந்த கூலியின் கெட்ட விளைவுகளில் ஒன்று, விலை ஏறிவிடுவது. அதிக விலை காரணமாக உள்நாட்டிலும், வெளிநாடுகளிலும் விற்பனைக் கிராக்கி குறைந்து விடுகிறது என்று நம் வியாபாரிகளும் பட்டறைகளின் யஜமானர்களும் புகார் செய்கின்றனர். லாபம் உயர்வாகக் கிடைப்பதன் விளைவுகளைப் பற்றி அவர்கள் ஒன்றுமே சொல்வதில்லை. தம் சொந்த லாபங்கள் விளைவிக்கும் பெருந் தீங்குகளைப் பற்றி அவர்கள் மௌனம் சாதிக்கின்றனர். பிறருடைய லாபங்கள் விஷயமாக மட்டுமே அவர்கள் புகார் செய்கின்றனர்." 'ஜனத்தொகைக் கோட்பாடுகள்

(Principles of Population)' பிரசுரமாவதற்கு இருபத்திரண்டு ஆண்டுகள் முன்னரே மால்துஸின் சித்தாந்தங்களை எதிர்நோக்கி அவர் பின்வருமாறு எழுதியுள்ளார்:

"தாம் உயிர் வாழ்ந்திருப்பதற்கான சாதனங்கள் இருக்கும் வீதாசாரத்தில்தான், எல்லாவகை மிருகங்களும் இயற்கையாக விருத்தியடைகின்றன. அதை மிஞ்சி எந்த வகை மிருகமும் எக்காலத்திலும் பெருக இயலாது. நாகரிகம் படைத்த சமூகத்தில் மட்டுந்தான், கீழ் அந்தஸ்துக்களில் பிழைப்புக்கான வசதி அரிதாயிருக்கும் நிலைமையானது, மனித வர்க்கமானது மேலும் விருத்தியடைந்துகொண்டே போவதற்கு வரம்பு கட்டுகிறது. பலிதமாகும் திருமண வாழ்க்கையின் மூலம் பிறக்கும் குழந்தைகளில் பெரும்பாலானவற்றை அழித்துவிடுவதன் மூலமாக மட்டுமே (இந்த அரிதாகும் நிலைமை) செயல்படுகிறது. வேறு எவ்விதத்திலும் அதைச் செய்வது சாத்தியமல்ல."

இக்காலத்தில் தொழிலாளர் அடைந்துள்ள இலாபங்களைக் கருத்திற் கொண்டு பார்த்தால் ஆடம் ஸ்மித்தின் நூற்றாண்டில் காணப்பெற்ற பிரபுத்துவத் தடைகளும், நிர்ப்பந்தங்களும் நம்பக் கூடியவைதாமா என்றுகூடத் தோன்றும். எவ்விதத் தொழிலாளர் ஸ்தாபனத்தையும் அமைக்கலாகாது என்பது உழைப்பாளர் மீது திணிக்கப்பட்ட பல்வேறு கடுமையான இடையூறுகளில் ஒன்று. வேலைப்பயிற்சிக் காலத்தைப் பற்றிய சட்டங்களும் குடியிருப்புக் களைப் பற்றிய சட்டங்களும் இன்னும் பெரிய சுமைகளாக இருந்தன.

வேலைப் பயிற்சியாளரைப்பற்றிய சட்டம் ராணி எலிஸபெத் ஆட்சியின்போது பிறப்பிக்கப்பட்டது. "குறைந்தது ஏழு வருஷ காலமாவது முன்கூட்டியே வேலை பயின்றிருந்தா லொழிய, இங்கிலாந்தில் எந்த நபரும் எந்தத் தொழில், கை வேலை அல்லது அக்காலத்தில் புழக்கத்திலிருந்த வேறு மர்ம வழிகள் போன்ற பணிகளில் எதிர்காலத்தில் ஈடுபடலாகாது" என்று அச்சட்டம் கூறியதாக ஆடம் ஸ்மித் எழுதியிருக்கிறார். இந்த ஏழு வருஷப் பயிற்சிக் காலத்தில் பிழைத்திருப்பதற்கு வேண்டிய உதவி மட்டும் யஜமானிடமிருந்து கிடைக்கும். தரும நியாய உணர்வில்லாதவர்கள் இந்த விதியைப் பயன்படுத்திக் கொண்டு தொழிலாளரைச்

சுரண்டலாயினர். அதிககமாக வேலை வாங்கிக் கொஞ்சமாக உதவியளித்தனர். வேலை பயின்றவர்கள் நடைமுறையில் அடிமை வாழ்வையே நடத்தினர். பெரும்பாலான தொழில்களை ஒரு சில வாரங்களில் கற்றுக் கொண்டு விடலாமாகையால் நீடித்த பயிற்சிக் காலம் அநாவசியமானது என்று சொல்லி இந்தப் பழக்கத்தை ஸ்மித் கண்டித்துள்ளார். தனது சேவையை அளிக்கும் விஷயமாக ஒப்பந்தம் செய்து கொள்வதற்கும், தனக்குப் பிடித்தமான தொழிலை மேற்கொள்ளவும், குறைந்த கூலியுள்ள பணியிலிருந்து உயர்ந்த கூலியுள்ள பணிக்கு மாறுவதற்கும் தொழிலாளிக்குள்ள உரிமை விஷயத்தில் வேலைப்பயிற்சி ஒழுங்குமுறைகள் நியாயமற்ற வகையில் குறுக்கிடுகின்றன.

குடியிருப்புகளைப்பற்றிய சட்டமும் இதைப் போலவே மிகக் கடுமையாகத்தான் இருந்தது. ஆடம் ஸ்மித் எழுதுகிறார்: "போதிய சிந்தனையின்றிப் பிறப்பித்த இந்தக் குடியிருப்புச் சட்டத்தினால், தன் வாழ்க்கையில் ஏதாவது ஒரு சமயத்திலேனும் மிகக் குரூரமாக இம்சிக்கப்படாத, 40 வயதான எந்த ஏழையையும் இங்கிலாந்தில் காணமுடியாது என்று நான் துணிந்து கூறுவேன்." வேலைப் பயிற்சிச் சட்டத்தைப்போலவே குடியிருப்புச் சட்டமும் ராணி எலிஸபெத் காலத்தில் ஏற்பட்டது. ஏழைகளின் கஷ்ட நிவாரணத்துக்கான உதவியை விநியோகிப்பதில் ஓர் ஒழுங்கு முறை இருக்க வேண்டும் என்பதற்காக அது முதலில் பிறப்பிக்கப்பட்டது. தன் எல்லை வரம்புக்குள் வசிக்கும் ஏழைகளைக் கவனித்துக் கொள்ள வேண்டிய பொறுப்பு ஒவ்வொரு பாரிஷிடமும் ஒப்படைக்கப் பட்டது. அந்தந்தப் பாரிஷ் சமுதாயத்தில் இருக்கக் கூடிய ஏழைகளின் எண்ணிக்கை கூடுதலாகாதபடி தடுப்பதற்காக வேண்டி, கணிசமான ஆதாயமுள்ளவர்களாக இருந்தாலன்றிப் புதிதாகக் குடியேறுவதற்கு யாரையும் அநுமதிக்காமல் இருந்தார்கள். தொழிலாளர் விஷயத்தில் இச்சட்டம் பிரயோகிக்கப்பட்டதன் விளைவாக பிறந்த ஊரிலேயே வாழ்நாள் முழுதும் கைதிகள்போல் வாழ்ந்தாக வேண்டிய ஒரு பிரிவானது சிருஷ்டிக்கப்பட்டது. ஓரிடத்திலிருந்து இன்னும் ஓர் இடத்திற்குச் செல்ல விரும்பியவர்கள் சமாளிக்க இயலாத இடையூறுகள் தோன்றின. மனிதவுரிமைகள் விஷயத்திலும், பொருளாதார முறையானது தன் வழியில் இயற்கையாகச்

செயல்படுவதிலும் சர்க்காரின் குறுக்கீடு எவ்வளவு நியாயமற்றது என்பதற்கு இது ஓர் உதாரணம் என்பதை எடுத்துக் காட்டுகிறார். ‘வளமான’ உழைப்பு. வளமற்ற உழைப்பு ஆகிய இரண்டையும் வேறுபடுத்திக் காண் பிக்க ஸ்மித் முயன்றுள்ளார்.

“தனிப்பட்டவர்களின் ஊதாரித்தனமும் ஒழுக்கங்கெட்ட நடத்தையும், ஒருகாலும் பெரிய சமுதாயங்களை வறுமையில் ஆழ்த்திவிட மாட்டா. ஆனால், சர்க்கார் அப்படிச் செய்தால் தேசம் சில சமயம் வறுமையில் மூழ்கிவிடக் கூடும். பெரும்பாலான நாடுகளில் வளமற்ற உழைப்பில் ஈடுபட்டிருப்போரை அப்பணிகளில் வைத்திருப்பதற்காகத்தான், வரி வருமானம் பூராவுமோ, அல்லது அதில் பெரும்பகுதியோ செலவிடப்படுகிறது. அப்பேர்ப்பட்டவர்கள் யாரார்? அரசவையின் ஆடம்பரத்துக்குத் தேவைப்படும் ஏராளமான பேர் ஒரு பெரிய திருச்சபையினரும் அவர்களுடைய சிப்பந்திகளுமேயாவர். மேலும் பெரிய கடற்படைகளும், சைன்யங்களும் யுத்தம் நடக்கையில் மட்டுமே பயன்படுகின்றன. ஆனால், அவற்றை வைத்துப் பரிபாலிப்பதற்கு ஆகும் செலவுக்கு ஈடுசெய்யும் வகையில் அவை எதையும் உற்பத்தி செய்வதில்லை. தாமே எதையும் உற்பத்தி செய்யாத அத்தகைய மக்கள் எல்லோரும் பிற மக்களது உழைப்பின் மூலம் கிடைப்பவைகளைக் கொண்டு பரிபாலிக்கின்றனர். எனவே, அநாவசியமாக அவர்களது எண்ணிக்கை கூடுதலாகும் பட்சத்தில் உழைப்பின் மூலம் கிடைக்கும் உற்பத்தியில் பெரும் பகுதியை அவர்களே விழுங்கிவிடக்கூடும். வளமான உற்பத்தியில் ஈடுபட்டுள்ள தொழிலாளரைக் காப்பாற்றுவதற்குப் போதுமான வசதிகள் இல்லாது போகும்.”

அடிமைகளை வைத்துக் கொண்டு அவர்களது உழைப்பைப் பயன்படுத்திக் கொள்வதைக் குறித்து அவர் உரைத்த நல்ல புத்திமதிகளுக்குத் துரதிருஷ்டவசமாக அமெரிக்கக் காலனிகள் செவிமடுக்கவில்லை.

“அடிமைகள் ஆற்றும் பணிக்கு ஊதியமெல்லாம், அவர்களை வைத்துக் காப்பாற்றுவதுதான் என்று மேலுக்குத் தோன்றும். ஆனால், இறுதியில் இத்தகைய உழைப்புத்தான் அதிக கிராக்கியானது என்பது எல்லாத் தேசங்களிலும், எல்லாக் காலங்களிலும்

அநுபவமாக இருந்து வந்திருக்கிறது. சொத்துச் சம்பாதிப்பதற்கு அநுமதியில்லாத ஒருவன், கூடியவரை அதிகமாகத் தின்பதிலும், கூடியவரை மிகக் குறைவாக வேலை செய்வதிலுமே அக்கறை உள்ளவனாக இருப்பான். அவனுக்கு வேறு எவ்விதச் சிரத்தையும் இருக்க முடியாது. பிழைத்திருப்பதற்கு வேண்டிய உழைப்புக்கு மேல் அதிகமாக அவனிடமிருந்து பெற வேண்டுமாயின், அவனது சொந்த நலத்தைச் சுட்டிக் காட்ட முடியாது. பலாத்காரத்தின் மூலம் கசக்கிப் பிழிந்து வேலை வாங்க முடியும்."

தொழிலாளர் பிரச்னைகளைத் தொடர்ந்து, நிலச் சீர்திருத்தங்களின் அவசியத்தை ஸ்மித் வலியுறுத்துகிறார். இத்துறையிலும் விவேகமின்றிச் சர்க்கார் பிறப்பிக்கும் ஒழுங்கு முறை விதிகளும், காலத்துக்கு ஒவ்வாத சட்டங்களும் முன்னேற்றத்துக்கு இடையூறுகளாக இருக்கின்றன என்று அவர் நினைத்தார். பிரிட்டனில் 18ஆம் நூற்றாண்டில் பெரும்பாலான நிலங்கள் பட்டா உரிமை பெற்றவையாக இருந்தன. அது காரணமாகத் தன் நிலங்களைத் தன் வாரிசுகள் தன் காலத்துக்குப் பிறகு பல நூற்றாண்டுகள் ஆண்டு அநுபவிக்கவும், பிரிவினை செய்துகொள்ளவும், விக்கிரயம் செய்யவும் சாத்தியமாயிற்று. மற்றொரு தொன்மையான வழக்கம், மூத்த ஆண்மகன்தான் சொத்துக்கு வாரிசாக வரக்கூடியவன் என்பது. பெரிய எஸ்டேட்டுகள் சிதறுண்டு போவதைத் தடுப்பதற்காக இந்த நிலப்பிரபுத்துவ ஏற்பாடு அமலாகி வந்தது. பல குழந்தைகள் இருக்கும் குடும்பத்தில் ஒருவன் மட்டும் பணக்காரனாகவும், மற்ற எல்லோரும் பிச்சைக்காரர்களாகவும், வாழ்க்கை நடத்தும்படி செய்யும் ஓர் உரிமை குடும்பத்தின் உண்மையான க்ஷேமநலனுக்கு முற்றும் எதிரிடையானது என்கிறார் ஆடம்ஸ்மித். சாஸன உரிமைகள், தலைச்சனாக இருப்பதன்மூலம் கிடைக்கும் உரிமை முதலியவை களையும், தானம், பிரிவினை அல்லது விக்கிரயத்தின்மூலம் நிலம் தாராளமாகக் கைமாறுவதற்கு இடையூறாகவுள்ள நிர்ப்பந்தங் களையும் அகற்றி, தடையற்ற நில விற்பனைக்கு வழி செய்ய வேண்டும் என அவர் வற்புறுத்தினார்.

'தேசங்களின் செல்வம்' என்ற நூலில் புகழ்பெற்ற ஓர் அத்தியாயம் காலனிகளைப் பற்றியது. காலனி ஆட்சிக் கொள்கையைப் பற்றி, அவரைப் போலச் சிறப்பாக வேறு எவரும் சுருக்கமாய் எழுதியதில்லை என்று ஒரு நிபுணர் கூறியிருக்கிறார். மூன்று பகுதிகளாகப் பிரித்துக் கொண்டு அவர் சர்ச்சை செய்கிறார்: (1) 'புதிய காலனிகளை நிறுவுவதன் நோக்கங்களைப் பற்றி' என்பது ஒரு பிரிவு. கிரீஸ், ரோம், வெனிஸ், போர்ச்சுகல், ஸ்பெயின் ஆகியவற்றின் காலனி அநுபவங்கள் இதில் விமர்சிக்கப்படுகின்றன. (2) 'புதிய காலனிகளின் சுபிட்சத்துக்கான காரணங்கள்' என்ற பிரிவில் நிலம் மலிவாகவும் ஏராளமாகவும் கிடைப்பது, உயர்ந்த கூலி, ஜனத்தொகையின் வேகமான வளர்ச்சி, விவசாயத்தையும் பிற தொழில்களையும்பற்றிக் குடியேறியவர்களுக்கு இருந்த ஞானம் ஆகியவை பிரஸ்தாபிக்கப்படுகின்றன. (இங்கிலாந்தின் காலனிக் கொள்கைகள் சற்று நாகரிகமானவை; போர்ச்சுகலும் ஸ்பெயினும் பின்பற்றிய கொள்கைகள் குறுகிய நோக்கமுள்ளவை, நிர்ப்பந்தங்கள் நிறைந்தவை என்று அவர் ஒப்பு நோக்கிக் கூறுகிறார்) (3) அமெரிக்காவைக் கண்டுபிடித்தது, நன்னம்பிக்கை முனையைச் சுற்றிக் கிழக்கிந்தியத் தீவுகளுக்குக் கடல் மார்க்கத்தைக் கண்டு பிடித்தது ஆகியவை மூலம் ஐரோப்பா அடைந்த அனுகூலங்கள் மகத்தானவை என்று ஸ்மித் கூறுகிறார். மனித சமுதாயத்தின் வரலாற்றிலேயே இவை மிகப் பெரிய, மிக முக்கியமான நிகழ்ச்சிகள் என்பது அவரது கருத்து.

வர்த்தகத்தில் ஏகபோக உரிமைகளை அடைவதற்காக வேண்டிக் காலனிகள்மீது விதிக்கப்பட்ட நிர்ப்பந்தங்கள், அவற்றின் இயற்கையான உரிமைகளை மீறியவை என்று சொல்லி, ஸ்மித் கண்டிக்கிறார். காலனிகள் விஷயத்தில் பின் பற்றப்பட்ட ஏகபோக வாணிக முறை அபத்தமானது. தாய் நாட்டுக்கு அதிகச் செலவை விளைவித்தது. மேலும், காலனியை ஏற்படுத்தும் வல்லரசின் ரொக்க வசதி தொடர்ந்து காலியாகத் தான் செய்யும். தமது தற்பாதுகாப்புச் செலவுக்குப் போதுமான அளவு இஷ்டபூர்வமாகக் காலனிகள் தமக்குத் தாமே வரி விதித்துக் கொள்ள மாட்டா என்று அவர் கூறுகிறார்.

கலகம் செய்த அமெரிக்கக் காலனிக்காரர்களின் விஷயத்தைப் பெரும்பாலான தம் நாட்டாரைப் போல இன்றி, பட்சபாதமில்லாமல் மதிப்பிட்டார் ஸ்மித். அமெரிக்கக் காலனிகளுக்கு, பிரிட்டிஷ் பார்லிமெண்டில் பிரதிநிதித்துவம் அளிப்பதுதான் ஒழுங்கான தீர்வாக இருக்கும் என்று அவர் நம்பினார். வரி வருமான அடிப்படையில் பிரதிநிதித்துவத்தைத் தரலாம்; பிரிந்து போவதை விட இவ்வாறு ஒன்றுபடுவதே மேல் என்று அவர் நினைத்தார். இறுதியாக அமெரிக்கர் செலுத்தக் கூடிய மொத்த வரித்தொகை பிரிட்டிஷ் வசூலை மிஞ்சிவிடுவது அசாத்தியமல்ல என்பதையும் அவர் உணர்ந்திருந்தார். அப்படி நிகழுமாயின், பிரிட்டிஷ் வசூலை மிஞ்சிவிடுவது அசாத்தியமல்ல என்பதையும் அவர் உணர்ந்திருந்தார். அப்படி நிகழுமாயின், பிரிட்டிஷ் தலைநகரை அட்லாண்டிக் சமுத்திரத்தின் அக்கரைக்கு மாற்றிவிடலாம் என்பது அவரது யோசனை. 'சாம்ராஜ்யம் பூராவின் பொதுப்படையான பாதுகாப்புக்கு, அதிகபட்ச ஆதரவு அளிக்கும் பகுதிக்குத்' தலைநகர் போய்விடுவது நலம் என அவர் கருதினார். 'ஒரு கண்டம் சாசுவதமாக ஒரு தீவின் ஆளுகையில் இருக்கவேண்டுமென நினைப்பது அபத்தம்' என்று டாம் பெயின் கூறியதற்கு இது சரியான பதிலாக இருந்திருக்கும், இரண்டின் பணியைப் பற்றிய நிலவரமும் மாறிவிடுவது காரணமாக.

இங்கிலாந்துக்கும், அதன் அமெரிக்கக் காலனிகளுக்கு இடையே தோன்றிய வேற்றுமைகளைச் சமாதான முறையில் சமரஸப்படுத்த இயலாவிடில், காலனிகளுக்குச் சுதந்திரத்தை வழங்கிவிட வேண்டும் என ஸ்மித் வற்புறுத்தினார். ஆனால், சில உண்மைகளைப் பிரத்தியட்ச புத்தியுடன் அங்கீகரித்து அவர் எழுதினார்:

"ஒரு காலனியை ஆள்வது தொந்தரவு நிறைந்ததாக இருக்கலாம்; அதற்காக, அவசியம் நேரிடுகையில் அதிகச் செலவு செய்ய வேண்டியிருக்கலாம்; அச்செலவுக்கும் அதிலிருந்து கிடைக்கக் கூடிய சொற்ப வருமானத்துக்கும் தாரதம்மியம் இல்லாமல் போகலாம்... எனினும், பிரிட்டன் தானாகவே முன்வந்து, தன் காலனிகள்மீதுள்ள எல்லா அதிகாரத்தையும் விட்டுக் கொடுத்து,

அவை தாமாகவே சொந்தமாக மாஜிஸ்திரேட்டுகளை நியமித்துக் கொள்ளும்படியும், தாமே தம் சட்டங்களை இயற்றிக் கொள்ளும் படியும், தமக்கு உசிதமெனத் தோன்றும் வகையில் சண்டை, சமாதானப் பிரச்னைகளை முடிவுகட்டவும் அனுமதிக்கப்பட வேண்டும் என்ற பிரேரணை, எக்காலத்திலும் எந்தத் தேசமும் இவ்வுலகில் ஏற்றுக் கொள்ளாதது; இனியும் ஏற்றுக் கொள்ளக் கூடாதது.

அமெரிக்காவின் எதிர்காலத்தைப்பற்றிப் பின்வருமாறு ஸ்மித் கூறியிருப்பது அவரது மனத்தெளிவையும் முன்னறிவையும் பிரகாசப்படுத்துகிறது:

"கடைக்காரர்கள், வியாபாரிகள், அட்டர்னிகளாக இருந்தவர்கள் (அமெரிக்கக் காலனியாளர்) ராஜதந்திரிகளாகவும் சட்டமியற்றுபவர்களாகவும் ஆகிவிட்டனர். ஒரு விரிவான சாம்ராஜ்யத்தை நிர்வகிப்பதற்கு ஒரு புதிய ஆட்சி முறையை வகுப்பதில் ஈடுபட்டிருக்கிறார்கள். அந்தச் சாம்ராஜ்யம் உலகிலேயே எப்பொழுதும் கண்டிராத சக்தி படைத்ததாகவும் மகத்தானதாகவும் இருக்கப் போகிறது என்று அவர்கள் தமக்குத் தாமே பெருமையாகப் பேசிக் கொள்கிறார்கள். அவ்வாறே அது ஆகி விடக் கூடுமென்று தோன்றுகிறது."

'சமுதாயங்களின் செல்வம்' என்ற நூலின் கேந்திரமாக அமைந்து விசேஷப் புகழடைந்திருப்பது 'பொருளாதார முறைகளைப் பற்றி' என்ற நான்காம் பகுதி. வாணிக முறை, விவசாய முறை என்ற இரண்டு வெவ்வேறு முறைகள் இதில் பரிசீலிக்கப் பட்டுள்ளன. ஆனால் விவசாயத்தைப்போல எட்டு மடங்கு இடம் வாணிகத்துக்கு அளிக்கப்பட்டிருக்கிறது. அதில்தான் அவரது பெயருடன் பிணைக்கப்பட்டுள்ள 'தொழில்துறைச் சுதந்தரக் (Laissez Faire) கோட்பாடுகள் உருவாக்கப்பட்டுள்ளன. உள்நாட்டு வர்த்தகமும், கடலாடி வாணிகமும் தங்குதடையற்று நடைபெற வேண்டும் என்பதைக் குறிக்கோளாகக் கொண்டு, உழைப்பு, நிலம், பண்டங்கள், பணம், விலைவாசி, விவசாயம், கையிருப்பு, வரிகள் ஆகிய அனைத்தையும் பற்றிய முடிவுகளை உருவாக்குகிறார்.

நிர்ப்பந்தமில்லாத உள்நாட்டு, வெளிநாட்டு வர்த்தகத்தின் மூலமாக மட்டுமே தேசம் முழு வளர்ச்சி கண்டு சுபிட்சமாயிருக்க முடியும். எனவே, வாணிக ஆதிக்க முறையின் கீழ்ப்போட்ட வரிகள், அளித்த மானியங்கள், விதித்த தடைகள் ஆகிய அனைத்தையும் நீக்கிவிட்டு, சாசனங்கள்மூலம் அளிக்கப்பட்ட வர்த்தக ஏகபோகங்களையும் ரத்து செய்துவிட வேண்டுமென்று அவர் கோரினார்: "தொழிலும் வாணிகமும் இயற்கையான வளர்ச்சி காண்பதையும், வாங்கி உபயோகிப்போருக்குப் பண்டங்கள் தாராளமாகக் கிடைப்பதையும் அவை வில்லங்கப்படுத்துகின்றன. ஏற்றுமதியும், இறக்குமதியும் சமநிலையில் இருக்க வேண்டுமென்று வாணிக ஆதிக்கத்தினர் பூசனை செய்து வரும் பொய்யான 'வர்த்தகச் சமநிலை'ச் சித்தாந்தத்தைக் கைவிடுங்கள். பணம் என்பது ஒரு கருவிதான். எந்த இரண்டு நாடுகளுக்குமிடையே வர்த்தக மிச்சம் எனப்படுவது எதற்குச் சாதகமாக இருக்குமென நிச்சயமாக மதிப்பிடுவதற்கான ஹேதுக்கள் ஏது? அதிகமான மதிப்புள்ள சரக்குகளை எது ஏற்றுமதி செய்யும்? செல்வம் என்பது பணத்தில் இல்லை, பொன்னில் இல்லை, வெள்ளியில் இல்லை; பணம் எதை வாங்குகிறதோ அதில்தான் செல்வம் இருக்கிறது. வாங்குவதால் மட்டுமே பணம் மதிப்புள்ளதாக இருந்து வருகிறது."

தனி நபர்கள் விஷயத்தில் போலவே தேசங்களிடையேயும் உழைப்பைப் பகிர்ந்து கொள்வது, முற்றும் விரும்பத் தக்கது; தர்க்க வாதப்படி நியாயமுங்கூட.

"குறிப்பிட்ட படங்களைத் தயாரிப்பதில் ஒரு நாட்டை விட மற்றொன்று பெற்றுள்ள இயற்கையான அநுகூலங்கள் சில சமயம் மகத்தானவையாக இருக்கலாம். அந்நிலையில் அந்தத் தேசத்தக்கு எதிரிடையாகப் போட்டியில் இறங்குவது வீண் என்பதை உலகம் பூராவுமே ஒப்புக் கொள்ளும். (குளிர் மிகுந்து) ஸ்காட்லாந்தில் கண்ணாடி வீடுகளை அமைத்து, பக்கவாட்டுச் சுவர்களுக்குச் சூடேற்றி மிகத் தரமான திராட்சையை விளைவிக்க முடியும். அதைக்கொண்டு நல்ல மதுவைத் தயாரிக்கக் கூடும். ஆனால், அதே அளவு தரமான சரக்குகளை அந்நிய நாடுகளிலிருந்து வரவழைத்தால் என்ன செலவாகுமோ அதைப்போல 30 மடங்கு இந்த முயற்சிக்குச்

செலவாகும். ஸ்காட்லாந்தில் கிளாரட், பர்கண்டி மதுவகைகளின் தயாரிப்புக்கு ஊக்கம் அளிப்பதற்காக வேண்டி, எல்லா அந்நிய மதுவர்க்கங்களின் இறக்குமதியையும் தடை செய்து சட்டம் இயற்றுவது நியாயமாகுமா?"

வர்த்தகச் சுதந்திரத்தின் பொருளாதார அநுகூலங்களை ஸ்மித் பின்வருமாறு சுருக்கிக் கூறுகிறார்:-

"விலை கொடுத்து வாங்குவதைவிட அதிகமாகச் செலவு செய்துதான் வீட்டில் ஒரு பண்டத்தைத் தயாரிக்க முடியும் என்றால், விவேகமுள்ள எந்தக் குடும்பத் தலைவனும் அத்தகைய தயாரிப்பில் இறங்கமாட்டான்... ஒவ்வொரு தனிக் குடும்பத்தின் நடைமுறையிலும் எது விவேகம் என்று கருதப்படுகிறதோ, அது ஒரு பெரிய அரசாங்க விஷயத்தில் முட்டாள்தனமாகிவிடாது. நாம் தயாரித்தால் ஆகக்கூடிய அடக்கவிலையை விட, ஒரு பொருளை மலிவாக ஓர் அயல்நாடு நமக்கு அனுப்பி வைக்கக்கூடுமானால், நம் சொந்தத் தொழில்களைக் கொண்டு தயாரிக்கும் பண்டங்களை விற்று அதை வாங்கிக் கொள்வதுதான் நல்லது. நமக்குச் சிறிது அநுகூலம் இருக்கும் இதற்கு ஏற்பாடு செய்து கொள்ளலாம்."

அயல் நாடுகளுடன் வர்த்தகம் செய்வதால் ஏற்படும் பரஸ்பர அநுகூலங்களை வலியுறுத்தி ஸ்மித் எழுதுகிறார்:

"அயல்நாட்டு வர்த்தகம் எந்தத் தேசங்களுக்கிடையே நடந்த போதிலும் அதன்மூலம் அவை எல்லாம் இரண்டு தெளிவான அனுகூலங்களை அடைகின்றன. தமது நிலமும் உழைப்புமாகச் சேர்ந்து, உள்நாட்டுத் தேவையைவிட உபரியாகத் தயாரிக்கும் பொருள்களை வேறு தேசங்களுக்குக் கொண்டு போய் விற்று அவற்றுக்குப் பதிலாக நாட்டில் தேவையாயிருக்கும் வேறு பண்டங்களைக் கொண்டு வருகிறது. உள்நாட்டு மார்க்கெட் சுணக்கமாக இருக்கும் நிலவரமானது, எந்தக் குறிப்பிட்ட பண்டத்தின் உற்பத்தியும் மிகமிகச் சிறப்பாகச் சீர்மையுடன் நடைபெறக்கூடியபடி உழைப்பு பகிர்ந்து கொள்ளப்படுவதைத் தடை செய்வதில்லை. உள்நாட்டு உபயோகத்துக்கு அதிகமாகத் தயாராகும் பண்டங்களுக்கு விரிவான மார்க்கெட் கிடைப்பதற்கு அது வழி செய்கிறது. அதன் மூலம் அந்நாட்டின் உற்பத்திச்

சக்தியானது திருந்துவதற்கு ஊக்கம் அளிக்கிறது. அது ஆண்டுதோறும் சாத்தியமான அதிகபட்ச அளவில் உற்பத்தி செய்வதற்குத் துணைபுரிகிறது. இதன் மூலம் சமூகத்தின் உண்மையான ஆதாயமும் செல்வமும் பெருகுவதற்கு வழி செய்கிறது."

வர்த்தகச் சுதந்திரத்தை வற்புறுத்துங்கால் ஸ்மித் சித்தாந்த ரீதியில் பிடிவாதம் காட்டவில்லை. இந்தக் கோட்பாட்டை அமலாக்குகையில் சில விலக்குகள் அவசியமாகும், சில வரம்புகள் தேவைப்படும் என்பதை அவர் ஒப்புக் கொண்டார். அவர் கூறுகிறார்: "உள்நாட்டுத் தொழிலை ஊக்குவிப்பதற்காக அந்நியத் தொழில்கள் மீது சிறிது பளுவைச் சுமத்துவது, பொதுப்படையாகச் சில சந்தர்ப்பங்களில் அநுகூலமாயிருக்கும். தேசத்தின் பாதுகாப்புக்கு அவசியமான ஏதாவதொரு குறிப்பிட்ட தொழிலைத் தோற்றுவிப்பது இதற்கு ஓர் உதாரணம். பொருளாதார காரணங்களை மட்டுமே கருத்திற்கொண்டு பார்த்தால் இது நியாயமற்றதாக இருக்கலாம். செல்வத்தில் கொழிப்பதைவிடப் பாதுகாப்பு அதிக முக்கியத்துவம் உள்ளது". உலகம் போர் மயமானது. சமாதானக் காலங்களில் பணக்கார நாடுகளுடன் லாபகரமாக வர்த்தகம் நடத்த முடியும். ஆனால் யுத்தக் காலங்களில் ஏழை நாடுகளை விடப் பணக்கார நாடுகளின் பகை அதிக அபாயகரமானதாகிவிடக் கூடும் என்பதை ஸ்மித் ஒப்புக்கொள்கிறார். ஆரம்ப தசையில் இருக்கும் தொழில்களுக்கு இறக்குமதி வரிமூலம் சிறிது பாதுகாப்பு அளிப்பதால் அவை இன்னும் துரிதமாக வளர்ச்சி காணக்கூடும். ஆனால், அத்தகைய பாதுகாப்பு, பொருளாதார வகையில் அநுமதிக்கக் கூடிய அளவுக்குத் தான் செயல்படலாம் என்று அவர் கருதுகிறார். இறக்குமதி வரிகளை 'மெதுவாக, படிப்படியாக, மிக நீண்டகால எச்சரிக்கைக்குப் பிறகுதான் குறைக்க வேண்டும்' என்று ஸ்மித் சிபாரிசு செய்கிறார். அந்நியப் போட்டியைச் சமாளிக்க இயலாத தொழில்களில் செய்யப்பட்டிருக்கும் முதலீடுகளுக்குப் பாதுகாப்பு அளிக்கவும் தொழிலாளர் புதிய வேலைகளைத் தேடிக் கொள்வதற்கு அவகாசம் தரவுமே இதை அவர் கூறுகிறார். வர்த்தகச் சுதந்திரத்தை எதிர்ப்போரின் வாதங்களுக்குப் பிரத்தியட்ச உணர்வுடன் அவர் அளிக்கும் சலுகைகள் இவை.

ஸ்மித் கோரியபடி அரசாங்கமானது வாணிபம், தொழில், விவசாயம் ஆகியவற்றிலும், சமுதாயத்தின் மற்றப் பல அன்றாடப் பணிகளுக்கும் விலக்காக இருந்து வருமாயின் அதற்கு என்ன பணிகள் உரித்தானவை என்ற கேள்வி எழுகிறது. அதன் பொறுப்புகளின் வியாபகம் குறுகிய வரம்புக்கு உட்பட்டதாகவே இருக்கும் என்று அவர் கூறுகிறார். அந்நியத் தாக்குதல்களைச் சமாளிப்பது, நீதி பரிபாலனம் ஆகியவை மட்டுமே சர்க்காரின் மிகவும் அவசியமான பொறுப்புகளாக இருக்க வேண்டும் என்கிறார். சிலவகைப் பொதுத் தொழில்களையும், சில பொது ஸ்தாபனங்களையும் தோற்றுவித்துப் பரிபாலிப்பதில் அரசாங்கம் ஈடுபடுவதற்கு ஸ்மித் சம்மதிக்கிறார். ஆனால் அவை எந்தத் தனி நபரோ அல்லது தனிப்பட்டவர்களின் சேர்க்கையோ அமைத்துப் பரிபாலிக்கக் கூடாதவையாக இருக்க வேண்டும். அதன்மூலம் பெரிய சமுதாயத்துக்கு நிறைய நன்மை பயக்கலாம். ஆனால், அவற்றிலிருந்து கிடைக்கக் கூடிய லாபம் தனிநபர்களுக்குக் கட்டுப்படியாகாது. அவ்வாறு அரசாங்கம் மேற்கொள்ளக் கூடிய பணிகளின் பட்டியலில், நெடுஞ்சாலைகளின் பராமரிப்பு, நகரங்களுக்குத் தெருவிளக்கு வசதி, குடிநீர் வினியோகம் முதலியவற்றை அவர் சேர்த்திருக்கிறார். அயல் நாடுகளிலிருந்து தாக்குதல் வராமல் சமாதானத்தைக் காப்பது, உள்நாட்டில் அமைதியை உறுதி செய்வது ஆகிய இரண்டுக்கும் புறம்பாக வேறு எவ்வகையிலும் ராஜதந்திரியோ, அல்லது அரசியல்வாதியோ தலைநீட்ட முகாந்தரமே இல்லை என்பது ஸ்மித்தின் அபிப்பிராயம். “கூட இருந்து குழிபறிக்கும் தந்திரமான மிருகம்” என்று ராஜதந்திரியையும் அரசியல்வாதியையும் அவர் குறிப்பிடுகிறார்.

அரசாங்கம் குறுக்கிடலாகாது என்ற விதிக்கு ஸ்மித் அளித்த விலங்குகளில் ஒன்று மக்களின் பொதுக் கல்வியில் சர்க்கார் கலந்து கொள்ளலாம் என்பது. காலபக்குவம் ஏற்படாதபோது இவ்வாறு அவர் கூறியிருப்பது விசேஷமானது. பொதுக்கல்விக்குச் சாதகமாக வாதிடுகையில் அவர் கூறுகிறார்:

“மனிதனுக்குரிய மதியூகங்களை ஒழுங்காகப் பயன்படுத்தாத ஒருவன், கோழையைவிட இன்னும் கேவலமானவன்; மனித

சுபாவத்தின் மிகவும் அவசியமான தன்மை உருப்பெறாத அரைகுறைப் பிறவிதான். கீழ்நிலையிலுள்ள மக்களின் கல்வி போதனையால் அரசாங்கத்துக்கு அநுகூலமெதுவும் ஏற்படாது என்றாலும் அவர்களுடைய கல்வி கவனத்திற்கு உரியதே. அவர்கள் முற்றிலும் படிப்பற்றவர்களாக இருந்து விடலாகாது. எனினும், அவர்களுக்குக் கல்வி கிடைக்கச் செய்வதனால் அரசாங்கத்துக்கு ஏற்படக்கூடிய அநுகூலம் கொஞ்ச நஞ்சமல்ல. படிப்பு உயர உயர, வெற்று உற்சாகத்துக்கும், மூட நம்பிக்கைக்கும் அவர்கள் இரையாவது குறையும். அறியாமை மிகுதியாக உள்ள தேசங்களில்தான் மிகப் பயங்கரமான கலவரங்கள் அடிக்கடி நிகழ்கின்றன. அறியாமையில் ஆழ்ந்து மூடங்களாக இருப்பவர்களைவிடப் படித்த புத்திசாலிகளான மக்கள் அதிக நாகரிகமும் அமரிக்கையும் உள்ளவர்களாகக் காணப்பெறுகிறார்கள். அவர்கள் ஒவ்வொருவரும் தாம் மரியாதை உள்ளவர்கள், சட்ட ரீதியாகத் தமக்குமேலே இருப்பவர்களின் மரியாதையைப் பெறக்கூடியவர்கள். எனவே, அந்த மேலந்தஸ்தினரிடம் மரியாதை காண்பிக்கும் போக்கினராக இருப்பர்.... சர்க்காரின் நடத்தையைப்பற்றி மக்கள் அளிக்கக் கூடிய தீர்ப்பு சாதகமாக இருப்பதையே அதன் பந்தோபஸ்து பொருத்தமாக இருக்கும் சுதந்தர நாடுகளில், அதைப்பற்றி அவர்கள் ஆத்திரப் பட்டோ அல்லது துர்எண்ணத்துடனோ எவ்வித முடிவையும் காணாமல் இருப்பது மிக மிக முக்கியமாகிறது.''

இருநூறு ஆண்டுகள் கழிந்த பிறகுங்கூட ஆடம் ஸ்மித்தையும் அவர் ஆற்றிய பணியையும் விருப்பு வெறுப்பின்றி நடுநிலையில் இருந்து கொண்டு மதிப்பிடுவது சிக்கலான விஷயமாகத்தான் இருக்கிறது. 'நாகரிகத்தின் வரலாறு' என்ற தமது நூலில் பக்கிள் எழுதியிருப்பதாவது:-“சுயமான சிந்தனை மிகுதியாக இருப்பதையோ அல்லது நடைமுறையில் ஏற்பட்டுள்ள செல்வாக்கையோ கருத்திற் கொண்டு பார்த்தால் 'தேசங்களின் செல்வம்'தான் இதுவரை எழுதப் பெற்ற நூல்களில் மிக முக்கியமானதாக மதிக்கப்பெறும்.'' மார்க்ஸ் லெர்னர், ஸ்மித்தின் கருத்துகள் விஷயத்தில் அவ்வளவு அநுதாபம் உள்ளவர் அல்ல, எனினும், “இன்று நாம் நடத்தும் உலக வாழ்க்கையின் தோற்றம் முழுவதையும் இதுவரை வேறு எந்த நவீன நூலும் ஸ்மித்தின் புத்தகத்தைப் போல அந்த அளவுக்கு

உருவாக்கியதில்லை" என்று கூறுகிறார் மார்க்ஸ் லெர்னர். விவேகியாகிய லெர்னர் மேலும் எழுதுகிறார்:- "உலகத்தைப் பற்றி அதில் செப்பியிருந்த லாபத்தை அடையக்கூடியவர்கள்தாம் முக்கியமாக அதைப் படித்தனர். புதிதாக முன்னுக்கு வந்து கொண்டிருந்த வர்த்தகச் சமூகத்தினர் உலகின் பல்வேறு நாடுகளில் பார்லிமெண்டின் ராஜ்ய நிர்வாகக் கமிட்டிகளில் இடம் பெற்றவர்கள். கற்றறிந்தவர்களின் அகாடெமிகளின் நிர்வாகக் கமிட்டிகளில் பதவி வகித்த அறிஞர்கள் போன்றோரே அதைப் பெரிதும் விரும்பிப் படித்தனர். அவர்கள் மூலம் உலக மக்களிடையே ஸ்மித்தின் நூல் விசேஷச் செல்வாக்கு அடைந்தது. பொருளாதார அபிப்பிராயங் களையும், தேசியக் கொள்கையையும் உருவாக்கும் விஷயத்திலும் அவர்கள் மூலம் அது மகத்தான செல்வாக்குப் பெற்றிருந்தது."

இந்த இரண்டு நிபுணர்கள் கூறியிருப்பதைப் பிரசித்தி பெற்ற ஆங்கிலப் பொருளாதார சாஸ்திரி ஜே.ஏ.ஆர். மாரியாட் ஆமோதிக்கிறார். அவர் கூறுகிறார் "விஞ்ஞான ரீதியான பொருளாதார சிந்தனையையும் அரசாங்கச் செயல்களையும் ஒருங்கே கவர்ந்ததில் இந்த நூலுக்கு ஈடாக அது செல்வாக்குப் பெற்றிருந்த காலத்தில் வேறு நூல் எதுவும் ஆங்கில மொழியில் வந்ததில்லை. இனியும் அது பெருஞ்செல்வாக்குள்ளதாகவே விளங்கக்கூடும்." டபிள்யூ.ஆர்.ஸ்காட் என்ற மற்றொரு பொருளாதார நிபுணர் எழுதுகிறார்: "பொருளாதார வாழ்க்கையை அவர் மொத்தமாகவும், நிதானம் தவறாமலும் தலைசிறந்த வகையில் கண்டு தெளிந்திருக்கிறார்."

ஸ்மித்தின் நூல்களை வேத வாக்காக மதித்துத் தொழில் துறையினரும், வர்த்தகர்களும் மிதமிஞ்சிய வகையில் சர்வ சுதந்தர நடை முறைகளில் திளைத்தார்கள். இதற்காக ஸ்மித்தைத்தான் குறை கூறவேண்டும் என்று முற்போக்காளரும், தீவிரவாதிகளான சிந்தனையாளரும் கருதுகின்றனர். தொழிலாளி, விவசாயி, பண்டங்களை வாங்கி உபயோகிக்கும் பொதுமக்கள், மொத்தத்தில் சமுதாயம் ஆகியவற்றுக்குப் பாதுகாப்புக் கிடைப்பதற்காக அவர் வெளியிட்ட கோட்பாடுகளை, வகை தொகையில்லாத சுயநலமிகள் தமக்கு ஏற்றவாறு திரித்துக் கூறி, சர்க்காரின் எவ்விதமான

கட்டுப்பாடோ அல்லது குறுக்கீடோ இல்லாமல், வரம்பின்றி நடந்து கொள்வதற்கு தமக்கு அவை முழு உரிமை அளிப்பதாகவே கருதலாயினர்.

'முட்டை முதலா', 'கோழி முதலா' என்ற பழைய சர்ச்சை இன்னும் இருந்து வருகிறது. ஸ்மித் ஒரு வார்த்தைகூட எழுதாமல் இருந்திருந்தால், அவர் வற்புறுத்திக் கூறிய கோட்பாடுகளின் அடிப்படையில் வாணிகமும், தொழிலும் வளர்ச்சி கண்டிருக்கக் கூடுமா? 'தேசங்களின் செல்வம்' வெளியானதைத் தொடர்ந்து, விரிவான மாறுதல்கள் ஏற்பட்டதைப் பார்த்தால் புதிய இயக்கத்துக்கு ஒரு தத்துவத்தையும், திட்டத்தையும் அது உருவாக்கிக் கொடுத்ததாகக் கருதலாமா? உண்மையானது இவ்விரண்டு நிலைகளுக்கும் மையத்தில் இருக்கக் கூடும்.

ஆடம் ஸ்மித் சரியான தருணத்தில் பிறந்தார். வரலாற்றின் இரண்டு சகாப்தங்களின் இடையே தோன்றினார். புதிய முற்போக்கான பொருளாதார சித்தாந்தத்தை உருவாக்கி விளக்கினார். அதைக் கேட்டு, மனத்தில் வாங்கிக் கொண்டு, ஒரு பெரிய பொருளாதார மாறுதலை அவருடைய உபதேசங்கள் தோற்றுவித்தன. தொழில்துறைப் புரட்சி வளர்ச்சி கண்டு வருகையில், ஸ்மித்தின் கோட்பாடுகள் உண்மையானவை, செல்லத் தக்கவை என்று பிரிட்டிஷ் வர்த்தக சமூகத்தினர் கண்டு கொண்டனர். வாணிக வளர்ச்சிக்கு நிர்ப்பந்தங்களும், தனியுரிமைகளும் அவசியமென்று கருதப்பட்டு வந்த பழைய கோட்பாடுகளைக் கைவிட்டனர். உலகிலேயே செல்வம் கொழிக்கும் நாடுகளில் முதன்மையானது என்ற நிலைக்கு, பத்தொன்பதாவது நூற்றாண்டில் பிரிட்டனை வளப்படுத்தினர். வாணிகம் பிரதானமாக இருந்து வந்த பிற நாடுகளிலும் ஸ்மித்தின் கருத்துக்கள் செல்வாக்குடன் விளங்கின. 'நவீனப் பொருளாதாரத்தின் பிதா' என்ற விருது ஆடம் ஸ்மித்துக்கு முற்றும் பொருத்தமானது என்பதை எவரும் மறுக்க மாட்டார்.

✦✦✦

IV

மிதமிஞ்சிய மக்கள் தாமஸ் மால்துஸ் ஜனத்தொகைக் கோட்பாடு : ஒரு கட்டுரை

18ஆம் நூற்றாண்டின் பிற்பகுதியில் லட்சிய உலகக் கனவு காண்பிப்பது பலருக்குப் பிடித்தமான பொழுதுபோக்கா யிருந்தது. அமெரிக்க பிரெஞ்சுப் புரட்சி இயக்கங்கள், லட்சியக் கண்ணோட்டமுள்ளவை. அதனால் ஊக்கம் பெற்ற சில கற்பனைச் சிற்பிகள் மனிதன் உயர்நிலைச் சிறப்பு எய்தி உலகிலேயே ஒரு சுவர்க்கத்தைப் படைத்துவிடக் கூடிய வாய்ப்பு அநேகமாகக் கிட்டிவிட்டது என்று கருதினர்.

இங்கிலாந்தில் வில்லியம் காட்வின், பிரான்ஸில் கண்டார்ஸே பிரபு ஆகியோர் இம்மாதிரி கனவு கண்டவர்களில் அதிகச் செல்வாக்குப் பெற்றிருந்தனர். பக்தி சிரத்தையுடன் தம்மைப் பின்பற்றிய பொதுமக்களுக்குப் புத்துலக அபிலாஷைகளையும், ஆதர்சங்களையும் அவர்கள் காண்பித்து வந்தனர். 'அரசியல் நீதி' (Political Justice) என்ற நூலில் காட்வின் வெளியிட்டுள்ள கருத்துக்களிலிருந்து, அவர் நம்பிக்கை மிகுதியில் ஆழ்ந்திருந்தவர் என்பது புலப்படும். வாழ்க்கையானது எப்பொழுதுமே நிறைவு கொண்டதாக இருக்கக்கூடிய காலம் வரப்போகிறது என்று அவர் நம்பினார். அந்த நினைவு காரணமாகத் தூக்கமே தேவைப்படாது; மரணமே நேரிடாது; புத்தி வளர்ச்சியடைவது காரணமாகத் திருமணத்துக்குக் கூட அவசியம் இராது. சுருங்கச் சொன்னால், மனிதர்கள் தேவர்களாகி விடுவர் என்று அவர் நம்பினார். அவர் உற்சாக மிகுதியில் மேலும் கூறினார்: "ஆரோக்கியம், தீர்க்க ஆயுள் ஆகியவற்றுக்கு ஏற்பப் பிற அபிவிருத்திகளும் ஏற்படும் என்று எதிர்பார்க்கலாம். யுத்தமேவராது. குற்றங்களே இழைக்கப் படமாட்டா. நீதி பரிபாலனம் தேவைப்படாது. சர்க்கார் என்பதே இராது. மேலும் நோயோ, துயரமோ, மிடிமையோ, கோபதாபமோ

இருக்கமாட்டா. ஒவ்வொரு மனிதனும் மங்காத ஆர்வத்துடன் எல்லோருடைய நன்மையையும் நாடி உழைப்பான்."

மக்கள் எண்ணிக்கை மிதமிஞ்சிப்போய், போதிய உணவு கிடைக்காமற் போய்விடுமோ என்ற பயத்தை அகற்றும் வகையில் காட்வின் எழுதினார்: "ஆயிரமாயிரம் நூற்றாண்டுகளுக்கு ஜனத்தொகை வளர்ந்துகொண்டே போனாலும், பூமியில் வசிக்கும் எல்லா மக்களும் உயிர் வாழ்வதற்குப் போதுமான அகராதிகள் விளைந்து கொண்டே இருக்கும்." இறுதியாக ஆண் பெண் பாசம் தணிந்துவிடுமென்று அவர் நினைத்தார். ஜனத்தொகை பெரிய விகிதத்தில் வளர்ச்சி காணாமலேயே ஆண், பெண் காமம் திருப்தி அடையக்கூடும் என்று கருதினார் கண்டார்ஸே.

இந்த அழகான கற்பனைக் குமிழிகள் சிதைப்போரை ஈர்த்தன. சமயத் துறையில் பணியாற்றி வந்த தாமஸ் ராபர்ட் மால்துஸ் என்ற இளைஞர் மரியாதைக் குறைவாக இவற்றைக் குத்திக் கலைக்கும் ஊசியாகத் தோன்றினார். அவருக்கு வயது 32. கேம்பிரிட்ஜில் இயேசு காலேஜில் பணியாற்றி வந்தார். 'ஜனத்தொகைக் கோட்பாடு' பற்றி ஒரு கட்டுரை என்பது, லட்சியவாத சமுதாயக் கனவு கண்டவர்களுக்கு அவர் அளித்த பதில். அது 1798இல் பிரசுரமாயிற்று. பொருளாதாரப் பேரிலக்கியங்களில் ஒன்றாக அது மதிக்கப் பெறலாயிற்று.

ஆடம் ஸ்மித், பெயின் இவர்களின் காலத்தவர் மால்துஸ். ஆனால், இவர்களைவிட வயதில் மிக இளையவர். அவருடைய தந்தை டேனியல் மால்துஸ். நாட்டுப்புறத்தில் வாழ்ந்து வந்த சுகஜீவி. ரூஸ்ஸோவின் நண்பர். அவரது ஆஸ்தியைப் பரிபாலித்து வந்தவர். காட்வினை உற்சாகத்துடன் போற்றியவர்களில் அவரும் ஒருவர். தாமஸ் டேனியலின் இரண்டாவது புதல்வர். இருவரும் சர்ச்சை செய்வதில் ஆர்வம் மிக்கவர்கள். லட்சிய உலகக் கருத்துகளைத் தாமஸ் தாக்கிப் பேசுவார். டேனியல் ஆதரித்து நிற்பார். தந்தை வற்புறுத்தவே தம் கருத்துகளைத் தாமஸ் எழுத்தில் வடித்தார். அதன் விளைவுதான் புகழ் பெற்ற இக்கட்டுரை. மனித வர்க்கத்தின் சிந்தனையையும், செயலையும் சென்ற 156 ஆண்டுகளில் இது தீவிரமாகப் பாதித்து வந்துள்ளது. வேறு எக்காலத்திலும்

இல்லாத அளவுக்கு இப்போது இதன் செல்வாக்கு மிக வியாபகமாகக் காணப்படுகிறது. 22 ஆண்டுகளுக்கு முன்னர் ஆடம்ஸ்மித் தாம் நடத்திய விசாரணையில் செல்வத்தின் தன்மையையும் காரணங் களையும் விவரித்தார். அதற்குத் துணையாக இருக்கும் வகையில் வறுமையின் தன்மையையும், காரணங்களையும் துருவித் துருவி ஆராய்ந்து, தமது நூலை இயற்றினார் மால்துஸ். மால்துஸின் கட்டுரை முதலில் 50,000 சொற்களே கொண்ட ஒரு சிறிய பிரசுரமாக வெளிவந்தது. நூலாசிரியரின் பெயரை அதில் குறிப்பிடவில்லை.

சமூகத்தின் எதிர்காலச் சீர்திருத்தத்தை ஜனத்தொகைப் பெருக்கம் எவ்வாறு பாதிக்கும் என்பதன் கோட்பாடுபற்றி ஒரு கட்டுரை: காட்வின், கண்டார்ஸே ஆகியோரும் மற்றச் சிந்தனையாளரும் அளித்துள்ள விஷயங்களைப் பற்றிய கருத்துரைகள் சேர்ந்தது, என்பது இந்த நூலின் முழுப்பெயர். முதல் பதிப்பில் மிகக் குறைந்த பிரதிகளையே வெளியிட்டிருக்க வேண்டும். அது கிடைப்பது இப்போது மிக அரிதாகி விட்டது. “அது திடீரெனக் கருத்து உதயமாகி எழுதப் பெற்ற நூல். நாட்டுப்புறத்தில் இருக்கையில் கிடைக்கக் கூடிய சொற்ப ஆதாரங்களைக் கொண்டு உருவாக்கப்பட்டது” என்று மால்துஸ் அதைப்பற்றிப் பின்னர் எழுதியிருக்கிறார். அவரது கட்டுரையில் செப்பியுள்ள விஷயம் புதிதன்று; பெஞ்சமின் பிராங்கிளின் உட்பட ஜனத்தொகைப் பெருக்கத்தைப் பற்றி 18ஆம் நூற்றாண்டில் பலர் விவாதித்துள்ளனர். ஆனால், மால்துஸைப் போல வேறு யாரும் அவ்வளவு ஆர்வத்துடன், தெளிந்த அறிவுடன், அவ்வளவு விறுவிறுப்புடன் எழுதியதில்லை.

முதலிலேயே இரண்டு ஆதார அடிப்படைகளை மால்துஸ் எடுத்துக் கூறுகிறார்:

“முதலாவதாக மனிதன் பிழைத்திருப்பதற்கு உணவு அவசியம். இரண்டாவதாக ஆண்-பெண் பாலாரிடையே காம உணர்ச்சி அவசியமானது. ஏறக்குறைய இப்போது போலவே அது நீடித்து இருந்து வரும்.”

உணவில்லாமல் மனிதரால் இறுதியாக வாழமுடியும் என்று லட்சிய உலகக் கற்பனையாளர் கூட நினைத்ததில்லை. மால்துஸ் கூறுகிறார்:

"காலப்போக்கில் ஆண்-பெண் பாலாரிடையே உள்ள காமம் அடங்கி அற்றுப் போய்விடும் என்று ஸ்ரீகாட்வின் ஊகிக்கிறார்..... காட்டுமிராண்டி நிலையிலிருந்து மனிதன் வெகுதூரம் ஏற்றம் கண்டு வளர்ந்துவிட்டான். இதைக் கருத்தில் கொண்டுதான் அவன் முதன்மையான லட்சிய புருஷன் ஆகி விடுவான் என்று சிறப்பாக வாதிக்கப்படுகிறது... ஆனால் ஆண், பெண் காமம் அடங்கி விடும் என்பதற்கு இதுவரையில் சாதகமாகச் சொல்லக்கூடிய அபிவிருத்தி எதுவும் ஏற்படக் காணோம். இரண்டாயிரம், அல்லது நாலாயிரம் ஆண்டுகளுக்கு முன் இருந்த அதே வேகத்தில்தான் இன்றும் அது இருப்பதாகத் தோன்றுகிறது."

தம் அடிப்படைகள் மறுதளிக்கக் கூடாதவை என்று நினைத்துக் கொண்டு பிரசித்தி பெற்ற தமது கோட்பாட்டை மால்துஸ் நிர்ணயித்துச் சொல்லுகிறார்:

"...மனிதனது ஜீவனத்துக்கு வேண்டியதை விளைவிப்பதற்குப் பூமிக்கு உள்ள சக்தியை விட, பெருகிக் கொண்டே போவதற்கு ஜனசமூகத்திற்கு உள்ள சக்தி அதிகமானது. கட்டு திட்டம் செய்யப்படாத ஜனத்தொகை ஜியோமிதி விகிதத்தில் (Geometric Ratio) அதிகரித்துக் கொண்டே போகிறது. ஆனால் ஜீவனத்துக்கான வசதி சாதாரண கணித ரீதியில் (Arithmetic Ratio) தான் அதிகரிக்கிறது. பிந்தியதைவிட முந்தியதன் சக்தி எவ்வளவு பிரமாதமானது என்பதைப் புள்ளி விவரங்களைச் சிறிது அறிந்தவரும் உணருவர்."

இந்தக் கோட்பாட்டை மேலும் விளக்கிப் புதிய ஆதாரங்களையும் மால்துஸ் வழங்குகிறார்:

"உயிரினங்கள், தாவர வர்க்கங்கள் ஆகியவை மூலம் இயற்கையானது வாழ்வின் வித்தைத் தாராளமாக மிகப் பரவலாகத் தெளிந்திருக்கின்றது. ஆனால் அதை வளர்ப்பதற்கு வேண்டிய இடம் போதாது; தேவைப்படும் ஊட்டமும் குறைவாகவே இருக்கிறது. இந்த மகத்தான நிர்ப்பந்த நியதியின் காரணமாகத் தாவர இனமும், உயிரினமும் சுருங்கி விடுகின்றன. மனித வர்க்கமும், என்ன முயற்சி செய்து பார்த்தாலும் அதனின்று தப்ப முடியாது. தாவரங்கள் விஷயத்தில் வித்து நஷ்டமாகிறது; மிருகங்கள் நோய்

வாய்ப்பட்டு அகால மரணமடைகின்றன. மனித வர்க்கம் நியதியின் கீழ் வறுமையிலும் கெட்ட நடத்தையிலும் ஆழ்ந்து விடுகிறது."

இந்த உண்மைகள் பிரத்தியட்சபூர்வமானவை; அசைக்க முடியாதவை. எனவே, மனித சமூகம் லட்சியச் சீர்மையை அடைய முடியாதபடி, சமாளிக்க இயலாத சிரமங்களை அவை உண்டு பண்ணுகின்றன. இயற்கையின் நியதிகளால் ஏற்படும் நிர்ப்பந்தத்தை எந்தச் சீர்திருத்தத்தின் மூலமாகவும் அகற்ற முடியாது. "அவை சமூகம் தொடர்ந்து நல்வாழ்வு நடத்துவதைத் தடைசெய்யும் முட்டுக்கட்டைகள். சமூகத்திலுள்ள எல்லோரும் சிரமமின்றிச் சந்தோஷத்துடன் போதிய ஓய்வுடன் கூடத் தமக்கும் தம் குடும்பங்களுக்கும் வேண்டிய பிழைப்புக்கான வசதிகளைச் செய்து தருவதை அவை தடை செய்கின்றன."

தமது ஜியோமிதி விகிதம் எவ்வாறு செயல்படுகின்றது என்பதற்கு அமெரிக்காவின் ஜனத்தொகைப் பெருக்கத்தை எடுத்துக் கொண்டு மால்துஸ் விளக்கம் தருகிறார்: அங்கே ஜீவன வசதிகள் பிற தேசங்களை விட அதிகமாக உண்டு. ஜனங்களின் பழக்க வழக்கங்கள் அதிகத் தூய்மை வாய்ந்தவை. எனவே, சிறுவயதிலேயே திருமணங்கள் நடைபெறுவதற்குத் தடைகள் குறைவு. எனினும், வெளிநாடுகளிலிருந்து வந்து குடியேறியவர்களை நீக்கிக் கணக்கிட்டால், 25 ஆண்டுகளில் ஜனத்தொகை இரட்டித்திருப்பது தெரியும் என்கிறார் மால்துஸ். இதிலிருந்து சில முடிவுகளை அவர் காண்கிறார். நிர்ப்பந்தங்களும் தடைமுறைச் சாம்யங்களும் இல்லாத நிலவரத்தில் இயற்கையானது வரம்பின்றிச் செயலாற்றுகையில், எந்தத் தேசத்திலும் அபிவிருத்தி விகிதம் பெருகுவது காரணமாக ஒவ்வொரு தலைமுறையிலும் ஜனத்தொகை இரட்டித்துக் கொண்டே போகும் என்று அவர் அநுமானிக்கிறார். இந்த விதியில் உள்ள குறைகளை அடிக்கடி விமரிசகர்கள் எடுத்துக் காட்டியிருக்கிறார்கள். அவர் எந்தக் காலத்தைக் குறித்துக் காட்டி, நிலைமையை மதிப்பிட்டாரோ, அதே மாதிரிதான் அமெரிக்காவின் சரித்திரத்திலோ, அல்லது வேறு எந்தத் தேசத்தின் சரித்திரத்திலோ எக்காலத்திலும் நிகழும் என்பது அவர்களுடைய கருத்து.

இயற்கையான ஜனத்தொகை வளர்ச்சியைப் பற்றி தமது மதிப்பீட்டு முறையை இங்கிலாந்தின் நிலவரத்தைக் கொண்டு மால்துஸ் பார்க்கிறார். அங்கே ஒவ்வோர் 25 ஆண்டுகளிலும் ஜனத்தொகை இரட்டிக்கக் கூடும் என்று புலனாகிறது. ஜீவனோ பாயத்தைப் பற்றிய பிரச்னையைப் பார்க்கிறார். அவர் காணும் முடிவு இதுதான்:

"சிறந்த கொள்கையை நடத்தி வைத்து, புதிதாக நிறைய நிலத்தைச் சாகுபடிக்குக் கொணர்ந்து, பயிர்த் தொழிலுக்கு விசேஷ ஊக்கம் அளிப்பதன்மூலம் முதல் 25 ஆண்டுகளில் இந்தத் தீவின் விளைச்சலை இரட்டிப்பாக்க இயலும்."

ஆனால், அடுத்த தலைமுறையில் தொந்தரவு தொடங்கி வளர்ந்து கொண்டே செல்லும். மீண்டும் ஜனத்தொகை அத்தலைமுறையில் இரட்டிக்கும். அதாவது, 50 வருஷ காலத்தில் அது நான்கு மடங்காகி விடும். "விளைச்சலை நான்கு மடங்காக்க முடியும் என்று கருதுவதும் அசாத்தியம்." மிகச் சிறப்பாகப் பணியாற்றினாலுங்கூட முதலில் இருந்ததைப் போல மும்மடங்கு தான் உணவு சப்ளையானது பெருகக் கூடும். மால்துஸின் கணக்கீட்டு முறையை எண்களைக் கொண்டு பின்வருமாறு விளக்கலாம்: ஜனத்தொகையானது 1, 2, 4, 8, 16, 32, 64 என்ற வேகத்தில் பெருகும். அதே சமயத்தில் ஜீவனோபாயமானது 1, 2, 3, 4, 5, 6, 7 என்ற விகிதத்தில்தான் கூடுதலாகும்.

ஜனத்தொகைப் பெருக்கின்மீது இடைவிடாத நிர்ப்பந்தங்கள் இருந்தாக வேண்டும் என்பது மால்துஸ் வாதத்தின்படி நியாயமான விளைவாகக் கருதப்படும். எல்லாவற்றையும் விட மிகத் தீவிரமான தடையம்சம் உணவு பற்றாக்குறையாக இருப்பதுதான். உடனடியான தடைகளை அவர் இரண்டு கூறுகளாகப் பிரிக்கிறார். அருவருப்பான பணிகள், கடினமான உழைப்பு, மோசமான வறுமை, நோய்கள், குழந்தைகளுக்குப் பராமரிப்பு இன்மை, நகரங்களின் தோற்றுவாய், பிளேக், பஞ்சம் முதலியவை 'உருப்படியான' தடைகள் என்றும், தார்மிக நியதிகளும் கெட்ட நடத்தையும், 'நேர்முக'த் தடைவகைகள் என்றும் அவர் கருதுகிறார்.

இந்தக் கருத்தையொட்டி, மால்துஸ் சில தவிர்க்க முடியாத, பிரத்தியட்ச முடிவுகளுக்கு வருகிறார். மனிதர்கள் சாத்தியமான அதிகபட்ச சந்தோஷத்தை அநுபவிக்க வேண்டுமாயின், குடும்பத்தை ரட்சிப்பதற்கு வேண்டிய வசதிகள் தம்மிடம் இருந்தாலொழியக் குடும்ப விருத்திப் பொறுப்புகளையே ஏற்கலாகாது என்பது அவர் கண்ட ஒரு முடிவு. அதாவது, குடும்பத்தை வைத்துக் காப்பாற்றப் போதிய வசதி இல்லாதவர்கள் புலனடங்கிக் கிடக்க வேண்டும். தவிர, தம்மால் ஆதரிக்க இயலாத் அளவில் குழந்தைகளைத் தொழிலாள வர்க்கத்தினர் பெறுவதற்கு, 'ஏழைகளின் கஷ்ட நிவாரணச் சட்டம்' போன்றவை மூலம் ஆக்கம் தரும் அரசாங்கக் கொள்கை தவிர்க்கப்படவேண்டும்.

"தன் பெற்றோரிடமிருந்து, ஜீவனோபாயத்தை நியாயமான வகையில் பெறுவதற்கு உரிமையுள்ள ஒருவனுக்கு அது கிடைக்காமற் போய், அவனது உழைப்பானது சமூகத்துக்குத் தேவைப்படாத நிலைமையில், உணவில் சின்னஞ்சிறு பங்கைக் கூடக் கேட்பதற்கான உரிமையை அவன் இழந்து விடுகிறான். அதாவது, ஏற்கனவே சிரம நிலையில் இருந்து வரும் ஓர் உலகில் அவனும் பிறந்து வாழ்ந்தாக வேண்டியதற்குக் காரணம் இல்லை."

பெயினின் மனித உரிமைகளுக்குப் பதிலளிக்கும் வகையில் இது எழுதப்பட்டது.

சர்க்காரோ, தனிப்பட்டவர்களோ, தான-தருமம் செய்வது விரும்பத்தக்கது அல்ல. கிடைக்கக்கூடிய உணவின் அளவை அதிகப்படுத்தாமல் அது ஏழைகளுக்குப் பணம் கிடைக்கச் செய்கிறது. அதன் விளைவாக விலைவாசிகள் கூடுதலாகின்றன. பற்றாக்குறை சிருஷ்டிக்கப்படுகிறது. மேலும் ஜாகைகளைக் கட்டித் தரும் புதுத் திட்டங்களும் ஆட்சேபகரமானவையே. சிறுவயதிலேயே திருமணம் செய்து கொள்வதற்கு அவை ஊக்கமளித்து, ஜனத்தொகை வேகமாக அதிகரிப்பதற்குக் காரணமாகின்றன. உயர்ந்த ஊதியங்களும் அதேமாதிரி பெருங்கேடு விளைவிக்கக் கூடியவை. இந்தக் கவலை தரும் சங்கடத்தினின்று விடுபட வேண்டுமாயின், திருமணத்தைத் தாமதப்படுத்த வேண்டும். தார்மிக நியதியை, அதாவது பிரம்மசரியத்தைக் கடைப்பிடிக்க வேண்டும்.

சமுதாயத்தை மேம்படுத்தி, சிரமத்தைக் குறைக்கும் எந்தத் திட்டமும், தான் அகற்ற விரும்பும் சீர்கேடுகளை அதிகப்படுத்தும் விளைவுகளைத்தான் தோற்றுவிக்கக்கூடியது என்று கருதுகிறார் மால்துஸ். திருச்சபையைச் சேர்ந்த இந்த இளைஞர் இவ்வளவு கல்நெஞ்சினராக, சமுதாய விரோத மனப்பான்மையினராகத் தோற்றமளித்தார். இதன் விளைவாகத் தம் தலைமுறையினர் மட்டுமின்றிப் பின்வந்த தலைமுறையினரும், ஜீவகாருண்ய அடிப்படையில் இவரை எதிர்க்க நேர்ந்தது. ஆனால் மால்துஸ் காலத்திலிருந்த தனவந்தர்களும் ஆளும் வர்க்கத்தினரும் அவருடைய சித்தாந்தங்களை உற்சாகத்துடன் வரவேற்றனர். மக்களிடையே காணப்பட்ட பெருவாரியான வறுமைக்கும், சமுதாயச் சிக்கல்களுக்கும் காரணம், இளவயதுத் திருமணமும் நிறை குழந்தைகள் பிறப்பதுமே என்று கூற முடிந்தது. செல்வத்தின் விநியோகம் சீராக இல்லாதது காரணமல்ல என்று வாதிப்பது சாத்தியமாயிற்று. அரசாங்கம் மேற்கொள்ளும் கஷ்ட நிவாரண வேலைத்திட்டங்கள் விஷயத்தில் மால்துஸ் கொண்டிருந்த மனப்பான்மைக்கு அவரது நூலில் உள்ள பின்வரும் பகுதி, போதிய உதாரணமாகும் :

"இங்கிலாந்தில் உள்ள ஏழைகளின் கஷ்ட நிவாரணச் சட்டங்கள், இரண்டு வகைகளில், ஏழைகளின் பொதுப்படையான நிலைமையை மேலும் மோசமாக்குகின்றன. ஜனத்தொகை பெருகும் போக்கு எடுப்பாகக் காணப்பெறுகிறது. அதைக் காப்பாற்றுவதற்கு வேண்டிய அதிக உணவை விளைவிக்காமலேயே இது நடைபெறுகிறது. சுதந்தரமாக இருந்து குடும்பத்தை ஆதரிப்பதற்கு வாய்ப்பில்லாத ஏழை, கல்யாணம் செய்து கொள்வதற்கு ஊக்கம் அளிக்கிறது. எனவே, தாங்கள் காப்பாற்றும் ஏழைகளை ஒருவகையில் அரசாங்கத்தினரே தோற்றுவிப்பவர்களாகின்றனர். ஜனத்தொகை பெருகுவதன் விளைவாக ஜீவனோபாய வசதிகளை ஒவ்வொருவனும் முன்னை விடக் குறைந்த அளவிலேயே பெற முடிகின்றது. திருச்சபையின் உதவி இல்லாமல், இருப்போரின் உழைப்பைக் கொண்டு வாங்கக் கூடிய பண்டங்கள் அளவில் குறைந்து கொண்டே வருகின்றன. எனவே, வரவர அதிகமான எண்ணிக்கையில் பொதுஜன ஆதரவை நாடும்படி நேரிடும். தவிர,

உழைப்பு விடுதிகளில் இடம் பெறுவோர் சமூகத்தின் மிகச் சிறந்த பகுதியினர் என்று கருதுவதற்கு இல்லை. அவர்கள் உட்கொள்ளும் வாழ்க்கைச் சாதனங்களின் காரணமாகச் சமூகத்தில் அதிகத் தகுதியுள்ளவர்களுக்கு மற்றப்படி கிடைத்திருக்கக் கூடிய பங்கானது குறைந்து விடுகிறது. இவ்வாறாகப் பிறரை நம்பிக் காலந்தள்ள வேண்டிய நிலைமையில் இருப்போரின் எண்ணிக்கை பெருகிக் கொண்டே போகிறது.”

கட்டுரையின் இறுதியில் தம் தேற்றங்களை மால்துஸ் சுருக்கமாக எடுத்துரைக்கிறார்:

“மற்றச் சந்தர்ப்பங்கள் ஒரே மாதிரியானவை என்று வைத்துக் கொண்டு பார்ப்போம். மனிதத் தேவைக்கு வேண்டிய உணவு எந்த அளவு, உற்பத்தியின் மூலமோ அல்லது வேறு வகையிலோ கிடைக்கிறது என்பதைப் பொறுத்துத்தான் அதன் ஜனத்தொகை அளவு இருக்கும். இந்த உணவு எவ்வளவு தாராளமாக விநியோகிக்கப்படுகிறது அல்லது ஒரு நாளைய உழைப்புக்கு எவ்வளவு உணவு கிடைக்கிறது என்பதையே அந்நாட்டு மக்களின் மகிழ்ச்சி பொறுத்திருக்கும். மேய்ச்சல் நிலம் மிகுதியாக உள்ள நாடுகளைவிட உணவுத் தானியங்களை விளைவிக்கும் நாடுகளில்தான் ஜனத்தொகை அதிகமாக இருக்கும். அரிசி சாப்பிடுவோர் உள்ள நாடுகளில் ஜனத்தொகை பிற தானியங்களை உட்கொள்ளும் நாடுகளில் உள்ளதை விட அதிகமாயிருக்கும். ஆனால் ஒரு நாட்டின் சந்தோஷமானது அதில் நிறையப் பேர் வாழ்கிறார்களா? அல்லது கொஞ்சம் பேர் வாழ்கிறார்களா என்பதையோ, அவற்றின் வறுமையையோ செல்வத்தையோ மக்கள் இளைஞர்களா அல்லது வயதானவர்களா என்பதையோ பொறுத்ததாக இராது. மகிழ்ச்சியானது, கிடைக்கக் கூடிய உணவுக்கும் ஜனத்தொகைக்கும் உள்ள விகிதாசாரத்தையே பொறுத்திருக்கும்.

மால்துஸின் கட்டுரை வெளிவந்ததும் கண்டனப் புயல் எழுந்தது. இரு வகையினர் ஆட்சேபித்தனர். வசைமாரி பொழிந்தனர். சமயத் துறையினரான பழமை விரும்பிகளும் சமூகப் பிரச்னைகளில் தீவிரவாதிகளாக இருந்தவர்களும் அதைத் தாக்கலாயினர். முப்பது வருஷகாலம் மறுப்புரைகள் மழைபோலப் பொழிந்தவண்ணம்

இருந்தன என்று மால்துஸின் வாழ்க்கை வரலாற்றை எழுதியுள்ள போனார் கூறுகிறார். அக்காலத்தில் மால்துஸைப் போல வசைமொழிக்கு உள்ளான வேறு எவருமே இல்லையென்று கூறலாம். “வைசூரி, அடிமைத்தனம், குழந்தைகளின் கொலை ஆகியவற்றிற்கு ஆதரவு தந்தவர்; கஞ்சித் தொட்டி, இளமையில் கலியாணம், பாரிஷ் உதவிகள் ஆகியவற்றைக் கண்டித்தவர்; குடும்ப வாழ்க்கை நடத்துவதன் தீமைகளை உபதேசித்த பிறகு தாமே மணம் செய்து கொண்ட திமிர் பிடித்தவர்; உலகம் மிக மோசமாக ஆளப்பட்டு வந்ததால் மிகச் சிறந்த பணிகளும் அதிகபட்சத் தீமையையே விளைவிக்கின்றன என்று நினைத்தவர்; சுருங்கச் சொன்னால் வாழ்க்கையிலிருந்து வளத்தையெல்லாம் விரட்டிவிடும் தன்மையுள்ளவர்” என்று அவரை நிந்தித்தார்கள்.

மால்துஸ் சித்தாந்தம் முழுவதையுமே சில விமரிசகர்கள் அல்ப விஷயமென வாதித்துப் புறக்கணித்தனர். “நோவாவின் வம்சாவளியைப் பார்த்துப் படித்த பிறகு, உலகம் உருண்டை என்று தெரிந்து கொண்ட பிறகு புதிதாகக் கண்டுபிடிப்பதற்கு என்ன இருக்கிறது என்று தெரியவில்லை” என்று எழுதினார் ஹாஸ்லிட். “பெரிய அளவில்மிடிமையும் ஒழுக்கக் குறையும் காணப்பெறுவதற்கு வறுமையே மூலகாரணம். கிடைக்கக்கூடிய உணவு எவ்வளவு பேருக்குப் போதுமோ, அதைவிட அதிகமான பேர் இருந்தாலும், மூளையைவிடத் தலைகளின் எண்ணிக்கை அதிகமாக இருந்தாலும், மிகக்கொடிய வறுமை இருக்கத்தான் செய்யும் என்று நமக்கு உபதேசிப்பதற்கு ஒரு தனிப் புத்தகமா தேவை?” என்பது கோல்ரிட்ஜின் கருத்து. மற்ற விமரிசகர்களும் மிகக் கசப்பாகவே எழுதினர்.

இங்கிலாந்தில் சோஷலிசம் தலைதூக்கிய காலத்தில் தலைவராக இருந்த வில்லியம் தாம்ஸன் எழுதினார்:

“ஜனத்தொகைக் கட்டுப்பாட்டின் மூலமும், உருளைக் கிழங்கைச் சாப்பிடாமல் இருப்பதன்மூலமும் இன்ப வாழ்வைத் தாமே உருவாக்கிக் கொள்ள முடியும் என்ற பகட்டான புளுகை மனித சமூகத்தில் உள்ள மிகப் பெருபாலோர் மீது திணித்துப் புண்ணில் கோலிட வேண்டாம். உருளைக் கிழங்கு இல்லாமல்,

விவேகமற்ற வம்ச விருத்தியன்றி, ஜீவயாத்திரை நடத்த இயலாதபடி, தார்மிக வகையிலும், வசதி விஷயங்களிலும் அவர்களை ஆழ்த்திய மூலகாரணங்கள் அப்படியே விட்டு வைக்கப்படுகின்றன.

கடுமையான சொல்லம்பு விடுத்த மற்றொருவர் வில்லியம் காபெட் : "ஏழைகளின் கஷ்ட நிவாரண வரி எடுபட வேண்டும் என்று கோரும் மால்துஸும் அவருடைய அருவருப்பான புத்தியில்லாத சீடர்களுமாகச் சேர்ந்து ஏழைகள் திருமணம் செய்து கொள்வதை எவ்வாறு தடுக்க முடியும்? நாட்டின் பாதுகாப்புக்காக வாளேந்தும்படியும் பிராண அபாயத்துக்கு உள்ளாகும் படியும், உழைப்பாளியை அழைக்கின்ற இந்தக் கர்வம் பிடித்த கூட்டம் அவனை நேருக்கு நேர் நோக்கி எப்படி இதைச் சொல்ல முடியும்?" என்கிறார் காபெட்

மால்துஸிற்குப் பார்ஸன் (பாரிஷ் தலைவன்) என்ற கேலிப்பெயரை வைத்து அழைத்தவர் காபெட். ஓர் இளம் விவசாயியுடன் காபெட் உரையாடுகிறார்.

"இறுதியாக எவ்வளவு குழந்தைகள் இருக்க வேண்டுமென்று முடிவு செய்திருக்கிறாய்?"

"எவ்வளவானாலும் பரவாயில்லை. சாப்பாட்டிற்கு வழி செய்யாமல் கடவுள் எக்காலத்திலும் குழந்தைகளைப் பிறப்பிப்ப தில்லை. மரம் வைத்தவன் தண்ணீர் வார்ப்பான்."

"பார்ஸன் மால்துஸைப்பற்றி நீ ஒருபொழுதும் கேள்விப் பட்டதில்லையா?"

"இல்லை, ஐயா."

"நீ சொல்வது காதில் விழுந்தால் அவர் எரிந்து விழுவார். ஏழை மக்கள் இளவயதில் கல்யாணம் செய்து கொள்வதையும், இவ்வளவு நிறையக் குழந்தைகளைப் பெறுவதையும் தடுப்பதற்காக அவர் சட்டம் இயற்ற விரும்புகிறார்."

"அவன் ஒரு மிருகன் போலும்" என்கிறாள் அவனுடைய மனைவி.

நான் கேலி செய்கிறேனென்று நினைத்துக் கணவன் நகைக்கிறான்.

"மால்துஸின் சித்தாந்தம் ஆண்டவனின் தயாள பிரக்ருதிக்கு முரணானது" என்று ஆரம்பத்தில் அடிக்கடி ஓர் ஆட்சேபம் கிளம்பியது. மத விரோதமான நூல் ஒன்றை வெளியிட்டதாக மால்துஸ் மீது குற்றஞ்சாட்டினார்கள். திருச்சபையைச் சேர்ந்த ஓர் அதிகாரியை அவதூறு செய்யும் வகையில் இக்குற்றச்சாட்டு காணப்பட்டது. இம்மாதிரி குறை கூறினார்கள் என்ற காரணத்தால் இரண்டாவது பதிப்பில் ஒழுக்க நியதியை (பிரம்மசரியத்தை) அவர் வற்புறுத்தினார். வறுமையையும், கெட்ட நடத்தையையும் விலக்கி ஜனத்தொகையானது நியாயமான ஒரு வரம்புக்குள் இருப்பதற்கு இந்த உபாயம் பயன்படும். இதன்மூலம் கடவுளின் கருணையைப் பற்றி உட்கருத்தாகக் கூட எவ்விதமான தவறும் இழைத்ததாக ஆகாது என்று அவர் நினைத்தார்.

மால்துஸ் அமரரான தினத்தின் நூற்றாண்டு விழா 1935இல் கொண்டாடப்பட்டது. அப்போது வெளியான நினைவு விழாத் திட்டத்தில் போனார், அவர் சார்பில் வாதங்களை வழங்கினார். அவர் எழுதியதைச் சரியாகப் புரிந்து கொள்ளாமல் தவறாகப் படித்துத் தப்பபிப்பிராயத்தை விமரிசகர்கள் விளைவித்தனர் என்று கூறினார் போனார். மால்துஸ் காட்டிய வழி எதிர்மறையானது அல்ல, உருப்படியானதுதான் என்று அவர் அபிப்பிராயப் பட்டார். மனித வர்க்கத்துக்காக மால்துஸ் மனம் உருகினார் என்று சொல்லி அவரது விருப்பத்தை போனார் அடுக்கிட்டார்.

(1) எல்லோரிடையேயும் மரண வீதாசாரம் குறைய வேண்டும்.

(2) ஏழைகளுக்கு உயர்ந்த வாழ்க்கைத் தரமும், ஜீவனோபாயமும் கிட்ட வேண்டும்.

(3) இளமையில் மனித உயிர்கள் க்ஷீணித்துப் போவதற்கு முடிவு கட்ட வேண்டும்.

சமுதாயங்களின் நாகரிகம் ஏற்றம் காணக் காண, கல்வி உயர உயர, வாழ்க்கைத் தரம் அதிகரிக்க அதிகரிக்க, ஜன வீதாசாரம் துரிதமாக உயருவதைத் தடை செய்கின்றார்கள் என்பது

மால்துஸுக்குத் தெளிவாகப் புலப்பட்டது. எனவே, மனித சமூகத்தின் எதிர்காலத்தைப் பற்றிய அவருடைய கருத்துகள் ஓரளவு நம்பிக்கை மிகுதியுடன் காணப்பட்டன. "இங்கிலாந்திலேயே எல்லா அந்தஸ்துகளிலும் ஜனத்தொகையைக் கட்டுப்படுத்தும் போக்கு கணிசமாகத் தென்படுகிறது. நிலைமையை மேலெழுந்தவாறு நிதானிப்பவர்கள் கூட இதைத் தெளிந்து அறிவர்" என்கிறார் மால்துஸ்.

கனவான்களும், வியாபாரிகளும், விவசாயிகளும், உழைப்பாளர்களும், வீட்டுவேலைக்காரர்களும் என்று சமூகத்தைப் பிரத்தியட்ச உணர்வுடன் அவர் கூறுபோட்டுத் தனித்தனியாகக் கவனிக்கிறார். இப்படிச் செய்வதற்குக் காரணம் அந்த அந்த வர்க்கத்தின் பொருளாதார, சந்தர்ப்பச் சூழ்நிலைகள் வெவ்வேறாக இருந்து வருவதுதான் என்று அவர் கூறுகிறார். சமூகத்தில் ஒரு குறிப்பிட்ட அந்தஸ்தைக் காப்பாற்றிக் கொள்வதில் உள்ள கவலை காரணமாக அவசரப்பட்டுத் திருமணங்கள் நடைபெறும் போக்குத் தடைப்படுகிறது என்று உதாரணங்களுடன் அவர் கூறினார்.

"பரந்த கல்விமானாக விளங்கும் ஒருவனுக்குக் கிடைக்கும் வருமானம் கனவான்களுடன் சேர்ந்து பழகுவதற்குப் போதுமானதாக இருக்கலாம். ஆனால் திருமணம் செய்து கொண்டு குடும்பஸ்தனாகி விட்டால் சொற்ப வருமானக்காரர்களான விவசாயிகள், வர்த்தகர்களில் கீழ் அந்தஸ்தில் உள்ளவர்கள் ஆகியோருடன் பழகியாக வேண்டிய நிர்ப்பந்த நிலை ஏற்பட்டுவிடும். சமூக அந்தஸ்து என்ற ஏணியில் கல்வி முடிவுற்று அறியாமை தொடங்குகின்ற இந்தக் கட்டத்தின் இரண்டு மூன்றுபடி இறங்கி வர நேரிடின் அது உண்மையான வீழ்ச்சி, மிகவும் அவசியமான இழிநிலை என்று கருதப்படுமே தவிர அவன் வெளிவேஷம் போடுகின்றான் என்று யாரும் கருத மாட்டார்கள்."

மால்துஸ் காலத்துக் கருத்துரைகளைக் கவனித்தால் அவரது வாழ்நாளில் அவருக்குப் போதிய மதிப்புக் கொடுத்தார்கள், அலட்சியம் செய்யவில்லை என்பது புலனாகும். அவரது கட்டுரையின் முதல் பதிப்பு அடைந்த செல்வாக்கின் விளைவாக இங்கிலாந்தின் சர்க்கார் 1801ஆம் வருஷத்தில் மக்கள் தொகைக்

கணக்கெடுப்புக்கு உத்தரவிட்டனர். ஸ்பானிஷ் கடற்படைப் போருக்குப் பிறகு எடுக்கப்பெற்ற குறிப்பிடத்தக்க மக்கள் தொகைக் கணக்கெடுப்பு இதுதான். ஜனகணிதி எடுக்க வேண்டும் என்று முன்னர் வந்த பிரேரணைகளுக்கு எதிர்ப்பு இருந்தது. அது விவிலிய நூலுக்கு எதிரிடையானது, ஆங்கில வரிமுறைக்கு மாறுபட்டது என்று காரணம் கூறப்பட்டது. மால்துஸ் எடுத்துக் காட்டிய தவறுகளைத் திருத்தும் வகையில் ஏழைகளின் கஷ்ட நிவாரணம் பற்றிய சட்டங்களில் மாறுதல்களை அரசினர் செய்தனர். சமூகவியல் விஞ்ஞானத்தைப் போலவே உயர்நூலைப் பற்றிய மால்துஸின் கருத்துகள் பெரிதும் செல்வாக்குப் பெற்று விளங்கின. இயற்கையை அநுசரித்த வகைகளைப் பொறுக்கி 'டார்வினது வளர்ச்சித் தத்துவ'த்தை உருவாக்குவதில் தமக்கு மால்துஸ் பேருதவியாக இருந்திருக்கிறார் என்று சார்லஸ் டார்வினும், ஆல்பிரெட் ரஸ்ஸல் வாலேஸும் மனமார ஒப்புக் கொண்டிருக்கிறார்கள். டார்வின் எழுதுகிறார்:

"1838 அக்டோபரில், அதாவது எனது ஆராய்ச்சியை முறைப்படி தொடங்கிப் பதினைந்து மாதங்களுக்குப் பிறகு. பொழுது போக்கிற்காக மால்துஸின் ஜனத்தொகையை நான் படிக்க நேரிட்டது. எல்லா இடங்களிலும் நடந்துகொண்டிருக்கும் வாழ்க்கைப் போராட்டத்தைத் தெளிந்தறிவதற்கு நான் தயாராக இருந்தேன். (வாழ்க்கைக்கான போராட்டம் என்ற சொற்றொடரை மால்துஸ் உபயோகித்திருக்கிறார்.) உயிரினங்களையும், தாவரங்களையும் நான் தொடர்ச்சியாகக் கூர்ந்து கவனித்து வந்திருக்கிறேன். இந்தச் சந்தர்ப்பச் சூழ்நிலைகளின் கீழ் அனுகூலம் தரும் வகைகள் காப்பாற்றப்பெறும், பிரதிகூலமானவை அழிக்கப் பெறும் என்பதை உடனடியாகக் கண்டு கொண்டேன். இதன் பயனாக ஒரு புதிய வகையானது தோன்றும். இவ்வாறாக ஒரு தத்துவம் எனக்குக் கிடைத்தவிட்டது. அதை வைத்துக் கொண்டு மேலும் உழைக்க முடிந்தது."

இதே ரீதியில் வாலேஸ் எழுதினார்:

"தத்துவ ரீதியில் உயிரியல் பிரச்னைகளைக் கவனித்து எழுதிய முதல் நூல் இது. அதன் பிரதானக் கோட்பாடுகள் என் மனத்தை உறுதியாகப் பற்றிக் கொண்டுவிட்டன. உயிரினங்களின்

வளர்ச்சியைப் பயனுள்ளவாறு உருவாக்குவது எது என்பதை நெடுங்காலம் தேடி அலைந்தேன். அதற்கு இந்த நூல் இருபது வருஷங்களுக்குப் பிறகு எனக்குக் கோடி காட்டியது.

சமயத்துறைகளும் சமூகத்தை எதிர்த்துப் புரட்சி செய்தவர்களும் கட்டுரையின் 1798ஆம் ஆண்டு பதிப்பைக் கோபத்துடன் ஆட்சேபித்தனர். ஆனால் அதைக் கண்ட மால்துஸ் மனம் கலங்கவில்லை. விஷயம் அவரைப் பெரிதும் ஆட்கொண்டு விட்டது. தொடர்ந்து, பரிசீலனையை நடத்தியே தீருவது என்று அவர் உறுதி கொண்டார். தம் வாதங்களைப் பலப்படுத்துவதற்கான, ஆராய்ச்சிக்கான சாதனங்களைத் தேடிய வண்ணம் 1799இல் ஐரோப்பிய நாட்டுச் சுற்றுப் பிரயாணத்தை அவர் மேற்கொண்டார். ஸ்வீடன், நார்வே, பின்லாந்து, ரஷியாவின் ஒரு பகுதி ஆகியவற்றிற்குச் சென்றார். அக்காலத்தில் ஆங்கிலப் பிரயாணிகள் அந்தத் தேசங்களுக்கு மட்டுந்தான் போக முடிந்தது. சொற்ப காலம் சமாதானம் நிலவிய 1802ஆம் வருஷத்தில் மீண்டும் அவர் பிரான்ஸுக்கும், ஸ்விட்சர்லாந்துக்கும் போய்வந்தார். "பலசரக்குகள் இப்பொழுது விலையேற்றத்தின் காரணத்தைப் பற்றிய ஒரு விசாரணை" என்ற தலைப்பில் ஒரு துண்டுப் பிரசுரத்தை இத்தருணத்தில் அவர் வெளியிட்டார். "நிகரமாக உள்ள தேவை" எனப்படுவதுதான் விலைகளையும் - லாபங்களையும் முக்கியமாக நிர்ணயிக்கிறது என்பது அவருடைய கருத்து.

கட்டுரையின் முதல் பதிப்பு பிரசுரமான பின் ஐந்து ஆண்டுகள் கழித்து மிக விரிவான இரண்டாவது பதிப்பு வெளிவந்தது. அது 610 பக்கங்கள் கொண்ட நூல். முந்திய நூலில் காணப்பட்ட துள்ளுநடை, கவர்ச்சி, வாலிபப் பருவத்து மனோதிடம் ஆகியவை அதில் இருக்கவில்லை. புலமை நிறைந்த, பொருளாதார ஆராய்ச்சி நூலாகவே அது வடிவம் எடுத்திருந்தது. நிறைய மேற்கோள்களும், விளக்கங்களும் சேர்க்கப்பட்டிருந்தன. புலனடக்கம் என்ற கருத்தை உருவகப்படுத்தியது தவிர, வேறு விகிதத்தில் ஆதாரக் கோட்பாடுகள் மாறுதலின்றி இதிலும் இடம் பெற்றிருந்தன. நூலாசிரியரின் ஆயுட் காலத்திலேயே மேலும் நான்கு பதிப்புக்கள் பிரசுரமாயின. ஐந்தாவது பதிப்பானது சுமார் 1000

பக்கங்கள் கொண்ட மூன்று புத்தகங்களாகப் பிரசுரமாயிற்று. தமது கட்டுரையின் தொடர்ச்சியான பதிப்புகளை விரிவாக்கி எழுதுவதே மால்துஸுக்குப் பெரும் பணியாக இருந்தது. எனவே, மற்றொரு பெரிய நூல் ஒன்றைத்தான் அவரால் இயற்ற முடிந்தது. 'பொருளாதாரக் கோட்பாடுகளும் அவற்றின் பிரத்தியட்சப் பிரயோகமும்' என்ற அந்த நூல் 1820இல் வெளியாயிற்று.

மால்துஸின் சொந்த வாழ்க்கை கூடியவரை அமைதியாகவும் தகராறின்றியுமே கழிந்தது. 1804ஆம் ஆண்டில் 38ஆம் வயதில் அவர் மணம் செய்துகொண்டார். அதுவரை வேறு பொறுப்பு எதுவும் இல்லாமல் பொருளாதார ஆராய்ச்சிகளை நடத்தி எழுதிக் கொண்டே இருப்பதற்கு அவருக்கு முழுச் சுதந்திரம் இருந்தது. கிழக்கு இந்தியக் கம்பெனியின் அதிகாரிகளுக்குப் பொதுக்கல்வி ஊட்டுவதற்காக ஹெய்லிபரியில் கம்பெனி நிறுவிய ஒரு காலேஜில் நவீன சரித்திரத்தையும், பொருளாதாரத்தையும் போதிக்கும் ஆசிரியராக 1805இல் அவர் நியமனம் பெற்றார். இங்கிலாந்தில் எந்தக் காலேஜிலும், சர்வகலாசாலையிலும் அதற்கு முன்னர் பொருளாதாரத்திற்காக என்று ஒரு தனி ஆசிரியபீடம் ஏற்பட்டதில்லை. மால்துஸ் 1834இல் காலகதி அடையும் வரை ஹெய்லிபரியில் பணியாற்றி வந்தார். அவருக்கு மூன்று குழந்தைகள் பிறந்தன. அவர் காலத்திலேயே ஒரு மகனும், ஒரு மகளும் பெரியவர்களாக வளர்ந்து விட்டனர்.

மால்துஸ் மூட்டிய தீ அணையவே இல்லை. சாதகபாதகமான சர்ச்சைகள் இன்னும் நடந்தவண்ணம் இருக்கின்றன. 'மனிதனின் எதிர்காலத்துக்கு ஓர் அறைகூவல்', 'மீள்வதற்கான மார்க்கம்' மண்ணுக்கு ஓர் வரம்பு, 'சூறையாடப் பெறும் நமது பூமி' போன்ற நூல்கள் மால்துஸின் தத்துவத்திற்குச் சாதகமானவை. அவற்றிற்கு மறுப்புரை வழங்கும் வகையில் 'மால்துஸியச் சோளக்கொல்லைப் பொம்மை', 'தின்று திளையுங்கள்', 'மால்துஸிய விஷமம்', 'மனித வர்க்கம் பட்டினிகிடக்க வேண்டியதில்லை' என்ற கட்டுரைகள் பிரசுரமாகியுள்ளன. மால்துஸியத் தத்துவங்களைப்பற்றி சமநிலைக் கருத்தினர் இன்று கூறுவது என்ன?

பத்தொன்பதாவது நூற்றாண்டின் மையத்திலிருந்து குடும்பக் கட்டுப்பாடு முறைகள் வழக்கத்திற்கு வரவர அதிகமாக வந்து விட்டன. ஜனத்தொகைப் பிரச்னையை ஆராய்கையில் இது ஒரு முக்கியமான அம்சமாகிறது. விவரம் தெரியாதவர்களும், சமயக் கோட்பாடுகளின் காரணமாகத் தடை செய்யப்படுபவர்களும் தவிர மற்றவர்களுக்கு இது பழக்கமாகி விட்டது. நியோ மால்துனியனிஸம், குடும்பக் கட்டுப்பாடு, திட்டமிட்ட வம்ச விருத்தி என்ற பல பெயர்களால் வழங்கும் இயக்கம் இன்றைய உலகில் மிகவும் குறிப்பிடத் தக்கதாகி விட்டது. மால்துஸ் கருத்தடைச் சாதனங்களைத் திட்டவட்டமாக நிராகரித்தார். அவற்றைக் கண்டனம் செய்தார். அவர் காலத்தில் அது ‘கேவலமானது, விசித்திரமானது, இயற்கைக்கு விரோதமானது என்று கருதப்பட்டது. எனினும், இக்காலச் சமூகத்தின் ஜனத்தொகையைக் கட்டுப்படுத்துவதற்கு மால்துஸ் சுட்டிக் காட்டிய ‘ஒழுக்கக் குறைவு, மிடிமை, புலனடக்கம்’ என்ற மூன்று சாதனங்களுடன் நான்காவது பிரதான சாதனமாக அது ஆகிவிட்டது.

1800ஆம் ஆண்டில் மால்துஸ் தமது நூலை இயற்றிய போது உலக ஜனத்தொகை 100கோடியாக இருந்தது. சென்ற 150 ஆண்டுகளில் அது 250 கோடியாக வளர்ந்து விட்டது. இந்த விருத்தியில் பெரும் பகுதி, வாழ்வுக் காலம் நீண்டதன் விளைவே ஒழிய ஜனன விகிதம் அப்படிப் பிரமாதமாகக் கூடுதல் ஆகிவிடவில்லை. வைத்தியம், சுகாதாரம், சமூகப் பழக்க வழக்கங்கள் ஆகியவற்றில் ஏற்பட்ட மாறுதல்கள் காரணமாக முற்போக்குள்ள நாடுகளில் எண்ணற்ற உயிர்கள் காப்பாற்றப் பட்டுள்ளன. தொழிற் புரட்சியின் விளைவாக இங்கிலாந்தில் ஆலைப் பண்டங்களின் உற்பத்தி பெரிய அளவில் ஏற்றம் கண்டது. தொழில் வளர்ச்சி காணாத தேசங்களுக்கு இவற்றை அனுப்பி உணவு வகைகளையும் தொழில்களுக்கான கச்சாப் பொருள்களையு பரிமாற்றம் செய்து கொண்டனர். வேகமான போக்குவரத்துக்காக வேண்டி எல்லா வகைச் சாதனங்களும் திருத்தமடைந்தன. புதிதாக வளர்ச்சி ஏற்பட்ட கண்டங்களில் குடியேற உபரியான மக்கள் அனுப்பப்பட்டனர். மேலை நாடுகள் சம்பந்தப்பட்டவரை மால்துஸின் ஜோஸ்யம் பலிதமாவது தாமதித்தது அல்லது காலவரம்பின்றி ஒத்திப்போடப்பட்டது என்று கூறலாம்.

எனினும், இவ்வுலகில் மால்துஸின் தத்துவங்களுக்கு மிகப் பொருத்தமான எடுத்துக்காட்டுகளாக விளங்கும் ‘நெருக்கடி’ப் பகுதிகள் இருக்கவே செய்கின்றன. மத்தியக் கிழக்கு, ஆசியாவின் பெரும்பகுதி, மத்திய, தென் அமெரிக்க நாடுகளில் பெரும்பாலானவை ஆகியவற்றில் ஜனன விகிதம் அதிகம். மரண விகிதமும் அதிகமாகவே இருந்து வருகிறது. அங்கே மருந்து, சுகாதார வசதி ஆகியவற்றின் மூலம் காப்பாற்றப் பெறும் உயிர்களின் எண்ணிக்கையை, வறுமையும் பஞ்சமும் தோற்றுவிக்கும் நஷ்டமானது சரிக்கட்டி விடலாம்.

பிரான்ஸ், ஸ்வீடன், ஐஸ்லாந்து, ஆஸ்டிரியா, இங்கிலாந்து, வேல்ஸ், அயர்லாந்து ஆகியவற்றில், குறிப்பாக நாகரிகத்திலும் பண்பாட்டிலும் ஏற்றம் கண்டுள்ள எல்லா நாடுகளிலும் பொதுவாக ஜனத்தொகையானது ஏறக்குறைய ஓர் அளவில் ஸ்திரப்பட்டுள்ளது, அல்லது குறைந்து வருகிறது. ஜனன விகிதக் குறைவு, இளவயதினரின் எண்ணிக்கைக் குறைவு, வாழ்நாள் நீண்டிருப்பது ஆகியவை மூலம் ஸ்திர நிலை ஏற்பட்டுள்ளதாகக் கூறலாம்.

மால்துஸ் காலத்திற்குப் பிறகு உணவு உற்பத்தி பிரமாதமாகக் கூடுதலாகியுள்ளது. இன்னும் திறமையான உற்பத்தி முறைகள் மூலம், பாசன வசதிகள் மூலம், நஷ்டமா லாபமா என்று ஈரொட்டாக இருக்கும் நடுவாந்தர நிலங்களைச் சாகுபடிக்குக் கொண்டு வருவதன் மூலம், இறைச்சிக்குப் பதிலாகக் காய்கறி வகை உணவுகளை அதிகமாக உட்கொள்வதன் மூலம், பயிர்களுக்குப் பூச்சிகளால் வரும் நோய் நொடிகளை இன்னும் நன்றாகச் சமாளிப்பதன்மூலம், விளைச்சலை மேலும் கணிசமாக உயர்த்துவதற்கு இடமுண்டு என்று சர்க்கார்களே ஒப்புக் கொள்கிறார்கள். மால்துஸியக் கோட்பாடுகளில் உள்ள ஒரு தவறுதலுக்கு ஆதாரமாக அமெரிக்காவிலும் கனடாவிலும் காணப்பெறும் விளைச்சல்மிகுதி சுட்டிக் காட்டப்படுகிறது. நமது உணவு உற்பத்தி மிக விரிவானதாக இருந்தபோதிலும், கீழ்த்திசை நாடுகளிலும் பிற இடங்களிலும் கோடிக்கணக்கான மக்கள் அரைப்பட்டினியாகவும், உயிர் வைத்துக் கொண்டிருப்பதற்குத் தேவையான அளவில் உணவு உட்கொள்பவர்களாகவும் இருந்து வருகின்றனர். உலக மக்களில்

மூன்றில் இரண்டு பங்கினர். போஷாக்கின்மை, பஞ்சம், சுகவீனம், நோய் ஆகியவற்றால் இன்னும் பாதிக்கப் பெற்றுள்ளனர். எனவே, மால்துஸ் 150 ஆண்டுகளுக்கு முன் எழுப்பிய பிரச்னைகள் அப்பொழுது எவ்வளவு பொருள் படைத்தவையாகவும், முக்கியத்துவம் உள்ளவையாகவும் இருந்தனவோ அதே மாதிரிதான் இன்றும் இருந்து வரும் நிலவரத்தைக் காண்கிறோம்.

தமது காலத்தில் மால்துஸ் கண்டறியாத, அப்போது முன் கூட்டியே அறிய இயலாத பிந்தைய நிகழ்ச்சிகளின் காரணமாய் மால்துஸின் வாதங்கள் சில வகைகளில் செல்லத் தகாதவையாகி விட்டன என்று குறை கூறுபவர் கூடப் பிந்திய முக்கியமான நிகழ்ச்சிகள் அவரது கருத்தினின்று உதித்தவை தாம் என்பதை ஒப்புக் கொள்கின்றனர். ஹாப்ஹௌஸ் மிக நுட்பமாகக் கூறினார்:

“மால்துஸின் ஜோஸ்யங்கள் பலிக்காமல் போனதற்கான ஒரு காரணம் அவருடைய தத்துவமே ஆகும். ஜனத்தொகை மிதமிஞ்சிய வேகத்தில் வளர்ந்து வருகிறது என்ற நம்பிக்கைதான் அதைத் தடுப்பதற்கான நடவடிக்கைகளை மறைமுகமாக ஊக்குவித்தது.”

“சிந்தனையின் வளர்ச்சி விஷயமாகப் பெருஞ்செல்வாக்குடன் விளங்கிய நூல்களில் இந்தப் புத்தகத்துக்கு இடம் உண்டு. ஜீவகாருண்ய ஆங்கில விஞ்ஞான மரபையொட்டி அது முற்றும் உருவாக்கப்பட்டுள்ளது. அதில் ஸ்காட்லாந்து, இங்கிலாந்து ஆகிய இரண்டின் சம்பிரதாயமும் சேர்ந்து காணப்பெறுகின்றன. 18ஆம் நூற்றாண்டிலிருந்து இதுவரை இடையறாது காணப்பெற்று வரும், சாதாரணமான நல்லுணர்வு அதில் உறைந்து கிடைக்கிறது என்று நினைக்கிறேன். லாக், ஹியூம், ஆடம் ஸ்மித், பேலீ, பென்தம், டார்வின்மில் போன்றோர் இந்த மரபினர். உண்மையில் ஆர்வம், மிகச் சீரிய மனத்தெளிவு, உணர்ச்சிக்கோ தர்க்கவாதத்துக்கோ அடிமையாகாத சமநிலையுள்ள மனப்பான்மை, பாரபட்சமின்மை, பொதுநலப் பற்று ஆகியவை இந்தச் சம்பிரதாயத்தின் சிறந்த அம்சங்கள். இவர்களுடைய நூல்களில் உணர்ச்சி வேகம் மட்டுமன்றி விஷயத்தின் மேன்மையும் சேர்ந்திருக்கிறது. மால்துஸ் இந்தக் கோஷ்டியைச் சேர்ந்தவர்.”

✦✦✦

V

தனி நபரும் அரசாங்கமும்
ஹென்றி டேவிட் தோரோ சட்ட மறுப்பு

ஹென்றி டேவிட் தோரோ என்ற பெயரைக் கேட்கையிலேயே பலவிதக் கற்பனைச் சித்திரங்கள் கிளம்புகின்றன. இயற்கையைக் கூர்ந்து கவனிப்பவர். தனிமையிலும், திறந்தவெளி வாழ்க்கையிலும் பிரியம் உள்ளவர். எளிய வாழ்வின் பிரசாரகர், கவிஞர், தெய்வக்ஞர் ஆங்கில உரைநடையில் வல்லுநர் என்றெல்லாம் அவரைப்பற்றி நினைக்கிறோம்.

அமெரிக்க வரலாற்றில் மிகமிகத் தீவிரமான சில விண்ணப்பங்களை உருவாக்கி வெளியிட்ட அவரது பணி அவ்வளவாக நினைவிற்கு வராது. அமெரிக்கக் கண்டத்தில் எதிர்ப்புத் தத்துவங்களைச் சிறிதும் ஒளிவு மறைவின்றி எடுத்துரைத்தவர் என்று அவரது வாழ்க்கை வரலாற்றை எழுதியவர் வருணித்துள்ளார். "ஆட்சியின் அமல் மிகமிகக் குறைவாக இருக்கும் ஆட்சி முறையே மிகமிகச் சிறந்தது" என்று தாமஸ் ஜெபர்சன் கூறினார். அவரையும் ஒருபடி மிஞ்சிச் சென்று, "ஆட்சியின் அமலே கொஞ்சமும் இல்லாத சர்க்கார்தான் மிகச் சிறந்தது" என்று முடிவு கட்டினார் தோரோ.

இந்தச் சொற்களுடன் தோரோவின் புகழ்பெற்ற 'சட்ட மறுப்பு' என்ற கட்டுரை தொடங்குகிறது. 1849 மே மாதத்தில்' 'Aesthetic Papers' என்ற பெயரில் எலிஸபெத் பீபாடி நடத்திய சஞ்சிகையில் அது முதலில் வெளிவந்தது. அதைப் பலர் அறிய மாட்டார்கள். கொஞ்ச காலமே அது நடந்தது. 'ஸிவில் அரசுக்கு எதிர்ப்பு' என்று பொருள்படும் தலைப்புத் தாங்கி முதலில் வெளியான இந்தப் பிரசுரம் பின்னர், 'சட்ட மறுப்பு என்ற கடமை', 'சட்ட மறுப்பு' என்ற தலைப்புகளில் வெளிவந்தது. முதலில் பிரசுரமான

போது அது கவனிப்பாரற்றுக் கிடந்தது. படித்தோர் வெகுசிலர். ஆனால் அடுத்த நூற்றாண்டுகளில் ஆயிரக்கணக்கான பேர் அதைப் படித்திருக்கிறார்கள். பத்து லட்சக்கணக்கில் மக்களின் வாழ்க்கையை அது பாதித்துள்ளது.

தோரோ தாம் கொண்டிருந்த நம்பிக்கைகள் விஷயத்தில் சித்தாந்த ரீதியில் குழப்பமான சிந்தனை கொண்டிருந்தாரா? இது சிக்கல் நிறைந்த கேள்வி. சட்ட மறுப்பு என்ற நூலின் ஆராய்ச்சி, அதன் பகைப்புலன், அதை வரைந்துள்ள விதம் ஆகியவைதான் இதற்கு விடை அளிக்கக் கூடியவை. சமுதாயப் புரட்சியாளராக அவர் வளர்ச்சி காண்பார் என்று கருதக்கூடிய வகையில் தோரோவின் தோற்றுவாய் காணப்பெறவில்லை. மாஸெச்சூஸெட்ஸில் கன்கார்ட் என்ற இடத்தில் பிரெஞ்சு - ஸ்காட்டிஷ் வம்சாவளியில் *1817*இல் அவர் பிறந்தார். வறுமையிலும் செம்மையாகச் சம்பிரதாய வழியினின்று விலகாத ஒரு சூழலில் அவர் வளர்ந்தார். ஹார்வோர்டு சர்வகலா சாலையில் அவர் கழித்த நான்கு ஆண்டுகள் எவ்வகையிலும் குறிப்பிடத்தக்கவை அல்ல. ஆனால் ஊருக்கு ஒரு வழி என்றால் தனக்கு மட்டும் வேறு வழி என்று நினைக்கும் போக்கினர் ஆகலாம் என்று கருதுவதற்கான ஓர் அறிகுறி இருந்தது. பிரார்த்தனைக்குக் கறுப்பு நிற உடுப்பில் செல்ல வேண்டும் என்பது விதி. அப்படி விதி இருந்தது என்ற காரணத்தைச் சுட்டிக் காட்டிப் பச்சை நிற மேலங்கியுடன் அவர் சென்றார். காலேஜ் புத்தகாலயத்தில் நெடுநேரம் கழிப்பார். எட்வர்டுடி.சானிங், ஜோன்ஸ் வேரீ என்ற இரண்டு முதன்மையான ஆசிரியர்கள், எழுதுவதில் அவருக்கு இருந்த ஆர்வத்திற்கு ஊக்கம் அளித்தனர்.

கன்கார்டு நகரில் பசுமையான வயல்களுக்கும் காடுகளுக்கும் மகிழ்ச்சியுடன் திரும்பினார் தோரோ. பின்னர்ச் சில குறுகிய காலவெளி விஜயங்கள் தவிர வயல் வெளிகளை விட்டு அவர் நகரவே இல்லை. பலதரப்பட்ட பணிகளில் அவர் ஈடுபட்டார். ஒரு பொதுப் பள்ளிக்கூடத்தில் உபாத்தியாயராகப் புரிந்த சேவை நிரக்கவில்லை. பின்னர்த் தம் சகோதரர் ஜானுடன் சேர்ந்து மூன்று வருஷகாலம் ஒரு சொந்தப் பள்ளிக்கூடத்தை நடத்தினார். அதையடுத்து அவ்வப்பொழுது எவ்வளவோ வகைப் பணிகள்

வாய்த்தன. எழுதுகோல்களைத் தயாரிப்பது குடும்பத் தொழில். அதில் தந்தைக்கு உதவி செய்வார். அந்தச் சமுதாய மக்களுக்குப் பொதுப்படையான சேவகராய் விளங்கினார். டவுன் சர்வேயர் வேலை பார்த்தார். அபூர்வமான உரைகள் நிகழ்த்துவார். தொழில் முறையில் நூலாசிரியர் ஆவதற்குப் பெரிதும் முயன்றார்.

ரால்ப் வால்டோ எமர்ஸனின் வீட்டில் இரண்டு தடவை சிறிது காலம் தோரோ வாழ்ந்ததுண்டு. அங்கே டிரான் ஸெண்டெண்டல் கிளப் (பரமார்த்திகக் குழு) என்ற அமைப்பின் நண்பர்களுடன் பரிச்சயம் ஏற்பட்டது. அவர்கள் பிரசித்திபெற்ற நியூ இங்கிலாந்து எழுத்தாளரும், சிந்தனையாளரும் ஆவர். அவர்களுடைய சர்ச்சைகளில் அவர் சுறுசுறுப்பாகப் பங்கு கொண்டார். அவரது மதிநுட்பம் வளர்ச்சி காண்பதற்கு எமர்ஸனின் செல்வாக்குப் பெரிதும் காரணமாய் இருந்தது. 'சட்ட மறுப்பு' என்ற நூலில் இடம் பெற்றுள்ள சில கருத்துக்கள் அவருக்கு எமர்ஸன் மூலந்தான் கிடைத்தன.

பணத்தைத் திரட்டிச் சேர்த்து வைக்க வேண்டுமென்றோ, உயிர் வாழ்வதற்கு மிகவும் அவசியமான குறைந்தபட்சத் தேவைகள் கிடைப்பதற்குப் போதுமானது தவிர அதிகப்படியாகவோ சம்பாதிப்பதற்கு அவர் உழைக்க விரும்பவில்லை. ஓய்வு நேரம் எப்படியாவது கிடைத்தாக வேண்டும் என்பதில்தான் அவர் எப்பொழுதும் குறியாக இருந்தார். அடிப்படையான முக்கியத்துவம் உள்ளவை என்று தாம் கருதிய பணிகளுக்காகவே அவர் ஓய்வு நேரத்தை நாடினார். வயல்வெளிகளில் மனம் போன போக்கில் சுற்றித் திரிவது, இயற்கையை நேரிடையாகச் சுவைப்பது, தியானம், படிப்பு, எழுதுவது ஆகியவையே அந்த அடிப்படைப் பணிகள். தமக்குப் பிடித்ததையெல்லாம் செய்ய விரும்பினார். சுற்றுப் புறவாசிகள் ஓயாது உழைப்பில் ஈடுபட்டிருந்தனர். அது அவருக்கு அலுப்புத் தட்டியது. தம் சொற்பத் தேவைகளை அத்தகைய உழைப்பு இல்லாமலேயே அடைந்து விடலாம் என்று அவர் நம்பினார். ஆறு நாள் வேலை, ஒரே நாள் ஓய்வு எ ன்பது பைபிளின் நியதி. அந்த ஏட்டை அவர் திருப்பிப் போட்டார். ஒவ்வொரு வாரமும் ஏழாவது நாள்தான் உழைப்பது என்று வைத்துக் கொண்டார்.

அவர் பேணிப் போற்றிய எல்லாமே, ஆடம் ஸ்மித்தின் 'உபதேசங்கள்', பெஞ்சமின் பிராங்கிளினது பாத்திரமாகிய ஏழை ரிச்சர்டின் நல்லுரைகள், கஷ்டப்பட்டு உழைத்துத் துரிதமாகச் செல்வம் ஈட்டுவது என்ற சம்பிரதாயமான அமெரிக்க லட்சியங்கள் ஆகிய எல்லாவற்றிற்குமே முரணாகக் காணப்பட்டன.

அநாவசியமான தேவை எதுவுமின்றி எளிய வாழ்க்கையை நடத்துவது எப்படி என்பதற்குத் தாமே எடுத்துக்காட்டாக விளங்கினார் தோரோ. அதற்காக வேண்டி, கன்கார்டு அருகில் வால்டன்பான்ட் என்னுமிடத்தில் இரண்டு வருஷம் கழித்தார். அங்கே ஒரு குடிசையைக் கட்டி மொச்சை, உருளைக்கிழங்கு பயிரிட்டார். மிக எளிய ஆகாரத்தையே உட்கொண்டார். சாதம், சோளரொட்டி, உருளைக்கிழங்கு, சர்க்கரைப்பாகு ஆகியவையே அவரது ஆகாரமாக விளங்கின. சமூகத்திலிருந்து ஒதுக்கமாகத் தனிமையில் வாழ்ந்தார். ஏகாக்கிரஹ சித்தத்துடன் சிந்தித்து நூல்களை இயற்றலானார். இக்காலத்தில்தான் அமெரிக்க இலக்கியத்திலேயே மகத்தான நூல்களில் ஒன்றாகிய 'வால்டன் அல்லது வனத்தில் வாழ்வு' என்ற புத்தகம் வெளியாயிற்று (1854)

தமது கிராம ஆசிரமத்தில் தோரோ நடத்திய வாழ்க்கை வரலாற்றை வால்டனில் காணலாம். நினைவை விட்டு அகலாத பருவங்களின் வருணனைக் காட்சிகளின் விளக்கம், விலங்கினங்கள் சுற்றுப்புறத்தில் வாழ்ந்து வந்த வரலாறு முதலியன அதில் நிறையக் காணப்படுகின்றன. இயற்கையியல், விஞ்ஞானீயக் கோவையான கருத்துரைகளைக் கொண்டது வால்டன் என்று கருதுவது சரியாகாது. ஐஸக் வால்டன் இயற்றியுள்ள 'Complete Angler' என்ற நூல் மீன்பிடி சாஸ்திர வழிமுறை நூல் என்று கருதுவது தகாது; அதைப் போலத்தான் தோரோவின் வால்டனும். அதில், சமுதாய வாழ்வு எவ்வாறு மேம்புல் மேயும் தன்மையுள்ளதாக இருக்கிறது, அதற்கு உள்ள வரம்புகள் யாவை போன்ற விஷயங்களை எல்லாம் அவர் விமர்சனித்திருக்கும் விதம் உலகம் முழுமைக்குமே விசேஷ முக்கியத்துவம் உள்ளது. இயற்கை இயலின் வரலாற்றைப் பற்றிய பகுதிகளைப் போலவே சமூக நிலவரத்தைப் பற்றிய அவரது குணதோஷ விமரிசனங்களும் வாசகர்களை ஈர்த்துள்ளன.

'வால்டனு'ம் முந்தைய நூலாகிய 'சட்ட மறுப்பு'ம் நெருங்கிய உறவு முறை கொண்டவை. இரண்டுமே புரட்சிகரமான தஸ்தாவேஜுகள்.

1843ஆம் ஆண்டில், வால்டன்பாண்டில் தமது வாசகத்தைத் தொடங்கிய பிறகு, கன்கார்டுக்குத் தோரோ விஜயம் செய்தார். அப்போது தலைவரி கொடுக்காததற்காக அவரைக் கைது செய்து சிறைப்படுத்தினார்கள். வரியைச் செலுத்துவதற்கு மறுத்தபோது அவர் இரண்டு ஆண்டுகளுக்கு முன் அதே குற்றத்திற்காகச் சிறைப்பட்ட பிரான்சன் ஆல்கட் என்பவரையே பின்பற்றினார். 'ஏழைப் பெண்களின் தந்தை' என்று அவரை அந்தப் பக்கங்களில் அழைப்பது வழக்கம். அரசாங்கமானது அடிமை வாழ்விற்கு ஆதரவு தருவதை ஆட்சேபிக்கும் வகையில்தான் இந்தச் சாதனத்தை இருவரும் கையாண்டனர். தோரோ ஒரே இரவுதான் சிறையில் இருந்தார். அவரது விருப்பத்திற்கு மாறாக ஒரு சிற்றன்னை வரியைச் செலுத்திவிட்டார்.

தலைவரியை மீறியதற்காக அரசாங்கத்துடன் ஏற்பட்ட மோதலின் வரலாற்றைப் பல வருடங்களுக்குப் பிறகு தோரோ 'சட்ட மறுப்பு' என்ற நூலில் எடுத்துரைத்திருக்கிறார். 1848இல் தாம் நிகழ்த்திய உரையொன்றைப் புத்தகமாக வகைப்படுத்தி அடுத்த வருஷம் அவர் வெளியிட்டார். 1846-1847இல் நடைபெற்ற மெக்சிக யுத்தம் அப்பொழுதுதான் முடிவுற்றிருந்தது. அடிமைகளின் பிரச்னைதான் அப்பொழுது பெரிய விவகார விஷயமாக இருந்தது. அகதிகளாக வந்த அடிமைகளைப் பற்றிய சட்டம் நிறைவேற்றப்பட இருந்தது. அதை அவர் மிகுந்த ஆவேசத்துடன் தாக்கினார். இந்த விவகாரங்களும் தலைவரிக்கு எதிரிடையான போராட்டமுமாகச் சேர்ந்து 'சட்ட மறுப்பு' என்னும் நூலை ஊக்குவித்தன.

எந்த யுத்தமாயினும் சரி, லக்ஷியவாதியாக இருந்த தோரோவிற்கு வெறுப்பாகவே இருந்தது. மெக்சிகோவுடன் நடந்தயுத்த விஷயத்தில் அவருக்குத் தனி அருவருப்பு உண்டு. அதற்குக் காரணம் அதன் நோக்கந்தான். நீக்ரோக்களை அடிமைகளாக நடத்தும் முறையை மெக்சிகோ விஸ்தரிப்பதுதான் அதன் நோக்கம் என நம்பினார். இவ்வளவு முட்டாள்தனமாக, நீதியற்ற வகையில் குற்றமிழைத்து வரும் அரசாங்கத்தைப் பணம்

கொடுத்துத் தாம் ஆதரிக்க வேண்டிய அவசியமில்லை என்று அவர் கருதினார். 'சட்ட மறுப்பு' என்ற அவரது சித்தாந்தம் இந்த உணர்வினின்று ஜனித்தது. தோரோ அரசியல்வாதி அல்ல. எனினும், அரசாங்கத்தின் தன்மைகளையும் அதன் ஆட்சியையும் பற்றிப் பரிசீலனை செய்வது என்று அவர் முடிவு கட்டினார். தனி நபருக்கும் அரசாங்கத்துக்குமிடையே இருந்துவரும் உறவு முறை, இருக்க வேண்டிய நிலைமை ஆகியவற்றை விசாரணை செய்தார். இந்தப் பிரச்னைகளைப் பற்றிய சிந்தனையிலிருந்து சமூகத்தில் தனி மனிதனது அந்தஸ்து, ஒவ்வொருவனும் நாணயமாக வாழ வேண்டிய அவசியம் ஆகியவைகளைப் பற்றிய தத்துவம் உருப்பெற்றது.

"சர்க்கார் என்பது மிகச் சிறந்த நிலையில் கூட அப்போதைக்குப் பயன்படும் சாதனமாகத்தான் இருக்கக்கூடும். ஆனால் பெரும்பாலான சர்க்கார்கள் அத்தகைய குணநலம் படைத்தவைகளாக இருப்பதில்லை. சாசுவதமாக சைனியத்தைச் சம்பளம் கொடுத்து வைத்திருப்பதற்கு எதிரிடையான ஆட்சேபங்கள் பல உண்டு. அவை மதிப்புள்ளவை. நடத்தி வைக்கவேண்டியவை. இந்த ஆட்சேபங்கள் சாசுவதமான தன்மையுள்ள சர்க்கார் விஷயத்திலும் பொருத்தம் உள்ளவையே" என்று எழுதினார் தோரோ.

அமெரிக்க சர்க்கார் கூடியவரை மிகச் சிறப்பாகவே இயங்கி வந்தது என்பதைத் தோரோ ஒப்புக் கொண்டிருக்கிறார்.

மேலும் அவர் கூறுகிறார்: "இந்தச் சர்க்கார் தானாகவே முன் வந்து எந்தத் தொழிலையும் நடத்தி அதற்கு ஏற்றம் தரவில்லை. அதன் வளர்ச்சிக்குக் குந்தகமாக இல்லாதபடி சுறு சுறுப்புடன் விலகி நின்றதன் மூலந்தான் அவற்றிற்கு ஆக்கம் அளித்தது. சர்க்கார் நாட்டைச் சுதந்திர மயமாக வைத்துக் கொள்வதில்லை. தேசத்தின் மேற்குப் பகுதியில் எழுந்துள்ள தகராறுகளுக்குப் பைசல்கள் காணவில்லை. கல்வியை போதிக்கவில்லை. இதுவரை நடந்தேறி யிருக்கும் அனைத்திற்கும் அமெரிக்க மக்களிடம் சுபாவமாக அமைந்துள்ள யோக்கியதை தான் காரணம். சில சமயம் சர்க்கார் குறுக்கிடாமல் இருந்திருந்தால் இன்னும் சிறப்பான சாதனைகள் அடைந்திருக்கக் கூடும். மக்கள் அவரவர் போக்கில் செயலாற்றும்படி விடுவதற்கு உகந்த சாதனம் சர்க்கார் அல்ல. மிகத் திறம்படப்

பயன்படக்கூடிய உபாயம் என்று நினைக்கையில் குறுக்கிடாமல் விலகி நின்றால் நிச்சயமாக அதிகப் பயன் கிடைக்கும்.

சர்க்காரே அநாவசியம் என்பதற்குச் சாதகமான வாதங்களை எடுத்துரைத்த பிறகு தோரோ அதற்குப் பக்குவமான தருணம் வரவில்லை என்பதை அங்கீகாரம் செய்துள்ளார். முற்றிலும் சர்க்காரே இல்லாத சிறப்பு நிலையை எய்துவதற்கு வேண்டிய பக்குவத்தை மனிதன் அடையவில்லை என்பதைக் கண்டுகொண்டு அதற்கேற்பத் தமது நிலையைத் திருத்திக் கொண்டார்.

"நான் பிரத்தியட்ச உணர்வுடன் ஒரு பிரஜை என்ற வகையில் பேசுபவன்; சர்க்காரே கூடாது என்று வாதிப்பவர்களைப் போன்றவன் அல்ல நான். சர்க்காரே இல்லாத நிலைமை உடனடியாகத் தோன்ற வேண்டும் என்று நான் கேட்கவில்லை. சர்க்கார் எவ்வாறு அமைந்தால் அதனிடம் தான் மதிப்பு வைக்க முடியும் என்பதை ஒவ்வொரு நபரும் தெரியப்படுத்தட்டும். அத்தகைய சர்க்கார் ஏற்படுவதற்கான முயற்சியில் அப்படி அறிவிப்பது ஒரு முன்னேற்றப்படி என்று கருதலாம்."

மைனாரிட்டிகளின் உரிமைகள், மெஜாரிட்டி ஆட்சி முறையில் உள்ளூறக் காணப்பெறும் முரண்பாடுகள் ஆகியவற்றைத் தோரோ வன்மையாக விளக்கியுள்ளார். அவர் கூறுகிறார்: "மெஜாரிட்டி, ஆட்சி நடத்துகிறது. அதற்குக் காரணம் அதன் கருத்துகள் பெரும்பாலும் சரியானவையாக இருக்கும் என்ற நிலைமை அல்ல; மைனாரிட்டிக்கு அதுவே மிக நியாயமான ஏற்பாடு என்பதும், மெஜாரிட்டி ஆட்சிக்குப் போதிய காரணமாகி விடாது. மெஜாரிட்டியிடம் அதிகமான பலம் இருக்கிறது என்பதுதான் காரணம். எல்லா விவகாரங்களிலுமே மெஜாரிட்டி ஆட்சியானது நியாயத்தை அடிப்படையாகக் கொண்டதாக இராது. மக்கள் அறிந்தவரை இதுதான் நிலவரம். எனினும், பிரஜை தனது மனச்சாட்சியைச் சட்டசபைப் பிரதிநிதியிடம் ஒப்படைத்து விடலாமா என்பதை அவர் ஆராய்கிறார். நாம் முதலில் மனிதர்கள். பிறகுதான் பிரஜைகள். எது சரியோ அதற்குத்தான் அதிக மதிப்புத் தர வேண்டுமேயொழியச் சட்டத்திற்கு அதே மதிப்பைத் தருவது விரும்பத் தக்கது அல்ல."

அரசியல்வாதிகளைத் தோரோ மிகக் கேவலமாக மதித்தார். அவர் கூறினார்: "சட்டசபை மெம்பர்கள், அரசியல்வாதிகள், வழக்கறிஞர்கள், மந்திரிகள், பதவி வகிப்பவர்கள் போன்றோரில் பெரும்பாலோர் முக்கியாகத் தமது மூளையைக் கொண்டுதான் அரசாங்கத்திற்குப் பணிபுரிகின்றனர். அவர்கள் தரும நியாயப் பாகுபாடுகளைச் செய்வது மிகமிக அரிது. எனவே, கடவுளின் பணி என நினைத்துக் கொண்டு தீமை இழைக்க வேண்டும் என்ற உத்தேசம் இல்லாமலேயே சைத்தான்களுக்கும் சேவை செய்பவர்களாகிவிடலாம். மனச்சாட்சியுடன்கூட அரசாங்கப் பணிபுரிவோர் ஒரு சிலர் இருக்கத்தான் செய்கிறார் வீர புருஷர்கள், தேசபக்தர்கள், உயிர்த்தியாகிகள், சீர்திருத்தவாதிகள் போன்றோர் அவ்வாறு செய்யக்கூடும். அவர்கள் பெரும்பாலும் எதிர்ப்பாளராகவே காணப்பெறுவர். அரசாங்கமானது பகைவர்கள் என்றே அவர்களைச் சகஜமாக கருதக்கூடும்."

தோரோ தமது காலத்து அமெரிக்கச் சர்க்காரை உடன் தாக்குகிறார்: "அடிமைகளின் சர்க்காராகவும் இருந்து வரும் அந்த அரசியல் அமைப்பை ஒரு கணங்கூட என்னுடைய சர்க்காராக ஏற்பதற்கு என் மனம் ஒப்பவில்லை" என்று அவர் எழுதுகிறார். அரசாங்கத்தில் காணப்பெறும் தீமைகளை எதிர்க்க வேண்டிய கடமை பிரஜைகளுக்கு உண்டு. அதன் சட்டங்களுக்குப் பகிரங்கமாக, வேண்டுமென்றே கீழ்ப்படிய மறுக்கும் அளவுக்கு எதிர்ப்பைக் காண்பிக்க வேண்டியது பிரஜைகளின் கடமை என அவர் கருதுகிறார்.

"சுதந்திரப் பிரியர்களுக்கெல்லாம் தஞ்சமளிக்கும் பொறுப்பை ஏற்றுக் கொண்டுள்ள ஒரு தேசத்தின் மக்களில் ஆறில் ஒரு பங்கினர் அடிமைகளாக இருக்கும்போது, சத்யசந்தர்கள் அதற்கு எதிராகக் கலகம் செய்து புரட்சியைத் தோற்றுவிக்க வேண்டும் என்று நான் நினைக்கிறேன். அடிமைகளாக மக்களை இனித் தம்மிடம் வைத்துக் கொள்ளலாகாது. மக்களுக்குரிய வாழ்க்கையைத் தாம் நடத்த இயலாத நிலைமை அதன் விளைவாக ஏற்பட்டபோதிலும் அவர்கள் அதற்கு இணங்கலாகாது."

தேர்தலில் ஓட்டுப் போட்டு விட்டால் தன் முழுக் கடமையை நிறைவேற்றிவிட்டதாகப் பிரஜைகள் நினைக்கும் தன்மையைத் தோரோ கண்டு வியக்கிறார்.

"எல்லா ஓட்டுப் பதிவுமுறைகளுமே சூதாட்ட ரீதியில் இருப்பவைதான்; சொக்கட்டான், பகடை ஆட்டம் போன்றவை தான்; நியாய, அநியாய அம்சம் அவற்றில் மிக மிகக் குறைவு. எது சரி, எது தவறு என்பது வெறும் விளையாட்டு விஷயமாகி விடுகிறது. தவிர, ஓட்டு விவகாரமே சூதாட்டமாகி விடுகிறது. ஓட்டர்களின் யோக்கியதை மட்டும் பணயம் வைக்கப்படுவதில்லை..... எது சரியோ அதற்குச் சாதகமாக ஓட்டுச் செய்து விட்டால் மட்டும் போதாது. எது சரியோ அதற்காகச் செயலாற்றியதாக அது ஆகாது. எது நியாயம் என்று உங்களுக்குப்படுகிறதோ அது அமுலாக வேண்டும் என்ற விருப்பத்தைத்தான் மிக ஈனசுவரத்தில் அது வெளிப்படுத்துகிறது மக்கள் திரளாகக் கூடி ஆற்றும் செயல்களில் விசேஷ குணநலன் மிக அபூர்வமாகத்தான் இருக்கக்கூடும்."

நீதியற்ற சட்டங்கள் விஷயத்தில் பிரஜை காண்பிக்க வேண்டிய சரியான மனப்பான்மை எது என்பதைத் தோரோ ஆராய்கிறார். அச்சட்டங்களை மாற்ற வேண்டுமாயின் (தேர்தல் மூலம்) மெஜாரிட்டி கிடைக்கும் வரை காத்திருப்பது நல்லதா, அல்லது அச்சட்டங் களுக்குக் கீழ்ப்படிய முடியாது என்று உடனடியாக மறுப்பது நல்லதா? "வேறு ஒருவனுக்கு அநீதியை விளைவிக்கும் கருவியாக நீ பயன்பட வேண்டும்" என்று சர்க்காரின் சட்டம் கூறும்பட்சத்தில் அதை மீறத்தான் வேண்டும் என்று சொல்லுவேன். எது தவறு என்று சொல்லி நான் கண்டிக்கிறேனோ அது அமுலாவதற்கு நான் கருவியாகிவிடாத வண்ணம் பார்த்துக் கொள்ள வேண்டாமா?"

மாறுதல்களையும் சீர்திருத்தங்களையும் எதிர்ப்பது, குற்றம் குறை கூறுபவர்களை மோசமாக நடத்துவது ஆகியவை சர்க்காருக்கு இயற்கையாக அமைந்துள்ள குணம் என்பது அவருடைய கருத்து. "சர்க்கார் ஏன் கிறிஸ்துவைச் சிலுவையில் அறைந்தது? கோபேர் நிகஸையும், லூதரையும் ஏன் சமூகப் பிரஷ்டம் செய்தது? வாஷிங்டனும் பிராங்க்ளினும் கலகக்காரர்கள் என்று ஏன் அது அபிப்பிராயம் கூறியது?" என்று கேட்கிறார் தோரோ.

அடிமைத்தனத்தை எதிர்ப்பவர்கள் உடனடியாக, "சர்க்காருக்கு ஆதரவு தருவதை நிறுத்த வேண்டும். தாமும் பணி புரியலாகாது, தமது உடைமையும் பயன்படும்படி விடலாகாது. மாஸசூஸெட்ஸ்-சர்க்காருக்கு ஆதரவு தரலாகாது. தமக்கு நிகர மெஜாரிட்டி கிடைக்கும் வரை அவர்கள் காத்திருக்க வேண்டியதில்லை. ஊடுருவிச் சென்று தமக்கு நியாயம் எனப்படுவதை வற்புறுத்தியாக வேண்டும். கடவுள் தம் பட்சம் இருக்கிறார் என்ற திருப்தி அவர்களுக்கு ஏற்பட்டால் போதும், மெஜாரிட்டிக்காக அவர்கள் காத்திருக்க வேண்டியதில்லை. தனது அண்டை அயலாரைவிடத் தன்னிடம் அதிக நியாயத்தை வைத்துக் கொண்டிருப்பவன், அது காரணமாக உண்மையில் மெஜாரிட்டி உடையவனாக ஆகிவிடுகிறான்."

சட்ட மறுப்புக்கு வெளிப்படையான அத்தாட்சியாக ஒரு முறையை எல்லாப் பிரஜைகளும் தாராளமாகப் பின்பற்றலாம் என்று சுட்டிக் காட்டினார் தோரோ. வரிகளைச் செலுத்த மறுப்பதுதான் அந்த உபாயம். ஒரு 1000பேர், அல்லது எண்ணிக்கை குறைவாக இருந்தாலும் சரி சர்க்காரின் செய்கையைத் தாம் அங்கீகரிக்கவில்லை என்பதை இந்த முறையில் வெளிப்படுத்தினால் சீர்திருத்தம் அதைத் தொடர்ந்து வந்தே தீரும் என்று அவர் நினைத்தார். அதிகார பீடத்தை எதிர்த்தால் தண்டனை நிச்சயம். "யாரையேனும் அநியாயமாக ஒரு சர்க்கார் சிறைப்படுத்துமாயின், அதன்கீழ் நியாயவான்களுக்குச் சிறைதான் உண்மையான புகலிடம் ஆகிவிடும்... நியாயவான்கள் எல்லோரையும் சிறைப்படுத்துவதா, அல்லது யுத்தத்தையும் அடிமை முறையையும் விட்டு ஒழிப்பதா, இரண்டில் எது வேண்டுமென்பதை முடிவு செய்யச் சர்க்கார் தயங்கமாட்டார்கள்." அநீதியில் திளைக்கும் ஒரு சர்க்காருக்கு வரி செலுத்துவதன் மூலம் அரசாங்கம் இழைக்கும் தீமைகளை மன்னிப்பவனாகப் பிரஜை மாறிவிடுகிறான்.

சொத்துப் படைத்த வர்க்கத்தினருக்கு ஹக்குகள் நிறைய உண்டு. எனவே, அவர்கள் கலகம் செய்யமாட்டார்கள் என்று உணர்ந்தார் தோரோ. எந்த ஸ்தாபனம் தன்னைத் தனவந்தனாக்குகிறதோ, அதற்குத் தன்னை விலை கூறுவதற்குப் பணக்காரன் எப்பொழுதுமே தயாராக இருப்பான். ஒப்புநோக்கும்

மனப்பான்மை அவனிடம் இராது. பணம் பெருகப் பெருக நற்குணம் குறைந்து கொண்டே போகும். பணமானது மனிதனுக்கும் அவனது நோக்கங்களுக்குமிடையே குறுக்கிட்டு அவற்றை அவனுக்கு விலைக்கு வாங்கித் தருகிறது என்கிறார் தோரோ. பணம் படைத்தவர் என்ற அபவாதம் தோரோவுக்கு இல்லை. எனவே, அரசாங்கத்தை எதிர்ப்பதால் அவருக்கு நஷ்டமில்லை. "அரசாங்கத்திற்குக் கீழ்ப்படிவதால் விளையக் கூடியதை விடக் கீழ்ப்படிய மறுப்பதால் ஏற்க நேரிடும் தண்டனையை நான் அவ்வளவாகப் பொருட்படுத்தவில்லை. அப்படிக் கருதுவேனாயின் நான் தன்மதிப்பு இழந்தவன் ஆவேன்" என்கிறார் தோரோ.

அடிமைத்தனத்தை ஒழிப்பதற்கு மாஸச்சூஸெட்ஸ் அரசாங்கம் நடவடிக்கை எடுக்கவில்லை. பொருளாதார ஆட்சேபங்களை அது எடுத்துக் காட்டியது. அவற்றின் வன்மையைக் கண்டறியும் பிரத்தியட்ச உணர்வு தோரோவிற்கு இருந்தது.

"பிரத்தியட்ச உணர்வுடன் பார்த்தால் மாஸட்சூஸெட்ஸில் சீர்திருத்தத்தை எதிர்ப்பவர்கள் தென்பகுதியிலுள்ள ஒரு லட்சம் அரசியல்வாதிகள் அல்ல. ஒரு லட்சம் வியாபாரிகளும், பண்ணையார்களுந்தான் ஆட்சேபிக்கிறார்கள். மனிதத்தன்மையை விட வர்த்தகமும், விவசாயமும் தரும் லாபத்தில்தான் அவர்களுக்கு அதிக அக்கறை. எனவே என்ன விளைந்தாலும் சரி, அடிமைக்கும் மெக்சிகோவுக்கும் நியாயம் வழங்க அவர்கள் தயாராக இல்லை."

6 வருடகாலம் தம் கோட்பாடுகளைத் தோரோ உறுதியாகக் கடைப்பிடித்தார். தலைவரியைக் கொடுக்க மறுத்துவிட்டார். சிறிதுகாலச் சிறைவாசத்தினால் அவரது திடமான நம்பிக்கை அசைவு காணவில்லை. ஆனால் அரசாங்கத்திடம் இருந்த மதிப்புக் குறைந்துவிட்டது.

"அரசாங்கம் அரைப் பைத்தியமாக மாறிவிட்டதே! வெள்ளிக் கரண்டிகளை வைத்துக் கொண்டு தன்னந்தனியாக வாழும் பெண்ணைப் போல அது பயந்தாங்கொள்ளியாகி விட்டது. நண்பர்கள் யார், பகைவர்கள் யார் என்று அதற்குத் தெரியாமல் போய்விட்டது. அதனிடம் கொஞ்ச நஞ்சம் வைத்திருந்த மதிப்பையும் இழந்து விட்டேன். அதைக் கண்டு இரக்கப்

படுகிறேன். இவ்வாறாக அரசாங்கமானது திட்டமிட்டு மனிதனின் மதியையோ, ஒழுக்கத்தையோ எதிர் நோக்குவதில்லை. அவனது சரீரத்தையும், புலன் உணர்ச்சிகளையும் மட்டுமே பாதிக்கிறது. உயர்ந்த மதிநுட்பமோ, நாணயமோ அதற்கு உறுதுணையாக அமையவில்லை. அதனிடம் இருப்பது அச்சுறுத்தும் வல்லமை தான். நான் பிறந்தது நிர்ப்பந்தத்திற்குத் தலைவணங்க அல்ல. என் மனம் நாடும் வகைகளில்தான் இயங்குவேன்."

வரிகள் விஷயத்தில் தோரோ பாகுபாடு செய்திருக்கிறார். நெடுஞ்சாலை வரி, பள்ளிக்கூட வரி ஆகியவற்றைச் செலுத்தத் தாம் எப்பொழுதும் மறுத்ததில்லை என்பதை அவர் எடுத்துக் காட்டுகிறார். "பிரஜை என்ற வகையில் நான் கெட்டவனாக இருக்கலாம். ஆனால் அண்டை அயலாருடன் நற்பெயர் எடுக்கும் விருப்பம் எனக்கு உண்டு" என்று அவர் காரணம் கூறுகிறார். அடிமைத்தனத்தையும், யுத்தத்தையும் ஆதரிக்கும் பொது வரிகளைச் செலுத்தலாகாது என்றுதான் வரம்பு கட்டி அவர் கோடிட்டுக் காண்பித்தார். இந்த விஷயங்களில், "அரசாங்கத்திடம் விசுவாசத்துடன் நடக்க நான் மறுக்கிறேன். அதினின்று நான் பின்னடைந்து பயனுள்ள வகையில் எட்டி நிற்கவே விரும்புகிறேன்" என்று அவர் தெளிவுற விளக்கினார்.

உயிர்த் தியாகி என்றோ, ஞானி என்றோ காட்சியளிக்க தோரோ விரும்பியதே இல்லை.

"எந்தத் தனி மனிதனுடனோ அல்லது தேசத்துடனோ தகராறு வைத்துக் கொள்ள நான் விரும்பவில்லை. மிகமிகத் துல்லியமான வேறுபாடுகளை எடுத்துக்காட்டவோ, அண்டை அயலாரை விட அதிகச் சிறப்புள்ளவன் என்று காண்பித்துக் கொள்ளவோ நான் முற்பட்டதே இல்லை. தேசத்தின் சட்டங்களுக்கு இசைவாக வாழ்கிறேன் என்பதை ருசுப்பிக்க முகாந்தரங்களை நான் நாடுவதும் உண்டு. அவற்றிற்கு ஏற்ப நடந்து கொள்ள நான் எப்பொழுதும் தயார். இவ்விஷயத்தில் என் விஷயத்திலேயே எனக்குச் சிறிது சந்தேகம் வருவதுண்டு. ஒவ்வோர் ஆண்டும் வரிவசூல் நடைபெறுகையில் சட்டங்களுக்கு இசைவாக நடந்து கொள்வதற்கு ஒரு வியாஜத்தை நாடிச் சர்க்கார்களின்

சட்டங்களையும், நிலவரத்தையும் ஆராயும் மனப்பான்மையினனாக இருப்பேன்."

தாம் வகுத்துக் கொண்ட லட்சிய நிலைகளுக்கு மிகவும் தாழ்வுபட்டதாக இருந்தபோதிலும் அரசியல் சட்டமானது குற்றம் குறைகள் இருப்பினும் மிக நன்றாகவே அமைந்திருக்கிறது என்று அவர் ஒப்புக் கொண்டிருக்கிறார். "சட்டமும் கோர்ட்டுகளும் மிகவும் கண்ணியம் வாய்ந்தவையாக இருக்கின்றன. இந்த ராஜ்யமும் இந்த அமெரிக்க சர்க்காரும் பல அம்சங்களில் மிகமிகப் போற்றத்தக்கவையாக இருக்கின்றன. இம்மாதிரி வாய்ப்பது அரிது. எனவே, நாம் இதற்காக நன்றி செலுத்தக் கடமைப்பட்டுள்ளோம்" என்று அவர் கூறுகிறார்.

மெஜாரிட்டியின் ஆட்சியைத் தோரோ கண்டித்திருக் கிறாராயினும், பொதுமக்களின் தீர்ப்பில் அவருக்குச் சிறிது நம்பிக்கை உண்டு. சட்டசபை உறுப்பினர்கள், "எளிய விஷயங்களான வரி, நிதி, கடலாடி வர்த்தகம், பண்டங்களின் தயாரிப்பு, விவசாயம் ஆகியவற்றைப் பயனுறச் சமாளிப்பதற்கு வேண்டிய தகுதியற்றவர்கள்" என்பது அவரது அபிப்பிராயம். "மக்களின் சேகேறிய அநுபவமும், தவறுகள் விஷயத்தில் அவர்கள் செய்யும் புகார்களுந்தான் நிலைமை திருந்தும்படி செய்யக் கூடியவை. அத்தகைய வாய்ப்பு இன்றிக் காங்கிரஸில் உள்ள சட்டமன்ற உறுப்பினர்கள் மட்டுமே தமது புத்திக்கேற்பப் பேசி வழி காட்டுவர் என்று இருந்துவிட்டால் அமெரிக்காவானது உலக தேசங்களிடையே தான் வகித்து வரும் இப்போதைய அந்தஸ்தை விரைவில் இழந்துவிடும்" என்று அவர் கருதுகிறார்.

அப்பழுக்கற்ற சர்க்கார் எவ்வாறு இருக்கவேண்டும் என்பதைப் பற்றிய ஒரு விளக்கத்துடன் அவரது 'சட்ட மறுப்பு' முடிவுறுகிறது. தனி நபரின் கண்ணியம், மதிப்பு ஆகியவற்றில் தமக்குள்ள நம்பிக்கையை அவர் முடிவுரையில் மீண்டும் அறுதியிடுகிறார்.

"கண்டிப்பாக நீதி தவறாது இருக்க வேண்டுமாயின் அரசாங்க அதிகாரத்துக்கு மக்களின் சம்மதமும் கட்டளையும் பின்பலமாக அமைய வேண்டும். நான் அந்தச் சர்க்காருக்கு அளிப்பதுபோக என்

நபர் விஷயமாகவும், சொத்து விஷயமாகவும் அதற்கு வேறு கலப்பற்ற அதிகாரம் இருக்கலாகாது. மன்னன் எல்லா அதிகாரமும் படைத்தவன் என்ற நிலைமை மாறி அதிகார வரம்பு கட்டிய முடியரசு ஏற்பட்டது, அதிகார வரம்புள்ள முடியரசானது ஜனநாயகமாக மலர்ந்த வரலாறு போன்றவை உண்மையில் தனி நபரின் கண்ணியம் ஏற்றம் அடைந்துள்ளது என்பதைத்தான் புலப்படுத்துகின்றன. நாமறிந்த ஜனநாயகந்தான் அரசியலைச் சீர்திருத்த இயலாத கடைநிலை என்று கருதலாகுமா? மனித உரிமைகளை அங்கீகரித்து அவற்றைப் பரிமளிக்கச் செய்வதை நோக்கி மேலும் ஒருபடி முன்னேறக் கூடும் அல்லவா? தனி நபர் ஒரு உயர்பிறவி, சுதந்திரமான சக்தி படைத்தவன், அவனிடமிருந்து தான் தனக்கே சக்தியும்/ அதிகாரமும் கிடைக்கின்றன என்பதை அரசாங்கமானது ஒப்புக் கொண்டு அதற்கேற்ப அவனை மதித்து நடத்த வேண்டும். அப்படி நடத்தாதவரை அரசாங்கமானது உண்மையில் சுதந்திரமுள்ளது, நாகரிகமானது என்று ஒருகாலும் கருதப்படமாட்டாது. எல்லா மனிதர்களுக்கும் நியாயம் வழங்கி அண்டை அயலாரைப் போலத் தனி நபர்களை மதிப்புடன் நடத்தக் கூடிய ஓர் அரசாங்கத்தை நான் கற்பனையிலாவது கண்டு மகிழலாமல்லவா? அரசியலுக்குப் புறம்பாக ஒதுங்கி நின்று, அதன் விவகாரங்களில் குறுக்கிடாமல், அதன் அதிகார வரம்பின்கீழ் வராமல் சோதர மக்களுடன் தமக்குரிய கடமைகளை ஆற்றி வாழக் கூடிய வகையில் ஒரு சிலர் இருப்பாராயின், அது தனது அந்தஸ்துக்கு முரணானது அல்ல என்று கருதி அவர்களைத் தம் வழியில் அரசாங்கம் விட்டு வைக்கலாமல்லவா? அத்தகைய ரீதியில் பலிதம் கண்டு, பக்குவம் அடைய அடையத்தன் அதிகாரத்தைக் குறைத்துக் கொண்டே வந்து மேலும் மேலும் சிறப்பும் சீருமுள்ள அரசாங்க அமைப்புத் தோன்றுவதற்கு வழி செய்யலாமல்லவா? இதுவும் எனது கற்பனைதான். இத்தகைய அரசாங்கத்தை நான் எங்கும் இது வரையில் பார்த்த தில்லை.

அரசாங்கம் இருப்பது தனி நபர்களுக்காகவேயொழிய, தனி நபர்கள் அரசாங்கத்திற்காக வாழவில்லை. சட்ட மறுப்பு என்ற நூலில் இதுவே தோரோ வற்புறுத்தியுள்ள அடிப்படையான வாதம். மெஜாரிட்டிக்குப் பணிந்து போவது அறநெறிக் கோட்பாடுகளுக்கு

முரண்பட்டதாயின் சிறுபான்மையினர் பணிந்து போவதற்கு மறுக்க வேண்டும். மேலும் அநீதிகளுக்கு ஆதரவு காட்டும்படி பிரஜைகளை நிர்ப்பந்தித்து அவர்களது தார்மிக சுதந்திர உணர்ச்சியைப் புண்படுத்த எந்த அரசாங்கத்திற்கும் உரிமையில்லை. எப்பொழுதுமே மனச்சாட்சிதான் மனிதனின் மேலான வழிகாட்டியாக இருந்தாக வேண்டும்.

தோரோ வாழ்ந்த காலத்தில் அவரது 'சட்ட மறுப்பு' அடைந்திருந்த செல்வாக்கு மிகமிகச் சொற்பமே. அக்காலத்து நூல்களில் இதைப்பற்றிய பிரஸ்தாபம் மிகமிகக் குறைவு. இந்நூல் வெளியான பத்து வருஷங்களில் உள்நாட்டு யுத்தம் தலை தூக்கியது. எனவே, இந்தக் கட்டுரை பொதுமக்களின் விசேஷ அபிமானத்தைப் பெற்றிருக்கும் என்றுதான் சாதாரணமாகக் கருதத்தோன்றும். ஆனால் அடிமை முறையை ஒழித்துக் கட்டுவதைப்பற்றிய வெளியீடுகள் மலை போலக் குவிந்து இதை அமுக்கிவிட்டன போலும். எனவே, குடத்துள் விளக்காக அடுத்த நூற்றாண்டு வரை அது மங்கி மறைந்து கிடந்தது.

இப்போது காட்சி மாறுகிறது. தென் ஆப்பிரிக்கா, இந்தியா செல்வோம். ஆப்பிரிக்காவில் வழக்கறிஞராகத் தொழில் நடத்தி வந்த மோகன்தாஸ் கரம்சந்த் காந்தி என்ற ஹிந்து, 1907ஆம் ஆண்டில் இந்நூலைப் பார்வையிட்டார். தம் மக்களின் உரிமைகளைக் காக்கச் 'சட்ட மறுப்பு' ஏற்ற சாதனமாகக் கூடுமா என்று சாதகபாதகங்களை ஏற்கனவே அவர் ஆராய்ந்து கொண்டிருந்தார். இருபத்திரண்டு ஆண்டுகளுக்குப் பிறகு இந்த நிகழ்ச்சியைப்பற்றித் தோரோவின் வாழ்க்கை வரலாற்றை எழுதிய ஹென்றி ஸால்ட்டிடம் அவர் பின்வருமாறு கூறினார்:

"சட்ட மறுப்புப் போராட்டத்தில் முழு மூச்சுடன் நான் ஈடுபட்டிருந்த காலையில், 1907ஆம் ஆண்டிலோ, சற்றுப் பிறகோ, தோரோவின் நூல்களை நான் முதல்முதலாகப் பார்வையிட்டேன். 'சட்ட மறுப்பு' என்ற கட்டுரையை ஒரு நண்பர் எனக்கு அனுப்பி வைத்திருந்தார். அது என் மனத்தில் ஆழப்பதிந்தது. அப்பொழுது நான் 'இந்தியன் ஒபினியன்' என்ற பத்திரிகையின் ஆசிரியராக இருந்தேன். தென்னாப்பிரிக்காவில் இருந்த அதன் வாசகர்களுக்காக

அதில் ஒரு பகுதியை நான் மொழிபெயர்த்தேன். பத்திரிகையின் ஆங்கிலப் பிரிவில் அந்தக் கட்டுரையின் பல பகுதிகளை எடுத்து தாராளமாகப் பிரசுரித்தேன். கட்டுரையில் கூறியிருந்த விஷயங்கள் எனக்கு விசேஷ நம்பிக்கையை உண்டு பண்ணின. அது உண்மைக்கு உறைவிடமாகி இருந்தது. எனவே, தோரோபற்றி மேற்கொண்டு தெரிந்துகொள்வது அவசியமெனக் கருதினேன். நீங்கள் எழுதிய அவரது வாழ்க்கை வரலாறு கிடைத்தது. 'வால்டன்' என்ற நூலையும், மற்றைய சிறிய கட்டுரைகளையும் மகிழ்ச்சியுடன் படித்து மிகுந்த பயனடைந்தேன்."

தென் ஆப்பிரிக்காவில் காந்தியுடன் சேர்ந்து நெருங்கி உழைத்தவர்களில் ஒருவரான ஹென்றி கொடுத்துள்ள தகவல் சிறிது மாறுபட்டதுபோலக் கூறுகிறார்:

"தோரோவின் கட்டுரைகள் கொண்ட புத்தகத்தை 1907ஆம் ஆண்டின் துவக்கத்தில் முதலில் பார்த்தது காந்தியா, நானா என்பது இப்பொழுது (1931இல்) ஞாபகத்திற்கு வரவில்லை. அது ஸ்காட்ஸ் லைப்ரரியின் வெளியீடு என்று நான் நினைக்கிறேன். ஆனால் சட்ட மறுப்புச் செய்யும் கடமையைப் பற்றி' என்ற கட்டுரையில் காணப்பெறும் சாத்துவிக எதிர்ப்பும், சட்ட மறுப்புக் கோட்பாடும் சரியானவைதாம் என்று நாங்கள் இருவரும் விசேஷ மனவுறுதி பெற்றோம். காந்தியைக் கலந்தாலோசித்து, 'இந்தியன் ஒபினியன்' பத்திரிகையில் அதை நான் வெளியிட்டேன். குஜராத்தி மொழியிலும் அது வெளியாயிற்று. பின்னர்த் துண்டுப் பிரசுரமாகவும் அதைக் கொண்டு வந்தோம். பின்னர் அதே ஆண்டில் 'சட்ட மறுப்பின் தர்ம நியாயம்' என்ற விஷயமாக 'இந்தியன் ஒபினியன்' ஒரு கட்டுரைப் போட்டிக்கு ஏற்பாடு செய்தது. தோரோவின் கட்டுரை, ஏற்கனவே காந்திஜி பார்த்திருந்த ஸாக்ரடீஸ் நூல்கள் ஆகியவற்றை ஆதாரமாகக் கொண்டு கட்டுரை எழுத வேண்டுமென விதி செய்தது.'

'சாத்துவிக எதிர்ப்பு' என்ற சொற்றொடர் (Passive Resistance) காந்திக்குத் திருப்தி அளிக்கவில்லை. ஆனால் நல்ல மாற்றுச் சொற்றொடர் எதுவும் அவருக்கு அகப்படவும் இல்லை. எனவே, தமது இயக்கத்தை வருணிப்பதற்குத் தோரோ உபயோகித்த சட்ட மறுப்பு என்ற சொற்றொடரை அவர் தயக்கமின்றி எடுத்துக்

கொண்டார். ஹிம்ஸைக்கு இடம் இல்லாத உறுதி என்ற பொருள் படைத்த சத்தியத்தையும், நியாயத்தையும் பக்திசிரத்தையுடன் போற்றுவதும், தமது சித்தாந்தத்துக்கு முற்றும் இசைவான அரசியல் கொள்கை உள்ளதுமான தத்துவவிளக்கமே அந்த நூல் என்று காந்தி முடிவு செய்தார். 'சட்ட மறுப்பு' என்ற நூலை மகாத்மா காந்தி தமது எதிர்ப்பில்லா இயக்கத்தின் ஆதாரகிரந்தமாக வைத்துக் கொண்டார். தம் ஹிந்து சீடர்களுக்காக வேண்டிக் காந்தி 'சத்தியாக்கிரஹம்' என்ற ஒரு சொல்லைச் சிருஷ்டித்தார். அது இரண்டு ஸம்ஸ்கிருதச் சொற்களின் தொடர்பதம். "ஆத்ம சக்தி அல்லது சத்தியமும் அன்பு அல்லது அஹிம்ஸையும் சேர்ந்து உருவாக்கிய சக்தி" என்று அதற்கு அவர் விளக்கம் தந்தார்.

சத்தியாக்கிரஹத்தில் எதிர்ப்பாளரின் எண்ணிக்கை அவ்வளவு முக்கியமான விஷயம் அல்ல. அந்தத் தத்துவத்தில் நம்பிக்கைதான் முக்கியம், தியாகத்தை வேள்வியாகக் கருதும் தூய்மைதான் முக்கியம் என்ற எண்ணம் காந்திஜிக்கு ஏற்பட்டதற்கு, அடிமைத் தனத்தை எதிர்த்து அமெரிக்காவில் தோரோ நடத்திய போராட்டமே மூலகாரணமாயிற்று என்று கிருஷ்ணலால் ஸ்ரீதரணி தாம் இயற்றியுள்ள காந்திஜியின் வாழ்க்கை வரலாற்றில் கூறியுள்ளார். காந்தி கூறுகிறார்:

"பணிய மறுப்பவர்கள் ஒரு சிலராக இருப்பாராயின் அரசாங்கக் கட்டளைகள் பயனற்றவையாகின்றன. தவறு எதுவும் இழைக்காமல் இருந்து ஒரு கொள்கையை முன்னிட்டு வரி செலுத்த மறுக்கும் மஹாபுருஷர்கள் ஏராளமாக இருக்கும் நிலைமையில், அவர்கள் விஷயத்தில் கட்டளைகளை நிறைவேற்றி வைப்பது பெரிய தொந்தரவாக இருக்கும். தனி நபர்கள் இங்குமங்குமாக இத்தகைய ஆட்சேப முறையைக் கையாள்வாராயின் அவை பெரிய அளவில் யாரையும் ஈர்க்கமாட்டா. எனினும், பரிசுத்தமான உதாரணங்கள் விசித்திரமாக விரிவடைந்து கொண்டே போகும் தன்மை படைத்தவை. பிரசாரத்தினால் அவை உரம் பெறுகின்றன. அவற்றில் ஈடுபட்டுக் கஷ்டப்படுகிறவர்கள் நிந்தனைக்கு உள்ளாவதில்லை; பாராட்டுதலைப் பெறுகிறார்கள். உதாரண புருஷர்களாக விளங்கித் தோரோ போன்றோர் அடிமைத்தனத்தை ஒழித்தனர்."

எண்ணிக்கை குறைவாயிருந்தாலும், மனவுறுதி படைத்த ஒரு மைனாரிட்டியின் சக்தியைப்பற்றித் தோரோ கூறியிருப்பதை இவ்வறிக்கையில் காந்தியும் எதிரொலிக்கிறார். ஸ்ரீதரணி கூறியது போல, "காந்தியின் சத்தியாக்கிரஹ உபாயத்தின் ஒரு முக்கிய அம்சமாகிய சட்ட மறுப்பு என்ற சாதனத்தைத் தோரோ உருவாக்கி வழங்கியதுடன் கூட ஒத்துழையாமையின் சக்தியையும் சுட்டிக் காட்டினார். ஊழலில் ஆழ்ந்துள்ள ஓர் அரசாங்கத்தை அழிப்பதற்கு உகந்த சாதனமாகப் பின்னர் அதை விரிவாக்கினார் காந்தி."

ஜெனரல் ஜான் ஸ்மட்ஸைத் தலைவராகக் கொண்ட சர்க்காரை எதிர்த்து 1914ஆம் ஆண்டு நெடுகத் தென்னாப்பிரிக்காவில் காந்தி போரிட்டார். பொதுமக்களின் அபிமானத்தைப் பெறாத ஒரு மைனாரிட்டியை அடக்குவதற்கு, சக்தி வாய்ந்த சர்க்காரிடமுள்ள எல்லாச் சாதனங்களும் - சித்திரஹிம்ஸை, பலவகைப்பட்ட பலாத்காரங்கள், சிறையில் தள்ளுவது போன்றவை இந்த இயக்கத்திற்கு எதிராக அரசாங்கத்தால் பிரயோகிக்கப்பட்டன. ஆனால் ஒத்துழையாமை, எதிர்க்காதிருத்தல், சட்ட மறுப்பு அல்லது சத்தியாகிரஹம் என்ற ஒரே சொல்லினால் விளக்கப்படும் காந்தியின் நடைமுறைகள் இறுதியாக வெற்றி கண்டன. கைரேகைச் சட்டத்தை ரத்து செய்வது, மூன்று பவுன் தலைவரி செலுத்த வேண்டுமென்ற சட்டத்தின் வாபஸ், ஹிந்து - முஸ்லிம் திருமணங்களைச் சட்ட சம்பந்தமாக்குவது, படித்த இந்தியர்கள் குடியேறுவதற்கு இருந்துவந்த தடைகளை அகற்றுதல், இந்தியப் பிரஜைகளின் சட்டபூர்வமான உரிமைகளுக்குப் பாதுகாப்பு உட்பட அநேகமாக இந்தியர்களின் எல்லா முக்கியமான கோரிக்கை களுக்கும் பிரதம மந்திரி ஸ்மட்ஸும் அவருடைய சர்க்காரும் இணங்க வேண்டியதாயிற்று.

"தென்னாப்பிரிக்க இயக்கமானது, குறைகளுக்குப் பரிகாரம் காண்பதற்குக் கட்டுப்பாடான வகையில் எதிர்க்காமல் இருக்கும் சாதனத்தைப் பயன்படுத்துவதைப்பற்றிய முதல் உதாரணம் என்பது மட்டுமல்ல, அதுவே மிக உயர்ந்த எடுத்துக்காட்டாகவும் கருதப்பெறும்" என்று காந்திஜியின் வாழ்க்கை வரலாற்றை எழுதியுள்ள மற்றொரு நூலாசிரியரான ஆண்ட்ரூஸ் அறுதியிடுகிறார்.

சட்ட மறுப்புக்குப் பின்வருமாறு காந்தி வியாக்கியானம் செய்திருப்பதாக ஸ்ரீதரணி கூறுகிறார்:

"மற்றப்படி சட்டத்துக்குக் கீழ்ப்படிந்து நடக்கச் சம்மதிப்பவர்கள் மட்டுமே அக்கிரமமான சட்டங்களை எதிர்த்துச் சட்ட மறுப்பில் இறங்குவதற்கு உரிமையுள்ளவர்களாக இருக்க முடியும். சட்ட வரம்பில் சிக்க மறுத்துத் தலைமறைவாய் இருப்பவர்களின் நடந்தைக்கு இது முற்றும் மாறுபட்டது. போதிய முன்னறிவிப்புக்குப் பிறகு வெளிப்படையாகத்தான் இம்முறையைக் கையாள வேண்டும். எனவே சட்டத்தை மீறுவதை இது பழக்கப் படுத்திவிடாது. குழப்பம் நிறைந்த சூழ்நிலையைத் தோற்றுவித்து விடாது. மனு செய்து கொள்வது, சம்பாஷணை, பஞ்சாயத்துப் பைசல் போன்ற மற்றச் சமாதான முறைகளெல்லாம் பரிகாரம் அளிக்காது போன பிறகுதான் கடைசி உபாயமாக இதை மேற்கொள்ளலாம்."

1915ஆம் ஆண்டின் துவக்கத்தில் காந்தி இந்தியாவுக்குத் திரும்பினார். 1948இல் ஒரு ஹிந்துவால் கொல்லப்பட்ட தருணம் வரை, இந்தியாவுக்கும் பாகிஸ்தானுக்கும் விடுதலையை இறுதியாக ஜெயித்துக் கொடுத்த சக்திகளை அவரே தலைமை தாங்கி நடத்தினார். கலகங்கள், படுகொலைகள், நீண்டகாலச் சிறைவாசம், பிரஜாவுரிமைகளின் ஒடுக்கம், சமாளித்தாக வேண்டிய நீதியற்ற சட்டங்கள் இருந்து வந்தன. இந்த ஆண்டுகளில் அடிக்கடி சட்ட மறுப்புக் கையாளப்பெற்றது. மிகமிகச் சக்திவாய்ந்த ஆயுதமாகிய இவ்வாண்டுகளில் காந்தி அதற்குக் கூர் தீட்டினார். கிளர்ச்சி, ஆர்ப்பாட்டங்கள், சம்பாஷணைகள், இயன்றால் பஞ்சாயத்துப் பைசல் ஆகியவை ஆரம்ப நடவடிக்கைகளாயிருந்தன. இவை பயனற்றுப் போனால் ஸ்டிரைக், மறியல், பொதுவேலை நிறுத்தம், வர்த்தக பகிஷ்காரம், உள்ளிருந்து வேலை செய்ய மறுப்பது போன்ற பொருளாதார நிர்ப்பந்தங்கள் பிரயோகிக்கப்பட்டன. கையாளப் பெற்ற மற்றோர் உபாயம் வரிமறுப்பு.

ஹிந்து இந்தியாவுக்கும், முஸ்லிம் பாகிஸ்தானுக்கும் 1947 ஆகஸ்டில் டொமினியன் அந்தஸ்தை பிரிட்டன் வழங்கியது.

தோரோ உருவாக்கி, காந்திஜி பழுதற்றதாக்கிய சட்ட மறுப்புச் சித்தாந்தம் எதிர்காலத்தில் சந்தேகமற மேலும் பயன்படப் போகிறது. எல்லா இடங்களிலும், இக்காலத்து இரக்கமற்ற சர்வாதிகார ஆட்சி நடைபெறும் தேசங்களிலுங்கூட, இந்த உபாயங்களின் மூலமாகத்தான் கொடுமைக்கு உள்ளாகியுள்ள மக்களின் சக்தி வெளிப்படக் கூடும். ஸ்ட்ரீடம் சர்க்காருக்கு எதிராகத் தென்னாப்பிரிக்காவில் வெள்ளையரல்லாத இனத்தவர் இப்பொழுது நடத்தி வரும் போராட்டம் தற்கால உதாரணங்களில் ஒன்று. காந்தியின் பழைய இயக்கமே இவ்வாறு புதுமை கண்டிருக்கிறது.

"ஆளப் பெறுவோரின் சம்மதமில்லாமல், மிகக் கொடிய யதேச்சாதிகாரச் சர்க்கார்கூட நிலைத்திருக்க முடியாது. பெரும்பாலும் அந்தச் சம்மதத்தை நிர்ப்பந்தத்தின் மூலந்தான் யதேச்சாதிகாரி கசக்கிப் பிழிவதாயிருக்கலாம். யதேச்சாதிகார சக்தியிடம் பிரஜை பயப்படுவது நின்றுவிட்டால், யதேச்சாதிகாரியின் அதிகாரம் போய்விடுகிறது" என்று கூறுகிறார் காந்தி.

எல்லாவிதமான யதேச்சாதிகாரங்களையும் தோரோ புறக்கணித்துள்ளார். தனி நபர்களின் உரிமைகளுக்கு மேலாக அரசாங்கத்தை உயர்த்திக் காட்டும் சோஷலிஸம், கம்யூனிஸம் அல்லது அவை போன்ற பிற கோட்பாடுகளுக்குத் தோரோவின் சித்தாந்தங்கள் முற்றும் நேர் எதிரிடையானவை. இருபதாவது நூற்றாண்டின் நடுமத்திய காலத்தில் காணப்பெறும் சர்க்கார்களின் போக்கைப் பார்த்தால், கருத்துப் போராட்டத்தில் தோரோவின் எண்ணம் தோல்வியடைந்து வருவதாகவே தோன்றுகிறது. எனினும், இன்றைய உலகில், பிரஜைக்கும் அவனது சர்க்காருக்குமிடையே இருந்து வர வேண்டிய உறவுமுறைப் பிரச்னை - அரசாங்கத்துக்கு அவன் எந்த அளவு கீழ்ப்படிந்து போக வேண்டும் என்ற பிரச்னைக்குத் தீர்வு காண்பது, முன் எப்பொழுதையும்விட இப்பொழுது அதிக அவசரமுள்ளதாகிவிட்டது.

"தனி நபரின் உரிமைகளைப்பற்றிய 18ஆம் நூற்றாண்டுத் தத்துவம், ரூஸோவின் தாராளப்போக்குள்ள சித்தாந்தங்கள் உலகில் அடைந்த வியாபகம் ஆகிய இரண்டுமாக, தோரோவின் மூலம் நியூ

இங்கிலாந்தில் முழுமை கண்டன. அரசாங்க ஆதீனத்தில் இயங்கும் சமுதாய அமைப்புக்கு எதிரிடையான தனிநபரின் உரிமைச் சுதந்திரத்தின் முழு உறைவிடமாக அவர் திகழ்ந்தார். மனிதனின் சுதந்திரக் கனவுகளை ஆசாபங்கத்தில் ஆழ்த்தும் கீழ்த்தரமான பொருளாதார வாதங்களை அவர் மிகமிகவன்மையாகக் கண்டித்தார். அவரது வாழ்க்கையின் நீரோட்டத்தைச் சுரண்டல் - சமுதாயம் என்ற களைப்பூண்டுகள் மறைத்து மேடுறுத்தும் காலம் வருமுன் காலமாகி விட்டது அவரது அதிருஷ்டமே. சுதந்திர மக்கள் சிறப்பாக வாழ்கின்ற எதிர்காலத்தின் மீது அவர் குறியாயிருந்தார். அது எவ்வளவு எட்டாத தொலைவில் இருக்கிறது என்பதை உணர்ந்தறியாது காலமாகி விட்டதும் அவரது அதிருஷ்டமே.

VI

தாழ்நிலையினரின் உரிமைப் பிரசாரகர் ஹாரியெட் பீச்சர் ஸ்டோவ் டாம் மாமனின் குடில்

'டாம் மாமனின் குடில்' என்ற நூலைப் போற்றுவோருக்கும் தூற்றுவோருக்கும் ஒரே ஓர் அம்சத்தில் உடன்பாடு உண்டு. அந்நூலானது தான் வெளிவந்த காலப் போக்கை மிகப் பெரிய வகையில் உருவாக்கியதுடன், அமெரிக்க உள்நாட்டு யுத்தத்தை ஊக்கி விடுவதில் மகத்தான செல்வாக்குடன் விளங்கியது என்று எல்லோருமே ஒருமுகமாக அங்கீகரித்துள்ளனர். "அடிமை ஒழிப்பு வெறியினால் உந்தப்பட்டு, பல்வேறு பகுதியினரிடையே தகராறை வளர்க்கும் நோக்கத்துடன் உண்மை நிலையைத் திரித்து எழுதிய விகாரமான நூல்" என்று அது வெளிவந்த காலத்து விமரிசகர் ஒருவர் தீவிரமான நிலையிலிருந்து நோக்கி எழுதியிருக்கிறார். "இதுவரை வெளியான எந்த நூலையும் விட 'டாம் மாமனின் குடில்' தான் உலகிற்கு அதிகமான தீங்கை இழைத்துள்ளது" என்று இந்த நூற்றாண்டின் துவக்கத்தில், புகழ்பெற்ற எழுத்தாளரும் பிரசங்கியும் ஆன ஒருவர் எழுதியிருக்கிறார்.

இதற்கு நேர்மாறாக லாங்ஃபெலோ ஒரு கடிதத்தில் வழங்கிய புகழுரையை ஏற்றுக் கொண்டு உணர்ச்சிபூர்வமாக அதை வியந்து பாராட்டியிருப்பவர்கள் ஏராளம். "தார்மிக விளைவுகள் ஒருபுறம் இருக்க, இலக்கியத்தின் வரலாற்றில் பதிவாகியுள்ள மகத்தான வெற்றிகரமான நூல்களில் இது ஒன்று என டாம் மாமனின் குடிலைப் பற்றி லாங்ஃபெலோ எழுதியிருக்கிறார். பிரத்தியட்ச நிலையின் வெற்றி, அமரத்துவமுள்ளது, நூலாசிரியை நிச்சயமாக மேதாவிலாசம் படைத்த பெண்மணி" என்றெல்லாம் அதைப் பிறர் பாராட்டியிருக்கிறார்கள். மனநிலையை உருவாக்கிய வகையில்

காலத்துக்கேற்ற இசைவுடன் பிரதான நடைமுறை விஷயத்தைப் பற்றி, உரிய தருணத்தில் இதைவிடச் சிறப்பான நூல் எதுவும் எக்காலத்திலும் வந்ததில்லை. அடிமைப் பிரச்னை மீதான போராட்டம் நெருக்கடியான நிலையை அடைந்திருந்தது. தப்பியோடும் அடிமைகளைப் பற்றிய சட்டம் நிறைவேறியதால் ஏற்பட்ட கொதிப்பு, அடிமை நிலையின் எதிர்ப்பாளர் இருபது ஆண்டுகளாகச் செய்து வந்த பிரச்சாரம் இவை வரவர அதிக வலுவடைந்து வந்தன. சர்ச்சை பலமாக இருந்ததால் காங்கிரசில் நடுமையத்தினர்கூடக் கருத்து வேற்றுமை கொண்டிருந்தனர். அடிமைமுறை என்ற இந்த அசாதாரணமான 'ஸ்தாபன'த்துக்குச் சாதகமாகவும் பாதகமாகவும் சமயப் பிரச்சாரகர்கள் சர்ச்மேடைகளில், விவிலிய நூலிலிருந்து ஆதாரங்களை அள்ளி வீசினர். தரும நியாயச் சூழ்நிலை வெடிமருந்து கெட்டித்த நிலையில் இருந்தது. ஒரு பொறி தீண்டினால் போதும்; உலகையே அதிர வைக்கும் வெடி கிளம்பிவிடும்போல் இருந்தது. அந்தச் சிறு பொறியாக வாய்த்தது 'டாம் மாமனின் குடில்.'

தருணம் பக்குவமாக இருந்தது என்பது மட்டுமல்ல; மனிதனின் அடிமை நிலைக்கு எதிரிடையாக ஒரு பெரிய புனிதப் பிரசாரத்தைத் தொடங்குவதற்குச் சரியான தகுதியுள்ள நபரைப் பாரம்பரியமும் சூழ்நிலையுமாகச் சேர்ந்து பல தலைமுறைகளாக உருவாக்கி வந்து கொண்டிருந்த நிலவரம் அது.

ஹாரியெட் பீச்சர் ஸ்டோவ் தம் வாழ்நாள் முழுவதையும் தீவிரமான சமயப் பொலிவுள்ள சூழ்நிலையில் கழித்தவர். பத்தொன்பதாவது நூற்றாண்டில் பெயரும் புகழும் பெற்று விளங்கிய லைமன் பீச்சர் என்ற சமய போதகரின் மகள். இன்னும் விசேஷகியாதியடைந்த ஹென்றி வார்டு பீச்சரின் சகோதரி. மற்றொரு சமய போதகரை மணந்தவள். சமயப் பிரசாரகர்களின் தாயாக வாழ்ந்தவர். சமயத் துறையில் அவர் அடைந்த பயிற்சி கால்வின் மரபைக் கண்டிப்பாகத் தழுவியது. ஜானதன் எட்வர்ட்ஸ், சாமியூல் ஹாப்கின்ஸ் போன்ற நியூ இங்கிலாந்தைச் சேர்ந்த தூய்மையாளரின் (Puritans) அடிச்சுவட்டில் வளர்ந்தவர். பிள்ளைப் பிராயத்திலிருந்தே காரசாரமான ஆத்மவாத சர்ச்சை மலிந்த

சூழ்நிலை. எனவே, அவர் உபதேசகராக ஆவது தவிர்க்க முடியாத நிலையாயிற்று. அவர் தேவாலய அரங்கிலிருந்து உபதேசிக்கவில்லை. பேனாவைக் கொண்டு பிரச்சாரம் செய்தார். அவர் நிறைய எழுதிக் குவித்திருக்கிறார். 'டாம் மாமனின் குடில்' உட்பட அவருடைய நூல்கள் அனைத்திலும் சமய உணர்வு பின்னணியில் இருக்கவே செய்தது. பிரச்சாரகருக்குரிய பேரார்வத்தையும், விவிலிய வேதத்தில் சொல்லாட்சி மிடுக்கையும் அவை ஊக்குவித்தன.

ஹாரியெட் பீச்சர் ஸ்டோவ், கனெக்டிகட்டிலுள்ள லிட்ச்ஃபீல்டில் 1811ஆம் ஆண்டில் பிறந்தார். அக்காலத்து மாதருக்கு வழக்கமாக அளிக்கப்பட்டு வந்ததைவிடச் சிறப்பான கல்வி அவருக்குப் போதிக்கப் பெற்றது. அதில் மூன்றில் இரண்டு பங்கு சமய சம்பந்தமானது. அவர் விசேஷ ஆர்வத்துடன் படித்து வந்தார். ஆத்மஞான நூல்களுடன் அவர் விரும்பிப் படித்தவை பைரன், ஸ்காட் ஆகியோரின் நூல்கள். அவரது பிற்காலத்திய நடையில் இவ்விருவரின் செல்வாக்கையும் காணலாம்.

ஹாரியெட்டுக்குப் பதினான்கு வயதான தருணம் லைமன் பீச்சர் தம் குடும்பத்துடன் பாஸ்டனுக்குப் பிரச்சாரகராக மாற்றிக் கொண்டு போனார். அவருக்கு எப்பொழுதும் ஏதாவது செய்து கொண்டே இருக்க வேண்டும்; ஆர்வ மிகுதியுள்ளவர். சில ஆண்டுகள் கழித்து, சின்சினாட்டி சென்று அங்கே லேன் சமயக் கல்லூரியின் தலைமைப் பொறுப்பை ஏற்றார். அங்கேதான் 1850ஆம் ஆண்டு வரை ஹாரியெட் இருந்தார். பள்ளி ஆசிரியையாகப் பணியாற்றினார். கால்வின் ஸ்டோவ் என்ற சமயக் கல்லூரி ஆசிரியரைத் திருமணம் செய்துகொண்டார். அவருடைய ஏழு குழந்தைகளில் ஆறு பேர் அங்கேதான் பிறந்தனர். சஞ்சிகைகளில் வெளியிடுவதற்காகச் சிறிய குறிப்புக்களையும் எழுதி அனுப்பி வந்தார்.

சின்சினாட்டியில் வசித்த காலத்தில் பலவகைகளில் அவருடைய கருத்துக்கள் உருவாகி வளர்ந்தன என்று சொல்லலாம். அது ஒஹையோ நதியின் தீரத்தில் இருந்தது. அக்கரையில் அடிமைகளைக் கொண்டு நடந்து வந்த பெரிய பண்ணைகளுடன் கூடிய கென்டுகி இருந்தது. அடிமைகளைப் பற்றிய பெரிய

சர்ச்சைக்கு அது கேந்திரமாக இருந்து வந்தது. அடிமை முறை ஒழிப்பு இயக்கத்தை எதிர்த்த ஜனக் கூட்டங்கள் தெருக்களில் திரிந்து, அடிமையொழிப்பை வற்புறுத்திய பத்திரிகைகளின் அச்சகங்களை அழித்து வந்தன. தங்குதடையின்றி நீக்ரோக்களை இம்சித்து வந்தனர். அடிமை முறைக்குச் சாதகமாகவும் பாதகமாகவும் கடுமையான சொற்போர் நிகழ்ந்துகொண்டிருந்தது. விடுதலையை நாடிப் பாதாள ரயில் பாதை மூலம் கானடாவுக்குப் போய் விடுவதற்காகத் தப்பிவந்த அடிமைகள் கென்டுகியைப் பயன்படுத்தி வந்தனர். சமயக் கல்லூரியே அடிமையொழிப்பு உணர்வின் மூலஸ்தானமாக இருந்தது. நகரத்திலிருந்து இரண்டு மைலுக்கு அப்பால், கரடுமுரடான மண் ரஸ்தாவில் சென்றுதான் அதை அடைய வேண்டியிருந்தது. ஆகையால்தான் ஜனக்கூட்டங்களின் தாக்குதலுக்கு இரையாகாமல் அது தப்பியது. பல சந்தர்ப்பங்களில் தப்பி வந்த அகதிகளுக்கு லைமன் பீச்சரின் வீடு புகலிடமாகப் பயன்பட்டதுண்டு. குடும்பங்கள் நகர்ந்ததை, கண்காணிகளின் கொடுமைகளை அடிமைகளை ஏலம் விட்ட பயங்கரத்தை, தப்பியோடியவர்களைத் துரத்தி வேட்டையாடிய அச்சுறுத்தலை, தப்பி வந்த அடிமைகள் கதை கதையாகச் சொல்ல ஹாரியட் நேரிடையாகக் கேட்டார்.

அடிமைகளைப் பயன்படுத்தும் விதத்தை ஒரே ஒரு முறைதான் ஸ்ரீமதி ஸ்டோவ் கண்ணுக்கு மெய்யாகக் கண்டார். 1883இல் கென்டுகியைச் சேர்ந்த மேஸ்வில்லுக்கு நண்பர்களுடன் அவர் போயிருந்தார். பல தோட்டங்களை அப்பொழுது கண்ணுற்றார். பண்ணையாரின் பெரிய மாளிகைகளையும், அடிமைகளின் விடுதிகளையும் பார்வையிட்டார். ‘டாம் மாமனின் குடி’லில் அவர் கற்பனைச் சித்திரமாகத் தீட்டிய ஷெல்லி பண்ணையை உருவாக்குவதற்கான ‘மாதிரி’ அமைப்பை இங்கே கண்டறிந்தார். அடிமை முறை எவ்வாறெல்லாம் வேலை செய்கிறது என்பதைப் பற்றிய எண்ணங்களும் இங்கேதான் அவரது மனத்தில் பதிவாயின. ஹாரியட்டின் சகோதரர் சார்லஸ் வர்த்தகத் துறையினர். நியூ ஆர்லியன்ஸிலும் செவ்வாற்றுத் தீரத்திலும் சுற்றித் திரிபவர். தேசத்தின் தென்பாகத்தில் உட்பகுதியில் இருந்து வந்த அடிமை நிலையின் ஆபாசமான கதைகளை அவர் வந்து கூறுவதுண்டு.

மிஸிஸி பிநதிமீது படகில் செல்கையில் கஜப் போக்கிரியாகிய ஒரு கண்காணியைச் சார்லஸ் கண்டார். அவனைப் பற்றிச் சார்லஸ் தந்த விவரணைகளை வைத்துக் கொண்டுதான் 'டாம் மாமனின் குடி'லில் வரும் சைமன் லெக்ரி என்ற பாத்திரத்தை ஹாரியெட் உருவாக்கினார்.

சின்சினாட்டியில் தங்கிய காலத்தில் ஹாரியெட் முழுக்க முழுக்க அடிமை முறையின் ஒழிப்பாளராக மாறிவிடவில்லை. சமூகத்தை அரித்து வந்த தீமையை வேட்டு வைத்துத் தகர்ப்பதற்காகக் காடி, அக்கினித் திராவகம், பொட்லுப்பு, கரி முதலியவைகளால் தம்மை வெடிமருந்தாக ஆக்கிக்கொண்டவர்கள் என்று அடிமையொழிப்பாளரைப் பற்றி அவருடைய தந்தை கருதினார். அதுவே அப்பொழுது ஹாரியெட்டின் அபிப்பிராயமுமாக இருந்தது. நியூ இங்கிலாந்துக்குத் திரும்பும் வரை, அடிமை முறைக்கு எதிரிடையான போராட்டத்தை நோக்கராக அவர் கவனித்து வந்தாரே ஒழிய அதில் சுறுசுறுப்பாக ஈடுபடவில்லை. மெயினில் பவுடாயின் காலேஜில் கால்வின் ஸ்டோவ் பேராசிரியராக நியமிக்கப் பட்டார். 1850இல் குடும்பம் அவ்விடத்தை வந்தடைந்தது.

தப்பியோடும் அடிமைகளைப்பற்றிய சட்டம் நிறைவேறியதும், அதைப் பாஸ்டனில் அமல் நடத்துகையில் தோன்றிய நிகழ்ச்சிகளுமாகச் சேர்ந்து நியூ இங்கிலாந்து எங்கும் கோபக்கனல் வீசியது. தென்பிராந்திய அடிமைகளின் சொந்தக்காரர்கள், அடிமைமுறை இல்லாத ராஜ்யங்களுக்குத் தப்பிச் சென்றால் அவர்களைத் துரத்திக் கொண்டு போவதற்குச் சட்டம் அதிகாரம் அளித்தது. தமது சொத்தை மீட்டுக் கொள்வதில் அந்த ராஜ்யங்களின் அதிகாரிகள் அவர்களுக்குத் துணைபுரிந்தாக வேண்டும். சட்டபூர்வமாக நெடுநாட்கள் விடுதலை பெற்றிருந்த நீக்ரோக்களை வளைத்துப் பிடித்துத் தங்கள் பழைய யஜமானர்களிடம் ஒப்படைத்தனர். இந்த நடவடிக்கையின்போது அவர்களுடைய குடும்பங்கள் சின்னா பின்னப்பட்டுப் போவது சகஜமாயிருந்தது. தம் ஓரகத்தி மிஸஸ் எட்வர்ட் ஸ்டோவிடமிருந்து ஹாரியெட்டுக்கு ஒரு கடிதம் வந்தது. அடிமை முறை எவ்வளவு மோசமான சாபத் தீடு என்பதைச் சமுதாயம் பூராவுமே உணரக் கூடியவாறு ஏதாவது எழுதுமாறு அவள் அதில் மன்றாடிக் கேட்டுக்

கொண்டிருந்தாள். ஸ்டோவ் குடும்பத்தின் சம்பிரதாயத்துக்கு ஏற்ப, "கடவுள் துணை புரிந்தால் ஏதாவது எழுதுவேன்-பிழைத்திருந்தால் பார்க்கலாம்" என்று ஹாரியெட் முடிவு செய்தார். இதற்கிடையே எட்வர்ட் என்ற ஒரு சகோதரர், பாஸ்டன் தேவாலய மேடையிலிருந்து அடிமைமுறைக்கு எதிரிடையாக முழக்கிக் கொண்டிருந்தார். அதே சமயத்தில் ஹென்றி வார்ட் என்ற இன்னொரு சகோதரர், அடிமைநிலையிலிருந்து விடுவிக்கும் நோக்கத்துடன் புரூக்லின் தேவாலயத்தில் பகட்டான அடிமை விற்பனை ஏலங்களை நடத்தி வந்தார்.

டாம் காலமானதைப்பற்றிய உயர்நிலைப் பகுதிதான் 'டாம் மாமனின் குடில்' என்ற நூலில் முதலாவதாக வரையப் பெற்றது. பிரன்ஸ்விக் தேவாலயத்தில் கடவுளுடன் ஒன்றுவதைப்பற்றிய பிரசங்கம் ஒன்றைக் கேட்டபோது, இக்காட்சி முழுவதும் தமது அகக் கண்களின் முன் உருண்டோடி வந்தது என்று அவர் பின்னர் கூறியுள்ளார். அன்று பிற்பகல் தமது அறையைத் தாழிட்டுக் கொண்டு, தாம் கண்ட தோற்றத்தை அவர் எழுதினார். காகிதம் தீர்ந்துபோய்விடவே, பழுப்பு நிற அட்டைக் காகிதங்களை உபயோகித்துக் கதையை அவர் எழுதி முடித்தார். பின்னர் 'டாம் மாமனின்குடி'லில் உயிர்த்தியாகி என்ற தலைப்புடன் கூடிய அத்தியாயமாக அது இணைக்கப் பெற்றது. அவர் படித்துக் குழந்தைகளும் கணவனும் கேட்டு, உணர்ச்சி மேலிட்டனர். "எழுதுவதாக இஸபெல் சகோதரிக்கு வாக்களித்தாயே, அந்த அடிமைக் கதையின் உச்சகட்டமிது, ஹாட்டீ ஆரம்பத்திலிருந்து தொடங்கி, இதை நோக்கிக் கதையின் கட்டுக்கோப்பை உருவாக்கு. உன் புத்தகம் தயாராகி விடும்" என்று கால்வின் ஸ்டோவ் கூறியதாகத் தெரிகிறது.

வாஷிங்டனில் 'தேசீய சகாப்தம்' (நேஷனல் ஈரா) என்ற அடிமையொழிப்புப் பத்திரிகை பிரசுரமாயிற்று. அதன் ஆசிரியர் கமாலியெல் பெயிலுக்கு ஹாரியெட் ஸ்டோவ் சில வாரங்களில் எழுதினார். பீச்சர் குடும்பத்தைச் சின்சினாட்டியில் பெயிலி நன்கறிந்தவர். 'பிலாந்திரபிஸ்ட்' (தருமவான்) சஞ்சிகையொன்றின் ஆசிரியராக அவர் பணியாற்றியது உண்டு. ஜனத்திரள் பலாத்காரக்

கெடுபிடி செய்து அங்கிருந்து அவரை விரட்டி விட்டது. மூன்று அல்லது நான்கு இதழ்களில் வெளியிடக்கூடிய தொடர்கதை யொன்றை எழுதுவதற்குத் தாம் திட்டமிட்டிருப்பதாக ஸ்ரீமதி ஸ்டோவ் தம் கடிதத்தில் குறிப்பிட்டிருந்தார். 'டாம் மாமனின் குடில்' அல்லது 'ஒரு பண்டமாக இருந்த மனிதன்' என்பது அதன் பெயர் என்று அதில் செப்பியிருந்தார் ('தாழ்நிலையினரின் வாழ்க்கை' என்று இந்த உப-தலைப்பு பிறகு மாற்றப்பட்டது). அதைப் பிரசுரிக்கும் உரிமைக்காக முந்நூறு டாலர் தருவதாகப் பெயிலி அறிவித்தார். 1815 ஜூனில் அது 'நேஷனல் ஈரா'வில் தொடர்கதையாகத் தொடங்கியது.

ஒரு மாதத்தில் முடித்துவிடலாம் என்று ஸ்ரீமதி ஸ்டோவ் எதிர்பார்த்த இப்பணி முடிவின்றி நீண்டுகொண்டே போயிற்று. நினைவில் தேக்கி வைத்திருந்த பழைய அநுபவங்களும் புத்தகப் படிப்புமாகச் சேர்ந்து காட்சிகள், நிகழ்ச்சிகள், பாத்திரங்கள், உரையாடல் முதலியவற்றைக் கொணர்ந்து குவித்தன. கற்பனைத் திறனும் படைக்கும் சக்தியும் உச்ச நிலையை எய்தியிருந்தன. வாரந்தோறும் வந்துகொண்டிருந்த தொடர்கதை சுமார் ஒரு வருஷ காலம் ஓடியது. நூலாசிரியருக்கே அலுப்புத் தட்டி, அதை ஒருவாறு முடிவுக்குக் கொணர்ந்தார். "அதை ஆண்டவனே வரைந்தான். அவன் திருக்கரங்களில் நான் ஒரு கருவியாகத்தான் இருந்தேன்" என்று பின்னர் அவர் கூறியது உண்டு.

நிறையப் பாத்திரங்கள் இருந்தபோதிலும் 'டாம் மாமனின் குடில்' கதையமைப்பின் பிரதான பாகம் சிக்கல் இல்லாதது. ஷெல்பி தருமசிந்தையுள்ள அடிமை முதலாளி. தான்பட்ட கடன்களைத் திருப்பித் தருவதற்காக, டாம் மாமன் உட்பட, தன்னிடமிருந்த மிகச் சிறந்த அடிமைகளை விற்றாக வேண்டிய நிர்ப்பந்தம் அவனுக்கு வாய்க்கிறது. ஹேவி என்ற நியூ ஆர்லியான்ஸ் அடிமை வியாபாரிக்கு அவர்களை விற்கிறான். ஷெல்பியும் ஹேலியும் பேசிக்கொண்டிருப்பதை எலிஜா என்ற ஐரோப்பிய நீக்ரோ கலப்புப் பெண்ணொருத்தி ஒட்டுக் கேட்கிறாள். தன் குழந்தை ஹாரியையும் விற்கப்போவதாக அவள் அறிகிறாள். இரவோடு இரவாக அச்சிறுவனுடன்கூட, உறைபனியாகக் கிடந்த

ஒஹையோ நதியைக் கடந்து சென்று, கானடாவை அடைந்து சுதந்திரத்தை அடைய முற்படுகிறாள். அருகில் ஒரு பண்ணையில் அடிமையாக வேலை செய்து வந்த அவளுடைய கணவன் ஜார்ஜ் ஹாரிசும் தப்பித்துக் கொண்டு அவளைப் பின்தொடருகிறான். தப்பிச் செல்லும் அடிமைகளைப் பிடிக்கும் கூட்டம் துரத்திக் கொண்டு வருகிறது. இறுதியாக, சாகஸங்கள் பல புரிந்து, வழியில் குவேக்கர்களும் அநுதாபிகளான வெள்ளையர்களும் அளித்த உதவியுடன்கூட, முதலில் கானடாவை அடைந்து, பிறகு அவர்கள் ஆப்பிரிக்காவுக்குப் போகிறார்கள்.

டாம் மாமன் அதிருஷ்டக் கட்டை. தன் எஜமானனுக்குச் சங்கடம் விளையாமல் இருக்க வேண்டுமென்பதற்காகத் தப்பியோட மறுக்கிறான். மனைவி மக்களிடமிருந்து அவனைப் பிரிக்கிறார்கள். மிஸி நதியில் நியூ ஆர்லியன்சுக்குப் படகேறிச் செல்கையில் குழந்தை ஈவாவின் உயிரை டாம் காப்பாற்றுகிறான். நன்றியறிதலாக அக்குழந்தையின் தந்தை செயின்ட் கிளேர் அடிமை வியாபாரியிடமிருந்து டாமைக் கிரயம் கொடுத்து வாங்கிக் கொள்கிறார். அடுத்த இரண்டு வருஷம் நியூ ஆர்லியன்சில் செயின்ட் கிளேரின் பண்புமிக்க மாளிகையில், தெய்விகக் குழந்தை ஈவாவுடனும், அவளுடன்கூட இருந்துவந்த நாப்சி என்ற விஷமமே உருவான நீக்ரோவுடனும் இன்பமாகக் கழிகின்றன டாமுக்கு. பின்னர் ஈவா காலமாகிறாள். அவள் ஞாபகார்த்தமாக டாமையும் பிறஅடிமைகளையும் விடுவித்து விடுவதற்கு, செயின்ட் கிளேர் தயாராகிறார். ஆனால் சண்டையிட்டுக் கொண்டிருந்த இருவரை விலக்கப்போய், செயின்ட் கிளேர் அகஸ்மாத்தாகக் கொலையுண்டு போகிறார். டாமை அடிமை மார்க்கெட்டுக்குக் கொண்டு போகுமாறு ஸ்ரீமதி கிளேர் கட்டளையிடுகிறாள். குடிகாரனும் முரடனுமான ‘சைமன் லெகிரி’ என்ற செந்நதி தீரத்துப் பண்ணைக்காரன் அவனைப் பகிரங்க ஏலத்தில் வாங்குகிறான். அப்பழுக்கில்லாமல் நடந்து கொண்டும். குரூரமே உருவான எஜமானனைத் திருப்தி செய்விப்பதற்கு எவ்வளவு முயன்றுங்கூட, டாமை லெகிரி வெறுத்து அடிக்கடி அடிக்கிறான். காஸ்ஸி, எம்மெலின் என்ற இரண்டு அடிமைப் பெண்கள் தப்பிச் செல்வதென முடிவு கட்டித் தலைமறைவாகி விடுகின்றனர்.

அவர்களுக்குத் துணைபுரிந்ததாக டாம் மீது லெகிரி குற்றம் சாட்டுகிறான். அவர்களது ஒளிவிடம் டாமுக்குத் தெரியும் என்று அவன் சந்தேகிக்கிறான். எந்தத் தகவலையும் வெளியிடாமல் மறுக்கவே, லெகிரி கசையடி வழங்குகிறான். டாம் மூர்ச்சை போடுகிறான். இரண்டு தினங்களுக்குப் பிறகு, டாமின் முந்தைய ஆண்டையின் மகன் ஜான் ஷெல்பி அவனை மீட்டுச் செல்வதற்காக வருகிறான். ஆனால் காலம் தவறிவிட்டது; படுமோசமான கசையடியின் விளைவாக டாம் உயிரிழக்கிறான். லெகிரியை அடித்து வீழ்த்திவிட்டு ஜார்ஜ் ஷெல்பி, கென்டுகிக்குத் டாமின் பெயரால் தன் திரும்புகிறான். அடிமைகள் எல்லோரையும் விடுவித்துவிட்டு, அடிமை ஒழிப்புக்காகவே தனது எஞ்சிய வாழ்வை அர்ப்பணித்துக் கொள்கிறான்.

'நேஷனல் ஈரா' அதிகம் பிரதிகள் செலவாவதில்லை. ஆனால் சில மாதங்களில் டாம் மாமனின் குடிலுக்கு உற்சாகமான, உணர்ச்சி மிகுந்த பேராதரவு கிடைத்தது. தொடர் நாவலின் கடைசி அத்தியாயம் வெளியாகு முன்னரே, ஸ்ரீமதி ஸ்டோவின் இக்கற்பனைக் குழவி புத்தக வடிவம் எடுத்துவிட்டது. ஜான் பி.ஜூவெட் என்ற சிறிய பாஸ்டன் பிரசுராலயம், மிகவும் பயந்த நிலையில் பிரசுர வேலையை ஏற்றுக் கொண்டது. புத்தகம் பெரிது. நூல் எழுதியவர் ஒரு பெண். விஷயமோ பலருக்கு உகப்பில்லாதது. பண நஷ்டம் ஏற்பட்டால் சமாளிப்பதற்காக வேண்டி, பிரசுரச் செலவில் பாதியை ஏற்றுக் கொண்டால், லாபத்தில் பாதியைத் தருவதாகப் பிரசுரகர்த்தா, ஸ்டோவ் தம்பதிகளிடம் அறிவித்தார். ஆனால் விற்பனையாகும் பிரதிகள் மீது பத்துச் சதம் உரிமைப்பணம் கிடைத்தால் போதும் என்று அவர்கள் கூறி விட்டனர். இந்த முடிவினால் பெருஞ்செல்வம் அவர்களுக்குக் கிட்டாமற் போயிற்று.

"டாம் மாமன் குடில்" வெற்றிகரமாக இருக்கும் என்ற நம்பிக்கை நூலாசிரியைக்கோ பிரசுரகர்த்தாவுக்கோ இருக்கவில்லை. ஒரு புதிய பட்டாடையைத் தாம் வாங்கிக் கொள்வதற்கு வேண்டிய ஆதாயம் கிடைக்கலாமென்று ஸ்ரீமதி ஸ்டோவ் கூறினார். இரண்டு புத்தகங்களாக ஐயாயிரம் பிரதிகள் முதல் பதிப்பில் வெளியாயின. ஒரு நீக்ரோக் குடிலின் சித்திரம் முகப்புப் படமாகத் தீட்டப் பெற்றிருந்தது.

வெளியான அன்றைத் தினமே மூவாயிரம் பிரதிகள் விலை போயின. மற்றவை மறுநாள் செலவாகிவிட்டன. 'ஆர்டர்கள்' வந்து குவிந்த வண்ணம் இருந்தன. ஒரு வாரத்தில் பதினாயிரம் பிரதிகள் விற்பனையாயின. முதல் ஆண்டில் அமெரிக்காவில் மட்டும் மூன்று லக்ஷம் பிரதிகளுக்குமேல் செலவாகிவிட்டிருந்தது. விசையால் இயங்கிய எட்டு அச்சு இயந்திரங்கள் இராப் பகலாகப் பணியாற்றின. மூன்று காகித ஆலைகள் தேவைப்பட்ட காகிதத்தைச் சப்ளை செய்யும் பணியில் ஈடுபட்டிருந்தன. இவ்வளவுக்கும் பிறகு ஆயிரக்கணக்கான பிரதிகளுக்கான 'ஆர்டர்' பூர்த்தி செய்யப்படாத நிலவரமே இருந்து வந்தது. தேசத்தில் சுமாராக எழுதப் படிக்கத் தெரிந்த ஒவ்வொருவரும் புத்தகத்தைப் படித்தனர் என்பதை இது வெளியாக்கியது.

அமெரிக்காவைவிட அதிகமான பிரதிகள் கடல் கடந்த நாடுகளில் செலவாயின. பட்நம் ஸ்தாபனத்தைச் சேர்ந்த இளைஞரொருவர் ஒரு பிரதியை ஆங்கிலப் பிரசுரகர்த்தா ஒருவருக்கு அனுப்பி வைத்தார். அதற்காக அவருக்கு ஐந்து பவுன் கிடைத்தது. அக்காலத்தில் சர்வதேச 'காப்பிரைட்' பாதுகாப்புக் கிடையாது. எனவே, திருட்டுத்தனமாக ஏராளமான பதிப்புகள் தயாராகி விற்பனையாயின. விரைவில் நாற்பது வெவ்வேறு வகைப்பதிப்புக்களைப் பதினெட்டு ஆங்கிலப் பிரசுராலயங்கள் வெளியிட்டது தெரிந்ததே. பிரிட்டனிலும் அதன் காலனிகளிலும் ஒரு வருஷத்துக்குள் பதினைந்து லக்ஷம் பிரதிகள் விற்பனையாயின. விரைவில் நாற்பது வெவ்வேறு வகைப் பதிப்புகளைப் பதினெட்டு ஆங்கிலப் பிரசுராலயங்கள் வெளியிட்டது தெரிந்ததே. பிரிட்டனிலும் அதன் காலனிகளிலும் ஒரு வருஷத்துக்குள் பதினைந்து லக்ஷம் பிரதிகள் விற்பனையாயின என்று மதிப்பிட்டனர். ஆனால் இவற்றின் மீது உரிமைப் பணம் இம்மியளவும் ஸ்ரீமதி ஸ்டோவுக்குக் கிடைக்கவில்லை. அதே சமயத்தில் ஐரோப்பாக் கண்டத்தில் பிரசுரகர்த்தர்கள் இதை வெளியிட்டுப் பொன்னாகக் குவித்தனர். இறுதியாக இந்நூல் இருபத்திரண்டு மொழிகளில் வெளிவந்தது. ஆங்கிலம் பேசிய நாடுகளைப் போலவே பிரான்ஸ், ஜெர்மனி, ஸ்வீடன் போன்ற நாடுகளிலும் அது என்றும் கண்டிராத அளவில் வெற்றி அடைந்தது. உடனடியாக நாவலை நாடகமாக

உருவாக்கினார்கள். அமெரிக்காவில் எக்காலத்திலும் வேறு எந்த நாடகமும் அவ்வளவு புகழுடன் நடத்தப் பெற்றதில்லை. எண்ணற்ற நாடகக் கம்பெனிகள் சென்ற நூற்றாண்டில் உலகமெங்கும் சுற்றி இதை நடித்துக் காண்பித்துள்ளன. ஆனால் ஸ்ரீமதி ஸ்டோவுக்கு வருவாய் எதுவுமில்லை. நாடகமாக்குவதன் மீது உரிமை அளிக்கக் கூடிய வகையில் அக்காலத்திய சட்டம் அமைந்திருக்கவில்லை. உண்மையில் நாடகமாகக் காண்பிப்பதை அவர் அங்கீகரிக்கவில்லை. தமது நாவலை நாடக நூலாக வெளியிடுவதற்கு அநுமதி தர அவர் மறுத்துவிட்டார்.

தற்காலப் பிரசுர வரலாற்றில் பிற நூல்கள் அனைத்தையும் ‘டாம் மாமனின் குடில்’ மிஞ்சிவிட்டது. இதைவிட அதிகமான பிரதிகள் செலவான நூல் பைபிள் ஒன்றுதான். நாவல், நாடகம், கவிதை, கீதம் என்ற உருவங்களில் பத்து லக்ஷக்கணக்கான பேரின் உடைமையாகி அது உலகெங்கும் சுற்றி வரலாயிற்று. மிகப்பெரிய எண்ணிக்கையில் பிரதிகள் விற்பனையானது போலவே, அக்காலத்துக் கருத்துக்களையும் ஆசாபாசங்களையும் ‘டாம் மாமனின் குடில்’ பெருமளவில் பாதித்தது எனலாம். ஸ்ரீமதி ஸ்டோவின் மகனும் பேரப் பிள்ளையும் பின்னர் எழுதுகையில், ஒரு பிரம்மாண்டமான தீப்பற்றி எரிவது போல இருந்தது, அதற்குக் கிடைத்த வரவேற்பு. எதிர்ப்பின்றி அலையலையாக அதினின்று கிளர்ந்த உணர்ச்சிப் பெருக்கு மோதியது. வானமெல்லாம் அதன் ஜோதிதான். கடலையும் கடந்து சென்றது. உலகம் அனைத்துமே இதைத் தவிர வேறு எதையும்பற்றிச் சிந்திக்கவில்லை, பேசவுமில்லை என்பது போலத் தோன்றியது” என்று குறிப்பிட்டுள்ளனர்.

நாட்டின் தென் பகுதியிலிருந்து கோபப்புயல் வீசியது. மறுப்புக்கள், கடுமையான வசைமொழிகள், டாம் மாமனின் நூலாசிரியை மீது விழுந்து தாக்கின. விரைவில் சைத்தானுடன் அவருடைய பெயரையும் பிணைத்துப் பேசலாயினர். அடிமைத் தனத்தைப் பற்றிய ஸ்ரீமதி ஸ்டோவ் தீட்டிய சித்திரத்திலுள்ள தவறுகளையும், முரண்பாடுகளையும் வெளிப்படுத்துவதாகச் சொல்லிக் கொண்டு, பத்தி பத்தியாக, விவரமான குணதோஷ விமரிசனங்களைப் பத்திரிகைகள் வெளியிட்டன. “உயர்ந்த

பணிகளுக்குப் பயன்பட வேண்டிய கற்பனை, குற்றமாகக் கூடியவாறு துஷ்பிரயோகம் செய்யப்பட்டுள்ளது'' என்பது ஸதர்ன்லிடரரி மெஸெஞ்சர்' என்ற பத்திரிகையின் கருத்துரை. ''இந்த நூலை இயற்றிய குற்றத்தை இழைத்தவர் என்ற வகையில், தென்பகுதியினரின் அநுதாபத்துக்கு ஸ்ரீமதி ஸ்டோவ் சிறிதும் தகுதியற்றவராகிவிட்டார்'' என்று அது மேலும் கூறியது. இதே மாதிரி தான் பிறதென்பகுதிக் கண்டனங்களும் இருந்தன. தீப்பொறி பறக்க வசைமாரி பொழிந்த ஆயிரக்கணக்கான கடிதங்கள் ஸ்ரீமதி ஸ்டோவுக்குப் பெயரிட்டு வந்தன. முதலில் 'டாம் மாமனின் குடில்' தென்பகுதியில் தாராளமாகப் புழங்கிக் கொண்டிருந்தது. ஆனால் கசப்பான கண்டனங்கள் வெளிவந்த பிறகு அதன் பிரதியை வைத்திருப்பதே மிக அபாயமானது என்று கருதப்படலாயிற்று.

நாள்படத் தகராறில் இருந்து வந்த அடிமைப் பிரச்னை சுமுகமாகத் தீருவதற்குத் தம் நாவல் ஒரு சாதனமாகப் பயன் படலாமென்று கருதி அந்த நம்பிக்கையையும் ஸ்ரீமதி ஸ்டோவ் கொண்டிருந்தார். ''உங்கள் நூல், பெரிய அளவில் சமரச பாவத்தை உண்டுபண்ணக் கூடியது. வடக்கையும் தெற்கையும் இணைத்து வைக்கக் கூடியது'' என்று தென்பகுதியைச் சேர்ந்த ஒரு நண்பர், அதைப் படித்தவுடன் எழுதியிருந்தார். அடிமைகளைப்பற்றிய சர்ச்சையின் இரு தரப்பு வாதங்களையும் நியாய உணர்வுடன் வழங்க இந்நூலில் ஸ்ரீமதி ஸ்டோவ் முயன்றிருந்தார். கவர்ச்சிகரமாகவும், தந்தையுணர்வுடனும் ஒரு புறக்காட்சி குரூரமும் கெட்ட எண்ணமும் மலிந்த நிலவரம் மற்றதோர் காட்சி. இதில் வரும் அடிமைகளின் சொந்தக்காரர்களான ஷெல்பி, அகஸ்டின் செயின்ட் கிளேர் ஆகிய இருவரும் இணையற்ற நற்குணங்களின் உறைவிடமாகிய கனவான்கள். செயின்ட் கிளேரின் குழந்தை சின்னஞ்சிறு ஈவாதான் இலக்கியப் படைப்புக்களிலேயே தெய்விக அம்சம் மிகுதியாக உள்ள குழந்தை. படுமோசமான பிரதிநாயகன் சைமன் லெகிரி, வெர்மான்டைச் சேர்ந்த ஒரு புறம்போக்கு. மிஸ் ஒபீலியா, மார்க்ஸ் ஆகிய இரண்டு நியூ இங்கிலாந்துக்காரர்கள்தாம் பிரதான ஹாஸ்ய பாத்திரங்கள். நீக்ரோக்கள் விஷயத்தில் வடக்கத்தியருக்குக் கொள்கையளவில் மிகுந்த அநுதாபம் இருக்கலாம், ஆனால் பிரத்தியட்சபூர்வமாக

நீக்ரோவை அவர்கள் கண்டறிந்ததில்லை என்பது ஸ்ரீமதி ஸ்டோவின் திடமான அபிப்பிராயம்.

இவ்வாறாக, சலுகை காட்டி எழுதியது தென்பகுதியினரின் தாபத்தைத் தணிக்கப் போதுமானதாக இருக்கவில்லை. கடுமையான தாக்குதல்கள் நாற்றிசைகளிலுமிருந்து வந்தவண்ணம் இருந்தன. உண்மை நிலவரத்தை ஸ்ரீமதி ஸ்டோவ் பொய்யாகச் சித்திரிக்கிறார் என்ற குற்றச்சாட்டுக் கிளம்பியது. வெள்ளையர்களின் கொலைக்கு எதிரான சட்டத்தைப் போல நீக்ரோக்களின் கொலைக்கு எதிரான சட்டமும் சம அளவில் கடுமையாகவே இருந்தது. பத்து வயதுக்குக் குறைந்த குழந்தைகளைத் தாயாரிடமிருந்து பிரிக்கலாகாது என்று சட்டபூர்வமாகத் தடை உண்டு என்பனவற்றை எடுத்துக் காட்டினார்கள். அடிமைகள் மதிப்பு வாய்ந்த உடைமைகளாகையால் அவர்களைப் பெரிய அளவில் இம்சிப்பது கட்டுப்படியாகாது.

வடக்கே 'டாம் மாமனின் குடிலு'க்கு எதிர்ப்பும் வரவேற்பும் இருந்தன. அடிமை முறையை விரும்பாதவர்கள்கூட உள்நாட்டுப் போரைக் கிளப்பிவிடுமென்று அஞ்சி அதைக் கண்டனம் செய்தனர். தென்பகுதியில் பருத்தி வியாபாரத்தில் விடுமுதல் செய்திருந்த வடவர், தமது முதலீட்டுக்கு அபாயத்தை விளைவிக்கு மென அஞ்சி அதைக் கண்டித்தனர். 'ஜர்னல் ஆப் காமர்ஸ்' என்ற சஞ்சிகை அவர்களது கருத்தை எதிரொலித்தது. ஸ்ரீமதி ஸ்டோவ் கூறியது உண்மையல்ல என்று ஆட்சேபித்துச் சுடச்சுட ஒரு தலையங்கத்தை அது தீட்டியிருந்தது. ஆனால் வட பகுதியில் அதைப் படித்தவர்கள் அடிமை முறையை அது கண்டனம் செய்தது நியாயந்தான் என்பதைப் பொதுப்படையாக ஏற்றுக்கொண்டனர். தேசிய மனச்சாட்சியையும் மனிதாபிமான உணர்வுகளையும், மற்ற எதுவுமே பாதிக்காத வகையில், இது தட்டி எழுப்பியது. சமய உணர்வு அதில் எடுப்பாக இருந்ததன் காரணமாக மனித ஆத்மாக்களை விலை கோருகிறது அடிமை முறை என்ற வாதம் மனத்தில் அழுந்தியது.

'டாம் மாமனின் குடில்' வெளியானதும், உடனடியாகப் பயன் கிட்டியது. தப்பியோடும் அடிமைகளைப்பற்றிய சட்டத்தை அமலாக்குவது அசாத்தியமாகிவிட்டது. தென் பகுதிக்கு வெளியே, இச்சட்டத்தின் அமல் விஷயமாக மக்கள் ஒரு மனத்தினராக

ஒத்துழையாமையில் ஈடுபட்டனர். அடிமைமுறைக்கு எதிரிடையான உணர்ச்சி மிகப் பெரிய அளவில் திரண்டெழுவதற்கு இது காரணமாயிற்று. உள்நாட்டு யுத்தத்தை ஒருகால் தவிர்க்க முடியாததாக்கிவிட்டிருக்கக்கூடும். எந்நிலையிலும் அந்தப் பேரிடியான போருக்கான பிரதான காரணமென்று இதை நிச்சயமாகச் சுட்டிச் சொல்லலாம். 1862-இல் ஜனாதிபதியின் மாளிகைக்கு ஸ்ரீமதி ஸ்டோவ் விஜயம் செய்தபோது, இந்த உண்மையை ஒப்புக் கொண்டு ஆப்ரஹாம் லிங்கன் பேசியிருக்கிறார். "இந்தப் பெரிய யுத்தத்தைத் தோற்றுவித்த புத்தகத்தை எழுதிய சிறிய மாது" என்று சொல்லி ஸ்ரீமதி ஸ்டோவுக்கு முகமன் கூறினார் லிங்கன். 'டாம் மாமனின் குடில்' எழுதப்பெற்றிரா விடில் ஆப்ரஹாம் லிங்கன் அமெரிக்க ஜனாதிபதியாகத் தேர்ந்தெடுக்கப்பட்டிருக்க மாட்டார் என்று சார்லஸ் சம்னர் கூறியுள்ளார்.

'டாம் மாமனின் குடில்' இலக்கியச் சிறப்புக்கள் வாய்ந்தது என்பதை முதலில் மேலெழுந்தவாறுதான் கவனித்தார்கள். ஆனால் பிந்தைய விமரிசகர்கள் இதைப் பற்றிப் பெரிய சர்ச்சைகளை நடத்தியிருக்கிறார்கள். "நடை வெகு சாதாரணம். சொல்லாட்சி மட்டமானது, கண்ணியமற்றது; சில சமயம் இழிந்துரையாகத் தாழ்ந்து விடுகிறது. நகைச்சுவை சிரமப்பட்டு உருவாக்கியதாக இருக்கிறது" என்று சரித்திராசிரியர் ஜேம்ஸ்போர்ட்ரோட்ஸ் கூறியிருக்கிறார். நீக்ரோக்களின் பேச்சு முறையை ஸ்ரீமதி ஸ்டோவ் உபயோகித்திருப்பதைத் தென்பகுதி விமரிசகரான ஸ்டார்க் யங் ஆராய்ந்து, "அவள் நிறையக் கறுப்பர்களைப் பார்த்திருக்கிறாள். ஆனால் அவர்களைப் பேச வைக்க அவளால் முடியாது. அவளது செவிப்புலன் மகாமட்டமானது. நீக்ரோப் பேச்சின் இசையொலிப்பும், சித்திரச் செழுமையும் அவருக்கு அப்பாற்பட்டவை" என்று கூறியிருக்கிறார். கட்டுக்கோப்பு, உணர்ச்சிப் பெருக்கு என்ற குறைகள் தெளிவாக இருந்தபோதிலும், ஒரு மகத்தான மனிதாபிமான தஸ்தாவேஜி என்று வான் விக் புரூக்ஸ் அதைப் பற்றிப் பிரஸ்தாபித்துள்ளார். காதரின் ஆந்தொனி என்ற தற்கால விமரிசகர் கூறுகிறார்: கற்பனைச் சிருஷ்டி, அமெரிக்கப் பழக்க வழக்கங்களின் சித்திரம் என்ற வகையில் நிச்சயமாக இதற்கு உயரிய அந்தஸ்து உண்டு. ஸ்ரீமதி ஸ்டோவுக்குத் தென்பகுதியினரிடம்

விசேஷப் பிரியம் இருப்பது தெளிவு. அடிமை முறைக்குச் சாதகமாக இருப்பதை முன்னிட்டு அதை அவர் வெறுத்தார். எனினும், அதன் சூழ்நிலையை உற்சாகத்துடனும், அநுதாபத்துடனும் தீட்டியுள்ளார். நீக்ரோவை முக்கியமாக மதித்து, ஒரு கறுப்பனை நாயகனாகக் கொண்ட நாவலை உருவாக்கிய முதல் அமெரிக்க எழுத்தாளர் ஸ்ரீமதி ஸ்டோவ்தான். ஒரு தார்மிக நோக்கத்துடன் எழுதப்பட்டதா யினும், சில சமயம், கதையைச் சொல்லும் மகிழ்ச்சியில், நோக்கத்தை அவர் மறந்துவிட்டார். சரித்திரக் கண்ணோட்டத்துடன் மதிப்பிட்டால், பேரிலக்கிய நூல் அல்லது கலைப் படைப்பு என்பதைவிடச் சமூகவியல் பிரதானமாயுள்ள தஸ்தாவேஜி என்றுதான் இந்த நாவல் விசேஷப் பொருள் படைத்ததாக இருக்கிறது. "இது வெறுங் கதையல்ல. கொலை, காமம், கெட்ட நேசம், தற்கொலை, குரூரம் சொட்டும் சித்திரஹிம்சை, ஆபாசம், குடிவெறி, மதுபானச் சண்டைகள் இதில் அள்ளி வீசப்பட்டிருக்கின்றன என்று ஒருவர் கடுமையாக இப்புத்தகத்தை வருணித்துள்ளார்.

'டாம் மாமனின் குடில்' விரைவில் ஸ்ரீமதி ஸ்டோவுக்கு ஸர்வ தேசப் புகழை அளித்தது. மொத்தம் அவர் வெளியே சென்றது மும்முறை. புத்தகம் பிரசுரமானதற்கு அடுத்த ஆண்டில் அவர் முதல் தடவையாக இங்கிலாந்துக்கும் ஸ்காட்லாந்துக்கும் சென்றார். அங்கே நூற்றுக்கணக்கான பிரபுக்கள் அவரைச் சந்தித்து உபசரித்தனர். ராணி விக்டோரியா, இளவரசர் ஆல்பர்ட் ஆகியோரையும், டிக்கென்ஸ், ஜார்ஜ் எலியட், கிங்ஸ்லி, ரஸ்கின், மெக்காலே போன்ற கீர்த்திமான்களையும் கண்டு அளவளாவினார். இந்தத் திக்விஜயத்தின் போது தாழ்நிலையினரின் ஆதரவாளர் என்று கருதி, சென்ற இடமெல்லாம் சாமான்ய மக்கள் அவரை ஆரவாரத்துடன் வரவேற்றனர். தேசமெங்கும் ஒவ்வொருவரிடமிருந்தும் ஒரு பென்னியாக வசூலித்து, ஓராயிரம் பொன் சவரன்களை எடின்பரோவில் அடிமை முறையை எதிர்த்துத் தொடர்ந்து போரிடுவதற்கான அன்பளிப்பாக வழங்கினர். பிரிட்டிஷ் தீவுகளில் முன்னரும் பிறகும் ஓர் அமெரிக்க நூலாசிரியர் இவ்வளவு பரபரப்பை விளைவித்ததில்லை; இவ்வளவு பாராட்டுதலைப் பெற்றதுமில்லை.

அடிமை நிலையைப்பற்றி அவர் தீட்டிய சித்திரம் "பொய் மூட்டை" என்று குறை கூறியவர்கள் உண்டு. புத்தகத்தில் தாம் மிகைப்படுத்திக் கூறவில்லை என்பதை ருசுப்பிக்கும் முயற்சியில் 'டாம் மாமன் குடிலுக்கு ஒரு விளக்கம்' என்ற புத்தகத்தைத் தொகுத்து வெளியிட்டார். தமது கதைக்கு அஸ்திவாரமாக அமைந்த "அசல் உண்மைகள், கதைகள், தஸ்தாவேஜிகள் முதலியவையும், 'டாம் மாம'னில் செப்பியுள்ள கதைகளைப் போன்று, ருசிகரமான தகவல்கள் அதில் இடம் பெறும்" என்று அவர் முதலில் அறிவித்தார். இது நான்கு பாகங்கள் கொண்ட புத்தகம். 'டாம் மாமனின் குடிலி'ல் வரும் பாத்திரங்கள் உண்மையில் வாழ்க்கையில் காணப்பட்டவைதாம் என்ற விளக்கத்துடன் அது தொடங்குகிறது. இரண்டாவது பாகம் அடிமைச் சட்டங்களைப் பற்றியது. அப்பொழுது அமலில் இருந்து வந்த சட்டங்கள் அடிமைக்குப் பாதுகாப்பு அளிக்கவில்லை என்று அவை காண்பித்தன. தனிப்பட்ட அடிமைகளின் அநுபவங்கள், அடிமைகளைப் பாதுகாக்கப் பொதுஜன அபிப்பிராயத்தினால் இயலாது போனது, அடிமை முறையானது தென்பகுதியில் சுதந்திரர்களாக இருந்த தொழிலாளரைக் கேவலமாகப் பாதித்த வரலாறு ஆகியவை மூன்றாவது பாகத்தில் இடம் பெற்றன. அடிமை முறை விஷயத்தில் திருச்சபைகள் வழவழா, கொழகொழா என்று இருந்ததும், அவை பிளவுபட்டிருந்ததும் நான்காவது பகுதியில் வன்மையாகக் கண்டிக்கப்பெறுகின்றன.

'டாம் மாமனின் குடில்' எழுதப்பட்ட பிறகு சேகரிக்கப்பட்ட விஷயங்கள்தாம் இவ்விளக்கவுரையில் இருந்தன. தவிர, அதில் பெரும்பகுதி காதில் விழுந்ததை ஆதாரமாகக் கொண்டது. இக்காரணங்கள் அதற்குத் தீவிர பலக்குறைவை அளித்தன. அது வெற்றிகரமான வெளியீடாக இருக்கவில்லை அடிமை முறையை நாவல் கண்டித்ததற்கு அது புதுபலம் அளிக்கவில்லை. முதலில் 'டாம் மாமனின் குடிலை'த் திருட்டுத்தனமாக வெளியிட்டுப் பணம் திரட்டிய ஆங்கிலப் பிரசுரகர்த்தா, பெருலாபம் திரட்டலாம் என்ற கருத்தில் விளக்க நூலை 50,000 பிரதிகள் வெளியிட்டுத் திவாலெடுத்தார். இதுவும் அதுவும் ஒருவாறு சரிக்கட்டிக் கொண்ட மாதிரி ஆயிற்று.

ஶ்ரீமதி ஸ்டோவ் நிறைய எழுதினார். ஆனால் அடிமை முறையைப் பற்றி இன்னும் ஒரே ஒரு நூலைத்தான் அவர் இயற்றினார். இதுதான் 'டிரெட், எ டேல் ஆப் தி கிரேட் டிஸ்மல் ஸ்வாம்ப்' என்பது. இது 1856-இல் வெளியாயிற்று. நான்கு வாரங்களில் ஒரு லக்ஷம் பிரதிகள் விற்பனையாயின. ஆனால் 'டாம் மாமனின் குடிலை'ப் போல இது அவ்வளவு புகழெய்தவில்லை. அடிமை முறை வெள்ளைக்காரர்களுக்கு எவ்வளவு கெடுதல்களை விளைவிக்கிறது என்பதுதான் இந்த நாவலின் விஷயம். அடிமைகளுக்கு உடையவனும், தங்க இடமின்றித் தவிக்கும் ஏழை வெள்ளையனும் இதனால் பாதிக்கப் பெறுவது இதில் விவரிக்கப் பட்டது. இரண்டு இனத்தவரின் சேர்க்கையும், அதன் பயங்கரமான விளைவுகளும், சம்பந்தப்பட்ட பாத்திரங்களின் அநுபவங்களைக் கொண்டு எடுப்பாக நாடகபாணியில் சித்திரிக்கப்பட்டிருந்தன. ஏழைகளான வெள்ளையர், பழைய நன்னிலை திரும்ப வேண்டுமெனக் கோரிய பிரசாரகர்களையும், பண்ணை வாழ்க்கை ஆகியவை களையும் பற்றிய செழுமையான நடைச் சித்திரங்கள் பலவற்றை அதில் காணலாம். ஆனால் இதற்கு 'டாம் மாமன்' போல, ஒரு மையமான பாத்திரமில்லாததால், அநுதாபத்தை ஈர்க்க முடியவில்லை.

ஶ்ரீமதி ஸ்டோவ் எண்பத்தைந்து வருஷம் வாழ்ந்தார். நீண்ட ஆயுளின் எஞ்சியிருந்த ஆண்டுகளில் முடிவே இன்றி அவருடைய நாவல்கள், கதைகள், வாழ்க்கை வரலாறுகள், கட்டுரைகள், சமயத்தைப்பற்றிய வியாசங்கள் முதலியவை வந்துகொண்டே இருந்தன. முப்பது வருஷ காலம் ஆண்டுதோறும் ஒரு நூலாக, சராசரி வந்து கொண்டிருந்தது. ஆனால் அடிமை முறையைப்பற்றி எழுதுவதை அவர் அநேகமாக விட்டு விட்டார். உள்நாட்டு யுத்தத்தின்போது அவரது பிரதான சிருஷ்டி. இங்கிலாந்துப் பெண்களுக்கு எழுதிய பகிரங்கக் கடிதம். எட்டு அல்லது ஒன்பது ஆண்டுகளுக்கு முன்னர் 'டாம் மாமனின் குடிலு'க்கு அவர்கள் அளித்த பெருமிதமான ஆதரவை அதில் அவர் நினைவூட்டி, தென் பகுதியினருக்குச் சாதகமான உணர்ச்சி கொண்டு செயல்பட்டு வருவதற்காக அவர்களை அவர் கடிந்துகொண்டார். இக்கடிதத்தின் விளைவாக பிரிட்டிஷ் தீவுகளெங்கும் நிறையப்பேர்வந்த பொதுக்

கூட்டங்கள் நடைபெற்று, ஆளும் கோஷ்டியினரின் அபிப்பிராயம் யூனியனுக்குச் சாதகமாக மாறுவதற்குத் துணை புரிந்தன. ஆங்கிலேயர்கள் குறுக்கிட்டிருந்தால் வடக்கத்தியக் கட்சிக்குப் பேராபத்து விளைந்திருக்கக்கூடும். அக்குறுக்கீடு உருவாகாதபடி தடை செய்ததில் ஸ்ரீமதி ஸ்டோவின் கடிதம் முக்கியமாகப் பயன்பட்டிருக்கக் கூடும்.

வரலாற்றில் ஹாரியெட் பீச்சர் ஸ்டோவின் இடத்தைப் பற்றி மதிப்பிட்டுக் கர்க்மன்ரோ கூறுகிறார்: "புகழ்பெற்ற உலக மாதர்களின் முன்னணி வரிசையில் அவர் இருக்கிறார். தவிர, தங்கள் வரலாற்றில் மிகமிக நெருக்கடியான ஒரு கட்டத்தில், அமெரிக்க மக்களின் தலைவிதியை உருவாக்கியதில், வேறுஎந்தத் தனி நபரையும்விட அவர்தாம் அதிகச் செல்வாக்குடன் விளங்கினார்... அடிமை முறையை எந்தத் தனி நபரும் ஒருவராக ஒழிக்கவில்லை, அப்படி ஒழிப்பதும் சாத்தியமல்ல." இதைக் கூறும் மன்ரோ, இறுதி வெற்றியை அடைந்தது யாரார் என்பதை விமரிசிக்கையில், "இதற்கான எல்லாச் செல்வாக்குகளிலும் மிகப் பெரிதும், மிக விரிவாகப் பயன்பட்டதும் 'டாம் மாமனின் குடில்' அடைந்த செல்வாக்குத்தான்" என்று எழுதியுள்ளார்.

ஒரு நூற்றாண்டுக்குப் பிறகு கான்ஸ்டன்ஸ் ரூர்க்கி என்ற மற்றொரு ஆசிரியை 'டாம் மாமனின் குடிலை' ஏறக்குறைய அதே மாதிரி திட்டவட்டமாக மதிப்பிட்டிருப்பது கவனிக்கத்தக்கது. அவர் எழுதுகிறார்:

"இது தன் செல்வாக்கின் போக்கில் மிதமிஞ்சிய பரபரப்பை விளைவித்து, அதில் நிறைய அடி வாங்கியிருக்கிறது. சில முக்கியமான அம்சங்களில் இது குறைபாடுகள் கொண்டது. எனினும், குறிப்பிட்ட காலத்து நிலவரத்தைப் பற்றிய சிறிய பிரசுரம் என்ற அந்தஸ்திலிருந்து மேலே உயர்த்திவிடும் குணநலன்கள் இதில் இன்னும் இருக்கின்றன. மிகைப்படுத்திக் கூறிய நூல் என்று வழக்கமாகச் சுலபமாகச் சாட்டப் பெறும் குற்றச்சாட்டை இந்தக் குணங்கள் ஆழ்த்தி விடுகின்றன. உண்மையான பிரத்தியட்ச விவரம் இந்த நூலில் இல்லை என்பது தெளிவு. இதைப் பிரத்தியட்ச சித்திரம் என்று பாவித்து முடிவு காண்பது சரியாகாது. மகத்தான எழுத்தோவியங்

களுக்கு உரித்தான உறுதியும், கருத்துத் தூய்மையும் இதில் இல்லை. இது சுதந்திரமாக உணர்ச்சிகளை வெளிப்படுத்துவதாகச் சொல்ல இயலாது. ஆனால் இது தீவிரமான அநுபவத்தை அடிப்படையாகக் கொண்டது: அகப்பொருள் நிறைந்தது; உணர்ச்சி பாவம் நிறைந்தது; ஆவேச உணர்ச்சியால் உந்தப்பட்டுத் தடையின்றித் தன்போக்கில் உருவாக்கப்பட்டது என்று கொள்ளலாம். ஆனால் அந்த உணர்வின் நீங்காத உத்வேகமான இதற்கு ஒரு பரிமாணத்தை அளிக்கிறது. இது விரிவானது, திட்டமிட்டு உருவாக்காத சமநிலைச் சிறப்புகளை இதில் காணலாம். பெரிய செயல்கள் அடுத்தடுத்து வந்து ஆட்கொள்கின்றன. பலரின் தலைவிதி மேலெழுந்தவாறு பிணைக்கப்பட்டுள்ளது. இதிகாச பரிமாணத்தை இந்தக் கதை மனக்கண்முன் கொணர்ந்து நிறுத்துகிறது. மாளாத தூரம், தெரியாத லட்சியங்கள் இவற்றை நோக்கி உருவாக்கும் இயக்கந்தான் இந்த மாபெரும் வரலாற்றின் விஷயமாகிறது. இதை நெஞ்சையள்ளும் சோகஉணர்வுடன் ஆசிரியை படைத்துள்ளார். இத்தகைய சாகஸப் போக்கு என்றுமே சுதந்திரமுள்ளது அல்ல; எப்பொழுதுமே இதற்குத் தடைகள் முளைக்கும்; விதி இதை உந்திக் கொண்டு போகும்."

வான் விக் புரூக் அறுதியிட்டுக் கூறினார் :

"எழுதப்பெற்ற சூழ்நிலையிலிருந்து ஒதுங்கிய நிலவரத்தில், ஒரு சகாப்தத்தையும் ஒரு சமுதாயத்தையும் பற்றிய மக்களின் மகத்தான எழுத்தோவியமாக 'டாம் மாமனின் குடில்' இருந்து வருகிறது."

❖ ❖ ❖

VII

பாட்டாளிகளின் வழிகாட்டி கார்ல் மார்க்ஸ் டாஸ் காபிடல்

"எல்லாவற்றிற்கும் மேலாக மார்க்ஸ் ஒரு புரட்சியாளர். முதலாளித்துவ சமூக அமைப்பையும் அது தோற்றுவித்துள்ள அரசாங்க ஸ்தாபனங்களையும், எந்த முறையைக் கையாண்டாவது கவிழ்த்து விடுவதில் ஒத்துழைப்பதுதான் அவரது வாழ்க்கையின் மகத்தான நோக்கம்" என்று கார்ல் மார்க்ஸின் சவ அடக்கத்தின் போது புகழ்ந்து பேசினார் ஃபிரடெரிக் எங்கெல்ஸ்- மார்க்சுடன் சேர்ந்து உழைத்தவர்; அவருடைய சீடர், நெருங்கிய நண்பர். புகழ் பெற்ற சமுதாயப் புரட்சியாளரின் வாழ்க்கையை ஊக்குவித்த பிரதான சக்தியை அவர் இவ்வாறு சுருக்கமாக மதிப்பிட்டுக் கூறினார்.

மார்க்ஸ் தோன்றியது ஆரவாரம் மிகுதியாக இருந்த ஒரு சகாப்தத்தில். அமைதியின்மையும் கலகமும் அன்றைய காற்றுடன் கலந்து வீசின. ஒரு பிரெஞ்சுப் புரட்சியின் நினைவு பசுமையாயிருந்தது. மற்றொன்று தலைதூக்கும் தறுவாயில் இருந்தது. அதை அடுத்த பல பத்தாண்டுகளில் மக்களிடையே மனக்கசப்பும் அதிருப்தியும் பரவலாக இருந்தன. அப்போதைய ஸ்தாபனங்கள் கண்டனத்துக்கு உள்ளாயின. 1848ஆம் ஆண்டில் இந்த மனப்பான்மை பெரிய எழுச்சியாக வெடிக்கும் அளவுக்கு வளர்ந்துவிட்டது. ஐரோப்பாவெங்கும் புரட்சிகள் தலைதூக்கின. இங்கிலாந்தில்கூடச் 'சார்டிஸ்ட்' இயக்கம் சர்க்காரின் அமைப்பை பயமுறுத்தலாயிற்று. புதிதில் தொழில் வளர்ச்சியின் விளைவாக எழுந்த பல தீய நிலைகளுக்குப் பிரகாரம் காண வேண்டுமென்ற நிர்ப்பந்தம் அதிகரித்தது. பிரபுத்துவ ஆதிக்க முறையின் கடைசிச் சின்னங்களையும் ஒழித்து விட வேண்டும் என்ற உணர்வு எங்கும் காணப்பெற்றது. கார்ல் மார்க்ஸின் சுபாவம் குழி பறிக்கும்

தன்மையுடையது; சம்பிரதாய வழிகளுக்கு முரணானது. அந்தச் சுபாவம் செயல்படுவதற்கு அது முழுத் தகுதியுள்ள காலமாக இருந்தது.

ஜெர்மனியைச் சேர்ந்த ரைன்லாந்தில் உள்ள டிரியெரில் நல்ல வருவாயுள்ள ஒரு வக்கீலின் மகனாக 1818-இல் மார்க்ஸ் பிறந்தார். தாய் வழி, தந்தை வழி இரண்டிலும் மார்க்ஸின் முன்னோர் யூத இனத்தவர் ஆனால் அவர் குழந்தையாக இருந்தபோது குடும்பம் பூராவும் கிறிஸ்துவ சமயத்தைத் தழுவியது. யூத இனத்தவராக இருந்ததால் அநுபவித்த பல இடர்களின் காரணமாக, யூதர்களுக்கு எதிரிடையான மனப்பான்மையினராக மார்க்ஸ் மாறிவிட்டார் போலும்!

காளைப்பருவத்தில் பானிலும் பெர்லினிலும் சட்டத்தையும், தத்துவத்தையும் மார்க்ஸ் பயின்றார். இறுதியாக ஒரு பேராசிரியப் பதவியை அடைவதுதான் அவரது நோக்கம். ஆனால் மரபுக்கு இசைவில்லாத கருத்தினராக வளர்ச்சி கண்ட காரணத்தால் ஆசிரியப் பதவி எட்டாக் கனியாகியது. எனவே, அவர் பத்திரிகை யாளரானார். 1842இல் 'ரீனிஷ் ஜீடங்' என்ற புதிய சஞ்சிகை துவங்கியது. முதலில் அதற்குக் கட்டுரை எழுதுபவராகத் தொடங்கி விரைவில் அவர் அதன் ஆசிரியராகிவிட்டார். பிரஷ்ய சர்க்காரை அது தாக்கி எழுதியது. அது தீவிரமாக எழுதி வந்தது. எனவே, சுமார் ஓராண்டுக்குப் பிறகு அதன் பிரசுரத்தைத் தடை செய்துவிட்டார்கள்.

மார்க்ஸ் பாரிசுக்குச் சென்று சோஷலிஸ ஆராய்ச்சியில் ஈடுபட்டார். 'ஃபிராங்கோ ஜெர்மன் இயர் புக்ஸ்' என்ற சஞ்சி கைக்கு எழுதினார். அது சிறிது காலமே நடைபெற்றது. பாரிசில் பிரதான சோஷலிஸ்ட் - கம்யூனிஸ்ட் சிந்தனையாளரின் பரிச்சயம் அவருக்கு ஏற்பட்டது. மார்க்ஸின் எதிர்கால வாழ்க்கையைக் கருத்திற்கொண்டு பார்த்தால், இக்காலத்திய முக்கிய நிகழ்ச்சி ஃபிரெடெரிக் எங்கெல்சுடன் தொடங்கிய வாழ்நாளைய நட்பு மிக மிக முக்கியமான நிகழ்ச்சியெனக் கூறவேண்டும். எங்கெல்ஸும் மார்க்ஸைப் போலவே ஜெர்மானியர்தாம். ஆனால் அவரை விடச் செல்வம் படைத்தவர்; ஒரு பஞ்சாலைச் சொந்தக்காரரின் மகன். மார்க்ஸைப் போலவே சோஷலிஸ்ட் லட்சியங்கள் விஷயத்தில்

அவருக்கும் சிரத்தையுண்டு. 'இங்கிலாந்தில் தொழிலாளர் வர்க்கங்களின் நிலைமை' (Condition of the working classes in England) என்ற நூலை 1845இல் எங்கெல்ஸ் வெளியிட்டார். இதுதான் பின்னர் மார்க்ஸ் இயற்றிய 'டாஸ் காபிடல்' என்ற நூலுக்கு அஸ்திவாரமாக அமைந்தது எனக் கூறலாம்.

பிரஷ்ய சர்க்காருக்கு எதிரான கிளர்ச்சியில் மார்க்ஸ் தொடர்ந்து ஈடுபட்டிருக்கவே, விரும்பத்தகாத அந்நியன் என்று கருதி, மார்க்ஸைப் பிரெஞ்சு அதிகாரிகள் நாடு கடத்திவிட்டனர். மூன்று வருஷ காலம் பிரஸ்ஸல்ஸ் அவரது புகலிடமாக இருந்தது. பின்னர் சிறிது காலம் ஜெர்மனிக்குப் போயிருந்தார். அங்கிருந்து மீண்டும் நாடு கடத்தப்படவே, 1848ஆம் வருஷத்துப் புரட்சியின் போது அவர் பாரிசுக்குத் திரும்பினார். அவ்வாண்டில், எங்கெல்சுடன் சேர்ந்து, 'புகழ்பெற்ற கம்யூனிஸ்ட் விஞ்ஞாபனம்' என்பதை எழுதி அவர் வெளியிட்டார். கடுமையும் செல்வாக்கு முள்ளனவாக வெளியான புரட்சி இலக்கிய வகையைச் சேர்ந்தது அது. கிளர்ந்தெழச் செய்யும் கீழ்க்கண்ட முழக்கத்துடன் அப்பிரசுரம் முடிவுற்றது:

"தம் கருத்துகளையும் உத்தேசங்களையும் ஒளிவுமறைவாக வைத்திருக்கத் தேவையில்லை என்று கம்யூனிஸ்டுகள் கருதுகின்றனர். இக்காலத்தில் இருந்து வரும் சமுதாய அமைப்பு முழுவதையும் பலாத்காரமாகக் கவிழ்த்து விடுவதன் மூலமாகத்தான் தம் நோக்கங்கள் நிறைவேற இயலும் என்று அவர்கள் வெளிப்படையாக அறிவிக்கின்றனர். கம்யூனிஸ்ட் புரட்சியின் முன் ஆளும் வர்க்கங்கள் நடுநடுங்கட்டும். தம் தளைகளைத் தறிப்பது தவிர தொழிலாளர் களுக்கு நஷ்டம் எதுவுமில்லை. அவர்கள் உலகம் அனைத்தையும் லாபமாக அடையப் போகிறார்கள். உலகத் தொழிலாளரே! ஒன்றுபடுங்கள்".

சென்ற இடமெல்லாம் மார்க்ஸ் சுறுசுறுப்பாக, வலுவில் முன்வந்து உழைக்கும் கிளர்ச்சியாளராகத் திகழ்ந்தார். தொழிலாளர் இயக்கங்களை நிறுவினார். கம்யூனிஸ்ட் பத்திரிகைகளைப் பதிப்பித்தார். கலகத்தைத் தூண்டிக்கொண்டே வந்தார்.

1848-49இல் தூக்கிய ஐரோப்பியப் புரட்சிகள் குமுங்கி விடவே, மார்க்சுக்கு ஐரோப்பாக் கண்டத்தில் இருப்புக் கொள்ளாது

போயிற்று. எனவே, 1849ஆம் ஆண்டு வேனிற் காலத்தில், 31ஆவது வயதில் அவர் இங்கிலாந்துக்குக் குடியேறி, எஞ்சியிருந்த தமது வாழ்நாளை லண்டனில் கழித்தார். முன்னரே ஒரு பிரஷ்ய அதிகாரியின் மகள் ஜென்னிவான் வெஸ்ட் ஃபேலனை அவர் மணம் செய்து கொண்டிருந்தார். அந்த அம்மை சுமார் நாற்பது வருஷ காலம் விசுவாசம் மிகுந்த வாழ்க்கைத் துணைவியாக வாழ்ந்தார். நம்ப இயலாத வறுமை, துயரம், துரதிருஷ்டம் ஆகியவற்றை அவருடன் ஜென்னி பகிர்ந்து கொண்டார். அவர்களுடைய ஆறு குழந்தைகளில் மூவர்தான் பாலாரிஷ்டம் தாண்டி வளர்ச்சி கண்டனர். இம்மூவரில் இருவர், வாழ்க்கையின் பிற்பகுதியில் தற்கொலை செய்து கொண்டனர். மிகக் கொடிய இன்னல்கள் மலிந்த இவ்வாண்டுகள் நிச்சயமாக மார்க்ஸின் கருத்துகளைச் சந்தேகமற பாதித்துள்ளன. அவரது எழுத்தில் காணப்படும் வன்மமும், கசப்பும் இதன் விளைவுகளே. மார்க்ஸ் குடும்பம் பட்டினியால் தவிக்காதபடி காப்பாற்றியது, அடிக்கடி ஃபிரெடெரிக் எங்கெல்ஸ் அளித்து வந்த பண உதவிதான். மார்க்ஸின் சம்பாத்தியம் வாரம் ஒரு கினிதான். ஐரோப்பிய விவகாரங்களைப் பற்றி வாரந்தோறும் நியூயார்க் டிரிபியூன் பத்திரிகையில் எழுதிவந்த கட்டுரைக்கு இச்சம்மானம். இதைத் தவிர அவ்வப்பொழுது கஷ்டப்பட்டு உழைத்தால் கொஞ்சம் பொருள் கிடைக்கும்.

மிடிமை, வற்புறுத்திக் கேட்கும் கடன்காரர்கள், நோய், வறுமை முதலியவற்றால் இடையறாது சூழப்பட்ட நிலையில் லண்டனில் இருள் படர்ந்த சோஹோ என்ற பேட்டையில் குடியேறி அவர் காலந்தள்ளினார். இந்நிலையிலும், சோஷலிஸ்ட் நோக்கங்கள் ஏற்றம் காண்பதற்கு அலுப்புச் சலிப்பின்றி எப்பொழுதும் போலவே அவர் உழைத்து வந்தார். வருஷக் கணக்கில், தினந்தோறும் பதினாறு மணி நேரம் பிரிட்டிஷ் மியூசியத்தில் கழித்து, பின்னர் 'டால் காபிடல்' என்ற தலைப்பில் வெளியான நூலுக்கு வேண்டிய விஷயங்களை ஏராளமாகச் சேகரித்துக் குவித்தார். வேறு ஜோலிகளும் சுகவீனமும் குறுக்கிட்ட காலத்தை நீக்கிப் பார்த்தால், இந்தப் புத்தகத்தின் தயாரிப்புக்குப் பதினெட்டு ஆண்டுகள் ஆயின என்பது புலனாகும். இடைக்காலத்தில் மார்க்ஸ் குடும்பத்தைத் தாங்கிக் கொண்டு

வந்தவர் எங்கெல்ஸ். புத்தகம் எப்பொழுதேனும் முடிவு காணுமா என்ற சந்தேகம் எங்கெல்சுக்கு ஏற்பட்டது. ஏட்டுப்பிரதி அச்சகத்துக்குப் போகும் தினத்தன்று நான் பெருமையுடன் குடியில் மூழ்கிக் கிடப்பேன் என்று அவர் கூறினார். அந்தப் பாழும் புத்தகம் என்று அதைப்பற்றி மார்க்ஸ், எங்கெல்ஸ் இருவருமே குறிப்பிட்டுள்ளனர். இராத் தூக்கத்தில்கூட அடியோடு அச்சுறுத்தும் பேஜாராக அது இருந்தது என்று மார்க்ஸ் ஒப்புக் கொண்டிருக்கிறார்.

இவ்வாண்டுகளில் மார்க்ஸின் வாழ்வில் பெரிய விஷயம் ஒன்று நிகழ்ந்தது: முதல் அகிலம் என்று பேசப்பெறும் உழைப்பாளி மக்களின் ஸர்வதேச சங்கம் 1864இல் நிறுவப்பெற்றது. உலகத் தொழிலாளி வர்க்கங்களை ஒரு ஸர்வதேச சங்கத்தில் சேர்க்க அது முயன்றது. மார்க்ஸ் எல்லோர் முன்னிலையிலும் ஒட்டாமல் ஒதுங்கி நிற்கும் சுபாவத்தினராக இருந்தார். ஆனால் அவர்தாம் சூத்திரதாரி. சங்கத்தின் தஸ்தாவேஜிகள், உரைகள், விதிகள், வேலைத்திட்டம் முதலியவற்றைப் பெரும்பாலும் அவரே எழுதினார். உள்ளூறப் பூசல்கள், தலைமைப் பதவிக்குப் போட்டி, 1871-இல் பாரிஸ் கம்யூன் குமுங்கிப் போன பிறகு ஸ்தாபனத்துக்கு ஏற்பட்ட பரிபவம் முதலியவற்றின் காரணமாகச் சங்கம் கலைந்து போய்விட்டது. பின்னர் இரண்டாவது ஸர்வதேச அகிலம் தோன்றியது. இதில் மேலை நாடுகளின் சோஷலிஸ்ட் பிரிவுகள் இடம் பெற்றன. அடுத்து வந்தது காமின்டெர்ன் என்ற மூன்றாவது ஸர்வதேச அகிலம். இது கம்யூனிஸ்ட் உலகத்தின் சிருஷ்டி.

'டாஸ் காபிடல்' கருவில் உருவாகிவந்த நீண்ட காலம் முடிவுற்றது. 1866-ஆம் ஆண்டின் இறுதியில் முதல் பாகத்தின் ஏட்டுப் பிரதி ஹாம்பர்க்குக்கு அனுப்பப்பட்டது. அடுத்த ஆண்டு செப்டம்பர் வாக்கில் நூல் அச்சாகி வெளிப்போந்தது. அது ஜெர்மன் மொழியில் வரையப் பெற்றிருந்தது. இருபது ஆண்டுகளுக்குப் பிறகுவரை ஆங்கிலத்தில் அதன் மொழிபெயர்ப்பு தயாராகவில்லை. அது முதலாவதாக ரஷிய மொழியில், 1872-இல் தர்ஜுமாவாகி வெளியானது முற்றும் பொருத்தமானது.

மார்க்ஸ் வாழ்ந்த காலத்தில் முதலாளித்துவ முறை செயலாற்றிய விதத்தைக் கைக்கு மெய்யாகக் காண்பிப்பதற்கு

இங்கிலாந்துதான் தோதாக இருந்தது. தம் பொருளாதாரக் கோட்பாடுகளை விளக்குவதற்குரிய மேற்கோள்களை அநேகமாக இங்கிலாந்தின் நிலவரத்திலிருந்தே அவர் எடுத்துக் கொண்டார். அருவருக்கத்தக்க நிகழ்ச்சிகள் நிறையக் கிடைத்தன. விக்டோரியா ஆட்சியின் நடுப்பகுதியில் முதலாளித்துவ அமைப்பு மிகமிக மோசமான நிலைமையில் இருந்தது. தொழிற்சாலைப் பகுதிகளில் மக்களின் வாழ்க்கை நிலைமை விவரிக்க இயலாத அளவு மோசமாக இருந்துவந்தது. அரசாங்க இன்ஸ்பெக்டர்களின் அதிகார பூர்வமான யாதாஸ்துக்களை ஆதாரமாகக் கொண்டு மார்க்ஸ் முடிவுகளைச் செய்தார். புத்தகத்தின் ஆங்கிலப் பதிப்புக்குக் 'காபிடல்' என்று பெயர். அதில் தகவல்களை உள்ளது உள்ளபடி மார்க்ஸ் கொடுத்திருந்தார். கால்வாய் ஓரமாகக் கயிற்றைத் தோள் மீது போட்டுக்கொண்டு படகுகளைப் பெண்கள் இழுத்துச் சென்றனர். பிரிட்டிஷ் சுரங்கங்களிலிந்து கரி வண்டிகளை வெளியே கொண்டு வருவதற்கு, பாரமிழுக்கும் மாடுகளாகப் பெண்களைப் பிணைத்துப் பயன்படுத்தினர். ஒன்பது அல்லது பத்து வயதிலேயே குழந்தைகள் பஞ்சாலைகளில் பணியாற்றி வந்தனர். ஒரு நாளைக்குப் பன்னிரண்டு முதல் பதினைந்து மணி நேரம்வரை அவர்கள் உழைத்தனர். இரவில் முறை போட்டு வேலை செய்யும் ஏற்பாடு அமலுக்கு வந்ததும், குழந்தைகளின் படுக்கைகள் சில்லிட்டதேயில்லை. ஆடையும் மாற்றுக்கட்டின் பேரில் உபயோகிக்கப்பட்டு வந்தன. காச நோயும், தொழிலின் காரணமாக வந்த பிற வியாதிகளும் பெரிய அளவில் அவர்களுடைய உயிர்களைக் குடித்தன.

பயங்கரமான இந்த நிலைமைகளை ஆட்சேபித்து மார்க்ஸ் மட்டுமின்றிப் பிறரும் குரல் கொடுத்தனர். சார்ல்ஸ் டிக்கன்ஸ், ஜான்ரஸ்கின், தாமஸ் கார்லைல் போன்ற மனிதாபிமானம் மிகுந்த உற்சாகிகள், சுடச்சுட, நிறைய எழுதி, சீர்திருத்தங்கள் வேண்டுமெனக் கோரினர். பார்லிமெண்ட் எழுச்சியுற்று நிலைமை திருந்தச் செய்வதற்குச் சட்டம் இயற்றும்படி நேரிட்டது.

பொருளாதார, சமூகப் பிரச்னைகளை 'விஞ்ஞான ரீதி'யில் தாம் அணுகும் விஷயத்தில் மார்க்ஸ் விசேஷப் பெருமை கொண்டார். "உயிரினத்தின் தன்மையில், படிப்படியான வளர்ச்சித் தத்துவத்தை டார்வின் கண்டுபிடித்ததுபோல, மனித வர்க்கத்தின்

வரலாற்றிலும் படிப்படியான வளர்ச்சி காணும் விதியை மார்க்ஸ் கண்டுபிடித்தார்'' என்று எங்கெல்ஸ் எழுதியுள்ளார். “இயற்கை விஞ்ஞானத்துக்கு உரியதான துல்லியமான நுட்பத்துடன் பொருளாதார நிகழ்ச்சிகளையும் கவனித்துப் பதிவு செய்ய இயலும்'' என்கிறார் மார்க்ஸ். உடற்கூற்றினர். ரசாயன-பௌதிக சாஸ்திரிகள் போன்றோரின் வேலையைப் பற்றி அவர் அடிக்கடி பிரஸ்தாபிக்கிறார். சமூகவியலின் டார்வி னாகவோ, பொருளாதார சாஸ்திரத்தின் நியூட்டனாகவோ ஆகி விட வேண்டும் என்பது அவரது தெளிவான அபிலாஷையாக இருந்தது. சமுதாயத்தை விஞ்ஞான ரீதியில் ஆராய்ந்து பார்த்ததன் விளைவாக, முதலாளித்துவ உலகை, சோஷலிஸ்ட் உலகமாக மாற்றுவது என்பதைத் தாம் கண்டு பிடித்துவிட்டதாக மார்க்ஸ் நம்பினார்.

எல்லாத் துறைகளிலுமே படிப்படியான வளர்ச்சித் தத்துவமுறை பத்தொன்பதாவது நூற்றாண்டில் மக்களின் மனத்தைப் பெரிதும் ஈர்த்தது. எனவே, மார்க்ஸின் 'விஞ்ஞான' முறை அவருக்குப் பரவலாக இசைவு கூறிய நிலவரத்தைப் பெரிதும் உருவாக்கியது எனக் கூறலாம். டார்வினின் வளர்ச்சித் தத்துவத்துடன், வரலாற்றைப் பற்றிய தமது வர்க்கப் போராட்டத் தத்துவத்தை முடி போட்டதன் மூலம் தம் கருத்துக்களுக்கு மதிப்பு ஏற்படும்படி செய்தார் மார்க்ஸ். இந்த இணைப்பானது தம் கருத்துக்களை அசைக்க முடியாதன வாக்கிவிட்டன என்பது அவரது நம்பிக்கை.

பொருளாதாரம், சரித்திரம், பிற சமூகவியல் விஞ்ஞானங்கள் முதலியவற்றின் ஆராய்ச்சி விஷயத்தில் மார்க்ஸ் செய்த பேருதவி, 'தர்க்க ரீதியான லோகாயதம்' என்ற ஒரு கோட்பாட்டை உருவாக்கியது தான் என்று அவரும் அவரது வழியினரும் கருதுகின்றனர். இச் சொற்றொடர் தெளிவற்றது, உணர்த்தற்கரியது. இந்தக் கோட்பாட்டை முந்திய நூல்களில் மார்க்ஸ் பூராவாக விளக்கியிருந்தாராயினும், இதை விவரமாக அவர் பிரயோகித் திருப்பது 'காபிடல்' என்ற நூலில்தான்.

ஹெகெல் என்ற ஜெர்மன் தத்துவஞானியிடமிருந்து தர்க்க ரீதியான முறையை மார்க்ஸ் எடுத்துக் கொண்டார். உலகில் ஒவ்வொன்றுமே இடையறாது மாறுதல் அடைந்து வரும் நிலையில்

தான் இருக்கிறது என்பது அதன் அடிப்படை. நேர் எதிரிடையான சக்திகள் மோதி ஒன்றையொன்று பாதிப்பதன் விளைவாக அபிவிருத்தி சித்திக்கிறது. உதாரணமாக, இங்கிலாந்தின் காலனியாட்சி முறையை அமெரிக்கப் புரட்சி எதிர்த்து, ஐக்கிய அமெரிக்க நாடுகளைத் தோற்றுவித்தது. "முரண்பாடுகள் ஒன்றொடொன்று போரிட்டுக் கொள்வது வாழ்க்கையின் நியதி. வளர்ச்சி அதன் விளைவாக ஏற்படுகின்றது" என்று லஸ்கி இதற்கு விளக்கம் கூறியிருக்கிறார்.

இந்த முகவுரைதான், சரித்திர பூர்வமான லோகாயதம் அல்லது வரலாற்றின் பொருளாதார வியாக்கியானம் என்ற தத்துவத்தை அவர் உருவாக்குவதில் கொண்டுபோய் விட்டது. "இப்போதுள்ள சமூகம் அனைத்தின் வரலாறும் வர்க்கப் போராட்டங்களின் சரித்திரந்தான். ஆண்டை-அடிமை, மேலோன் - சாமானிய மனிதன், யஜமான் - வேலையாள், பட்டறைக்காரன் - கூலிக்காரன், சுருங்கச் சொன்னால் கொடுமை புரிகிறவன் - கொடுமைக்கு உள்ளாகிறவன் ஆகியோர் ஒருவருக்கொருவர் நேர் எதிரிடையாக அணி வகுத்து நிற்பதைக் காணலாம். அவர்கள் சாசுவதமாகத் தம் போராட்டத்தை நடத்திக் கொண்டே இருக்கிறார்கள்" என்று மார்க்சும் எங்கெல்சும் வாதித்துள்ளனர். மார்க்சுக்கு வழங்கியுள்ள புகழுரையில் எங்கெல்ஸ் மேலும் கூறுகிறார்:

"ஓர் எளிய உண்மை இதுவரை மண்டிக் கிடந்த சித்தாந்தப் புதரில் மறைந்து கிடந்தது. அதை அவர் கண்டுபிடித்தார். அரசியல், விஞ்ஞானம், கலை, சமயம் போன்றவைகளில் மக்கள் அக்கறை கொள்வதற்கு முன்னர், முதற்படியாக மனிதப் பிறவிகளுக்குச் சாப்பாடு, தண்ணீர், ஆடை, தங்குமிடம் ஆகியவை கிடைத்தாக வேண்டும். பிழைத்திருப்பதற்கு உடனடியாக மிகவும் தேவையாகவுள்ள லௌகிக சாதனங்கள் தயாரிக்கப்பட வேண்டும் என்பது இதன் உட்கருத்து. அத்துடன் கூட ஒரு தேசம் அல்லது சகாப்தம் எந்த அளவு பொருளாதார வளர்ச்சி கண்டிருக்கிறது என்பதையும் அடிப்படையாகக் கொண்டுதான் அரசாங்க ஸ்தாபனங்கள், சட்டத்தின் கண்ணோட்டங்கள், கலைத் துறை - சமயத்துறைக் கருத்துகளுங்கூட அமைக்கப்பட்டுள்ளன என்பது புலனாகும்".

உணவு, தங்கும் இடம் இவற்றிற்கான போராட்டங்கள் சர்வசக்தி வாய்ந்தவை. பிற மனித விவகாரங்கள் அனைத்தையும் அவைதாம் நிர்ணயிக்கின்றன.

"ஒரு வர்த்தகத்தை மற்றொன்று சுரண்டிய கதைதான் முக்கியமாக மனித சமூகத்தின் சரித்திரம் என்கிறார் மார்க்ஸ். சரித்திர காலத்துக்கு முற்பட்ட சகாப்தங்களில் ஜாதீய அல்லது வர்க்கபேதமற்ற சமூக அமைப்பு முறை இருந்தது. ஆனால் சரித்திரம் தொடங்கிய பின், வர்க்கங்கள் வளர்ச்சி கண்டன. மனித சமூகத்தில் திரளானோர் முதலில் அடிமைகள் ஆயினர். பிறகு தொழுஅடிமைகள் ஆயினர் (பிரபுத்துவ முறை); அடுத்தபடி சொத்தில்லாத கூலி அடிமைகளாயினர் (முதலாளித்துவ சகாப்தம்) - அவ்வாறுமார்க்ஸ் வாதித்தார். தர்க்கரீதியான உலகாயத தத்துவத்தைக் கொண்டு மதிப்பிட்டு, ஒரு திடமான முடிவுக்கு வந்தார் மார்க்ஸ். உழைப்பாளர்கள் கலகம் செய்வது தவிர்க்க முடியாத அடுத்த நடவடிக்கை. மேற்கொண்டு பாட்டாளி மக்களின் சர்வாதிகாரம், அதை அடுத்துச் சமுதாய உடைமையாகும் நிலை, பின்னர் வர்க்க பேதமற்ற சமுதாய அமைப்புக்குத் திரும்புவது ஏற்பட்டே தீரும் என்பது அவரது நம்பிக்கை.

முதலாளித்துவ முறை இறுதியாக அழிவற்று மறைந்து போவது தவிர்க்க முடியாதது என்று தாம் மதிப்பிட்டது ஏன் என்பதைக் கைக்கு மெய்யாக நிரூபணம் செய்து காட்டும் வகையில் தமது வாதத்தை, 'காபிடல்'-இல் அவர் உருவாக்கினார். சமுதாய விஞ்ஞானத்துறையில் அவரது இரண்டாவது பெரிய சாதனை உழைப்பின் மதிப்பைப் பற்றிய அவர் உருவாக்கிய தத்துவந்தான் என்று கம்யூனிஸ்டுகள் பொதுப்படையாகக் கருதுகின்றனர். இது மார்க்ஸ் சுயமாகத் தாமே உருவாக்கிய அசல் தத்துவமன்று. ஆடம் ஸ்மித், டேவிட் நிக்கார்டோ போன்ற பழைய பொருளாதார சாஸ்திரிகளைப் பின்பற்றி, உழைப்புத்தான் எல்லா மதிப்புக்கும் மூலாதாரமாக இருப்பது என்று அவர் சாதனை செய்தார். ஒரு நூற்றாண்டுக்குமுன் பெஞ்சமின் ஃபிராங்கிளின் கூறியதை அவர் எடுத்துக்காட்டினார். வர்த்தகம் என்பது உழைப்புக்கு உழைப்பின் பரிமாற்றமே தவிர வேறொன்றுமில்லை. எனவே, எல்லாப்

பண்டங்களின் மதிப்பீட்டுக்கும் உழைப்புத்தான் மிகமிக நியாயமான அளவுகோல்" என்று ஃபிராங்கிளின் கூறியிருந்தார். மூலதனம் என்பது, "சேர்த்து வைத்து இருப்பில் வைக்கப்பட்டுள்ள உழைப்பு" என்று ஆடம் ஸ்மித் கொடுத்திருந்த விளக்கத்தையும், அதே மாதிரி அவர் எடுத்துக் கொண்டார். எந்தப் பொருளின் மதிப்பையும் விலையையும், அதன் தயாரிப்புக்குச் செலவான உழைப்பின் அளவைக் கொண்டுதான் நிர்ணயிக்க வேண்டும் என்று நிக்கார்டோவும் அதேபோலக் கூறியிருந்தார்.

இதை ஓர் அளவையாக வைத்துக் கொண்டு, "உபரியான மதிப்பு என்பதைப்பற்றிய தமது சித்தாந்தத்தை மார்க்ஸ் உருவகப் படுத்தினார். *1859-இல் வெளியான பொருளாதார விமரிசனம்"* (Critique of Practical Economy) என்ற நூலில் முதலாவதாகவும், பிறகு திருந்திய உருவத்தில் 'காபிடல்'-இலும் இது இடம் பெற்றது. உழைப்பாளிக்குச் சொத்து இல்லை. அவன் விற்கக்கூடியது ஒரே ஒரு பொருள்தான். அதுதான் அவனுடைய சொந்த உழைப்பு. பட்டினியைத் தவிர்ப்பதற்காக அதை அவன் விற்றாக வேண்டும். நடைமுறைப் பொருளாதார அமைப்பு முறையின் கீழ் வேலை தருபவன் இந்தப் பொருளை எவ்வளவு குறைவான விலைக்கு வாங்க முடியுமோ அவ்வளவு குறைத்துத்தான் வாங்குவான். எனவே, உழைப்பின் வாஸ்தவமான மதிப்பானது, கொடுபட்ட கூலியைவிட உபரியாகத்தான் இடையறாது இருந்து வரும். ஒரு நாளைக்கு நான்கு ஷில்லிங் கூலி பெறும் தொழிலாளி 6 மணி நேரத்தில் தனது கூலியை உண்மையில் சம்பாதித்து விடுகிறான். ஆனால் அவன் பத்து மணி நேரம் உழைக்குமாறு கோரப்படுகிறான். எனவே, அதிகப்படி நான்கு மணி நேரத்தைத் தொழிலாளியிடமிருந்து முதலாளி களவாடி விடுகிறான். இவ்வாறு வியாக்கியானம் செய்வதாயின், தொழிலாளியிடமிருந்து பறிக்கப்படும் உழைப்பின் உபரி மதிப்பிலிருந்துதான் லாபம், வட்டி, வாடகை முதலியவை பூராவாகக் கிடைக்கின்றன என்று ஏற்படுகிறது. இதைக் கொண்டு தர்க்க ரீதியாக முடிவு காண்பதாயின், முதலாளித்துவ முறையானது, தொழிலாளி வர்க்கத்தைச் சுரண்டிக் கொள்ளையடிப்பதற்காகத் தோன்றிய தீய ஏற்பாடே தவிர வேறு இல்லை என்று கருத வேண்டியிருக்கும்.

பிரச்சாரத்துக்கும் கிளர்ச்சிக்கும், மார்க்ஸின் மதிப்பு - உபரி மதிப்புச் சித்தாந்தங்கள் அளவிட இயலாதபடி பயன்பட்டிருக்கின்றனவாயினும் அவை செல்லத் தகாதவை, மதிப்பிழந்தவை என்றுதான் இப்பொழுது பொருளாதார சாஸ்திரிகள் பொதுப் படையாகக் கருதுகின்றனர். அவை நிராகரிக்கப்பட்டதற்கான காரணங்களில் ஒன்று, இயந்திரங்கள் வரவர அதிகமாக உபயோகிக்கப்பட்டதுதான். வெவ்வேறு பண்டங்களின் தயாரிப்புக்கு வேண்டிய உழைப்பின் அளவில் பல்வகை வேறுபாடுகளை அவை தோற்றுவித்தன. "ரசாயன அறிஞன் பூசாரத்தைப் பற்றிய தனது ஒரு கண்டுபிடிப்பின் மூலம் ஒரு கோடி பண்ணைத் தொழிலாளர் விளைவிக்கக்கூடிய அளவை நூறு மடங்கு அதிகப்படுத்தக் கூடும். இந்த உற்பத்தி உயர்வைச் சிருஷ்டித்தவன் ரசாயன அறிஞன்" என்று பிரிஹாப் எடுத்துக் காட்டினார். "மக்கள் முத்துக்குளிப்பதற்குக் காரணம் முத்துகள் மதிப்புள்ளவை என்பதே. மக்கள் கடலில் குதித்து எடுக்கிறார்கள் என்பதால் முத்து மதிப்புப் பெறவில்லை" என்று மற்றொரு விமரிசகர் கூறி மார்க்ஸின் சித்தாந்தத்தை மறுதளித்தார். மதிப்பையோ விலையையோ விஞ்ஞானம், தொழில் நுட்பத்திறன், கலை, நிர்மாண ஏற்பாடுகள் முதலியன கூடுதலாக்குவதாக மார்க்ஸ் அங்கீகரிக்கவில்லை.

பொருளாதார அறிஞர்கள் இரண்டு நூற்றாண்டுகளாகச் சிந்தித்தும் எழுதியும் வந்துங்கூட, மதிப்பை அளவிடும் முறை விஷயமாக அவர்கள் உடன்பாடு கண்டதேயில்லை என்பது உண்மைதான். கிராக்கி, உபயோகம் ஆகிய இரண்டையும் மதிப்பிடுவதற்கான அளவுகோல்களாகப் பரவலாய் ஏற்றுக் கொண்டிருக்கிறார்கள் எனத் தோன்றுகிறது. "மார்க்ஸின் சித்தாந்தத்தை நவீனப் பொருளாதாரம் அழித்து விட்டது. ஆனால் அதற்கு பதிலாகச் சோதனையில் தேறிய விஞ்ஞான ரீதியான சித்தாந்த மொன்றை அதனால் உருவாக்க இயலவில்லை." என்பது பார்ஜூனின் விமரிசனம்.

உபரி மதிப்பிட்டுச் சித்தாந்தமானது மார்க்ஸை மேல் நடவடிக்கைகளில் இறங்கச் செய்தது. கடுமையான போட்டியைச்

சமாளிப்பதற்காக வேண்டி ஒவ்வொரு முதலாளியும், தன் தொழிலாளரிடமிருந்து வரவர அதிகமாக உபரி மதிப்பைக் கசக்கிப் பிழிய முற்படுகிறான். வேலை நேரத்தை அதிகப்படுத்துவது, அல்லது கூலியைக் குறைப்பது அல்லது பரவலாக வியாபிப்பது போன்றவை அவன் கையாளும் உபாயங்கள். தொழிலாளரின் உழைப்பை அகற்றும் நோக்கத்துடன் வரவர அதிகமான இயந்திரங்களை அவன் பயன்படுத்தி உற்பத்தியை அதிகப் படுத்துகிறான். இயக்குவதற்கு, தேகபலம் குறைவாகத் தேவைப்படும் இயந்திரங்களைப் பயன்படுத்துவதன் காரணமாக ஆண்களுக்கு பதில் பெண்களையும், குழந்தைகளையும் மலிவாக அமர்த்தலாம். இதன் விளைவுகளை மார்க்ஸ் பின்வருமாறு வருணிக்கிறார்:

"இவை உழைப்பாளியை முழு மனிதனாகக் கருதாமல் சிதைத்து இயந்திரத்தின் அநுபந்தமாக இயங்கும் அளவுக்கு அவனைத் தாழ்த்தி, வேலையில் கொஞ்சநஞ்சம் இருக்கக்கூடிய தெம்பையும் அடியோடு அழித்து, உழைப்பில் துவேஷத்தினை விளைவிக்கின்றன. உற்பத்தி முறையில் தனிச் சக்தியாக விஞ்ஞானம் எந்த அளவு இணைக்கப்படுகிறதோ, அதே வீதாசாரத்தில் உழைப்பாளியின் புத்திபூர்வமான உழைப்பின் தன்மையை அறியாதவனாக ஆக்கிவிடுகின்றன. அவனது வேலை நிபந்தனை களை அவை விகாரப்படுத்துகின்றன. உழைப்பை நல்கும் முறையானது, ஒரு யதேச்சாதிகாரத்துக்கு அவனை அடிமைப் படுத்துகிறது. அது மிக அற்பத்தனமுள்ளதாயிருப்பதால் மேலும் துவேஷ முண்டாக்குவதாகிறது. அவனது வாழ்நாளை உழைக்கும் காலமாக மாற்றி, முதல் என்ற ரதத்தின் சக்கரத்தடியில் நசுக்குண்டு போகுமாறு அவனது மனைவி மக்களை வலித்து விடுகிறது."

எனவே, முடுக்கிவிட்டு உற்பத்தியைப் பெருக்குவதற்காக இயந்திரங்களை அமைப்பது உழைப்பாளியின் பணியை எளிதாக்குவதில்லை என்பதுடன், வேலையில்லாத் திண்டாட்டத்தை விளைவித்து, பெண்கள் - குழந்தைகளைச் சுரண்டலுக்கு உள்ளாக்கி, தேவையை மிஞ்சிய பொருள் உற்பத்திக்குக் காரணமாகி, தனது வேலையில் உழைப்பாளிக்குள்ள சிரத்தையை அழித்து விடும் தீய விளைவுகள் கொண்டதாகிறது. மார்க்ஸ் மேலும் கூறுகிறார்:

"ஸ்டிரைக்குகளை அடக்குவதற்கு இயந்திரந்தான் மிக மிகச் சக்தி வாய்ந்த சாதனம். மூலதனத்தின் யதேச்சாதிகாரத்துக்கு எதிரிடையாக அவ்வப்பொழுது தொழிலாளி வர்க்கம் செய்யும் கலகங்கள்தாம் ஸ்டிரைக்குகள். புதிதாகத் தோன்றிய தொழிற்சாலைப் பணிமுறையை, தம் கோரிக்கைகளை உயர்த்திக் கொண்டு போனதன் மூலம் உழைப்பாளர் பயமுறுத்தினர். அவர்களை மோதி மிதிப்பதற்கு முதலாளிகள் உபயோகித்த முதல் சாதனம் நீராவி எஞ்சின். தொழிலாளி வர்க்கத்தின் கலகங்களுக்கு எதிரிடையாகப் பயன்படுவதற்காக முதலாளிகளுக்குச் சாதனங்களைச் சப்ளை செய்யும் ஒரே நோக்கத்துடன் கூட, 1830ஆம் ஆண்டுக்குப் பிறகு தோன்றிய கண்டுபிடிப்புக்களைப்பற்றி ஒரு சரித்திரமே எழுதி விடலாம்."

மால்துஸின் தத்துவத்தை ஒருவாறு திரித்து முதலாளித் துவத்தைத் தொடர்ந்து மிதமிஞ்சிய ஜனப்பெருக்கம் ஏற்படுகிறது என்று கூறுகிறார் மார்க்ஸ். உற்பத்தியானது பெரிய அளவில் விரிவு காணும் காலத்தில், புதிய தொழில்களைச் சிருஷ்டிக்கவும், பழைய தொழில்களை உயிர்ப்பிக்கவும் 'தொழில்முறை ரிசர்வுப் படை' முதலாளித்துவ முறைக்குத் தேவைப்படுகிறது. தேவைக்கு உபரியாகவுள்ள தொழிலாளர் நீண்ட காலம் வேலையில்லாத் திண்டாட்டத்தைப் பொறுத்துக் கொண்டிருக்க வேண்டிய நிலைமை, சுபாவமாக ஏற்பட்டு விடுகிறது. அப்புறந்தான் முதலாளித்துவத்தின் மகத்தான சாபத்தீடுகளாகிய வர்த்தகச் சுணக்கங்களும், கிலி பிடித்த நிலவரமும் தலை தூக்குகின்றன. தொழிலாளருக்குத் தரப்படும் கூலி அவர்கள் உயிர் வாழ்ந்திருப்பதற்கு மட்டுமே போதுமானது. எனவே, தொழிற்சாலைகள் தயாரித்துக் குவிக்கும் பண்டங்களையெல்லாம் வாங்க அவர்களால் முடியவில்லை. மார்க்கெட்டுகளில் சரக்குத் தேக்கமாகி விடுகிறது. வேலையிலுள்ள தொழிலாளரின் எண்ணிக்கை குறைக்கப்படுகிறது. மேலும் மோசமான வர்த்தகச் சுணக்கங்கள் விளைகின்றன.

கிடங்குகளில் நிரம்பி வழியும் பண்டங்களை விற்பதற்கு அயல்நாடுகளை நாடுகிறான் முதலாளி. தனது நாட்டுத் தொழிலாளர் வாங்க இயலாத நிலையிலுள்ள பண்டங்களைத் திணிப்பதற்காக,

பிற்பட்ட நிலையிலுள்ள கடல் கடந்த நாடுகளில் மார்க்கெட்டு களை நாடுகிறான். தொழிற்சாலைகள் தொடர்ந்து வேலை செய்து கொண்டிருப்பதற்கு வேண்டிய கச்சாப் பொருட்களைத் தேடியலைகிறான். அதுவும் இந்த முயற்சியுமாகச் சேர்ந்து ஸர்வதேசப் போராட்டங்களிலும் ஏகாதிபத்திய யுத்தங்களிலும் தவிர்க்க இயலாதவாறு கொண்டுபோய் விடுகின்றன.

"ஒரு முதலாளி எப்பொழுதுமே பலரைக் கொன்று விடுகிறான். எனவே, முதலாளித்துவப் போராட்டமும் ரகளையுமாகச் சேர்ந்து அதிகாரக் குவியலிலும் ஏகபோகத்திலுந்தான் இறுதியாகக் கொண்டுபோய் விடுகின்றன" என்பது மார்க்ஸின் நம்பிக்கை. சிறிய முதலாளிகளைப் பெரிய முதலாளிகள் விழுங்கிக் கொண்டே போவதால் நடுத்தரவர்க்கம் மறைந்து விடும். பாட்டாளி மக்களின் சமுத்திரத்தை, விரல்விட்டு எண்ணக்கூடிய ஒரு சில பெரிய முதலாளிகள்தாம் இறுதியாக எதிர்நோக்கி நிற்பர். அத்தருணந்தான் பாட்டாளி மக்களின் பெருவாய்ப்பாக அமையும். இந்த இறுதி முடிவில் படிப்படியாகக் கொண்டுவிடக் கூடிய நிலவரங்களைத் தமது 'காபிடலில்' மார்க்ஸ் மிக விளக்கமாக, மறக்க இயலாத சில பகுதிகளில் வருணிக்கிறார்.

பெரிய முதலாளிகளின் எண்ணிக்கை வரவர அதிகமாகக் குறைந்துகொண்டே வருகையில், வறுமை, கொடுமை, அடிமை வாழ்வு, சீரழிவு, சுரண்டல் முதலியன அதற்கேற்ப பெருகிக் கொண்டே போகும். அதே சமயத்தில் தொழிலாளி வர்க்கத்தின் ஆத்திரமும் படிப்படியாக ஏற்றம் கண்டு வரும். அந்த வர்க்கத்தின் எண்ணிக்கையும் அதிகரித்துக் கொண்டே செல்லும். முதலாளித்துவ உற்பத்தி முறையின்மூலம் உருப்பெற்று வளர்ந்த கட்டுப்பாடு, ஒற்றுமை முதலியன அந்த வர்க்கத்தினிடம் இருக்கும். முதலாளித்துவத்துடன் கூட, அதன்கீழ்ச் செழிப்படைந்து வந்த உற்பத்தி முறைக்கு முதலாளித்துவ ஏகபோகம் விலங்குத் தளையாக ஆகிவிடுகிறது. உற்பத்திச் சாதனங்களெல்லாம் மத்திய ஆதிக்கத்தில் குவிகின்ற நிலையும், தொழிலாளர் சமுதாய உணர்வு பெற்று வரும் நிலவரமும் ஒன்றுக்கொன்று இசைவில்லாது போகின்றன. முதலாளித்துவம் உமியை ஒத்த நிலையை அடைந்து விடுகிறது. உமி

தெறித்து அகன்று விடுகிறது. முதலாளித்துவத் தனிச் சொத்துரிமைக்குச் சாவுமணி அடிக்கிறது. சுரண்டி வந்தவர்கள் சுரண்டப்படுகிறார்கள்.''

வர்க்கப் போராட்டமானது பாட்டாளி மக்களின் வெற்றியுடன் தான் முடிவடையும்.

''அரசாங்கத்தைக் கைப்பற்றிக் கொண்டு, பாட்டாளி மக்கள் தமது சர்வாதிகாரத்தைத் தோற்றுவிப்பர். இது இடைக்கால அநுபவமாகத் தான் இருக்கும். இறுதியாக எல்லா வர்க்கங்களும் நீங்கியதும், சுதந்திரமும் சமத்துவமும் உள்ளவர்களே வாழும் சமுதாய அமைப்பு சிருஷ்டிக்கப் பெறும்.'' சர்வாதிகாரம் எவ்வளவு காலம் நீடிக்க வேண்டியிருக்கும் என்று திட்டவட்ட மாக மார்க்ஸ் கூறவில்லை. முப்பத்தெட்டு வருஷ காலம் இரும்புப் பிடி போன்ற ஒரு சர்வாதிகார ஆட்சியானது ரஷ்யாவில் இருந்து வருகிறது. இந்தப் பிடி தளருவதற்கான அறிகுறிகளே காணோம். எனவே, மார்க்ஸ் தெளிவுபடுத்தாது மழுப்பியிருக்கிறார். மக்களுக்குக் கல்வியறிவு புகட்டி, ஸ்தாபனச் சீர்மையை ஏற்படுத்திக் கொடுத்த பிறகு அரசாங்கமானது ''வாட்டமுற்று மறைந்துவிடும்'' என்கிறார் மார்க்ஸ். அந்தச் சமுதாயத்தில் பலாத்காரமோ போராட்டமோ இராது. எல்லோரும் அமைதியையும் 60 சுபிட்சத்தையும் அநுபவிப்பர். ஒவ்வொரு தனி நபரும் சுதந்திரமாக முழு வளர்ச்சி காணச் செய்வதுதான் சமுதாயத்தின் பிரதான நோக்கமாக இருந்து வரும். 'ஒவ்வொருவரிடமிருந்தும் அவரது திறமைக்கேற்ப, ஒவ்வொருவருக்கும் அவரது தேவைக்கு ஏற்ப என்பதுவே வழிகாட்டும் கோட்பாடாக இருந்து வரும்.

இந்த அழகான பூலோக சுவர்க்கத்தைப்பற்றிய கனவுக்கும், அதற்கு முன்னர் காணப் பெற்ற ஈவிரக்கமற்ற இரத்தப் பெருக்கு மலிந்த வர்க்கப் போராட்டக் காலத்து நிலவரத்துக்கும் இருந்த முரண்பாடு மிக எடுப்பானது என்று பல விமரிசகர்கள் விமர்சித்துள்ளனர்.

ஹாலட் எழுதினார்:

''மார்க்ஸின் வர்க்கபேதமற்ற சமுதாயம் விக்டோரியா காலத்தில் இருந்து வந்த சுவர்க்கக் கற்பனையைப் போலத் தெம்பற்றதாகத்தான் இருக்கிறது. இரண்டுமே போதிய நம்பிக்கை

தருவனவாகவும், ஊக்கமளிப்பனவாகவும் இருக்கவில்லை. உலகப் புரட்சி என்பது பின்னணிக்குப் போய்விட்டால், மக்களுக்கு உணர்ச்சிப் பெருக்கூட்டுவதற்கு அல்லது புது முயற்சிகளில் முழுமூச்சுடன் முனையச் செய்வதற்கான சக்தி எதுவும் இரத்தம் செத்த மார்க்ஸீயத்தில் காணப்பெற மாட்டாது."

எனினும், பக்தி சிரத்தையுள்ள பத்து லட்சக்கணக்கான கம்யூனிஸ்டுகளுக்கு மார்க்ஸீயம் சக்தி வாய்ந்த மதமாகப் பயன்படுகிறது. பிற மதங்களையெல்லாம் மிஞ்சும் சமயமாக தர்க்கரீதியான உலகாயதம் தென்படுகின்றது. கிறிஸ்துவ சமயம் போன்ற பழைய மதங்கள், வாழ்க்கையில் தனக்குற்ற வாய்ப்பை ஆட்சேபமின்றி மனிதன் ஏற்றுக்கொள்ள வேண்டும் என்று போதிக்கின்றன. அடக்கம், தாழ்ந்து போதல், மனநிம்மதி ஆகியவற்றை அவை பெருமைப்படுத்திப் பேசுகின்றன. எனவே, தமது விதியுடன் கூடப் பாட்டாளி மக்களைக் கண்மூடித்தனமாகப் பிணைத்து, புரட்சிப் பாதையில் பெரிய இடையூறுகளைப் போட்டு, மக்களை மயக்க நிலையில் வைக்கும் அபினாக அவை பயன்படுகின்றன" என்கிறார் மார்க்ஸ்.

மார்க்ஸ் கூறுவதில் எந்த அளவு உண்மை இருக்கிறது? சமூக விஞ்ஞானிகள், சமயத்துறைவாதிகள், பிற எழுத்தாளர், சிந்தனையாளர் போன்றோர் ஏராளமாகப் பத்தொன்பதாவது நூற்றாண்டில் இப்பிரச்சினையில் கவனம் செலுத்தியுள்ளனர். அவருடைய தத்துவங்களிலும் எதிர்காலம்பற்றிய மதிப்பீடுகளிலும், முக்கியமான அம்சங்களில் அடிப்படையான தவறுகள் இருக்கின்றன என்பது காலப்போக்கில் உணரப்பட்டுள்ளது. மார்க்ஸின் சிந்தனைக்கு அடிப்படையாக உள்ளவை உழைப்பையே அளவுகோலாகக் கொண்ட மதிப்பீட்டுத் தத்துவமும், உபரி மதிப்பீட்டுத் தத்துவமுந்தான். மார்க்ஸீயவாதிகளல்லாத பொருளாதாரச் சிந்தனையாளர் இந்தத் தத்துவங்களை இப்பொழுதெல்லாம் ஒரு பொருட்டாகக் கருதுவதில்லை. மார்க்ஸ் ஜோசியம் கூறியபடி, எந்த நாட்டிலும் வர்க்கங்களிடையே போராட்டம் உருவாகி, பாட்டாளி மக்களைப் புரட்சியில் கொண்டுபோய் விடவில்லை. இந்தச் சித்தாந்தமும் கம்யூனிஸ்ட் கோட்பாட்டுக்கு அடிப்படையானது

என்று புகழ்பெற்ற மார்க்ஸீயவாதி சிட்னி ஹூக் வன்மையாகக் கூறியுள்ளார். "வர்க்கப் போராட்டத்தைப் பற்றிய உண்மைகளை வெற்றிகரமாக ஆட்சேபிக்க இயலுமாயின், மார்க்ஸ் உருவாக்கிய தத்துவக் கட்டுக்கோப்பு தரைமட்டத்துக்குச் சரிந்துவிட வேண்டியதுதான்" என்று அவர் கூறியுள்ளார்.

முதலாளித்துவ முறையானது, முக்கியமாக நாகரிக வளம் பெற்ற நாடுகளில், மார்க்ஸ் எதிர்நோக்கிக் கூறியதற்கு முற்றும் வேறுபட்ட திசையில் செல்லலாயிற்று. தொழிலாளி வர்க்கத்தினரிடை மிடிமை, வறுமை, துன்பம் அதிகரிப்பதற்குப் பதிலாக, அதற்கு நேர்மாறான போக்கே காணப்பெற்றது. முதலாளிகளிடையே போட்டியும் பெருமுயற்சியுமாகச் சேர்ந்து வரம்பற்ற அக்கிரமங் விளைவிக்காவண்ணம் சக்திவாய்ந்த தொழிற்சங்கங்களும் சர்க்காரின் சட்ட ஒழுங்குமுறைகளும் சேர்ந்து கட்டுப்பாட்டில் வைத்துள்ளன. "பொருளாதாரச் சிந்தனையாளர், தருமசீலர்கள், மனிதாபிமானிகள், தொழிலாளரின் வேலை நிலைமை திருந்தச் செய்வோர், தருமங்களுக்கு ஏற்பாடு செய்வோர், ஜீவகாருண்யச் சங்க உறுப்பினர், மிதக் குடிப் பிரச்சாரகர்கள், கற்பனையில் எழக்கூடிய சந்தேகாஸ்பதமான சீர்திருத்தவாதிகள்" போன்றோரை மார்க்ஸ் கேவலமாகக் கருதியவர். ஆயினும் அவர்களைப் போன்றோர் தாம் படுமோசமான சீர்கேடுகளை முதலாளித்துவத்திலிருந்து அகற்றி, மனிதன் தோற்றுவிக்கக் கூடிய எந்தச் சிக்கலான அமைப்பும், எவ்வளவு தூரம் நல்லபடியாக இயங்கமுடியுமோ அவ்வாறு அது பணிபுரியச் செய்தனர். இருபதாவது நூற்றாண்டு நிதியின் சமீபகாலத்து யாதாஸ்து ஒன்று பின்வருமாறு கூறுகிறது:

வர்க்கபேதமற்ற ஒரு சமுதாயத்தில் எல்லோருக்கும் எல்லா வசதிகளும் நிறையக் கிடைக்கச் செய்வதுதான் சோஷலிஸ்ட் லட்சியம். தொழில் வளமிக்க தேசங்களில் முதன்மையானதாக இருக்கும் நாடானது, தனிப்பட்டோர் இயக்கும் முதலாளித்துவ முறையை விடாப்பிடியாகப் பற்றிக்கொண்டு, உலக மக்களில் மிகப் பெரும்பாலோர் கற்பனையிலும் காணமுடியாத அளவில், வாழ்க்கை வசதிகளை அளித்து, மேலே கூறிய சோஷலிஸ்ட் இலக்கைக் கட்டத்தட்ட நெருங்கி விட்டது.

"பாட்டாளி மக்களின் தேசீய பந்தங்களை பலவீனப் படுத்தி, எல்லா இடங்களிலும் தொழிலாளரிடையே ஸர்வதேச ஒற்றுமை உணர்வைத் தோற்றுவிக்க முடியும்" என்று மார்க்ஸ் பெரிதும் நம்பியிருந்தார். இது விரும்பத்தக்க லட்சியந்தான். ஆனால், இரண்டு உலக யுத்தங்களும், இன்றைய உலக நிலவரத்தில் காணப்பெறும் தேசீயப் பேரார்வமும் அதன் தோல்வியை ருசுப்பித்துள்ளன. ரஷ்யாவிலும், சீனாவிலும் பிற கம்யூனிஸ்ட் பிரதேசங்களிலுந்தான் பிற பகுதிகளை விட இது மிக எடுப்பாகக் காணப்படுகிறது. தொழில் துறையில் மிகமிக முன்னேற்றம் அடைந்திருக்கக்கூடிய தேசங்களில்தான் - உதாரணமாக இங்கிலாந்து, ஜெர்மனி, அமெரிக்கா ஆகியவற்றில்தான் - பாட்டாளி மக்களின் புரட்சி முதலில் தோன்றும் என்பது மார்க்ஸ் செய்த முடிவு. புரட்சிக்கான கனிவு ரஷ்யாவில் இல்லை என்று அவர் நினைத்தார். பிந்திய நிகழ்ச்சிகள் பொய்யாக்கிய அவருடைய ஜோஸ்யங்களில் இதுவும் ஒன்று.

பின்னர் வந்த வரலாற்று ஆசிரியர்கள் மார்க்ஸ் வற்புறுத்திக் காட்டிய தர்க்கவாத முறைக்குப் பெருமதிப்புத் தந்தனர். எனினும், வில்லியம் ஹென்றி சேம்பர்லின் கூறினார்:

"ஒரே மாதிரியான பொருளாதார வளர்ச்சியை அடைந்துள்ள தேசங்களின் மக்களிடையே காணப்பெறும் வேறுபாடுகளுக்கு மார்க்ஸ் போதிய விளக்கம் கூறாதது தர்க்கரீதியான உலகாயத முறையில் உள்ள குறைபாடு. இனம், சமயம், தேசிய சமுதாயம் ஆகிய ஜீவாதாரமான அம்சங்களை அது கவனிக்காமல் விட்டு விடுகிறது. மனிதனின் தனிப் பெருநிலைக்கு உள்ள மகத்தான முக்கியத்துவத்தை அது பொருட்படுத்தவே இல்லை. அவரது இந்தக் கோட்பாட்டின் அடிப்படையில் சரித்திரத்தில் ஒரு நிகழ்ச்சிக்கேனும் சரியான விளக்கம் தர இயலுமா என்பது சந்தேகமே."

மார்க்ஸின் சிந்தனை தர்க்க ரீதியாகப் பழுதுபட்டதாக இருந்த போதிலும், நமது காலத்தை அது பாதித்துள்ள நிலவரத்தை மிகைப்படுத்தி மதிப்பிட இயலாது. சில முக்கியமான அம்சங்களில் முதலாளித்துவ உலகத்தின்மீது அவருக்கு ஏற்பட்ட செல்வாக்கு

நன்மையை விளைவித்துள்ளது. தொழிலுற்பத்தி முறை எவ்வாறு துஷ்பிரயோகம் செய்யப்படுகிறது என்பதை வலியுறுத்திக் காட்டி. தொழிலாளர் புரட்சி செய்யக் கூடிய அபாயத்தை மிகைப்படுத்திக் காட்டியதன் விளைவாக அடிப்படையான சீர்திருத்தங்கள் செய்யப்பட்டுள்ளன. முதலாளித்துவத்தின் குறைபாடுகளை கம்யூனிஸ்டுகளும், சோஷலிஸ்டுகளும் திரும்பத் திரும்ப எடுத்துச் சொல்லி வந்ததன் மூலம் பல சீர்கேடுகள் திருந்துவது சாத்தியமாகி யுள்ளது. இதன் விளைவாக மார்க்ஸ் அறிவித்த பாட்டாளி மக்களின் புரட்சி தலைதூக்குவதற்கான சாத்தியக் கூறுகள் அடியோடு அகற்றப்படாவிடினும், பெரிய அளவில் தணிவு பெற்றன.

ஆனால் மார்க்ஸின் தத்துவம் ரஷ்யாவிலும் சீனாவிலும் விரிவான பிற உலகப் பகுதிகளிலும் வெற்றி கண்டு 90கோடி மக்களை ஆட்கொண்டிருப்பதன் விளைவாகத்தான் இன்றைய உலகின் மிக அவசரமான பிரச்னைகள் எழுந்துள்ளன. பொதுவாக ரஷ்யர்களையும், குறிப்பாக ரஷ்யப் புரட்சியாளரையும் மார்க்ஸ் கேவலமாகத்தான் மதிப்பிட்டார். ரஷ்யாவின் கொள்கை மாறுதலுற்றது. "அதன் முறைகள், உபாயங்கள், சூழ்ச்சிகள் மாறலாம்; ஆனால் 'உலக ஆதிக்கம்' என்ற அதன் கொள்கை துருவ நட்சத்திரம் போன்றது. அது நிலைத்து நிற்பது" என்று ஜார் காலத்திய ரஷ்யாவைப் பற்றி மார்க்ஸ் கூறியது கம்யூனிஸ்ட் ரஷ்யாவுக்கும் அப்பட்டமான பொருத்தமுள்ளதாக இருக்கிறது.

கம்யூனிஸத்தைப் பற்றி மார்க்ஸின் எண்ணங்களையும் லட்சியங்களையும் இன்றைய ரஷ்யாவில் காண்பது மிகமிக அரிதாயிக்கின்றது. 1950ஆம் ஆண்டில் ட்ரூமன் கூறியது போல, ரஷ்யா ஒரு கம்யூனிஸ்ட் நாடு அல்ல; ஸ்டாலின் ஒரு கம்யூனிஸ்டும் அல்ல. அங்கிருப்பதை - பாட்டாளி மக்களின் சர்வாதிகாரம் என்று குறிப்பிடுவதை - கம்யூனிஸ்ட் கட்சியின் சர்வாதிகாரம், அல்லது அதில் அந்தஸ்து அந்தஸ்தாகப் பொறுப்புக்களை வகிப்போரின் சர்வாதிகாரம் என்று சொல்வதுதான் அதிகப் பொருத்தமுள்ளதாக இருக்கும். ராஜீய ஆதிக்கம் செலுத்தும் அரசாங்க அமைப்பு விரைவில் நைந்துபடும் என்றார் மார்க்ஸ். ஆனால் காலப்போக்கில் அது வரவர அதிக சக்தி வாய்ந்ததாகவே உருப்பெற்று வருகிறது.

கம்யூனிஸ்ட் பிரச்சாரமானது. கம்யூனிஸ அநுஷ்டானத்தைவிடச் சுலபமானது என்பதை லெனின் முதல் எல்லாக் கம்யூனிஸ்ட் தலைவர்களும் கண்டறிந்துள்ளனர். ராஜீயச் சந்தர்ப்பச் சேர்க்கை களுக்கும், அவ்வப் போதைய நிலவரத்தின் தேவைக்கும் ஏற்ப மார்க்ஸிடமிருந்து அடைந்த வழிவழியான சித்தாந்தத்தை (மார்க்சீய தத்துவத்துக்கு வணக்கம் செய்து கொண்டே) மாற்றிக் கொண்டு தான் வந்திருக்கிறார்கள். தம் சீடர்களின் நடவடிக்கைகளைக் கண்டு, "நான் மார்க்சிஸ்ட் அல்ல" என்று அவர் ஒரு தடவை கூறினார். இருபதாவது நூற்றாண்டின் மத்தியில் தம் தத்துவங்கள் கையாளப்பெறும் முறைகளைப் பற்றியும் அவருக்கு பலமான சந்தேகம் இருந்திருக்கக் கூடும். "ஸ்டாலினது ஆதிக்கத்தின்கீழ் மார்க்ஸ் வாழ நேரிட்டிருந்தால், அவர் நெடுநாள் உயிருடன் இருந்திருக்கமாட்டார்" என்பது சோஷலிஸ்டுகளுக்குப் புது மொழியாகி விட்டது.

"தொழிலாளர் வர்க்கங்களின் விவிலிய வேதம்" என்று கருதப்பட்ட இந்நூலின் முதல் பாகந்தான் மார்க்ஸின் ஆயுட் காலத்தில் பிரசுரமாயிற்று. 1883இல் அவர் காலமானார். இரண்டாவது, மூன்றாவது பகுதிகளுக்காக அவர் தயாரித்து வைத்திருந்த ஏராளமான குறிப்புகளை எங்கெல்ஸ் எடுத்துக் கொண்டார். அவை ஒழுங்குபடுத்தி வைக்கப் பெறவில்லை. பூர்த்தியான நிலையிலும் இல்லை. 1885இல் இரண்டாவது பகுதியும், 1894-இல் மூன்றாவது பகுதியும் வெளியாயின. 1895இல் எங்கெல்ஸ் காலமாகிவிட்டார். 'மூலதனத்தின் புழக்கம்', 'முதலாளித்துவ உற்பத்தி முறையின் மொத்த நிலவரம்' என்பன பற்றிய அவரது பிரதான காரிய-காரண விளக்கம் விரிவாகத் தரப்பட்டிருப்பதுடன், அது எவ்வாறு நடைமுறையில் பிரயோகிக்கப் பட வேண்டும் என்றும் அவற்றில் கூறப்பட்டுள்ளது. மார்க்ஸ் அடைந்த புகழெல்லாம் முதல் பகுதியை முன்னிட்டுத்தான். இரண்டாவது மூன்றாவது பகுதிகள் படிக்கப் பெறுதல் அரிது. மார்க்ஸின் 'மூலதனம்' என்ற நூலின் நான்காம் பகுதியாக 'உபரி மதிப்பீட்டுத் தத்துவம்' என்பது சேர்க்கப்பட இருந்தது. மார்க்ஸின் ஏட்டுப் பிரதிகளை வைத்துக் கொண்டு அதைப் பதிப்பித்தவர் கார்ல் கவுட்ஸ்கி. இது 1905-10ஆம் ஆண்டுகளில் ஜெர்மனியில் வெளியாயிற்று.

'மூலதனம்' படிப்பதற்குச் சிரமமான நூல். "மோசமாக வரையப் பெற்றது. தொகுத்த விதம் சரியாக இல்லை. ஒழுங்கு முறையோ, தர்க்கரீதியான கட்டுக்கோப்போ, மூலாதாரங்களில் ஒருமைப்பாடோ அதில் இருக்கவில்லை" என்று பார்ஜூன் என்ற விமரிசகர் அதை வருணித்துள்ளார். "புத்தகம் அமைக்கப் பெற்றுள்ள விசித்திரம், பொதுப்படையான கோட்பாடு, கசப்பான சர்ச்சை, நிந்தனை, வரலாற்று உதாரணங்கள். சஞ்சாரங்கள் முதலியன கலந்து வழங்கப் பெற்றுள்ளன" என்பது குரோசே என்ற மற்றொரு விமரிசகரது அபிப்பிராயம். "மூன்று பாகங்களின் அமைப்புத் திட்டம் மிகப் பிரமாதம்" என்கிறார் ஸ்டாஸ்டென் என்ற மற்றொரு விமரிசகர். ஆனால், "மூலதனத்தில் விஷயங்களை நீண்ட புற விளக்கங்களுடன், மந்தகதியில் விறுவிறுப்பு இல்லாமல் செப்பியுள்ள விதம் எரிச்சலூட்டக் கூடியது" என்று அவர் கருதுகிறார்.

வரலாற்றிலேயே முற்றும் மாறுபட்ட அபிப்பிராயங்களை மார்க்ஸை விட வேறு எவரேனும் ஊக்குவித்திருப்பாரா என்பது சந்தேகமே. "நாகரிகத்தின் வீழ்ச்சிக்காகச் சைத்தானால் உந்தப்பட்டு, திட்டமிட்டுச் சதி செய்தவர்" என்பது அவரைப் பற்றிய ஒரு கருத்து. "பத்தொன்பதாவது நூற்றாண்டில் உலகில் சொத்துப் பறி முதலான வர்க்கத்துக்காக என்று தன்னலமின்றித் தம்மை அர்ப்பணித்துக் கொண்ட அன்பே உருவான ஞானி" என்பது மற்றொரு அபிப்பிராயம். இவ்விரண்டுக்குமிடையே மையமான கருத்துரையை எவரும் வழங்கவேயில்லை. மனித வளர்ச்சியின் பெயரால், மார்க்ஸை விட அதிகமாக மரணம், மிடிமை, அவமதிப்பு, நம்பிக்கையின்மை விளைவித்த எவரும் வாழ்ந்ததில்லை என்பது மற்றொரு விமரிசகரின் கசப்பான கருத்து.

இவ்வுலகின்கண் வாழும் கோடானுகோடி மக்களை ஈர்த்து, அவர்களிடம் செல்வாக்கையும் சக்தியையும் மார்க்ஸ் பெற்றிருந்ததன் இரகசியம் என்ன? "உடையாரை எதிர்த்து நடத்தும் போராட்டத்தில் இல்லாரின் சங்கேத வடிவமாக" மார்க்ஸ் திகழ்ந்ததுதான் காரணம் என்கிறார் நீல். "மோதி மிதிக்கப்பட்ட மக்களின் உணர்வை அவரும் பெற்றிருந்தார். அதுவே அவரது பலம். சமத்துவப் பற்றுதல் அவருக்கு உடன்பிறந்தது. பேரார்வமும், அதிகாரத்திடமுள்ள பொறாமையுமாகச் சேர்ந்து, இப்போதைய அறவாழ்வு நியதியை,

அதைவிடப் பெரியதோர் நியதியின் பெயரால் அழிக்க முற்படுமாறு தூண்டின" என்பது பார்ஜூனின் நம்பிக்கை. ஹெரால்ட் லஸ்கி தரும் வியாக்கியானம் பின்வருமாறு:

"நியாயம் கிடைத்தாக வேண்டும் என்று மார்க்ஸ் ஆக்ரோஷத்துடன் துடித்தார். அதுதான் அவரைத் தூண்டிவிட்ட அடித்தள உத்வேகம். அவருடைய வெறுப்பில் கடுமை அதிகமாக இருக்கக்கூடும். அவரிடம் பொறாமை, கர்வம் இரண்டும் இருந்தன. ஆனால் மக்களைக் கொடுமைப்படுத்தி வந்த பாரத்தை அவர்களுடைய தோள்களிலிருந்து இறக்கிவிட வேண்டும் என்ற ஆவல்தான் அவரது வாழ்க்கையின் விசை யூற்றாக இருந்தது." தெளிந்தறிந்து மதிப்பீடு வழங்கிய மற்றொரு வா பிரீஹாப், வறுமையும் துன்பமும் இல்லாது போகும் ஒரு சமுதாய அமைப்பானது, தவிர்க்க இயலாதது என்று அவர் தீட்டிய சித்திரத்தைச் சோஷலிஸ்ட் சமுதாயத்துக்கு மட்டுமின்றி முதலாளித்துவ சமுதாயத்துக்கும் வழங்கியதுதான், நவீன உலக சமுதாயத்துக்கு மார்க்ஸ் நிர்மாண ரீதியில் வழங்கியுள்ள பரிசு. ஒவ்வொரு சமூக அமைப்பையும் இந்த லட்சியமானது அறைகூவி அழைக்கின்றது. அவருடைய பொருளாதார வாதங்களை நிராகரிக்கும் நமது சமூக அமைப்புக் கூட, இந்த லட்சியத்தைத் தனக்கே உரிய வழியில் ஏற்றுக் கொள்ளத்தான் செய்கிறது. மிடிமையில் ஆழ்ந்திருந்த ஒரு மனிதன், வறுமையை முற்றும் அகற்றிவிட இயலும் என்ற நம்பிக்கையை உலகிற்கு அவர் அளித்தார். இதுதான் கார்ல் மார்க்ஸின் சாதனை. தற்கால உலகின் மனப்போக்கை அவர் மாற்றிய விதம் இதுவே."

❖❖❖

VIII

பெரிய கப்பலும் யானையும்
ஆல்பிரெட் டி. மாஹன்
வரலாற்றின் மீது கடலாதிக்கத்தின் செல்வாக்கு

'வரலாற்றின் மீது கடலாதிக்கத்தின் செல்வாக்கு' (The Influence of Sea Power upon History) என்ற தலைப்பில் அட்மிரல் ஆல்பிரெட் டி.மாஹன் எழுதியது, "மெச்சத் தகுந்த புத்தகம். ஆனால் இக்காலத்து நூல்கள் அனைத்திலும் மிகமிகப் பெரிய அளவில் கலகத்தை விளைவிக்கக் கூடியது" என்று ஒரு விமரிசகர் அதன் பிரசுரத்தை அடுத்துக் கூறினார். அவர் இவ்வளவு தூரதிருஷ்டியுடன் இதை உணர்ந்து கூறியது குறிப்பிடத்தக்கது. உலகின் இக்காலத்துக் கடற்படைகளை மற்ற எல்லோரையும்விடப் பெரிய அளவில் மாஹன் உருவாக்கினார். "போர்க்கப் பல்களின் கூட்டம் ஒன்றை விட அவரது பேனா அதிக வலிமை படைத்தது. பிரம்மாண்டமான யுத்தக் கப்பல்கள் அவருடைய குழந்தைகள். 16 அங்குல வாயுள்ள பீரங்கிகளின் முழக்கம் அவரது குரலின் எதிரொலியே என்றெல்லாம் எழுதியிருக்கிறார்கள். அவ்வளவு நேரடியான, பரந்த செல்வாக்கை மாஹனுடைய நூல்களைப் போல வேறு எந்தச் சரித்திராசிரியரின் புத்தகங்களும் நிச்சயமாக அடைந்ததில்லை.

வரலாறு நெடுக, கடலின் வலிமைதான் உலக ஆதிக்கத்தை நிர்ணயித்து வந்துள்ள அம்சம் என்று மாஹன் ருசுப்பித்துள்ளார். உலக விவகாரங்களில் பிரதானமாகப் பங்குபற்றி, அதிகபட்ச சுபிட்சத்தை எய்தி, உள்நாட்டின் பந்தோபஸ்தை உறுதி செய்யவும் விரும்பும் எந்தச் சமுதாயத்துக்கும் கடலாதிக்கம் மிகவும் அவசியமானது. கடலை அடைய வழி இல்லாமல், நாற்புறம் நிலம்மட்டுமே இருந்துவரும் வல்லரசுகள் எவ்வளவுதான்

மகத்தானவையாக இருந்தபோதிலும், இறுதியாக வீழ்ச்சியுற்று அழிந்துபட வேண்டியதுதான். "நிலம் பெரும்பாலும் முட்டுக் கட்டைதான்; கடல் பெரும்பாலும் திறந்ததோர் சமவெளி" என்று சுட்டிக் காட்டியுள்ளார் மாஹன். தனது கடற்படையின் வலிமையைக் கொண்டு இந்தச் சமவெளியைத் தன் கட்டுத் திட்டத்தில் வைத்துக் கொண்டு, சக்தி வாய்ந்த வர்த்தகக் கப்பற்படை உடையதாயிருக்கும் திறன் கொண்ட ஒரு தேசம், உலகத்தின் செல்வத்தைப் பெரிய அளவில் விளங்கும், தனது நலனுக்காகப் பயன்படுத்திக் கொள்ளக் கூடியதாக

அனல் கக்கும் இந்த மாஹன் எத்தகைய மனிதர்? புரட்சியாளர், நடப்பு நிலவரத்தைக் கவிழ்த்துவிடுபவர், சமாதானத்தைக் கலக்குபவர் என்றெல்லாம் சிறிதும் மதிப்பிடக் கூடியவரல்ல. அவர் 1840இல் வெஸ்ட் பாயின்டில், ராணுவ, சிவில் என்சினீரிங் பேராசிரியர் ஒருவரின் மகனாகப் பிறந்து ஆனபொலிஸில் பட்டம் பெற்றார். கரையிலும், கடல் மீதும் மாறி மாறிப் பணியாற்றும் கடற்படைச் சேவகத்தை உத்தியோகமாகக் கொண்டு, நீண்ட காலத்தை ஒரே அலுப்பூட்டத்தக்க வகையில் கழித்தார். அமெரிக்க உள்நாட்டு யுத்தத்தின்போது சிறிது போர் நடவடிக்கையில் ஈடுபட்டது தவிர, ஆயுதந் தாங்கிய போராட்டத்தை அவர் எக்காலத்திலும் சுவைத்ததில்லை. பிரேஜிலிலும், கீழ்த்திசை நாடுகளிலும் பணிபுரிந்தும், ஐரோப்பாவில் பயணங்களை மேற்கொண்டும் மன விரிவு கண்டார்.

இந்தப் பிரயாணங்களைத் தொடர்ந்து 15 வருஷ காலம் குறிப்பிடத் தக்க சாதனை எதுவுமின்றிக் கழிந்தது. உள்நாட்டு யுத்தத்தின் கடற்படை வரலாற்றைப் பற்றி எழுதுமாறு 1883இல் அவரைப் பணித்தார்கள். 'வளைகுடாவும் உட்புற ஜலாதாரங்களும்' என்ற சிறிய நூல் வரையப் பெற்றது. பின்னர்ப் பெயரையும் புகழையும் சம்பாதித்துக் கொடுத்து, எதிர்கால வாழ்வில் ஒரு தீவிரமான மாறுதலை விளைவிக்கக் கூடிய வாய்ப்பு ஏற்பட்டது. நியூபோர்ட்டில் புதிதாக யுத்த காலேஜ் நிறுவப் பெற்றிருந்தது. அதில் போர்த் தந்திரங்களையும் கடற்படையின் வரலாற்றையும் பற்றி விரிவுரைகளை நிகழ்த்துமாறு அட்மிரல் ஸ்டீபன் பீல்யூஸ் மாஹனை அழைத்தார்.

எந்தச் சந்தர்ப்பத்துக்காக மாஹன் காத்திருந்தாரோ அது இவ்வாறு கிட்டியது. கடற்படை அதிகாரி என்ற வகையில் அவர் குறிப்பிடத்தக்க வெற்றி காணவில்லை. கடற்படையில் அன்றாடம் கையாள வேண்டிய சிரமங்கள் அவருக்கு அலுப்பூட்டின. எனவே, காப்டன் அந்தஸ்தில்தான் அவர் இருந்து வந்தார் (பதவியிலிருந்து விலகிய பிறகு அவரை ரியர் அட்மிரலாக உயர்த்தினார்கள்.) எனவே இந்தப் புதிய பணி கடவுளாக அருளியது என்று மாஹன் கருதினார். நியூபோர்ட்டில் வந்து பதவி ஏற்குமுன் படிக்கவும் சிந்திக்கவும் அவருக்கு நிர்ப்பந்தமற்ற ஒரு வருஷ வாய்ப்புக் கிடைத்தது. 1886 செப்டம்பரில் அதிகாரிகளைக் கொண்ட சிறிய குழாத்தின் முன், பின்னர் நூல் வடிவத்தில் புகழ்பெற்ற விரிவுரைத் தொடரை அவர் ஆரம்பித்தார். புஷ்டியளித்து நான்கு வருஷங்களுக்குப் பிறகு அது 'வரலாற்றின் மீது கடலாதிக்கத்தின் செல்வாக்கு - 1660 - 1783' என்ற பெயருடன் பிரசுரமாயிற்று.

'கடலின் வலிமை' என்ற சொற்றொடரைத் தாம் வேண்டுமென்றே போட்டதாக, தமது ஆங்கிலப் பிரசுரகர்த்தருக்கு மாஹன் எழுதினார். "கவனத்தை ஈர்க்கவும் புழக்கத்தில் வரவுமே அதைத் தேர்ந்தெடுத்தேன்... கடலியல் (Maritime) என்ற அடைமொழியை நான் வேண்டுமென்றேதான் புறக்கணித்தேன். அது கவனத்தை ஈர்க்க இயலாதது. மனத்தில் பதியக் கூடாத அளவுக்கு மென்மையானது" என்று அவர் எழுதினார். வலிமை என்ற சொல் அந்தக் காலத்தில் எல்லா உள்ளங்களிலும் எதிரொலிப்பது சுலபமாக இருந்தது. நீராவி, மின்சாரம், அரசியல் ஆதிக்கம் முதலியன பிரபலமாக இருந்த தருணம் அது. எனவே, வாசகர்களின் மனத்தில் ஒரு குறிப்பிட்ட கருத்தைப் பதிய வைக்கும் நோக்கத்துடன் ஜாக்கிரதையாக 'வரலாற்றின் மீது கடலாதிக்கத்தின் செல்வாக்கு' என்ற தலைப்பை அவர் கொடுத்தார்.

மிகக் கியாதியடைந்த இந்த நூல்தான் மாஹனுக்குப் பெரும் புகழை அளித்தது. 17-ஆவது நூற்றாண்டின் பாதியிலிருந்து நெப்போலியன் காலத்து யுத்தங்கள் வரையில் பிரிட்டிஷ் கடலாதிக்கம் எவ்வாறு தோன்றி வளர்ச்சி கண்டது என்பதை இந்நூலில் விவரித்து அவர் விளக்கியுள்ளார்.

கடலாதிக்கம் பெற வேண்டும் என்ற நோக்கமுள்ள ஒரு தேசம் எத்தகைய தகுதிகளையெல்லாம் பெற்றாக வேண்டுமென்பதைச் சற்று விவரமாக விமர்சித்துள்ளார். கடலாதிக்கம் செலுத்திய மகத்தான வல்லரசுகள் வளர்ச்சி கண்டு வீழ்ச்சியுற்ற வரலாற்றை, பொதுப்படையாக முதலில் தமது நூலில் அவர் குறிப்பிட்டுள்ளார். ஆதிக்கத்துக்கு அவசியமான தகுதிகள் ஆறு. பூகோள வசதி, இருப்பிட இசைவு (இயற்கை வளம், சீதோஷ்ண நிலை உட்பட), ராஜ்யத்தின் பரப்பு, ஜனத்தொகை, மக்களின் குணவிசேஷங்கள், அரசாட்சியின் தன்மை ஆகியவைதாம் இந்த ஆறும்.

கடலாதிக்கத்துக்கான இந்தத் தகுதிகளை விரிவாக விசாரித்து ஒவ்வொரு சந்தர்ப்பத்திலும் தன் பகை நாடுகளை அடக்கி, பிரிட்டன் எவ்வாறு வலிமை பெற்று வந்தது என்பதை அவர் காண்பித்துள்ளார். அவர் தரும் விளக்கப்படி கடலாதிக்கம் என்பது கடற்படையின் வலிமையையும் மிகமிக மீறிய ஒரு தகுதி, போர்க் கப்பல்களின் பலம் மட்டுமின்றி, வர்த்தகக் கப்பல்களின் வலிமையும், உள்நாட்டில் சக்தி வாய்ந்த படைத்தள இருக்கையும், 'கடலாதிக்கம்' என்ற சொல்லில் அடங்கும் என்பது அவர் கருத்து, அவர் எழுதுகிறார்: "கடலிலோ, கடலின் மூலமாகவோ, ஒரு மக்கள் உயர்நிலை அடையச் செய்வதற்கு உதவுகின்ற எல்லாமே 'கடலாதிக்கம்' என்பதில் அடங்கும். எனினும் கடலாதிக்கத்தின் வரலாறு பெரும்பாலும் ராணுவத்தின் வரலாறுதான்." இதைக் கூறுகையிலேயே மற்றொரு விஷயத்தை அவர் இடையறாது வலியுறுத்தி வந்தார். கடற்படைகள், படையெடுப்புகள், போராட்டங்கள் ஆகிய எல்லாமே ஒரு நோக்கம் கைகூடுவதற்கான சாதனங்கள்தாம் என்பதே அது. செழிப்பான வர்த்தகக் கடற்படையோ, வெற்றிகரமான போர்க் கப்பற்படையோ ஒன்றில்லாமல் மற்றொன்று இருப்பது அசாத்தியம். இரண்டும் கலந்து இருப்பதையே தேசத்தின் சுபிட்சம் பொறுத்திருக்கும். பூகோள இருக்கை முதன்மையான முக்கியத்துவமுள்ள விஷயம் என்று மாஹன் கருதுகிறார். தரை வழியாக வரும் தாக்குதலை எதிர்த்து, பாதுகாத்துக் கொள்ள வேண்டிய நிர்ப்பந்தம் இல்லாமலும், தரையில் நடவடிக்கை எடுத்துத் தனது ஆதிக்கத்தை விரிவாக்கிக் கொள்ள வேண்டிய வற்புறுத்தல் இல்லாமலும் உள்ள தேசமானது,

விரிவான பல அனுகூலங்கள் படைத்தது என்று மாஹன் சுட்டிக் கூறினார். ஒரு கண்டத்தையே தனது அதிகாரத்துக்குள் வைத்துக் கொண்டிருக்கும் மக்கள் விஷயம் வேறு என்று அவர் எடுத்துக் காட்டினார். முதல் நிலைக்கு இங்கிலாந்தையும், இரண்டாவது நிலைக்கு பிரான்ஸையும், ஹாலந்தையும் உதாரணங்களாக அவர் எடுத்துக் கொண்டார். ஹாலந்து தனது தற்கால வரலாற்றின் ஆரம்ப நிலையிலேயே சளைத்துவிட்டது. இதற்குக் காரணம், ஒரு பெரிய தரைப் படையை வைத்துக் கொண்டு தனது சுதந்திரத்தைக் காத்துக் கொள்ள யுத்தங்களில் ஈடுபட்டாக வேண்டிய நிர்ப்பந்த நிலையில் அது இருந்ததுதான்.

கடலாதிக்கத்தை உருவாக்கி வந்த தருணத்திலேயே ஐரோப்பாக் கண்டத்தில் விஸ்தரிக்க வேண்டிய திட்டங்களில் இறங்கித் தன் செல்வத்தையும் ஆள் பலத்தையும் பகிர்ந்து கொள்ள வேண்டியதன் நிலைமை ஏற்பட்டது காரணமாக பிரான்ஸ் பலவீனம் அடைந்தது. மேலும், தனது கடற்படையை ஓர் உறுப்பாக உபயோகிக்க முடியாதபடி அட்லாண்டி சமுத்திரத்திலும் மத்தியதரைக் கடலிலும் ஒரே சமயத்தில் பிரித்துப் பயன்படுத்தப்பட வேண்டி நேரிட்டதால் அதன் நிலைமை மேலும் ஆபத்துக்கு உள்ளாயிற்று. இரண்டு சமுத்திரங்களிடையே அமெரிக்கா இருக்கும் நிலவரம் அதேமாதிரி அந்நாட்டை பலக் குறைவான நிலைமையில் வைத்தது என்பதை மாஹன் சுட்டிக் காட்டுகிறார். மத்திய இருக்கையும், பிரதான வர்த்தக மார்க்கங்களின் அருகாமையில் துறைமுகங்கள் இருப்பதும், பகைவர்களாக வரக்கூடியவர்களுக்கு எதிராக நடவடிக்கை எடுக்க வேண்டிய சக்திவாய்ந்த பெரியதோர் ஆஸ்தியென்றுதான் சொல்ல வேண்டும். இங்கிலீஷ் கால்வாயும், கடலின் வர்த்தக மார்க்கங்களும் இங்கிலாந்தின் ஆதிக்கத்தில் இருந்து வந்ததே அது பிற வல்லரசுகளை விஞ்சும் முதல் நிலையை அடைவதற்குத் துணை புரிந்தது.

தேசத்தின் இருக்கை இசைவாக இருக்க வேண்டும் என்ற இரண்டாவது அம்சத்தை ஆராய்கையில் மாஹன் கூறினார்: “ஒரு நாட்டின் கடலோரம் அதன் எல்லைகளில் ஒன்று. அப்பால் உள்ள பகுதியினர் பிரவேசிப்பதற்கு எல்லைப்புற நிலவரமானது, எவ்வளவுக்கெவ்வளவு சுலபமாக இருக்கிறதோ, அவ்வளவுக் கவ்வளவு வெளியுலகுடன் தொடர்பை அந்நாட்டு மக்கள் வைத்துக்

கொள்ளும் போக்கு வலுவடையும். கடல்தான் இந்த நாட்டின் விஷயத்தில் எல்லைக்கு அப்பால் உள்ள பகுதி." ஆனால், ஆழ்துறைகள் நிறைய இருப்பது ஜீவாதாரமானது. மண்வளத்திலோ, சீதோஷ்ண நிலைமையிலோ இங்கிலாந்தையும் ஹாலந்தையும் இயற்கையன்னை தாராளமாகப் போஷிக்க எனவே, அவை திரைகடலோடியாக வேண்டியவில்லை. நிர்ப்பந்தமேற்பட்டது. பிரான்ஸின் பூமி மிகச் செழுமையானது; அற்புதமானது. எனவே, அதுவும் அதைப் போலவே வசதிகளைப் பெற்றுள்ள அமெரிக்காவும் கடலாடி முயற்சிகளில் ஈடுபட்டாக வேண்டிய அவசியம் அவ்வளவாக ஏற்படவில்லை. கடலாதிக்க வல்லரசாக ஒரு தேசம் வளர்ச்சி காண்பதை நிர்ணயிக்கும் மூன்றாவது இயற்கையான நிலைமை, அதன் நிலப்பரப்பின் அளவு. இதற்கு விளக்கம் தருகையில், "நிலப்பரப்பு என்பது ஒரு நாட்டின் விஸ்தீரணம் எவ்வளவு சதுர மைல் என்பது அல்ல; அதன் கடற்கரை எவ்வளவு நீளம், அதன் துறைமுகங்கள் எப்பேர்ப்பட்டவை என்பதையே இது குறிக்கும் என்றார் மாஹன். ஒரு நாட்டின் ஜனத்தொகைக்கும் அதன் கடற்கரையின் நீளத்துக்கும் உள்ள வீதாசாரம் முதன்மையாக முக்கியத்துவம் உள்ளது. அமெரிக்க உள்நாட்டுப் போரிலிருந்து ஓர் உதாரணத்தை எடுத்துப் பின்வருமாறு அதை விளக்குகிறார்:

தென்பகுதி மக்கள் போரில் ஆர்வமுள்ளவர்கள். அதற்கேற்ற ஜனத்தொகை இருந்து, கடலாதிக்க அரசு என்ற வகையில், அதன் பிற வசதிகளுக்கு ஏற்பக் கடற்படையும் இருந்திருக்குமாயின், அதன் நீண்ட கடற்கரையும் எண்ணற்ற துறைமுக வாய்ப்புகளும் விசேஷ வலிமையை அளித்திருக்கும்...தென்பகுதியினரிடம் கடற்படை இல்லை. மேலும் அவர்கள் கடலாடித் திறல் படைத்தவர்களுமல்லர். அப்பகுதியின் ஜனத்தொகையும் பாதுகாக்க வேண்டியிருந்த கடற்கரையின் நீளத்திற்கு ஏற்ப தகுதியான வீதாசாரத்தில் அமையவில்லை.

பூகோள அமைப்பு, இசைவான இருக்கை, பிரதேசத்தின் விஸ்தீரணம் ஆகிய மூன்று இயற்கையான நிலைமைகளை விமர்சித்த பிறகு, மக்கள், அவர்களுடைய அரசாங்கம் ஆகியவற்றை மாஹன் கவனிக்கலானார். ஜனத்தொகையை இதிலும் அவர் வற்புறுத்திக் கூறியுள்ளார். ஆனால் மற்றொரு நிபந்தனையைச் சேர்த்துக் கொண்டார்: "ஜனங்களின் மொத்த எண்ணிக்கை அவ்வளவு

முக்கியமானதல்ல. கடலாடும் தொழிலில் ஈடுபட்டிருப்பவர் எத்தனை பேர்? அல்லது கப்பலில் பணியாற்றுவதற்குத் தயாராகக் கிடைக்கக் கூடியவர்கள் எத்தனை பேர்? புதிய கடற்படை தோற்றுவிப்பதற்கான ஆள் பலம் எவ்வளவு என்பதுதான் இந்த மதிப்பீட்டில் முக்கியமானது."

இங்கிலாந்து, பிரான்ஸ் ஆகியவற்றின் சரித்திரங்களிலிருந்து மேற்கோள்களை அவர் வழங்கியுள்ளார். பிரான்ஸின் ஜனத்தொகை இங்கிலாந்தை விட மிக அதிகம். எனினும், ஆங்கில மக்கள் திரை கடலோடி வாணிபத்தில் ஈடுபடுவதற்கு இயற்கையி லேயே அதிகத் தகுதியுள்ளவர்களாகக் காணப் பெற்றதால் பெரும்பாலும் பயிர்த் தொழிலினராக இருந்த பிரெஞ்சுக்காரர்களை விட அவர்களுக்கு அதிகமான நல்வாய்ப்பு இருந்தது. இதிலிருந்து மாஹன் கண்ட முடிவானது: 'கடல் சம்பந்தமான தொழில்களில் பெருவாரியான எண்ணிக்கையுள்ள ஒரு ஜன சமூகம் ஈடுபட்டிருக்குமானால் முன்காலத்தைப் போலவே இப்பொழுதும் கடலாதிக்க வல்லரசாவதற்கு, அது அதிக வசதியுள்ளதாக இருக்கும்.' இந்த அம்சத்தில் அமெரிக்கா மிக மிகக் குறைவுள்ளதாக இருக்கிறது என்பது அவரது அபிப்பிராயம்.

கடலாதிக்கத்தின் வளர்ச்சிக்கான ஐந்தாவது விஷயம், மக்களின் தேசிய குணம் விசேஷங்களும், இயற்கையாக அமைந்த தொழில்திறன்களும் என்பது அவரது கருத்து. "ஏதாவது ஒரு காலத்தில் கடல்மீது ஆதிக்கம் செலுத்திப் பெருமையடைந்த சமுதாயங்களில் வாணிபத்தில் நாட்டம் மிக எடுப்பாகக் காணப்பெறும் என்பது சரித்திரம் இடையறாது ருசுப்பித்துள்ள உண்மை" கடைக்காரர்களைக் கொண்ட தேசங்கள் என்று ஆங்கிலேயர் களையும் டச்சுக்காரர்களையும் பற்றிக் கேவலமான என்றாலும், பொன் பிரஸ்தாபங்கள் செய்யப்பட்டுள்ளன. வேட்டையில் ஈடுபட்ட ஸ்பெயின்-போர்ச்சுகல் மக்களையும் செல்வத்தைக் கஞ்சத்தனமாகப் பதுக்குவதில் பிரெஞ்சுக்காரரையும்விட ஆங்கிலேயர்களுக்கும், டச்சுக்காரர்களுக்குந்தான் கடலாடி வர்த்தகத்தின்மூலம் நெடுங்காலம் நிலைத்திருக்கக்கூடிய கணிசமான லாபங்கள் கிடைத்தன. பிரெஞ்சுக்காரர் அந்நிய வர்த்தகத்தில் விடுமுதல் செய்து நஷ்டமடைவதற்கு விருப்ப முள்ளவர்களாக இருந்தனர். வாணிபம் செய்வதாயின் விற்பனை செய்வதற்கு

ஏதாவது ஒன்றை நிறைய உற்பத்தி செய்ய வேண்டிய அவசியம் ஏற்படுகிறது. கடலாதிக்கத்தின் வளர்ச்சியில் இந்த உற்பத்தித் திறன் மிக முக்கியமான தேசிய சுபாவமாக அமைந்து விடுகிறது."

ஆரோக்கிய வசதியுள்ள காலனிகளைத் தோற்றுவிப்ப திலும் ஒரு தேசத்தின் மேதை வெளிப்படுகிறது என்பது மாஹனின் நம்பிக்கை. இவ்வகையில் பிரெஞ்சுக்காரரை விட பிரிட்டிஷார் மேம்பாடு அடைந்திருந்தனர். "இதற்குக் காரணம், வெளியே செல்லும் ஆங்கிலேயன் தன் புது நாட்டில் தயக்கமின்றிக் குடியமர்ந்துவிடும் சுபாவமுள்ளவனாகக் காணப்பெறுகிறான். அவனது நலன் அந்நாட்டின் நலனுடன் ஒன்றிவிடுகிறது. தனது சொந்த நாட்டை அன்புடன் நினைந்து கொள்கிறான். ஆனால், அதற்குத் திரும்பிச் செல்ல வேண்டும் என்ற பேராவலும், பரபரப்பும் அவனிடம் இருப்பதில்லை." ஸ்பெயின் நாட்டவரால் பயனுள்ள குடியேற்றங்களைத் தோற்றுவிக்க முடியவில்லை. இதற்குக் காரணம், புதிய நாட்டின் வசதிகள் பூராவாக விருத்தியடையச் செய்வதை விட அதன் செல்வத்தை எவ்வளவு துரிதமாகச் சுரண்டலாம் என்பதில்தான் முக்கியமாக அவர்களுடைய கவனம் கூர்ந்திருந்தது.

கடலாதிக்கத்தின் வளர்ச்சியை அரசாங்கத்தின் தன்மையுடன் - அதன் அமைப்புகளுடன் - இணைத்து இறுதியாகப் பரிசீலிக்கிறார் மாஹன். அரசாங்க அமைப்பும், ஆள்வோரின் குணவிசேஷங்களும் கடலாதிக்கத்தின் வளர்ச்சியைக் கணிசமாகப் பாதித்துள்ளன என்பது அவரது அபிப்பிராயம். அவர் ஜனநாயக அரசாங்கங்களின் வழி முறைகளில் பற்றுதல் கொண்டவர் எனினும், கீழ்க்கண்ட கருத்தையும் அவர் வெளியிட்டுள்ளார்: "சுதந்திர மக்கள் கையாளக்கூடிய முறைகள் மந்த கதியில்தான் உருவாக இயலும், எதேச்சாதிகாரத்தை விவேகத்துடன் இடையறாது அமல் நடத்தி வந்ததன்மூலம் சில சமயங்களில் பெரிய கடலாடி வர்த்தகத்தையும் மிகச் சிறந்த கடது படையையும் சுலபமாகத் தோற்றுவிக்க முடிந்திருக்கிறது. ஆனால் ஒரு குறிப்பிட்ட எதேச்சாதிகாரி காலமான பிறகு, அதே, நிலவரம் தொடர்ந்து இருந்து வரும் என்பதை உத்தரவாதம் செய்ய இயலாது.

தற்கால உலகில் இங்கிலாந்துதான் கடலாதிக்கத்தில் உச்ச நிலையை அடைந்தது. எனவே, அதன் அரசாங்கக் கொள்கைகளை

ஆராய்வது பொருத்தமாக இருக்கும் என்று மாஹன் கருதுகிறார். பல நூற்றாண்டுகளாகவே கடலாதிக்கத்தை நோக்கமாகக் கொண்டுதான் ஆங்கில அரசாங்கங்கள், பெரும்பாலும் செயல்பட்டு வந்திருக்கின்றன. யார் அரியாசனத்தில் அமர்ந்திருக்கிறார்கள் என்பதையோ ஆதிக்கம் செலுத்தும் அரசியல் கட்சி எது என்பதையோ பொறுத்திராமல், கடலில் மேலாதிக்க வசதியை அரண் செய்து காப்பது சமுதாயத்துக்கு அடிப்படையான முக்கியத்துவமுள்ள விஷயம் என்று ஆங்கிலேயர்கள் எப்பொழுதுமே மதித்து வந்துள்ளனர்.

தம் மக்களின் கடல்துறைப் பணிகள் பெருகுவதற்காகப் பல்வேறு சர்க்கார்கள் எடுத்துக் கொண்ட நடவடிக்கைகளைச் சரித்திரக் கண்ணோட்டத்துடன் விரிவாக விமரிசித்த பிறகு அரசாங்கச் செல்வாக்கு இருவகைகளில் செயல்படுகிறது என்று மாஹன் முடிவு கட்டினார்;

"முதலாவதாக, சமாதானக் காலங்களில் இயற்கை வசதியுள்ள தொழில்கள் வளர்ச்சி காண்பதற்குத் துணைபுரிந்து, புதிய ஸாஹஸங்கள் புரிந்து, கடலின் மூலம் லாபமடைவதற்கு வாய்ப்பளிக்கும் கொள்கைகளை அரசாங்கம் ஊக்குவிக்கலாம். அப்படிப்பட்ட தொழில்கள் இல்லாதிருந்தால் - கடல்துறைப் பணியில் ஆர்வம் மக்களிடை இல்லாமலிருந்தால் - அவற்றைத் தோற்றுவித்துப் போஷிக்கலாம். மக்கள் போக்கிலேயே விட்டால் அவர்கள் காணக்கூடிய ஏற்றத்துக்குத் தம் தவறுதலான நடவடிக்கைகள் மூலம் அரசாங்கங்கள் வில்லங்கங்களைச் சிருஷ்டிக்கவும் கூடும்."

இரண்டாவதாக யுத்த காலங்களில் கடல் ஆதிக்கத்தை அரசாங்க மனப்பான்மையானது நிர்ணயிக்கக்கூடும். வர்த்தகக் கப்பல்களின் வளர்ச்சிக்கு ஏற்ப அதன் இணைந்துள்ள நலன்களைக் கருத்தில் கொண்டு, போதிய பலத்துடன் கூடிய போர்க்கப்பற் படையை வைத்திருப்பதன் மூலமும் கடலாதிக்கம் உருப்பெறுகின்றது. வர்த்தகக் கப்பல்களைத் தொடர்ந்து ஆயுதம் தாங்கிய கப்பல்கள் உலகின் தொலைதூரப் பகுதிகளுக்குப் போக நேரிடுமாகையால் அந்தப் பிரதேசங்களில் தகுந்த கப்பல் கேந்திரங்களை நிறுவிப் பராமரிப்பது மிகவும் அவசியமாகிறது. காலனிகளிலோ, அல்லது

வேறு ராணுவ ஏற்பாடுகள் மூலமாகவோ, அயல்நாடுகளில் கடற்படைத்தளங்கள் இல்லாமலிருப்பது அமெரிக்காவின் பலக்குறைவைக் காட்டுவதாக மாஹன் கருதினார்.

கடலாதிக்கத்தைப் பாதிக்கும் ஆறு அடிப்படை அம்சங்களை ஆராய்ந்து சிந்தித்த பின்னர் *1660* முதல் *1783* வரை கிட்டத்தட்ட *124* வருஷ காலம் ஐரோப்பாவில் நடைபெற்ற கடற்படைப் போர்கள் அனைத்தையும் மாஹன் விரிவாக ஆராயலானார். அவரது நூலின் எஞ்சியுள்ள பகுதியில் இந்தச் சரித்திரப்பூர்வமான விமரிசனமே பிரதானமாகக் காணப்படுகிறது. ஸ்பெயின், பிரான்ஸ், ஹாலந்து, இங்கிலாந்து ஆகியவைதாம் எதிர்காலக் கடலாதிக்கப் போராட்டங்களில் ஈடுபடக் கூடியவை யாகையால், அவற்றை விசேஷமாகக் கருத்தில் கொண்டு *17*ஆம் நூற்றாண்டின் பிற்பகுதியில் ஐரோப்பாவில் பொதுப்படையாக இருந்து வந்த நிலவரத்தை மாஹன் பின்னணி விளக்கமாகத் தருகிறார். பரபரப்பு மிகுந்த பிந்திய ஆண்டுகளில் ஐரோப்பாவின் சரித்திரமானது கடலாதிக்கத்துக்காக மேற்கத்திய வல்லரசுகள் தம்மிடையே நடத்திய பலப்பரீட்சையாகத்தான் உருப்பெற்றது. இரண்டாவது சார்லஸ் மன்னர் மேற்கொண்ட டச்சு யுத்தத்தில் துவங்கி ஸ்பெயினில் வாரிசு உரிமைக்காக நடைபெற்ற போராட்டம் வரை எல்லா நடவடிக்கைகளிலும் இங்கிலாந்தின் வர்த்தக நலன்கள் எவ்வாறு பிணைபட்டு இருந்தன என்பதை மாஹன் ஆராய்ந்து கூறுகிறார். இவற்றின் விளைவாக மத்திய தரைக் கடலில் இங்கிலாந்து ஒரு வல்லரசாக வளர்ச்சி கண்டு, ஜிப்ரால்டர், மகோன் துறை ஆகிய இரண்டையும் தன் வசப்படுத்திக் கொண்டது. ஏழு வருஷ யுத்தத்தில் உல்ப் அடைந்த வெற்றிக்குக் காரணம் கடற்படைதான், ஸெயின்ட் லாரன்ஸ் நதியை அதன் உபயோகத்துக்குத் திறந்துவிட்டு, பிரான்ஸிலிருந்து புதிதாக பலம் வராதபடி தடை செய்தது கடற்படைதான். அமெரிக்கப் புரட்சியின்போது மீண்டும் கடலாதிக்கம் எவ்வளவு பொருள் படைத்தது என்பது கைக்கு மெய்யாகப் புலப்பட்டது. இங்கிலாந்தின் கடற்படைகள் முனைந்து ஈடுபட முடியாமல் பல இடங்களில் பிரிந்து இருந்தன. எனவே பிரான்ஸ், ஸ்பெயின் ஆகிய இரண்டின் கூட்டு பலத்தைச் சமாளிக்க அதனால் முடியாது போயிற்று. அமெரிக்கக் காலனிகள் தமது விடுதலையை அடைவதற்கு இது காரணமாக இருந்தது.

ஜயிக்க முடியாத தரைப்படையை விட இடையறாத கடற்படை முற்றுகையே திட்டவட்டமான முடிவுகளைக் காண்பதற்கு உகந்தது என்று இரண்டையும் ஒப்புநோக்கி நிரூபிப்பதே அவரது நூலில் பிரதான விஷயமாகக் காணப்படுகிறது.

மாஹன் வாழ்க்கை வரலாற்றை எழுதியுள்ள காப்டன் டபிள்யூ டி. பியூலிஸ்டன் பின்வருமாறு கூறுகிறார்: "பல்வேறு போராட்டங்களின் நடவடிக்கை உபாயங்களை விவரிக்கையில் ஒவ்வோர் அம்சத்தையும் திட்டவட்டமாகச் சுட்டிச் சொல்ல மாஹன் முயன்றிருக்கிறார். அவர் எடுத்துக் காட்டிய உதாரணங்கள் பாய்மரக் கப்பல்களின் காலத்தைப் பற்றியது. எனவே, அவைகளைப் பற்றிய பரிபாஷைகளையெல்லாம் தெரிந்து கொண்டு, புழக்கத்தி லிருந்து மறைந்துவிட்ட பழஞ்சொற்களைக் கூடத் தேடிப்பிடித்து அவற்றின் பொருளை அறிந்து கொள்வதில் அவர் விசேஷ ஆர்வம் கொண்டார்." பாய்மரக் கப்பல்கள் நடத்திய கடல் போராட்டங்களை நிதரிசனமாகக் கண்டறிவதற்காக அவற்றைப் போலக் காகிதக் கப்பல்களைத் தயாரித்துச் சோதனைகளை நடத்தி, வர்ணனை களுக்குத் தாம் பயன்படுத்திக் கொண்டதாகத் தமது சுயசரிதையில் மாஹன் கூறியிருக்கிறார்.

'வரலாற்றின் மீது கடலாதிக்கத்தின் செல்வாக்கு' என்ற நூலைத் தாம் எழுதியதன் பிரதான நோக்கம், கடற் போராட்ட நிகழ்ச்சிகளை வரிசைப்படுத்திச் சொல்லுவது அல்ல; கடந்த காலத்துக் கடற்படையின் ராணுவ வரலாற்றை, குணதோஷ விமரிசன ரீதியில் ஆராய்வதே தமது நோக்கம் என்று மாஹன் தமது பழைய மேலதிகாரியான அட்மிரல் ல்யூஸுக்கு எழுதியுள்ள கடிதத்தில் குறிப்பிட்டிருக்கிறார். இன்னொரு நோக்கத்தையும் அவர் சேர்த்துக் கூறியிருக்கலாம். கடலாதிக்கத்துடன் பொருளாதார வன்மை பிணைபட்டது. கடலாதிக்கம் உள்ள நாடு உலக விவகாரங்களில் விசேஷச் செல்வாக்கு உடையதாக இருக்கிறது என்பது அவரது திடமான நம்பிக்கை. எனவே, கடற்படையின் வரலாற்றுக்கும், அரசியல் வரலாற்றுக்குமுள்ள பரஸ்பர இணைப்பைப் புலப்படுத்துவதும் தமது நோக்கம் என்று அவர் கூறியிருக்கலாம். பிராட் வெளியிட்டுள்ள இக்கருத்து மிகப் பொருத்தமானது. தன் பகைவர்கள் கடலாதிக்கத்தை அலட்சியம் செய்து வந்த காலையில் இங்கிலாந்து, அதை வளர்த்துக் கொண்டு வந்தது. ஆகையால்தான்

14ஆம் லூயி மன்னனோ, நெப்போலியனே போட்ட பிரமாதமான திட்டங்களை முறியடிக்க அதனால் முடிந்தது. நாகரிகத்தை அவர்கள் அழித்திருப்பார்கள். அதை பிரிட்டனின் கடலாதிக்கந்தான் மீட்டது என்று மாஹன் உறுதியாக நம்புகிறார்." பிரசுரமானவுடனேயே 'வரலாற்றில் கடலாதிக்கத்தின் செல்வாக்கு' என்ற நூல் உலகெங்கும் புகழ் பெற்றது. அமெரிக்காவை விட வெளியில்தான் அதற்கு விசேஷ மதிப்பு ஏற்பட்டது. விரைவில் ஜெர்மன், ஜப்பானிய, பிரெஞ்சு, இத்தாலிய, ரஷிய, ஸ்பானிஷ் பாஷைகளில் அதை மொழிபெயர்த்துப் பிரசுரித்தார்கள். அது கடற்படை மிகப் பெரிய அளவில் விரிவடைந்து வந்த காலம். பிரிட்டன், ஜெர்மனி, அமெரிக்கா ஆகியவற்றில் இது முக்கியமாகக் காணப்பட்டது. எனவே, அக்காலத்து நிலவரத்தில் பயனுள்ள வாதப் பிரதி வாதங்களுக்கு அந்த நூல் பெருந்துணையாக அமைந்தது.

வேறு ஒரு சகாப்தத்திலோ அல்லது வேறு ஒரு சூழ்நிலையிலோ மாஹனது நூல் வெளியாகியிருந்தால் அது அவ்வளவு செல்வாக்குப் பெற்று இருந்திருக்குமா என்ற கேள்வியை விமரிசகர்கள் எழுப்பியுள்ளனர். எப்பொழுதுமே இந்தக் கேள்வி கிளம்பத்தான் செய்யும். காலப்பொருத்தம் முதன்மையாக இருந்தது என்பதைப்பற்றிச் சந்தேகமே இல்லை. நல்ல பக்குவமான சூழ்நிலை இருந்ததால் கடலாதிக்கத்தைப் பற்றி அவர் கூறியவை விசேஷ மதிப்புப் பெற்றன. அது போரில் ஆர்வம் மிகுதியாக இருந்த காலம். பேராபத்தில் கொண்டு போய்விடக் கூடிய கடற்படைப் போட்டியிலும், புதிய காலனிகளைச் சம்பாதிப்பதிலும், பெரிய வல்லரசுகள் போட்டா போட்டி ரீதியில் முனைந்திருந்தன. எனவே மாஹனை ஒரு தீர்க்கதரிசி என மதித்து, அவர் கூறியவற்றை அக்காலத்தவர் ஏற்றுக் கொண்டது முற்றும் இயற்கையானது. ஒரு தேசத்தின் க்ஷேம லாபத்துக்குக் கடலாதிக்கம் இன்றியமையாத முதல் தேவை என்று நிறைய ஆதாரங்களைக் காட்டி அவர் எழுதினார். ஏற்கனவே அந்தத் திசையில்தான் பல நாடுகள் நாட்டங் கொண்டிருந்தன, அல்லது முனைந்திருந்தன. எனவே, அவரது கூற்றுக்குப் பெருமதிப்பு ஏறபட்டது. ஒரு பிரிட்டிஷ் எழுத்தாளர் கூறியுள்ளபடி அது, "காலனிகளின் விஸ்தரிப்பு ஜ்வாலை போல எல்லா இடங்களிலும் தாவிக் கொண்டிருந்த தருணம். அந்தத் தீயில் எண்ணெயை வார்ப்பதாக இருந்தது மாஹனது போதனை."

“இங்கிலாந்தின் பெருமைக்குக் காரணமான சித்தாந்தம்” என்று மாஹனின் புத்தகத்தை பிரிட்டனில் விமரிசகர்கள் போற்றினர். “பிரிட்டிஷ் மந்திரிசபையின் வேண்டுகோளின் பேரில் எழுதியிருக்கக் கூடும் என்று சொல்லும் அளவுக்கு அவ்வளவு தெளிவாக அவர்களது வாதப் பிரதிவாதங்களை அந்நூல் ஆதரித்தது” என்று ப்யூலிஸ்டன் கூறியிருக்கிறார். 1900ஆவது ஆண்டுக்குப் பிறகு பிரிட்டிஷ் கடற்படையின் நிலைமை திருந்திக் காணப் பெற்றதற்கு கன்ஸர்வேடிவ்களுக்கோ, லிபரல்களுக்கோ நாம் நன்றி கூற வேண்டியதில்லை. மாஹனுக்குத்தான் நன்றி செலுத்த வேண்டும். வேறு ஒருவருக்கும் இல்லை என்று ஓர் அட்மிரல் வலியுறுத்திக் கூறினார். மாஹன் 1914இல் காலமானார். ‘லண்டன் போஸ்டு’ என்ற பத்திரிகை அப்பொழுது, இந்த மாபெரும் அமெரிக்கருக்கு பிரிட்டன் பட்டிருக்கும் கடனை ஒருகாலும் திருப்பிச் செலுத்த இயலாது. பிரிட்டிஷ் கடலாதிக்கத்தின் தத்துவத்தை மிக விரிவாக ஆதியோடந்தமாக உருவாக்கியவர்களில் அவர்தான் முதல்வர் என்று புகழ்ந்து எழுதியுள்ளது.

“வரலாற்றின் மீது கடற்படையின் ஆதிக்கம்” என்ற நூலை மாஹன் எழுதிய காலத்தில் இங்கிலாந்தின் கடற்படையானது போதிய நிதி ஆதரவு இன்றி நீண்ட காலம் புறக்கணிக்கப் பட்டிருந்தது. அதன் வீரர்கள் மிகமிகக் குறைந்த அளவில், பெயரளவில் படை என்ற நிலைக்குத் தாழ்த்தப்பட்டிருந்தனர். பிரான்ஸும் இத்தாலியும் நவநவமான கப்பல்களைக் கட்டி, பிரிட்டனை மிஞ்சிக் கொண்டு வந்தன. இவற்றையெல்லாம் கருத்தில் கொண்டு பார்த்தால் மாஹனைப் பற்றிய பாராட்டுரைகள் எவ்வளவு பொருத்தமானவை என்பது விளங்கும். பிரிட்டனது கடற்படை “கட்டுத்திட்டத்தில் இல்லாத, பார்ப்பதற்கு விந்தையான பலதரப்பட்ட கப்பல்களின் கண்காட்சியாக இருந்தது” என்று ஒரு மாலுமி அப்பொழுது வருணித்தார். அவற்றில் மூன்றில் இரண்டு பங்கு கவச சாதனங்களின்றி இருந்தன. எனவே, நவீன வசதிகளுடன் சக்தி வாய்ந்த கடற்படை பிரிட்டனுக்குத் தேவை என்று மாஹன் ஆதரித்து எழுதியது நல்ல தருணத்தில் கூறிய யோசனையாகப் பயன்பட்டது. கடற்படையைச் சீர்ப்படுத்தி வலிவுள்ளதாக்க வேண்டும் என்ற இயக்கம் அதன் காரணமாக முடுக்கிவிடப்பட்டது.

1893-1904 ஆண்டுகளில் மாஹன் பிரிட்டனுக்கு விஜயம் செய்தார். அவரிடம் தமக்குள்ள மதிப்பையும், பாராட்டுதலையும் பிரிட்டிஷ் மக்கள் வெளிப்படையாகக் காண்பித்தனர். ராணி விக்டோரியாவும், பிரதம மந்திரியும் அரசாங்க விருந்தளித்து அவரை உபசரித்தனர். சைனிய கடற்படை கிளப்பின் உபசாரத்தைப் பெற்ற முதலாவது அந்நிய விருந்தினர் அவர்தாம். ஒரு வாரத்துக்குள் ஆக்ஸ்போர்டு, கேம்பிரிட்ஜ் சர்வகலாசாலைகள் அவருக்கு கௌரவப் பட்டங்களை வழங்கின.

அமெரிக்கரும் ஆங்கிலேயரும் மட்டுமே புரிந்துகொள்ளக் கூடியவாறு இல்லாமல் பல மொழிகளில் வெளியானதன் காரணமாக ஜெர்மனியிலும், ஜப்பானிலும், பிரிட்டனில் போலவே அவரது நூல் விசேஷச் செல்வாக்குப் பெற்று விளங்கியது. "இப்பொழுது நான் காப்டன் மாஹனது நூலைப் படிக்கவில்லை; அதை விழுங்கிக் கொண்டிருக்கிறேன். அது என் கப்பல்கள் அனைத்திலும் வைக்கப் பட்டிருக்கிறது. நமது எதிர்காலம் கடலாதிக்கத்தையே பொறுத்திருக்கிறது. அதற்குச் சின்னமாகிய சூலம் நமது பிடியில் இருந்தாக வேண்டும்" என் கெய்ஸர் இரண்டாவது வில்லியம் கூறினார். புதிய ஜெர்மன் கடற்படையை ஊக்குவித்தது மாஹனின் நூல்தான். "தன் வாழ்க்கையின் கடைசி நாட்களில் முதலாவது உலக யுத்தத்தைப் பற்றியும் அதில் தனக்குரிய பங்கைப்பற்றியும் மாஹன் மிகமிக வேதனைப்பட்டார். ஜெர்மன் கடற்படையின் வளர்ச்சிக்குப் பெரிதும் அவரது நூல்தான் காரணமாயிருந்தது. அப்படி நிகழுமென்று அவர் நினைக்கவேயில்லை" என்று அவரது வாழ்க்கை வரலாற்று ஆசிரியரான டெய்லர் எழுதியுள்ளார்.

ஜெர்மனியில் போலவே ஜப்பானிலும் ஒவ்வொரு போர்க்கப்பலின் காப்டனிடமும் மாஹனது நூலின் பிரதி இருந்தது. மேலை நாடுகளின் வழிமுறைகளைக் கற்றுக் கொள்ளுவதில் ஜப்பானியர் விசேஷ ஆர்வமுள்ளவர்களாக இருந்தனர். எனவே கடற்படைகளை உருவாக்குவது, பீரங்கிகளின் அளவு, மற்ற கடற்படை விவகாரங்கள் ஆகியவை குறித்து மாஹனுடன் அவர்கள் விரிவான கடிதப் போக்குவரத்து வைத்துக் கொண்ட னர். அரசாங்க, கடற்படை ஆலோசகராக வேண்டும் என்று ஜப்பானியர் விடுத்த அழைப்பை மாஹன் ஏற்றுக் கொள்ளவில்லை. எனினும் அவர் கொடுத்த யோசனைகளை ஆதாரமாகக் கொண்டு, தொலை

கிழக்கில் முதன்மையான கடற்படை வல்லரசு ஆவதற்கு அவர்கள் தயாராகி விட்டனர்.

அமெரிக்க சர்க்காரிடம்தான் தமது நூல் விசேஷச் செல்வாக்குடன் விளங்க வேண்டும் என்று மாஹன் ஆசைப்பட்டார். ஆனால் அவரது உபதேசத்தை ஏற்றுக் கொள்வதில் எல்லா முக்கிய நாடுகளிலும் மிகமிகப் பின்தங்கியிருந்தது அமெரிக்காதான். அந்நிய மார்க்கெட்டுகள் விஷயமாகப் பிற வல்லரசுகளுடன் அமெரிக்கா சுறுசுறுப்பான போட்டியில் ஈடுபட்டாக வேண்டும் என்பது மாஹனின் உறுதியான நம்பிக்கை. அது பெரிய கடற்படையை அமைக்க வேண்டும். அயல் நாடுகளில் கடற்படைத் தளங்களைச் சம்பாதிக்க வேண்டும். குடகோளார்த்தத்துக்கு (அமெரிக்க கண்டம்) வெளியிலும் காலனிகளை அமைத்துக் கொண்டு விரிவு காணவேண்டும் என்று கருதினார். ஹவாயைக் கைப்பற்றிக் கொண்டு அமெரிக்காவின் படைத்தளமாக்கிக் கொண்டுவிட வேண்டுமென்று அவர் வாதித்தார். ஐரோப்பாவுக்கு மத்தியதரைக்கடல் எப்படியோ அதேமாதிரி கரீபியன் கடல் அமெரிக்காவுக்கு முக்கியமானது என்றும், பனாமா கால்வாயைப் பூர்த்தி செய்வதன் மூலம் கரீபியன் கடலானது அமெரிக்காவுக்கு மேலும் முக்கியத்துவம் உள்ளதாக ஆகிவிடும் என்றும் அவர் மேலும் எடுத்துக் காட்டினார். தமது நூல் நெடுக அமெரிக்காவைப் பற்றித்தான் விசேஷ கவனம் செலுத்தி, கடலாதிக்க வல்லரசு என்ற வகையில் அது எவ்வாறெல்லாம் பெருமையடையக் கூடும் என்று விவரித்துள்ளார்." கடலாதிக்க விஷயமாக முதலில் இருந்துவந்த சிரத்தையை மீண்டும் தம் மக்களுக்கு ஊட்ட வேண்டும் என்ற நோக்கத்துடன் தான் இந்த நூலை மாஹன் எழுதினார். அமெரிக்கக் கண்டத்தின் உட்பகுதிகளின் வளர்ச்சியில் ஆழ்ந்துபோய்விட்டதன் காரணமாக ஒரு மகத்தான பரம்பரையை அநாவசியமாக அவர்கள் ஒதுக்கித் தள்ளிவிட்டனர் என்று மாஹன் நம்பினார். 14ஆம் லூயி மன்னரின்கீழ்ப் பிரான்ஸ் இருந்த மாதிரியாகத் தன் நாடும் மாறிப்போய்த் தரைப்படை வல்லரசாக மட்டும் ஆகிவிடுவதை அவர் விரும்பவில்லை" என்பதைக் காப்டன் ப்யூலிஸ்டன் எழுதியிருக்கிறார்.

மிக முக்கியமான பதவிகளை வகித்த இருவர் மாஹனது வாதத்தை ஏற்றுக் கொண்டனர். அவர்கள்தாம் தியோடர்

ரூஸ்வெல்ட்டும் ஹென்றி காபட் லாட்ஜும். ஜனாதிபதி பதவியை வகித்த ரூஸ்வெல்ட்டும், செனேட் மெம்பராக இருந்த லாட்ஜும் அமெரிக்காவிடம் ஒரு மகத்தான கடற்படை இருந்தாக வேண்டும் என்று உற்சாகத்துடன் கோரலாயினர். வன்மை மிகுதி என்ற தத்துவத்தில் ரூஸ்வெல்ட் நம்பிக்கை மிகுதி கொண்டவர். மாஹனின் நூல்கள் அதற்கு மிகமிகப் பொருத்தமாக இருந்தன. கடல் கடந்த பகுதிகளில் அமெரிக்கா விஸ்தரிக்க வேண்டும் என்ற கொள்கைக்குப் பொதுஜன அபிப்பிராயத்தைச் சாதகமாக மாற்றுவதற்குக் கடலாதிக்கத்தைப் பற்றி மாஹன் விவரித்த கோட்பாடுகளை அவர் பயன்படுத்திக் கொண்டார். 1890க்குப் பிறகு, அமெரிக்கா மாபெருங் கடற்படை விஸ்தரிப்புத் திட்டத்தைத் தொடங்கியது. மாஹனது செல்வாக்குத்தான் அதற்குக் காரணமாக இருந்தது என்பது தெளிவாகவும், எடுப்பாகவும் புலனாயிற்று.

தமது நூலுக்குக் கிடைத்த பேராதரவைத் தொடர்ந்து மாஹன் புத்தகங்களையும் சஞ்சிகைகளில் கட்டுரைகளையும் அருவியாக வர்ஷித்தார். அவருடைய புத்தகங்களும், கட்டுரைத் தொகுப்புகளும் சேர்ந்து, இருபது நூல்களாக வெளிவந்தன. இவற்றைத் தவிர ஏராளமான சஞ்சிகைக் கட்டுரைகளும் பிரசுரமாயின. கடலாதிக்கத் தொடரில் அவர் வெளியிட்ட நூல்களில் முக்கியமான மற்றொன்று, பிரெஞ்சுப் புரட்சி, சாம்ராஜ்யம் ஆகியவற்றின் மீது கடலாதிக்கத்தின் செல்வாக்கு என்பது. இது 1793-1812 வரையுள்ள ஆண்டுகளைப் பற்றியது. முக்கிய நூலைவிட இதில், மிக ஜாக்கிரதையாக மூலா தாரங்களைச் செப்பி அவர் எழுதியிருப்பதாக விமரிசகர்கள் கருதுகிறார்கள். பர்ராகு, நெல்சன் ஆகியோரின் வாழ்க்கை வரலாறுகளையும் அவர் வழங்கியுள்ளார். 'கடலாதிக்கமும் 1812ஆம் வருஷத்து யுத்தமும்' என்ற நூலும் விசேஷமாகக் குறிப்பிடத்தக்கது.

கடலாதிக்கத்தைப் பற்றித் தாம் கூறியவை தாமே சொந்தமாகக் கண்டுபிடித்துக் கூறியவையல்ல என்பதை மாஹன் தயக்கமின்றி ஒப்புக் கொண்டிருக்கிறார். மூன்று நூற்றாண்டு களுக்கு முன்பு பேகன், ராலே போன்றோர் இதே விஷயமாகக் கூறியவற்றை அவர் மேற்கோள்களாக எடுத்துக் காட்டியிருக்கிறார். துசிடிடிஸ், ஜெர்க்சிஸ், தெமிஸ்டாகிளிஸ் போன்ற தொன்மையான அறிஞர்கள் கடலாதிக்கத்தின் முக்கியத்துவத்தை வெகுகாலத்துக்கு

முன்பே உணர்ந்து தம் அங்கீகார முத்திரையை அதற்கு அளித்திருந்தனர். ஆனால் எந்த முந்திய நூலாசிரியரையும் போல அன்றித் தமக்கென ஒரு தனி வழியை மாஹன் சமைத்துக் கொண்டார். தமது பணியை விளக்குகையில், "சில பிரச்னைகளைத் திட்டவட்டமாகச் சுட்டிச் சொல்லி, கடலாதிக்கமானது எவ்வாறு அவற்றைப் பாதித்து உருவாக்கியது என்பதைப் பல ஆண்டுகளின் நிகழ்ச்சிகளைக் கொண்டு மதிப்பிடும் வகையில், வரலாற்று ஆராய்ச்சி செய்தேன். இத்துறை முன்னோடிகளின்றி வெறிச்சிட்டிருந்ததால், எனக்கு வாய்ப்புக் கிடைத்தது" என்று அவரே குறிப்பிட்டுள்ளார். சில விமரிசகர்கள் கூறியபடி, ஜீவாதாரமான அம்சங்களைப் பொருட்படுத்தாததன் விளைவாக வரலாற்றை மாஹன் குறுகிய திருஷ்டியுடன் மதிப்பிட்டாராயினும் அரசியலையும் பொருளாதாரத்தையும் பற்றி அவர் ஒரு வேண்டும். புதிய கண்ணோட்டத்தை உருவாக்கினார் என்றுதான் சொல்ல

மாஹனின் சித்தாந்தங்கள் அவரது காலத்திற்கும் அவருக்கு முந்திய காலத்துக்கும் பொருத்தமுள்ளவையாக இருந்திருக்கலாம் என்பதை ஒப்புக் கொண்டாலும், இருபதாவது நூற்றாண்டில் ஏற்பட்டுள்ள தொழில்துறை அபிவிருத்திகள் காரணமாக அவை இக்காலத்துக்கு இசைவற்றவையாகி விட்டனவோ என்ற ஐயம் எழலாம். விமானங்களின் சக்தி, அணுகுண்டு, ஹைட்ரஜன் குண்டு முதலியவற்றின் காரணமாக இன்றைய உலகில் கடலாதிக்கமானது பின்னடைந்து விட்டதோ என்ற கேள்வி எழலாம். இவ்விஷயமாக நிபுணர்களிடையே மாறுபட்ட கருத்துகள் இருந்து வருகின்றன. இரண்டாவது உலக யுத்தத்தில் கடலாதிக்கமானது பெரிய அளவில் பயன்பட்டது என்பது உண்மையே. ஆனால் விமான பலத்துடன் கூட இதை இணக்கமாகத்தான் உபயோகிக்க வேண்டியிருந்தது. விமானப் பாதுகாப்பு இல்லாத கப்பல்கள் பகைத் தாக்குதலுக்கு எளிதில் பலியாகக் கூடியவையாக இருந்தன. யுத்தத்துக்குப் பிந்தி 'நரக-குண்டு' (ஹை-குண்டு) வளர்ச்சி கண்டுள்ள வரலாறு, கடற்படைகளின் எதிர் காலத்தைப் பற்றிச் சிறிது ஐயுறச் செய்கிறது. ஓர் இடத்தில் திரண்டிருக்கக் கூடிய கடற்படையை இத்தகைய ஒரே குண்டு அழித்துவிடவல்லது. எனினும், சோவியத் ரஷ்யாவானது ஒரு பெரிய சப்மரீன் படையை நிர்மாணித்து வைத்துள்ளது. விமான மேற்றிக் கப்பல்களுக்கு அமெரிக்கா இன்னும் விசேஷ முக்கியத்துவம்

கொடுத்து வருகிறது. இவற்றிலிருந்து, இந்த அணு சகாப்தத்திலே கூட, கடலாதிக்கத்துக்கு உரிய இடம் உண்டு என்பது ருசுவாகிறது.

தாம் வாழ்ந்த காலத்தில் மாஹன் அடைந்த புகழ் மகத்தானது. வரலாற்று ஆசிரியர் என்ற வகையில் நீடித்து நிலைக்கக் கூடிய புகழ் அவருக்கு இராது என்றே புலமை மிக்கோர் கருதுகின்றனர். பிரச்சாரகர் என்ற வகையில்தான் அவர் தலை சிறந்த வெற்றி கண்டார். அமெரிக்கா அடைய வேண்டுமென்று என்னென்ன இலக்குகளை அவர் குறிப்பிட்டுச் சொல்லியிருந்தாரோ அவை, அவர் உயிர் வாழ்ந்திருந்தபோது ஏறக்குறைய கைகூடிவிட்டன. ஒரு பெரிய கடற்படையின் அமைப்பு, பனாமா கால்வாயின் நிர்மாணம், கரீபியன் கடலிலும் பஸிபிக் பிராந்தியத்திலும் படைத்தளங்களைச் சம்பாதிப்பது இவைதாம் அந்த இலக்குகள். "'அலையை ஆள்கின்றவன் உலகை ஆள்வான்' என்பது அவரது தத்துவம். அதன் வெற்றியை அவர் கண்ணாரக் கண்டார். பித்துப் பிடித்தவை போல் கடலாதிக்கப் போட்டியில் வல்லரசுகள் முனைவது அவர் கண்முன் நடந்தேறியது. "இத்தனை தேசங்களின் கடற்படைச் சித்தாந்தங் களையும், தேசியக் கொள்கைகளையும், அவரைப் போல வேறு எந்தத் தனி நபரும் தமது செல்வாக்கினால் உருவாக்கியதில்லை என்று மதிநுட்ப முள்ள ஒரு விமரிசகர் கூறியுள்ளார். தாம் உயிர் வாழ்ந்திருந்த போதே, தமது காலத்துச் சரித்திரத்தில் தீவிரமான மாறுதல்களை மாஹன் தோற்றுவித்தார்" என்பது பிரெஞ்சுக் கடற்படை நிபுணர் ஒருவர் வெளியிட்ட அபிப்பிராயம்.

IX

இதய பூமியும் உலகத் தீவும் ஸர் ஹால்பர்ட் ஜே. மாக்கிண்டர் வரலாற்றின் பூகோள கேந்திரம்

வரலாற்றில் கடலாதிக்கம் ஜெயிக்க இயலாத சக்தி என்று அட்மிரல் மாஹன் திட்டவட்டமாக, நம்பிக்கையூட்டும் வகையில் நிருபணம் செய்ததிலிருந்து பத்து ஆண்டுகளுக்குள், இரண்டு புது அம்சங்கள் தலைதூக்கியதன் காரணமாக அவருடைய சித்தாந்தங்கள் செல்லாக் காசாகி விடவில்லை என்றாலும் பெரிதும் பலக் குறைவடைந்தன. 1903ஆம் ஆண்டில் ரைட் சகோதரர்கள், விசையைக் கொண்டு விமானத்தைச் செலுத்தும் பரீட்சையை வெற்றிகரமாக நடத்திக் காட்டியது ஒன்று. மற்றொன்று கருத்துலகைப் பற்றியது. 'பூமிவள அரசியலின் தந்தை' எனக் கருதப்பட்ட ஹால்பர்ட் மாக்கிண்டர் என்ற பிரிட்டிஷ் பூகோளப் புலவர் 1904ஆம் ஆண்டில் எழுதிய விஞ்ஞான ஆராய்ச்சிக் கட்டுரை மற்றொன்று.

இந்த இரண்டு நிகழ்ச்சிகளும் எவ்வளவு மகத்தான முக்கியத்துவம் உள்ளவை என்பதை உலகம் உடனடியாகக் கண்டறிந்து கொள்ளவில்லை. எனினும் இவ்வுலகின் தோற்றத்தை, மீண்டும் மாற்ற இயலாத வகையில், இவை மாற்றிவிட்டன. 'வரலாற்றின் பூகோள கேந்திரம்' என்ற தமது புகழ்பெற்ற ஆராய்ச்சிக் கட்டுரையை 1904 ஜனவரி 25ஆம் தேதியன்று லண்டன் ராயல் பூகோள சங்கத்தின் கூட்டத்தில் மாக்கிண்டர் படித்தார். புரட்சிகரமான தத்துவங்களை வெளிப்படுத்துவதற்கு இத்தகைய கூட்டம் வாய்க்கும் என்று கனவிலும் கருத இயலாது. அந்தக் கட்டுரை இருபத்துநான்கு அச்சுப் பக்கங்கள் கொண்டது. ஒரு சாதாரணத் துண்டுப் பிரசுரத்தின் நீளந்தான் இருக்கும். ஆனால்

பூகோளத்துக்கும், அரசியலுக்கும் கடந்த காலத்திலும், நிகழ்காலத்திலும் பரஸ்பர உறவு முறை எவ்வாறு இருந்து வந்துள்ளது என்பதை விசேஷமாய் போற்றக் கூடிய வகையில் இதில் அவர் ஆராய்ந்திருக்கிறார். உலகெங்கும் சிந்தனையை அது ஊக்குவித்தது. அது விளைவித்த கருத்துகள், பின்னர் எல்லா இடங்களிலும் ராஜீய, ராணுவத் தலைவர், பொருளாதார அறிஞர், பூகோளவியலினர், சரித்திராசிரியர் போன்றோரைப் பரவலாக ஆட்கொண்டன.

'ஜனநாயக லட்சியமும் பிரத்தியட்ச உணர்வும்' என்பது முதல் உலக யுத்த இறுதியில் மாக்கிண்டர் வெளியிட்ட நூல். முதல் பிரசுரத்தில் கூறியதை மிக விரிவாக விவரங்களுடன் கூட, இந்த நூலில் அவர் உருவாக்கி வழங்கினார். தாம் முன்னர்க் கூறியதில் முக்கியமான மாறுதல் எதையும் இந்த நூலில் அவர் செய்யவில்லை. பூகோளமும் - அரசியல் விஞ்ஞானமும் சேர்ந்தது பூமிவள அரசியல் எனப்படும். 'ஜியோபாலிடிக்ஸ்' (Geopolitics) என்பது இக்காலத்து விஞ்ஞானம். இந்நூலும் முதலில் வெளியான துண்டுப் பிரசுரமுந்தான் இந்த விஞ்ஞானத்தின் அடிக் கல்களாக அமைந்தன.

புகழ்பெற்ற தமது உரையை மாக்கிண்டர் நிகழ்த்திய போது அவருக்கு வயது நாற்பத்துமூன்று. அவர் ஒரு நாட்டுப்புற 1874-இல் எப்ஸம் காலேஜில் சேர்ந்து, டாக்டரின் மகன். அங்கிருந்து ஆக்ஸ்போர்ட் சென்றார். நல்ல புலமையுடன் சிறப்புறத் தேர்ச்சி பெற்றபின் இரண்டு ஆண்டுகளுக்கு ஆக்ஸ்போர்ட் சர்வகலாசாலை விரிவுரையாளராக வெவ்வேறிடங்களுக்குச் சென்று பணியாற்றினார். தொடர்ந்து ஆக்ஸ்போர்டில் ரீடர்' பதவி கிடைத்தது. அவரது பாடபோதனை முறை மிகக் கவர்ச்சிகரமாக இருந்தது. நூற்றுக் கணக்கான மாணவர்களை ஈர்த்தது. அவரது ஆர்வத்தைக் கண்டு, ராயல் பூகோள சங்கத்தினர் 1899இல் ஆக்ஸ்போர்டில் பிரிட்டிஷ் பூகோளப் பள்ளிக் கூடத்தை நிறுவுவதற்குப் பண உதவியளித்தனர். மாக்கிண்டர் அதன் டைரக்டராக நியமிககப் பெற்றார். அவ்வாண்டுகளில் மலைகள் மீது ஏறிப் புகழ் திரட்டுவதற்கான அவகாசமும் அவருக்குக் கிடைத்தது. மிகத் துணிகரமாக, கிழக்கு ஆப்பிரிக்காவிலுள்ள கீனியா மலை மீது அவர் ஏறினார்.

ஆக்ஸ்போர்ட் பதவியை வகிக்கையிலே, லண்டன் சர்வகலா சாலையில் பூகோளப் பொருளாதாரத்தில் ரீடராகவும் அவர் சேவை புரிந்தார். இதன் விளைவாக, 1903 முதல் 1908 வரை, லண்டன் பொருளாதாரப் பள்ளியில் டைரக்டர் பதவியை வகிக்கும் வாய்ப்பு அவருக்குக் கிட்டியது. அரசியலில் தீவிர அக்கறை கொண்டவராக இருந்தமையால், பலதடவை பார்லிமெண்ட் மெம்பராகத் தேர்ந்தெடுக்கப்படும் வாய்ப்பு அவருக்குக் கிட்டியது (1910 முதல் 1922 வரை). எனினும், முக்கியமாக அவர் காட்டிய சிரத்தை யெல்லாம் கல்வித் துறைப் பணிகளில்தான. பூகோளத்தை, முக்கியமாக, மனித நலக் கண்ணோட்டத்துடன் கூடப் பூகோளத்தை விஞ்ஞான ரீதியில் கற்றறிவதற்கு அவர் பேரூக்கும் அளித்து வந்தார்.

'வரலாற்றில் பூகோள கேந்திரம்' விரிவான விளைவுகள் கொண்ட பெருமையை அடைந்தது. அதில்தான் முதல் தடவையாக 'பந்தோபஸ்தான நிலப்பரப்பு'த் (Closed Space) தத்துவத்தை மாக்கிண்டர் வழங்கினார். நாற்பது ஆண்டுகளுக்குப் பிறகு 'ஒரே உலகம்' என்ற கோஷத்தை எழுப்பி இதே கருத்தை வெண்டெல் வில்கீ பிரபலப்படுத்தினார். உலகெங்கும் தேடியலைந்து, விரிந்து, பரந்து, சுறுசுறுப்புக் காட்டிய 'கொலம்பஸ் சகாப்தம்' எனப் படுவது நான்கு நூற்றாண்டுக் காலம் வியாபித்திருந்து, இருபதாவது நூற்றாண்டு துவக்கத்தில் முடிவு கண்டது என்பது மாக்கிண்டரின் நம்பிக்கை. "நானூறு ஆண்டுகளில் உலகப் படத்தின் வடிவம் ஏறக்குறையப் பிசகின்றி பூர்த்தி செய்யப்பட்டு விட்டது" என்று அவர் எழுதினார்.

'ஜனநாயக லட்சியங்களும் ஜனநாயகமும்' என்ற வெளியீட்டில் இதே சிந்தனையைத் தொடர்ந்து ஆராய்ந்து மாக்கிண்டர் கூறுகிறார்:

"அண்மையில் நாம் வட துருவத்தை அடைந்து அது ஓர் ஆழ்கடலிடையே இருப்பதைக் கண்டோம். தென் துருவம் சென்று, அது ஓர் உயர்ந்த பீடபூமியின் மீது இருப்பதைப் பார்த்தோம். இந்த இறுதியான கண்டுபிடிப்புகளுடன் கூட, வழிவகுத்துக் காட்டிய ஆரம்ப முயற்சியாளரின் நூல் முடிவு கண்டுவிட்டது. புதிதாகச் சாகஸம் செய்து பார்க்கும் எவராலும் கணிசமான வளமான புது

நிலத்தைக் காண இயலாது. முக்கியமான மலைத்தொடரையோ முதன்மையான நதியையோ கண்டுபிடித்து வெற்றி காண்பது அவர்களால் முடியாத காரியம். மேலும், உலகப் படத்தின் தயாரிப்பு முடிந்ததோ இல்லையோ, கையுடன் கூட, கடல் நீருக்குமேல் இருக்கும் பூமி அனைத்துக்கும் உரிமைக் கோரிக்கைகளை வற்புறுத்தி வரம்பு கட்டியிருக்கிறார்கள்- மிஷனரி, வெற்றி வீரன், குடியானவன். சுரங்கம் குடைபவன், கடைசியாக எஞ்சினீயர் ஆகியோர், யாத்திரிகர்களின் அடிச் சுவடுகளில் சென்று உலகில் மூலைமுடுக்குகளிலுள்ள எல்லைகளை யெல்லாம் அடைந்து விட்டனர். எல்லைகள் தென்பட்ட சூட்டோடு சூடாக ராஜீய வகையில் அதையெல்லாம் சுவாதீனப்படுத்திக் கொள்வதற்கான துடிப்பை வரலாற்றில் பதிவு செய்தாக வேண்டும். நாகரிக முதிர்ச்சி கண்ட அரசுகளும் அரைகுறை நாகரிக நாட்டினரும் போரிட்டுக் கைப்பற்றுவதன் மூலமாகத் தவிர, வேறு வகையில் ஐரோப்பா, வட அமெரிக்கா, தென் அமெரிக்கா, ஆப்பிரிக்கா, ஆஸ்டிரேலியா ஆகியவற்றில் புதிதாகப் பாத்தியதையைக் கொண்டாடி வற்புறுத்துவதற்கான பிரதேசம் எதையும் காண முடியாது.”

எல்லை என்பது இல்லையாகி விட்ட நிலையையும், அமெரிக்காவின் வரலாற்று விஷயத்தில் அது எவ்வளவு பொருள் படைத்தது என்பதையும் பற்றி, பிரெடெரிக் ஜாக்ஸன் என்ற தலைசிறந்த சரித்திராசிரியர், சற்றுக் குறுகிய கண்ணோட்டத்துடன், அதேபோன்ற கருத்தை விளக்கி எழுதியிருந்தார். “உலகெங்குமே எல்லையென்பது மறைந்தோடிவிட்டது” என்று மாக்கிண்டர் இப்பொழுது சாதிக்கலானார்.

தமது அடிப்படைக் கருத்தின் விளைவுகளை மாக்கிண்டர் பின்வருமாறு விவரித்தார்:

“இது கொலம்பசுக்குப் பிந்திய சகாப்தம். இத் தருணம் முதல் இனி விரிவுகாண இடமில்லாத அரசியல் முறையுடன் நாம் விவகார உறவு கொண்டாக வேண்டும். குறுகியதுதான் எனினும் அது உலக வியாபகமானது. சமுதாயத்திலுள்ள சக்திகள் மோதி வெடிக்கும் ஒவ்வொரு நிகழ்ச்சியும் இனம் தெரியாத சுற்றுச் சூழலில் பரந்து

நலிவு கண்டு காட்டுமிராண்டித் தன்மையுள்ள குழப்பங்களை விளைவிப்பதற்குப் பதிலாக, இப்பூகோளத்தின் தொலைதூரப் பகுதியிலிருந்து எதிரொலிக்கும், உலகின் ராஜீய, பொருளாதாரக் கட்டுக்கோப்பிலுள்ள பலக் குறைவான பகுதிகள் அதன் விளைவாகச் சிதறுண்டு போம்.... ஒவ்வோர் அதிர்ச்சியும், ஒவ்வொரு பேராபத்தும், உபரி என்ற நிலையிலுள்ள ஒவ்வொன்றும் இப்பொழுதே உலகின் அடிப்பகுதியில் தட்சணமே உணரப் பெறுகின்றன. இனிமேல் மனிதவர்க்கத்தின் ஒவ்வொரு செயலும் உலகெங்கும் எதிரொலிக்கும்; எதிரொலியும் எதிரொலித்துக் கொண்டே போகும்."

விரிவு காண இடமில்லாத நிலைமை நமது சகாப்தத்தின் விசேஷமான தன்மை. தரையிலும் வானிலும் இடம் விட்டு இடம் செல்வதற்கான வாய்ப்பு வரம்பின்றி விரிவு கண்டிருக்கிறது. கடலாதிக்கம் ஏற்றம் கண்டிருந்த காலம் மலையேறி விட்டது என்று கருதினார் மாக்கிண்டர். இது உண்மையாயின் தரையாதிக்கத்தின் காலம் வந்து விட்டதாகத்தான் பொருள் படும். இந்தப் புதிய காலத்தின் இயற்கையான கேந்திரம் எது? ஐரோப்பாவும், ஆசியாவும் சேர்ந்த விரிவான நிலப்பரப்புதான் உலகில் மிகப் பெரிது. இந்த யூரேஷியா 'உலக அரசியலின் மத்திய கேந்திரம்' என்கிறார் மாக்கிண்டர். தமது கட்டுரையில் அவர் ஐந்து தேசப் படங்களைச் சேர்த்துள்ளார். அதிகாரத்தின் இயற்கையான உறைவிடங்கள் என்பது அவற்றில் கடைசியானது. அதில் மையமாயுள்ள கேந்திரத்தை அவர் சுட்டிக் காட்டுகிறார். ஆர்க்டிக் பகுதியிலிருந்து மத்தியப் பகுதியிலுள்ள பாலைகள் வரை மேற்கே பால்டிக் கடல்முதல் தெற்கே கருங்கடல் வரையுள்ள பிரதேசந்தான் மத்திய கேந்திரப் பகுதி என்று அவர் அதில் குறித்துக் காட்டியுள்ளார்.

"மாக்கிண்டரின் வியாசத்தில் வரலாற்றின் ஆராய்ச்சிதான் பிரதானமாகக் காணப்பட்டது. ஐரோப்பாவும் உலகின் பிற பகுதிகளும் இந்த மத்திய கேந்திரத்தால் இடையறாது நெருக்கப்பட்டு வந்துள்ளன" என்று அவர் கூறுகிறார்.

வெளியிலிருந்து காட்டுமிராண்டிகளின் நிர்ப்பந்தம் காரணமாகத்தான் ஐரோப்பா நாகரிகம் அடைந்தது. எனவே,

ஐரோப்பாவும் அதன் சரித்திரமும் - ஆசியாவுக்கும் அதன் சரித்திரத்துக்கும் உள்ளடங்கியவை என்று ஒரு கணம் நினைந்து பார்க்குமாறு கேட்கிறேன். ஆசியப் படையெடுப்புகளுக்கு எதிரிடையாக மதச்சார்பற்ற போராட்டங்களை நடத்தியதன் விளைவுதான் உண்மையில் ஐரோப்பிய நாகரிகம் எனப்படுவது. இக்காலத்து ஐரோப்பாவின் ராஜீயப் பிரிவினைகளைக் காட்டும் தேசப்படத்தைப் பார்த்தால், விரிவான நிலப்பரப்புள்ள ரஷ்யாவானது பாதியை நிரப்பிக் கொண்டிருப்பதையும், மேலை நாடுகள் குறுகிய பல பகுதிகளைத் தம் வசம் வைத்துக் கொண்டிருப்பதுமான வேறுபாட்டைப் பிரதானமாகக் காணலாம்.

ஐரோப்பிய வரலாற்றின் ஏற்றத்தாழ்வுகளை விவரிக்கையில் மாக்கிண்டர் மேலும் கூறுகிறார் :

“யூரால் மலைகளுக்கும் காஸ்பியன் கடலுக்கும் நடுவிலுள்ள விரிவான இடைவெளிப்பகுதி வழியாக. குதிரை வீரர்கள் ஓராயிரம் ஆண்டுகளுக்குமுன் தென் ரஷியச் சமவெளிகள் வழியாகப் பாய்ந்து முன்னேறி, ஐரோப்பியத் தீபகற்பப் பகுதியின் மையமாகிய ஹங்கேரியைத் தாக்கி வந்தனர். அவர்களை எதிர்த்தாக வேண்டிய அவசியம் வாய்த்தபோது சுற்றுப்புற நாட்டுப் பெருமக்கள் ஒவ்வொருவரின் வரலாறும் உருப் பெற்றது. ரஷியர், ஜெர்மானியர், பிரெஞ்சுக்காரர், இத்தாலியர், பைஜாண்டின் கிரேக்கர் ஆகியோர் இவ்வாறு வளர்ச்சி கண்டவர்கள்.

14ஆம், 15ஆம் நூற்றாண்டுகளில் மங்கோலியர் நடத்திய படையெடுப்புகள்தாம் சாசுவதமான விளைவுகளுடன் கூடிய செல்வாக்குப் பெற்றிருந்தன. மத்திய ஐரோப்பா, ரஷ்யா, பாரசீகம், இந்தியா, சீனா ஆகியவற்றில் பெரும்பகுதி அவர்கள் வசமாயிற்று. இந்தத் தாக்குதல்களெல்லாம் ‘மத்திய கேந்திரம்’ என்று மாக்கிண்டர் குறிப்பிட்ட பகுதிகளிலிருந்து கிளம்பின. “பழைய உலகில் குடிப்பிரியம் மிகுதியாக இருந்த பகுதிகளில் எல்லைகளனைத்தும், ஏறத்தாழ, பரந்த பாலைப்பகுதியிலிருந்து தொடங்கிய படையின் படர்தலைச் சுவைத்தன.”

தமது கதையை நமது காலம் வரை கொணர்ந்து நிலவரத்தை விவரிக்கிறார் மாக்கிண்டர். தன் பொருளாதார, ராஜீய சக்தியின்

வளர்ச்சியோடு கூடவே, உலக விவகாரங்களில் இந்த மத்திய கேந்திரம் பகுதியின் செல்வாக்கு வளர்ந்து வந்திருக்கிறது.

சரித்திரத்துக்கும் பூகோள இருக்கைக்கும் இடையறாது ஓர் உறவுமுறை இருந்து வருவதாகக் கண்டறிந்து அவர் கூறுகிறார்:

"உலக அரசியலின் விசாலமான கேந்திரப் பகுதியானது எங்கே உள்ளது? கப்பல்கள் நெருங்கக் கூடாததாய், தொன்று தொட்டுக் குதிரை வீரர்களின் சாகஸங்களுக்கு இசைவானதாய், இப்பொழுது ஏராளமான ரெயில் பாதைகள் குறுக்கும் நெடுக்குமாகச் சென்று பின்னிட்டு வரும் பகுதியல்லவா அது? விரிவான இலக்குகளை அடையக் கூடியவையும் ஆனால் அதே தருணத்தில் செக்கு பந்திகள் போடும் தன்மையுள்ளதுமான ராணுவ, பொருளாதார சக்தியானது, துரிதமாக இடம் பெயர்ந்து செயல்படுவதற்கான வசதிகள் இங்கு இருந்து வந்துள்ளன; இப்பொழுதும் இருந்து வருகின்றன. மங்கோலிய சாம்ராஜ்யத்தின் ஸ்தானத்தை இப்பொழுது ரஷ்யா வகிக்கிறது. பின்லாந்து, ஸ்காண்டிநேவியா, போலந்து, துருக்கி, பாரசீகம், இந்தியா, சீனா ஆகியவற்றை ரஷ்யா நிர்ப்பந்திக்கக் கூடிய நிலவரமானது பழங்காலத்துப் பாலைவீரர்கள் மேற்கொண்டு, தாக்குண்ட மக்களிடை ஐக்கிய உணர்வை பலப்படுத்தியதை நிகர்த்தது. ஐரோப்பாவில் ஜெர்மனி வகித்த ராணுவ நடவடிக்கை போன்ற தோதுகளை, உலகம் அனைத்தின் விஷயத்திலும் ரஷ்யா இன்று வகிப்பதாகக் கொள்ளலாம். எல்லாத் திசைகளிலும் தாக்க அதனால் இயலும். வடக்கே இருந்து தவிரப் பிற திசைகளிலிருந்து அதைத் தாக்கவும் கூடும்."

மத்திய கேந்திரப் பிரதேசத்துக்கு வெளியே உள்ள இரண்டு பிறை வடிவப் பிரதேசங்களை மாக்கிண்டர் விளக்குகின்றார். விசாலமான உட்புறப்பிறைப் பகுதியில் ஜெர்மனி, ஆஸ்டிரியா, இந்தியா, சீனா ஆகியவற்றைக் காணலாம். அதற்கு அப்பால் உள்ள வெளிப்புறப் பிறைப்பகுதியில், பிரிட்டன், தென்னாப்பிரிக்கா, ஆஸ்டிரேலியா, யு.எஸ். கானடா, ஜப்பான் ஆகியவை இருக்கின்றன. மத்திய கேந்திரப் பகுதியின் சக்தியானது உண்மையில் வெளிப்புற தேசங்களின் சக்திக்குச் சமமானது அல்ல. ஆனால் ரஷ்யாவுடன் ஜெர்மனி தன்னை நேச நாடாக இணைத்துக் கொள்ளும் பட்சத்தில்

அதன் விளைவாக, எழும் நிலவரம் மிகமிக பயங்கரமாக இருக்கும் என்று மாக்கிண்டர் கருதுகிறார். அந்த நிலவரத்தில் மத்திய கேந்திர நாடானது ஐரோப்பாவிலும் ஆசியாவிலும் தன்னை அடுத்துள்ள தேசங்களில் விரிவு காணக் கூடியதாக இருக்கும். "இரண்டு கண்டங்களின் விரிவான வசதிகளைப் பயன்படுத்திக்கொண்டு கடற்படைகளைக் கட்டும் வசதிகளை அடைந்துவிடும். உலக சாம்ராஜ்ய அமைப்பு அந்நிலையில் நிதரிசனமாகக் கண்களுக் புலப்பட்டுவிடும்."

பூகோள அறிஞர் என்ற வகையில் தாம் பேசுவதாக மாக்கிண்டர் தமது புகழுரையை முடிக்கிறார். அவர் கூறுகிறார். "குறிப்பிட்ட எந்தக் காலத்திலும் அரசியல் ஆதிக்கத்தின் அநுகூல மிகுதியானது, இரண்டு விஷயங்களைப் பொறுத்திருக்கும். முதலாவது, பூகோள நிலவரம். அதில் பொருளாதார, ராணுவ தந்திர வசதிகள் அடங்கும். இரண்டாவது விஷயம் போட்டியில் ஈடுபட்டுள்ள மக்களின் எண்ணிக்கை, ஜன வளர்ச்சி வேகம், சாதனங்கள், ஸ்தாபன பலம் ஆகியவற்றைப் பொறுத்ததாயிருக்கும். இதில் மனித முயற்சியை அவ்வளவு துல்லியமாக மதிப்பிட இயலாது. அதைவிடப் பூகோள நிலவரங்கள் ஏறக்குறைய ஸ்திரமாகவும் சரிவர மதிப்பிடக் கூடியவையாகவும் இருக்கும்." ரஷியர்கள் தவிர வேறு எவரேனும் மத்திய கேந்திரப் பகுதியைத் தம் வசப்படுத்திக்கொண்டாலும், அதன் பூகோள முக்கியத்துவம் மாறுதல் அடையாது.

"ரஷ்ய சாம்ராஜ்யத்தைக் கவிழ்த்து அதன் நிலப்பரப்பை ஜெயிப்பதற்காகச் சீனரை ஐப்பானியர் தயார்ப்படுத்துவார்களாயின், மஞ்சள் நிறத்தவரால் உலகத்தின் சுதந்திரத்துக்குப் பேராபத்து விளையக்கூடும். ஆசியக் கண்டத்தின் பிற வசதிகளுடன் கூட, கடற்கரை வசதியை அவர்கள் சேர்த்து விடுவர். மத்திய கேந்திரத்தில் உள்ள ரஷ்யாவுக்குக் கடற்கரை வசதி இப்பொழுது இல்லாமல் இருந்து வருகிறது."

முதல் உலக யுத்தத்தின் இறுதியில் எழுதிய ஒரு நூலில் தம் பழைய கருத்துகள் அதன்மூலம் ஊர்ஜிதமாயிருக்கின்றனவே யொழிய, அசைவு கொடுக்கவில்லை என்று அவர்

குறிப்பிட்டிருக்கின்றார். 'ஜனநாயக லட்சியங்களும் பிரத்தியட்ச நிலையும்' என்ற நூலில் மத்திய கேந்திரப் பிரதேசம் என்ற கருத்தை அவர் தொடர்ந்து ஆராய்கிறார். 'உலகத் தீவின் மையத்தில் அமைந்துள்ள இதய பூமி' என்று அதை அவர் குறிப்பிடுகிறார்.

மாக்கிண்டரின் கருத்துப்படி, ஐரோப்பா, ஆசியா, ஆப்பிரிக்கா ஆகியவை மூன்று கண்டங்களல்ல; ஒரே ஒரு கண்டம்தான்; அதைத்தான் அவர் 'உலகத் தீவு' என்கிறார். கடந்த காலத்தில் மனிதனது சிந்தனையைப் பெரிய அளவில் உருவாக்கியதும் கடல்தான். எனவே, இந்த விரிவான பிரதேசத்தைச் சுற்றிவர இயலாத நிலையில் ஒரு தீவு என்று இதைப்பற்றி நினைக்க அவர்களால் முடியாது போயிற்று. "வட துருவக் கடலில் இரண்டாயிரம் மைல் தூரத்துக்கு ஒரு பனித்தீவு மிதக்கின்றது. ஆசியாவின் வட பகுதியை அடுத்து, அதன் ஓர் ஓரம் கடலடியில் மறைந்து கிடக்கின்றது. எனவே கப்பல்களை, அதைச் சுற்றி விட இயலாது. அக்காரணத்தால் இந்தக் கண்டத்தை ஒரு தீவு என்று கருத முடியாது." இந்த ஓர் உண்மையையும் அது பிரம்மாண்டமாக விரிந்து கிடக்கும் நிலவரத்தையும் தவிர வேறு எவ்வகையிலும் பிற தீவுகளுக்கும் இதற்கும் வித்தியாசம் இல்லை என்று அவர் கருதுகிறார். நிலப்பரப்பு, ஜனத்தொகை ஆகிய இரண்டினாலும் உலகத் தீவானது, இப்பூமியின் பிற பகுதிகள் மீது மேலோங்கி நிற்கின்றது. மொத்த நிலப்பரப்பின் மூன்றில் இரண்டு பங்கு உலகத் தீவில் இருக்கிறது. வடக்கு, தெற்கு அமெரிக்கா, ஆஸ்டிரேலியா, பிற சிறிய பிரதேசங்கள் சேர்ந்தது மூன்றில் ஒரு பங்கு. மேலும் உலக ஜனத்தொகையில் எட்டில் ஏழு பங்கினர் உலகத் தீவில் வசிக்கின்றனர். மற்ற எல்லாப் பிரதேசங்களிலும் வசிப்பவர் எட்டில் ஒரு பங்கினர்தாம். எனவே, நமது பூமியில் பழைய உலகம் எனப்படும் பகுதிதான் மிகப் பெரிய தனிப் பூகோள உறுப்பாக ஒப்பிட இயலாத பெருமையுடன் விளங்குகின்றது என்கிறார் மாக்கிண்டர்.

உலகத் தீவின் பரிமாணங்களையும், உறவுமுறைகளையும் ஆதாரங்களாக எடுத்துக்காட்டி, மாக்கிண்டர் மேலும் எழுதுகிறார்:

வட துருவத்துடன் ஒப்புநோக்கின் உலகத் தீவானது இந்தப் பூமியின் தோள்மீது அமைந்திருப்பதாகப் புலப்படும். ஆசியாவின் மையப்பகுதி வழியாக வட துருவத்திலிருந்து தென்துருவம் வரை அளந்தால் முதல் 1000 மைல் தூரம் வரை பனி உறை கடலாகக் காணப்பெறும். சைபீரியாவின் வட கடற்கரை வரை இது வியாபிக்கிறது. அங்கிருந்து தென் திசையில், இந்தியாவில் தென்கோடி வரை 5000 மைல் தூரம் ஆகிறது. அப்பால், அன்டார்க்டிக் பனி உறை பூமி வரையுள்ள தூரம் 7000 மைல். ஆனால், வங்காள விரிகுடா அல்லது அரபிக்கடல் வழியாக அளந்து பார்த்தால் ஆசியாவின் குறுக்களவு சுமார் 3500 மைலாகத்தான் இருக்கும். பாரீஸிலிருந்து, விளாடிவாஸ்டாக் 6000 மைல். பாரீஸிலிருந்து நன்னம்பிக்கை முனையும் அதே தூரத்தில்தான் இருக்கின்றது."

நிலப்பரப்பு சம்பந்தப்பட்டவரை வட அமெரிக்காவும், தென் அமெரிக்காவும், ஆஸ்டிரேலியாவும் சிறியவைதான். அவற்றின் ஆள் பலமும், இயற்கை வசதிகளும், உலகத் தீவின் நிலவரத்துடன் ஒப்பிட்டுப் பார்க்கையில் மிகமிகக் குறைவாக இருக்கின்றன. "இந்தப் பெரிய கண்டமானது, அதாவது உலகத்தீவு முழுமையுமோ அல்லது அதில் பெரும் பகுதியோ எதிர்காலத்தில் கடலாதிக்கம் செலுத்தும் ஒரு வல்லரசின் ஒருமுகமான இணக்கமாகச் செயல்படுகின்ற படைத்தளமாக மாறினால் என்னவாகும்? முற்றும் பந்தோபஸ்தானவை என்று கருதப்பெறும் பிற தளங்களை, இந்தத் தளமானது கப்பல்களின் எண்ணிக்கையிலும், மாலுமிகளின் எண்ணிக்கையிலும் மிகமிக மிஞ்சிவிடக் கூடும்" என்கிறார் மாக்கிண்டர். ஜெர்மனி தோற்கடிக்கப்பட்டுவிட்டது. ஆயினும் இந்த மாபெரும் கண்டத்தின் பெரும்பகுதியானது ஒரு தனியாதிக்கத்தின் கீழ், ஒரு நாள் ஒன்றுபடுவது சாத்தியமே. அதைத் தளமாகக் கொண்டு, தோற்கடிக்க இயலாத கடலாதிக்க வல்லரசு அமையக் கூடும். ஜெர்மனி ஜெயித்திருந்தால் வரலாற்றில் கண்டிராத அளவு மிக விரிவான அடிப்படையில் தனது கடலாதிக்கத்தை அது நிலைநிறுத்தியிருக்கும். அதற்கு அதிகபட்ச வசதியுடன் படைத்தளம் கிடைத்து விட்டிருக்கும்.

மாக்கிண்டர் விவரித்த இதய பூமியின் எல்லைகளும், முன்னர் அவர் சுட்டிக் காண்பித்த மத்திய கேந்திரப் பிரதேசத்தின் எல்லைகளும் ஏறக்குறைய ஒன்றாகவே இருந்தன. இதய பூமி என்பது ஐரோப்பா, ஆசியா ஆகியவற்றின் மத்தியப்பகுதி. அது எந்தக் கடலாதிக்க வல்லரசினாலும் அடைய இயலாதது. "அதில் பால்டிக் கடல், கப்பல்கள் செல்லக்கூடிய டான்யூப் நதியின் மத்தியக் கீழ்ப்பகுதிகள், கருங்கடல், ஆசியா, மைனர், ஆர்மீனியா, பாரசீகம், திபெத், மங்கோலியா ஆகியவை அடங்கும். எனவே, அதற்குள் பிராண்டன்பர்க், பிரஷ்யா, ஆஸ்டிரியா-ஹங்கேரி, ரஷ்யா ஆகியவை சேர்ந்திருக்கும். இது ஆள்பலம் மிகுதியாகவுள்ள விரிவான முக்கூட்டுத் தளம். வரலாற்றில் தென்பட்ட பழைய குதிரை வீரர்களுக்கு இந்த வசதி இருக்கவில்லை" வெளியேயிருந்து எந்தக் கடலாதிக்க வல்லரசும் பால்டிக் கடலையோ, கருங்கடலையோ அடைய முடியாது என்பது, முதல் உலக யுத்தத்தின் போது புலப்பட்டதாகையால் அவ்விரு கடல்களையும் இதயபூமிப் பகுதியில் மாக்கிண்டர் சேர்த்தார்.

மேலும் விளக்கம் தரும் வகையில் மாக்கிண்டர் கூறுகிறார்: இதய பூமியானது அதன் அமைப்பு, இருக்கை போன்ற நிலவரங்களின் காரணமாகப் பூகோள ரீதியில் ஓர் உறுப்பாக இணைந்துள்ளது. மொஸொபொடேமியாவை அடுத்துள்ள பாரசீக மலைச்சாரல்கள் வரையுள்ள பிரதேசம் குளிர்காலத்தில் பனி உறைந்திருக்கும்.. குளிர்காலத்தின் மத்தியில் சந்திரனிலிருந்து இவ்வுலகைப் பார்த்தால் இதய பூமியானது, ஒரு விரிவான வெண்மைக் கேடயமாகத் தென்படும். இது மிகமிகப் பொருள் படைத்த தோற்றம். உலகத் தீவின் மீது ஆதிக்கம் செலுத்துவதற்கு இதுவே மூலாதார வசதி என்று மாக்கிண்டர் உறுதியாக நம்புகிறார். இமய மலையிலிருந்து ஆர்க்டிக் கடல் வரை, வோல்கா நதியிலிருந்து யாங்ட்சி நதி வரையில் இது வடதிசையில் 2500 மைல் நீளமும் உள்ளதாக இருக்கிறது. இது ஒதுங்கியதான உள்நாட்டுப் பகுதியானதால் கடலாதிக்க வல்லரசு எதுவும் அசைக்க முடியாத சக்தி வாய்ந்தது. எனவே, இந்த இதய பூமியை ஒழுங்காக, அபிவிருத்தி செய்து ராணுவரீதியில் பலப்படுத்தினால், உலகத்தை அடக்கியாளும் சக்தி வாய்ந்த ஒரு வல்லரசின் அதிகார பீடமாகவும் மத்திய கேந்திரமாகவும் இது உருப் பெறக்கூடும்.

தம் வாதங்களைச் சூத்திரங்களாக மாக்கிண்டர் அமைத்துக் கொடுத்தார். பல நூல்களில் பிரஸ்தாபிக்கப்பட்டுள்ள இந்தச் சூத்திரங்கள் வருமாறு :

“கிழக்கு ஐரோப்பாவை ஆள்கின்றவன் இதய பூமிமீது ஆதிக்கம் செலுத்துகின்றான். இதய பூமியை ஆள்கின்றவன் உலகத் தீவின்மீது ஆதிக்கம் செலுத்துகின்றான். உலகத் தீவை ஆள்கின்றவன் உலகின் மீது ஆதிக்கம் செலுத்துகிறான்.”

எந்த ஒரு தேசமும் இதய பூமியில் மேலாதிக்க நிலைமையை அடைந்து விடலாகாது. குறிப்பாக ரஷியாவோ, ஜெர்மனியோ அவ்வாறு வளர்ச்சி காணலாகாது என்று முதல் உலக யுத்தத்துக்குப் பிறகு மாக்கிண்டர் கூறலானார். அம்மாதிரி நிகழாமல் தடுப்பதற்காக, பால்டிக் கடல்முதல் கருங்கடல் வரை ரஷியாவுக்கும், ஜெர்மனிக்குமிடையே, இடைத்தொகுதி நாடுகள் ஏற்பட வேண்டும் என்று அவர் கூறினார். எஸ்தோனியா, லிதுவேனியா, போலந்து, விசாலபொஹிமியா, ஹங்கேரி, விசால சர்வியா, விசால ருமேனியா, பல்கேரியா, கிரீஸ் ஆகியவை இந்த இடைத்தொகுப்பு நாடுகளாகச் சுதந்திர அந்தஸ்துடன் இயங்க வேண்டும் என்று மாக்கிண்டர் விரும்பினார். பாரீஸில் கூடிய சமாதான மகாநாட்டில் செய்த முடிவுகள் ஏறக்குறைய இந்த ஜாபிதாவை அனுசரித்தே அமைந்தன. ஆனால் சமீபகால வரலாற்றைக் கவனிக்குமிடத்து மாக்கிண்டரின் ஊகம் தவறி விட்டது என்பது புலனாகும். இந்த இடைத்தொகுதி மண்டலம் முதலில் உத்தேசிக்கப்பட்ட நோக்கம் நிறைவேறுவதற்குப் பயன்படவில்லை. முதலில் ரஷியாவும், பிறகு ஜெர்மனியும் இந்தத் தொகுதியை ஊடுருவி விட்டன.

இரண்டாவது உலக யுத்தத்தின்போது 1943ஆம் ஆண்டில் (தாம் காலமாவதற்கு நான்கு ஆண்டுகள் முன்னர்) மூன்றாவது தடவையாக இதய பூமி தத்துவத்தை மாக்கிண்டர் ஆராய்ந்தார். ‘வட்ட வடிவமான உலகமும் சமாதானத்தின் வெற்றியும்’ என்ற தலைப்புள்ள ஒரு கட்டுரை எழுதினார். 20 அல்லது 40 ஆண்டுகளுக்கு முன்னர் இருந்ததைவிட அப்போதைய நிலவரத்தில் தமது தத்துவம் அதிக செல்வாக்கும், பயனும் உள்ளதாக உரம் பெற்றுவிட்டது என்று அதில் குறிப்பிட்டுள்ளார். எதிர்காலத்தைப்

பற்றிய கண்ணோட்டத்தில் அவர் மேலும் கூறுகிறார்: "இந்த யுத்தத்தின் விளைவாக ஜெர்மனிமீது சோவியத் யூனியன் வெற்றி காணும் பட்சத்தில் இவ்வுலகில் மாபெரும் தரை வல்லரசு என்ற அந்தஸ்தை அது பெற்றுவிடும். பாதுகாப்பு சம்பந்தப்பட்டவரை ராணுவ வசதி மிகுதியாகவுள்ள சக்தி வாய்ந்த வல்லரசாக அது திகழும். இப்பூமியில் மிகப் பெரிய இயற்கையான கோட்டை என்று இதய பூமி மதிக்கத்தக்கது. சரித்திரத்தில் முதல் தடவையாக எண்ணிக்கை, தரம் ஆகிய இரண்டிலும் முதன் முறையாக விளங்கும் ராணுவ ஆள்பலத்துடன் அது காணப் பெறுகிறது."

மாக்கிண்டரின் தத்துவங்களைப் பேரார்வத்துடன் பயன் படுத்திக்கொள்ள நாஜி ஜெர்மனி முன் வந்தது. கார்ல்- ஹாஷாபர் என்பவர் பூகோள அரசியல் விஷயங்களைப் பற்றிப் பல நூல்களை இயற்றியவர். உலகத் தீவின் இதய பூமி என்ற மாக்கிண்டரின் மூலக் கருத்தானது ஜெர்மனியின் ராஜீய சிந்தனையில் 1925 முதல் 1945 வரை பிரதான இடம் வகித்தது.

ஹாஷாபர் முன்னுக்கு வந்தது 1908-ஆம் ஆண்டில், ஜெர்மன் படைத்தலைமையினர் அவரை ராணுவ நோக்கராக ஜப்பானுக்கு அனுப்பி வைத்தனர். தூரக் கிழக்கு விவகாரங்களில் முழுத் தேர்ச்சி பெறுவதில் அவர் கவனம் செலுத்தினார். அவற்றில் அவர் நிபுணர் என்று பெயரும் எடுத்தார். புது மொழிகளைக் கற்பதில் அவருக்கு ஒரு விசேஷத் திறன் இருந்தது. சீன, ஜப்பானிய, கொரிய, ரஷிய மொழிகள் உட்பட ஆறு பாஷைகளில் பேச அவரால் இயலும். மத்தியக் கிழக்கு நிலவரத்தையும் நேரில் கண்டறிவதற்காக விரிவான யாத்திரைகளை அவர் மேற்கொண்டார். முதல் உலக யுத்தத்தின் போது, ராணுவத்தில் அவருடைய அந்தஸ்து உயர்ந்துகொண்டே போயிற்று. மேஜர் ஜெனலாக அவர் பதவியிலிருந்து விலகினார். ஜெர்மனி சரணடைந்த பிறகு எஞ்சியிருந்த தமது பதவிக் காலத்தை ராஜீய, பூகோள நூல்களை இயற்றுவதிலும், மோனிக் சர்வ கலாசாலையில் ராணுவ சரித்திரத்தைப் போதிப்பதிலும் அவர் எண்ணற்ற நூல்கள், துண்டுப் பிரசுரங்கள், ஈடுபட்டார். கட்டுரைகள் வெளியாயின. நாஜி தத்துவத்துக்குத் திறவுகோலாக அமைந்துள்ள இரண்டு சொற்களை அவற்றில் அவர் விளக்கினார்.

அவற்றுள் ஒன்று 'ஜியோபாலிடிக்' என்பது. உலக ராஜீய மாறுதல்களின் சக்தியை விவரிப்பது ஜியோபாலிடிக்ஸ். மற்றொன்று 'லெபென்ஸ்ரம்' என்ற சொல். வாழ்வதற்கும் வளர்ச்சி கண்டு விருத்தியடைவதற்கும் ஜெர்மன் மக்களுக்கு அதிகமான நிலப்பரப்புத் தேவை என்பதையே இந்தச் சொல் குறிக்கும்.

மாக்கிண்டரின் நூல்களை ஹாஷாபர் முதலில் படித்தது எப்பொழுது என்பது தெரியவில்லை. அநேகமாக 1920-ஐ அடுத்த ஆண்டுகளில் அவற்றின் பரிச்சயம் ஏற்பட்டிருக்கலாம். மாக்கிண்டரைத் தமக்குக் குருவாக வரித்துக்கொண்டு அவருக்குத் தாம் பெரிதும் கடமைப்பட்டிருப்பதைத் தம் நூல்களில் ஹாஷாபர் தாராளமாக ஒப்புக் கொண்டிருக்கிறார். மாக்கிண்டர் 1904இல் வரைந்த ஒரு துண்டுப் பிரசுரம் பூகோள, அரசியல் விளக்கங்களில் முதன்மையானது என்று 1937-இல் ஹாஷாபர் பாராட்டியிருக்கிறார். இத்துறையில் இந்தச் சிறு பிரசுரத்தை விட மகத்தான கருத்துரை எதையும் வேறு எங்கும் தாம் கண்டதில்லை என்று அவர் எழுதியிருக்கிறார். ஜெர்மனியும் ரஷியாவும் நேச நாடுகளாகப் பிணைய வேண்டுமென்று, இரண்டு வருஷங்களுக்குப் பின்னர் அவர் வாதித்தார். இந்த இரண்டு தேசங்களும் ஒன்றுபட்டுச் செலுத்தக்கூடிய அதிகாரம் உண்மையில் பயப்பட வேண்டிய விஷயந்தான் என்று பிரிட்டிஷார் மாக்கிண்டரை ஆதாரமாகக் காட்டித் தமது அச்சத்தைத் தெரிவித்தனர். "பகைவனிடமிருந்து படிப்பினை பெறுவது கடமை" என்று ஓவிட் கூறியிருப்பதை அடிக்கடி மேற்கோளாக ஹாஷாபர் எடுத்துக் காட்டியிருக்கிறார். மாக்கிண்டர் வரைந்த இதய பூமியின் படத்தைக் குறைந்தது நான்கு தடவை 'ஜீட்ஸ்கிரீப்ட் புர் ஜியோபாலிடிக்' என்ற சஞ்சிகையில் அவர் பிரசுரித்துள்ளார். மாக்கிண்டரைப் படித்து, அறிந்த விஷயங்களை ஆதாரமாகக் கொண்டுதான், தம் சொந்தக் கருத்துகள் உருவாக்கப்பட்டன என்று அவர் சிறிதும் தயக்கமின்றி ஒப்புக் கொண்டிருக்கிறார்.

ருடால்ப் ஹெஸ், ஹாஷாபருக்கும் ஹிட்லருக்கும் தொடர்பு ஏற்படுத்திக் கொடுத்தார். இவருக்கும் அவர் நண்பர். 1923ஆம் ஆண்டில் பீர் ஹால் கலகம் என்ற எழுச்சி தோல்வியுற்ற பிறகு,

ஹிட்லர் சிறையில் இருந்தார். அப்பொழுது பல தடவை ஹாஷாபர் அவரைக் காண வந்தார். ஹாஷாபரின் பூகோள அரசியல் சித்தாந்த வெறி ஹிட்லரையும் பற்றிக்கொண்டது என்பதை 'மைன் காம்ப்' என்ற அவரது நூலில் பல இடங்களில் கண்டறிகிறோம். 10 ஆண்டுகளுக்குப் பறகு நாஜிகள் அதிகாரத்துக்கு வந்தார்கள். ஹாஷாபர் ஒரு முக்கியமான பதவியில் இருந்ததால் ஜெர்மன் கொள்கையை உருவாக்க அவரால் முடிந்தது. 'நாஜி ஜியோபொலிடிகல் இன்ஸ்டிடியூட்' என்ற ஸ்தாபனத்தில் தலைமைப் பதவி அவருக்குக் கிடைத்தது. ஒரு பெரிய சிப்பந்திப் படையைத் திரட்டினார். பல்வேறு மக்களின் சுபாவங்கள், வாழ்க்கை நிலைமைகள், அவர்களிடம் செல்வாக்குப் பெற்றிருந்த பண்பாடுகள் முதலியவற்றையும் ராணுவ முக்கியத்துவமுள்ள பூகோள சம்பந்தமான தகவல்களையும் திரட்டுவதில் அவர்களை ஹாஷாபர் ஈடுபடுத்தினார்.

மாக்கிண்டாரின் கருத்துக்கள் ஹாஷாபரை வென்று விட்டன. எனவே, இதய பூமியின் ஆதிக்கம் ஜெர்மனியின் கைக்கு வந்தாக வேண்டும் என்ற திட நம்பிக்கை அவரை ஆட்டி வைக்கலாயிற்று. ரைன் நதி முதல் யாங்க்டிஸி நதி வரை உள்ள நாடுகளெல்லாம் கொண்ட ஒரு தொகுதியமைப்பு நிறுவப் பெறவேண்டும் என்ற அவருடைய திட்டங்கள் அனைத்தும் வலியுறுத்தின. பிரிட்டிஷ் ஏகாதிபத்தியத்துக்கு எதிராக ஜெர்மனி, ஜப்பான், சீனா, ரஷியா, இந்தியா ஆகியவை ஒரு பிரம்மாண்டமான நேச ஐக்கியத்தில் இணைய வேண்டும் என்பது அவரது கொள்கையின் அடிப்படைக் கருத்தாக அமைந்தது. ஜெர்மன் ராணுவத் தலைமைக் காரியாலயத்தினர் அவருடைய போதனைகளை அங்கீரித்து ஆதரித்தனர். 1939ஆம் ஆண்டில் நாஜி-சோவியத் உடன்பாடு கையெழுத்தானபோது, ஹாஷாபரின் கனவு பலிப்பதாகவே தோன்றியது. ஆனால், 2-ஆவது உலக யுத்தத்தில் ஹிட்லர் இழைத்த மாபெரும் தவறு காரணமாக அவரது கொள்கையனைத்தும் குப்புறக் கவிழ்ந்துவிட்டது. சோவியத் யூனியனைத் தாக்க வேண்டுமென்று தம் ஜெனரல்களுக்கு ஹிட்லர் பிறப்பித்த கட்டளைதான் அந்த மாபெருந்தவறு. யுத்தம் முடிவுற்ற பின்னர் ஹாஷாபரும் அவருடைய மனைவியும் தமது பவேரிய இல்லத்தில் தற்கொலை புரிந்து கொண்டனர்.

நாஜி ராணுவவெறித் தத்துவத்திற்கு அடிகோலுவதற்குத் துணைபுரிந்தவர் மாக்கிண்டர் என்று விமரிசகர்கள் கூறியது அவருக்குச் சிறிதும் உவப்பாக இல்லை. 1944இல் ஓர் உரையில் மாக்கிண்டர் கூறினார்.

"நான்தான் ஹாஷாபருக்கு ஊக்கமளித்தவன். ஹாஷாபர் ஹெஸ்ஸுக்கு ஊக்கமளித்தார். ஹிட்லர் தமது 'மைன் காம்ப்'பை தயாரித்துக் கொண்டிருக்கையில் ஹெஸ் அவரை அணுகி என் மனத்தில் உதித்த சில பூகோள அரசியல் கருத்துகளைச் சொன்னார் என்று வதந்தி உலாவுவதாக நான் அறிகிறேன். அவை ஒரு சங்கிலிக் கோவையில் மூன்று இணைப்புத் துண்டுகள். இரண்டாவது, மூன்றாவது இணைப்புகளைப்பற்றி நான் ஒன்றும் அறியேன். ஆனால், ஹாஷாபரின் நூல்களிலிருந்து ஒன்றை மட்டும் நான் கூற முடியும் : என் கருத்துகளில்ஹாஷாபர் எடுத்துக் கொண்டவை நான் நிகழ்த்திய ஓர் உரையில் காணப் பெறுபவை. (வரலாற்றின் பூகோள கேந்திரம் என்பது அந்த உரையின் தலைப்பு). நாஜிக் கட்சி தோன்றுவதற்கு நெடுங்காலம் முன்பு ராயல் பூகோள சங்கத்தில் நான் நிகழ்த்திய உரை அது."

பூகோள அரசியல் தத்துவங்கள், ஜெர்மனியில் மட்டுமின்றிப் பிற நாடுகளிலும் பரவின. ரஷியர்களும் இவை விஷயமாக ஜெர்மானியருக்குக் குறைவில்லாத அக்கறையைக் காண்பித்து வந்திருக்கின்றனர். உலகப் பொருளாதாரம், ராஜீயம் பற்றிய மாஸ்கோ கழகம் நல்ல வளமான, பூகோள அரசியல் ஸ்தாபனம். அமெரிக்காவுக்கும், உலகத் தீவுக்குமிடையே உருவாகி வந்த தகராறு விஷயத்தில் இக் கழகம் விசேஷக் கவனம் செலுத்தி வந்திருக்கிறது. உலகத் தீவின்மீது ஆதிக்கம் வகிக்கப்போவது ரஷியாதான் என்று அது உறுதியுடன் நம்புகிறது. 1919ஆம் ஆண்டில் ரஷியாவின் கம்யூனிஸ்ட் சர்க்கார் பாலப் பருவத்தில் இருந்தது. அப்பொழுது மாக்கிண்டர் வெளியிட்ட கருத்துகள் நினைவு கூர வேண்டியவை: "தன்மீதுள்ள புள்ளிகளைக் கைவிடச் சிறுத்தையினால் ஒருகாலும் முடியாது. கிழக்கு ஐரோப்பாவிலும் இதய பூமியிலும், ஆட்சி புரிவது அரசபரம் பரையாயினும், போல்ஷ்விக் குழு ஆயினும் எல்லாமே கொடுங்கோன்மை என்ற

அச்சில் வார்த்தவைதாம். அவற்றின் கொள்கைகளுக்கு பிரிட்டிஷ் அமெரிக்க அரசாங்க வகையும், சர்வதேச சங்கத்தின் லட்சியங்களும் முற்றும் எதிரிடையானவை. போல்ஷ்விக் கொடுங்கோன்மை அதற்கு முன் இருந்த அரச பரம்பரைக் கொடுமையின் தீவிரமான பிரதிபலிப்பாக இருக்கக் கூடும். எனினும், ராணுவவெறித் தத்துவம் ஏற்றம் காண்பதற்கும் 'சிண்டிகலிஸம்' என்ற இடதுசாரிப் புரட்சித் தத்துவப் பிரசாரத்துக்கும், ரஷியா, பிரஷியா, ஹங்கேரி ஆகியவை ஒரேவிதமான தோது உள்ளவை. இவையெல்லாமே சமவெளிப் பிரதேசங்கள். சமூக நிலைமைகளில் பரவலான பொதுத்தன்மையை இவற்றில் காணலாம்."

"மாக்கிண்டரின் பூகோள தத்துவங்கள் செல்லத் தக்கவை தாமா?" என்பதைப்பற்றி அடிக்கடி சர்ச்சை நடந்திருக்கிறது. அவருடைய வாதத்திலுள்ள குறைகளைச் சுட்டிக் காட்டியிருக் கிறார்கள். விமான பலம் அடையக்கூடிய மாபெரும் வெற்றிகளுக்கு அவர் மதிப்புத் தராமற் போனது அவரது வாதத்திலுள்ள ஒரு குறை என்று கருதப்படுகிறது. வானவெளியை வென்றதன் விளைவாக உலகின் மீது ஒரு புதிய ஒற்றுமை திணிக்கப்பட்டுள்ளதாகப் பின்னர் எழுதிய நூல்களில் அவர் அங்கீகரித்துள்ளார். ஆனால் தமது இதயபூமி - உலகத் தீவு தத்துவத்தை இது ஆதரிக்கிறதேயொழிய, பலவீனப்படுத்தவில்லை என்று அவர் பிடிவாதமாகக் கூறினார். ஆனால் விமான சக்தியானது மிகமிக வலிமையுள்ள ஆயுதமாக வளர்ந்து விட்டதால், இதயபூமிக் கருத்தானது ராணுவ வசதி சம்பந்தப்பட்டவரை முக்கியத்துவம் அற்றுப் போய்விட்டது என்று அவருடைய விமரிசகர்கள் கூறுகின்றனர். விமான மார்க்கங்கள் கண்டங்களையும், சமுத்திரங்களையும் மேவிக் கிடக்கின்றன. ஹெர்ரிக் கூறுகிறார்:

"வானம் எங்கும் பரந்து கிடப்பது. படைத்தளங்களிலிருந்து அடையக்கூடிய தூரத்தைப் பொறுத்து, மனப்போக்குப் படி தரை மீதும், கடல் மீதும் சஞ்சரிக்கக்கூடிய விரிவான மார்க்கமாகி விட்டது வானம். விமான பலத்தைக் கொண்டுதான் விமான பலத்தை மடக்க முடியும். அதனால் அணுக முடியாத இதய பூமி ஒன்று இருக்க முடியாது. விமானங்களை ஆள்பவன் படைத்தளங்

களை தன் ஆதிக்கத்தில் வைத்துக் கொள்கிறான். படைத்தள ஆதிக்கம் படைத்தவன் வானத்தை ஆள்கிறான். வானத்தை ஆள்பவன் உலகத்தின் மீது ஆதிக்கம் செலுத்துகிறான். இதுவே இன்று ராணுவ வசதியைப் பற்றிய சூத்திரம் என்று கூறலாம்.''

ஒரு பூகோள உருண்டையில் கவனித்தால், இதய பூமியும் வட அமெரிக்காவும் ஒன்றுக்கொன்று எவ்வளவு நெருங்கியிருக்கின்றன என்பது புலனாகும். ''வட அமெரிக்காவில் இருந்து கொண்டு, புதுப் போக்குவரத்து வசதிகளைக் கருத்திற்கொண்டு பார்த்தால், தொலைதூரமும் பெரிய நிலப்பரப்புமாகச் சேர்ந்து, இதய பூமியை நம்மிடமிருந்து மறைத்துவிடக் கூடியவையல்ல என்பதை உணருவோம். ஊடுருவ இயலாத மதிலின் பின் வெளித்தொடர்பின்றி அது ஒடுங்கிக் கடந்த காலம் மலையேறி விட்டது'' என்கிறார் வெய்கெர்ட். மாக்கிண்டர் அமங்கலமான தம் எச்சரிக்கைகளை முதன் முதலாக வெளியிட்ட போதிலிருந்து ஐம்பது ஆண்டுகளுக்குள், தொலைதூரம் ஒரே பாய்ச்சலில் செல்லக் கூடிய நவீன குண்டு விமானங்கள் ஆர்க்டிக் பிதேசங்களை ஆட்கொண்டு விட்டன. மேலும், இதய பூமியின் விசாலமான அளவே பாதுகாப்புக்கும் பொறுப்புக்கும் பிரதிகூல அம்சமாக ஆகிவிடுகிறது. சோவியத் ரஷியாவில் கடற்கரை எல்லைகளும் தரை எல்லைகளும் மிக நீளமானவை. இதன் காரணமாகப் பகை விமானங்களுக்கு அவை சுலபமான இலக்குகளாகி விடக்கூடும். மிகப் பெரிய அளவில் சிக்கல்கள் உள்ள பாதுகாப்புப் பிரச்னையை அவை தோற்றுவிக்கின்றன. மாக்கிண்டரின் சொற்களைக் கொண்டே இச்சிரமத்தை விளக்கலாம். அதில் இருந்துகொண்டு 'எல்லாத் திசைகளிலும் தாக்கலாம்.' அதே சமயத்தில் 'எல்லா திசைகளிலுமிருந்து அதையும் தாக்க இயலும்.'

அமெரிக்கக் கண்டத்தின் இருக்கை எவ்வளவு சக்தி வாய்ந்தது என்பதை மாக்கிண்டர் போதியவாறு உணராமல் போய்விட்டது மற்றொரு குறை. 'ஜனநாயக லட்சியங்களும் பிரத்தியட்சப் போக்கும்' என்ற நூலை எழுதியபோது, அண்மையில்தான் முதல் உலக யுத்தத்தின்போது அமெரிக்காவின் வீரியத்தையும், சக்தியையும் அவர் கண்ணுக்கு மெய்யாகக் கண்டிருந்தார். ஆனால்

இதயபூமி உலகத் தீவுக் கண்ணோட்டத்துடன் இவ்வுலகை நோட்டமிடும் வகையில் அவரது மனம் எண்ணமிட்டுக் கொண்டிருந்தால், புதிய உலகை, பழைய கண்டத்தில் 'விளிம்போரம் வதியும் சார்பு நாடுகள் கொண்டதாகவே மதித்தார்.'

வருங்காலத்தை முன்கூட்டி அறிவிக்கும் ஞானி என்ற வகையில் மாக்கிண்டரிடம் குறை காண முடியும். எனினும், அவர் கண்ட கனவுகளுக்கு உரம் தரும் மதிப்பு மிக்க வாதங்கள் உண்டு. இதய பூமியில் சோவியத் யூனியன் இரும்பைப் போன்ற உறுதி படைத்த ஓர் ஆட்சியை ஏற்படுத்தியுள்ளது. விவசாய அபிவிருத்தி, தொழில் வளர்ச்சி, கனிவளப் பயன்பாடு, ரெயில்வே, விமான நிலையக் கட்டுமானங்கள் முதலியவற்றின் மூலம் பொருளாதார வகையிலும் ராணுவ ரீதியிலும் இந்தப் பிரதேசத்தை, உலகிலேயே சக்திவாய்ந்த ஒரு பகுதியாக உருவாக்கியுள்ளது. சென்ற இருபது ஆண்டுகளாகப் பல்வேறு ஐந்தாண்டுத் திட்டங்கள் நிர்ப்பந்தக் கெடுபிடிகள் மூலம் ஏற்றம் கண்டபோதிலும் இந்தப் பிரதேசத்தில் உற்பத்தித்திறன் அமெரிக்க நிலவரத்தை இன்னும் எட்டிப் பிடிக்கவில்லை. இதய பூமியை ஆண்டபோதிலும் உலகத் தீவின் மீது ஆதிக்கம் செலுத்துவது என்ற லட்சியம் இன்னும் சோவியத் யூனியனுக்கு எட்டாக் கனியாகவே இருந்து வருகிறது. உலக ஆதிக்கம் அதற்கு இன்னும் அப்பால் உள்ளது.

குணதோஷ விமரிசனங்கள் மக்கிண்டரின் கருத்துகளின் சில விவாதங்களிலுள்ள பலவீனத்தை வெளிப்படுத்தியுள்ள. ஆனால் அவருடைய வாத அடிப்படைகளை அவை செல்லத் தகாதவையாக அடித்து விடவில்லை. உலகையும் அதன் விவகாரங்களையும் மொத்தமாக பூகோளக் கண்ணோட்டத்துடன் நோக்கும்படி முதலில் செய்தவர் அவரே. இவ்வகையில் அவரது நினைவு நெடுநாள் நீடிக்கும் என்கிறார். ஜான் சி. வைனன்ட், "உலகத்தின் மேல்பரப்பை மொத்தமாக எடுத்துக் கொண்டால், அதைவிடச் சிறியதாகவோ அல்லது பெரியதாகவோ முழுதாக உள்ள எந்த பூகோளப் பகுதியையும் காணமுடியாது" என்கிறார் மாக்கிண்டர். பூகோளத்துக்கு மணிமகுடமாக வாய்த்தவர் பூகோள அரசியல் ஞானி என்பது அவரது நம்பிக்கை. இதை 1889-லேயே அவர்

வெளியிட்டு, பரவலாக இதை ஏற்கும்படி செய்தார். மக்களின் அபிவிருத்தியிலும், அரசாங்க வளர்ச்சியிலும் பூகோள நிலவரங்கள் அடிப்படையான முக்கியத்துவம் உள்ளவை என்பதை தமது நாட்டவரும், பிற ஜனநாயக நாடுகளின் மக்களும் உணரச் செய்யவேண்டும் என்பதுதான் அவரது பிரதான அக்கறை. பூகோளம் புலப்படுத்தும் பிரத்தியட்ச நிலவரங்களைப் பூராவாகத் தெளிந்தறிய முடியாது என்று அவர் நம்பினார். பிரச்சாரம் செய்தார். உலகளவும் அதன் பல்வேறு பிராந்தியங்களையும் பற்றி மாக்கிண்டர் வெளியிட்ட கருத்துகள் தாம் நவீன பூகோளத்தின் அஸ்திவாரங்களாக அமைந்துள்ளன.

X

வெறியாட்ட விளக்கம் அடால்ப் ஹிட்லர் என் போராட்டம்: மைன் காம்ப்

பெர்லின் பிரதமராலயத்தில், பூமிக்கடியில் ஆழத்தில் கிடத்தப்பட்ட ஹிட்லருடையதும், ஏவா பிரானுடையதுமான சடலங்களை, **1945** ஏப்ரல் மாதம் **30**-ஆந்தேதியன்று எரித்துண்ட தகனத் தீ, சோக நாடகத்தின் உச்சக் காட்சியாகும்; ஹிட்லரால் பெரும் பரவசத்துடன் கொண்டாடப் பெற்ற இசை நாடகாசிரியர் ரிச்சார்ட் வாக்னர், நவகோட் தர்தாமரங் அல்லது 'கடவுளரின் அந்தி மயக்கம்' கீதத்தில் எதிர்பாரத்த காட்சியாகவே இருக்கலாம். வருங்கால ஃபூரர் (Fuhrer) அதிகார வேட்கையில் முன்னேறத் தொடங்கிய நாளில், ஒரு தலைமுறைக்கு முன் ஆரம்பித்த சோக நாடகத்தின் காட்சியும் முடிந்தது; திரையும் விழுந்தது.

பத்தாண்டுகளுக்கு மேலாகக் கிளர்ச்சியும், வன்முறையும் நடத்திய பின்னர், **1933**இல் ஹிட்லரின் தலைமையில் நாஜிக் கட்சி ஜெர்மனியில் அரசாங்கத்தின் 'லகான்'களைப் பிடித்தபோது, உலகம், அதன் செயல்களைக் கண்டு திகைத்து நின்றது. அதன் அதிகாரங்களை ஸ்தாபிப்பதில் இவ்வாட்சி நெஞ்சில் ஈவிரக்க மில்லாமல் நடந்துகொண்டது; ஜனநாயக அரசாங்கத்திற்குரிய கோட்டைகளனைத்தும் ஒழிக்கப்பட்டன; எதிர்த்துப் பேசுவோர் கருணையின்றி ஒடுக்கப்பட்டனர்; திருச்சபைகளும், சகோதரத்துவப் பாதிரிவர்க்கமும், தொழிற்சங்கங்களும் அடக்கு முறைக்குள்ளாயின; தவறினால், 'இணைக்கப்பட்டன'; யூதர்கள் பெருவாரியாகக் கொலை செய்யப்பட்டனர்; அலைமோதும் பிரச்சாரக் கடலோசையில், அண்டை அயலிலுள்ள, நன்கறிந்த நட்பு நாடுகளுக்கெதிரான படையெடுப்பு மிரட்டல் இடி முழக்கம் கேட்டவண்ணம் இருந்தது.

'மைன் காம்ப்' (என் போராட்டம்) என்று அழைக்கப் பெறும் கொழுத்த நூலை எடுத்துப் படிக்கும் சிரமத்தை ஜெர்மானியரல்லாதார் ஏற்றுக் கொண்டிருந்தால், அதிர்ச்சியைத் தரும் சகல விவரங்களும் அடங்கிய வேலைத் திட்டம் முழுதும் விரவிக் கிடப்பதைக் கண்டிருப்பார்கள். சர்வதேச காப்பிரைட் அளித்த பாதுகாப்பு நலன் காரணமாக, அதன் ஆசிரியர் ஜெர்மன் மூலத்திலேயே முழுக் கதையையும் கட்டுப்படுத்திக் கொள்வதில் வெற்றி பெற்றார். ஆயினும் ஆங்கிலம், பிரெஞ்சு, மற்றுமுள்ள மொழிகளில், அதிலிருந்து அகற்றப்பட்ட பகுதிகள் தாராளமாகக் கிடைத்திருந்தாலும் கூட, பெரும்பாலோர் "பித்தேறிய கனவாளனின் நம்ப இயலாத கனவை" உண்மை எனக்கருதியிருப்பார்களாவென்பது சந்தேகமே; அவ்வளவு பிரம்மாண்டமாகவும் நம்ப முடியாத அளவு பேராசை மிக்கதாகவும் தோன்றியது. இந்த "சகாப்தத்தின் பிரச்சார ரத்தினம்" என்று "மைன் காம்ப்" புகழப்படுவது பொருந்தும். விசாரணை நடத்திய நீதிபதியின் கருத்துப்படி "இருபதாம் நூற்றாண்டின் தலையாய குற்றச்சாட்டு நூல்" ஆகும். இந்நூலில் கண்ட வெளிக்கருத்துகளையெல்லாம் செயல்படுத்துவதற்கு மாபெரும் நாடும், அதன் சக-நாடுகளும் கட்டுப்பட்டுக் கிடந்தன. இரண்டாம் உலகப் போர்த் துவக்கத்தில், ஐம்பது லட்சம் பிரதிகள் ஜெர்மனியில் மட்டும் வழங்கப்பட்டன.

வியென்னாவில் வளர்ந்து கொண்டிருந்த ஹிட்லர் (மற்றொரு வியென்னா குடிமகனான சிக்மன்ட் ஃப்ராய்ட் முன்கூட்டிச் சொல்லியிருக்கக் கூடியதுபோல), இளம் வயதிலேயே, தம் வாழ்நாள் முழுதும் தம்மை ஆட்டி வைக்கவிருக்கும் கருத்துகள், வெறுப்புகள், பகைகள் எல்லாவற்றையும் உருவாக்கிக் கொண்டு விட்டார். இதையெல்லாம் 'மைன் காம்ப்'பில் கொட்டியிருக்கிறார். அந்த இளம் பருவத்தை, துவக்க அத்தியாயங்கள் சுருக்கமாகக் காட்டியுள்ள போதிலும், குறிப்பிடத்தக்கதாக அமைந்துள்ளன. ஜெர்மன் எல்லையிலிருந்து ஆற்றுக்கப்பாலுள்ள ஆஸ்திரியாவில், பிரானா என்ற ஊரில் 1889இல் பிறந்தார்; ஆயினும் ஆஸ்திரியனென்பதை விட, தம்மை எப்போதும் ஜெர்மானியன் என்றே பாவித்துக் கொண்டிருந்தார். அதிலும் நெளிவெடுக்கும் வியென்னாக்காரரை வெறுத்து வந்தார். ஆரம்ப ஆண்டுகள் பிரிவு,

கஷ்டம், தோல்வி, சோர்வு, பற்றாக்குறை நிறைந்திருந்ததாக அவர் தரும் விவரங்களே உணர்த்துகின்றன. அவரது பள்ளிப்படிப்பு பதின்மூன்று வயதில் முடிந்தது; அதே வயதில் தாய் தந்தையரையும் இழந்தார். வியென்னாவில், ஓவியக் கலைஞனாகவும், அதுவும் தவறினால் சிற்பியாகவும் வரப் போராடினார்; கல்வியின்மையும், திறமையின்மையும் அவருக்குத் தடையாக இருந்தன.

வியென்னா வாசகாலத்தில் நிறையப் படித்ததாகவும், அதிலும் சரித்திரத்தை முக்கியமாகப் படித்ததாகவும் ஹிட்லர் சொல்கிறார். பிரெஞ்சு - பிரஷ்யப் போர் பற்றிய நூலொன்று முக்கியமாக அவருடைய கருத்துக்களை ஊக்குவித்தது; ஜெர்மன் இனத்தில் ஆழ்ந்த பெருமையை உண்டாக்கி, ஜெர்மன் மக்களுக்கு ஆண்டவனால் கொடுக்கப் பெற்ற ஆணை இருப்பதாக நம்பச் செய்தது. அதே சமயத்தில் யூதர்களிடம் அளவிலா வெறுப்பும், ஸ்லாவியரிடமும், மற்றுமெல்லா ‘ஆரியரல்லாதவ’ரிடமும் முழு அலட்சியமும் தோன்றியது. ‘யூதன் பணம் பண்ணும் சர்வதேச வியாபாரி; சுரண்டல்காரன்; சோஷலிஸ்டாகாவோ அல்லது கம்யூனிஸ்டாகவோ வருபவன்; ஆனால் ஸ்லாவியர் கீழினத்தவர்; அவர்களுக்கென்று சொந்தக் கலாச்சாரம் ஏதும் கிடையாது’ - இவ்வாறு ஹிட்லர் எழுதுகிறார்.

வியென்னாவில் சோஷலிஸ ஜனநாயகவாதிகளுடன் பழகியபின் சோஷலிஸ்டு, கம்யூனிஸ்டுப் பிரச்சாரத்தை ஹிட்லர் வெறுக்கலானார்; கட்சியின் தந்திரங்களை முறைப்படிப் பின்பற்றியவரென்றாலும், மார்க்ஸீயத்தின் மீது உண்டான வெறுப்பு ஆயுள் முழுதும் இருந்தது. கண்டதையெல்லாம் படிக்கும் பழக்கமிருந்தும், அவர் என்றைக்கும் டாஸ் காபிடல் (மார்க்ஸ் எழுதிய பொருளாதார நூல்) புத்தகத்தைத் திறந்து பார்த்தற்கான அடையாளமே இல்லை. ஜனநாயகத்தையும், ஜனநாயக ஸ்தாபனங்களையும் அவர் வெறுப்பதும் அதைவிட ஆழத்தில் குறைந்ததன்று; வியென்னாவில் ஆஸ்திரியச் சட்ட சபைக் கூட்டத்தைக் கண்டபோது ஏற்பட்டதே இவ்வெறுப்பு; அதைத் திறமையற்ற முறையென்று அவர் கருதினார்.

கடைசியில், சகிக்கவொண்ணாத வியென்னாவின் சர்வ சமரசக் காற்றை உட்கொள்ள விரும்பாமல், **1921**-ல் மூனிக்கில் ஹிட்லர் குடியேறினார். 'முழு ஜெர்மன் நகரம்' என்று அதைக் கொண்டாடினார். இரண்டாண்டுகள் முடிந்தன; உலக யுத்தம் வந்தது; அவர் நெஞ்சில் ஆனந்தம் பொங்கியது. பவேரியப் பட்டாளத்தில் சிப்பாயாகச் சேர்ந்தார். போர் முடிவதற்குள் காயமடைந்தார்; விஷக் காற்றுப் பிரயோகத்திற்குள்ளாலனார்; இரண்டு தடவை ராணுவச் சின்னங்கள் சூட்டப் பெற்றார்; 'கார்ப்பொரல்' அந்தஸ்துக்கு உயர்த்தப்பட்டார். ஜெர்மனியின் தோல்வி கண்டு விசனமடைந்தார். அவர் மனத்தில் ஆத்திர முண்டாயிற்று. எல்லாம் இந்த யூதர்களும், மார்க்ஸீயர்களும், சமாதானவாதிகளும் சேர்ந்து கொணர்ந்த தோல்வி என்று நம்பலானார். போருக்குப் பிறகு ஜனநாயக ஜெர்மன் அரசாங்கம் அமைக்கப்பட்டதும் அவருக்குக் கோபத்தையும், மனக்கசப்பையும் உண்டாக்கி விட்டது. அப்போதுதான் அரசியல்வாதியாவதென ஹிட்லர் உறுதி பூண்டார்.

முனிக்கிற்குத் திரும்பிய பிறகே, ஹிட்லர் அரசியலில் பிரவேசித்தார். சிறிது காலம் ராணுவம் அல்லது வேஹர்மாட்டின் ரகசிய அரசியல் ஆள்காட்டியாகச் சம்பளத்துக்கு வேலை பார்த்தார். சிறு கோஷ்டியாகவிருந்த ஜெர்மன் பாட்டாளிகள் கட்சியில் சேருமாறு அழைக்கப் பெற்று, அங்கத்தினராக இருக்கச் சம்மதித்தார்; இக்கட்சியே தேசீய சோஷலிஸ்டு ஜெர்மன் பாட்டாளிகள் கட்சியென மறுபெயர் பூண்டு, நாஜிக் கட்சிக்கு வித்தாகியது. குறுகிய காலத்திற்குள்ளாகவே, உட்புற சூழ்ச்சிகள் மூலம் ஹிட்லர் இந்த ஸ்தாபனத்தின் மீது கெடுபிடியான ஆதிக்கத்தைப் பெற்றார். அங்கத்தினர்களின் வாக்குகளைக் கொண்டு, கட்சியில் முடிவுகளைச் செய்யும் அறிவில்லாத' முறையை ஒழித்தார். ஹிட்லரின் தலைமையில் உருவான கட்சியில் வேலைத்திட்டம், பாட்டாளி மக்களின் ஆதரவைப் பெறுவதும், 'சர்வதேச விஷப்பூண்டுகளை' அழிப்பதும், சட்டசபைகளை ஒழிப்பதும், தலைவர் அல்லது ஃப்பூரருக்குக் குருட்டு நம்பிக்கையுடன் மறு கேள்வியின்றி கீழ்ப்படிவதுமாகும்.

1923-இல், ஸ்டிரெலிமான் மந்திரிசபை ஆட்டங் கண்டது; கட்சியில் 27,000 அங்கத்தினர்களின் பலமும், ஜெனரல் லுடென்டார்ஃப் தலைமையில் ராணுவ சூழ்ச்சிக் கும்பலின் ஆதரவும் இருக்கக் கண்ட ஹிட்லர், அதிகாரத்தைக் கைப்பற்று வதற்கான தருணம் வந்துவிட்டதென்று முடிவு செய்தார். மூனிக்கில் பெயர்பெற்ற பீர்க் கடைப்புரட்சியை நடத்துமாறு தம் சீடர்களை ஏவினார். ஆனால் இம் முயற்சி அடியோடு பிசு பிசுத்தது. ஹிட்லரின் ஆதரவாளரில் 16 பேர் நடுத்தெருவில் சுட்டுத் தள்ளப்பட்டனர். ஹிட்லருங் கூடக் கைது செய்யப்பட்டார்; அவருக்கு ஐந்தாண்டுச் சிறைத் தண்டனை விதிக்கப்பெற்றது. பின்னர் இத் தண்டனை ஒரு வருஷமாகக் குறைக்கப்பட்டது.

லாண்ட்ஸ்பர்க்கிலுள்ள பவேரியச் சிறையில், கைதியாக இருந்த காலத்தில்தான், தமது சுயசரிதையை எழுதுவதற்கான ஓய்வு அவருக்கு வாழ்நாளில் முதல் தடவையாகக் கிடைத்தது. உண்மையில், 'மைன் காம்ப்' எழுதப்பெற்ற நூல் என்பதை விட, உரையாடல் நூல் எனில் பொருந்தும். சிறையில் ஹிட்லரின் ஆப்த சீடர் ருடால்ப் ஹெஸ் உடனிருந்தார். இந்நூலின் முதல் பாகம் ஹெஸ்ஸிற்கு நேராகச் சொல்லப் பெற்றது; அவர் அதைத் தட்டெழுத்தில் வடித்தெடுத்தார். மூனிக் கலகத்தில் உயிர்துறந்த பதினாறு நாஜிகளுக்கும் இந்நூல் அர்ப்பணம் செய்யப்பட்டது; 'பொய்கள், மடமை, கோழைத்தனத்தை எதிர்த்து நாலரை ஆண்டுப் போராட்டம்' என்ற மகுடத்துடன் நூல் விளங்கியது. இரண்டாம் பாகம் 1926-இல் பெர்க்டெஸ்காடெனில் (Berchtesgaden) பூர்த்தி செய்யப்பட்டது.

மைன் காம்பின் உள்ளுறைகளைப் 'பத்து சதவிகிதம் சுயசரிதம்; 90 சதவிகிதம் கொள்கைப் பிடிவாதம்; நூற்றுக்கு நூறு பிரச்சாரம்' என்று ஆட்டோ டாலிஸ்கஸ் (Otto Tosischus) வர்ணித்தார். நியாயமான விமர்சனம். உயர்ந்த பண்பாடுடைய நாடொன்றின் உணர்ச்சிகளை, இத்தகைய நயமில்லாத, சுற்றி வளைக்கும், நல்லெழுத்தல்லாத, முரண்பாடான, சொன்னதையே பன்னிப் பன்னிச் சொல்லும் நூல் கவர்ந்ததென்பது, இன்று நம்ப முடியாததாக இருக்கிறது. ஆனால் ஆணைப்படியன்றோ நிலைமை

அமைந்தது! லட்விக்லோரியின் பின்வரும் விமர்சனமும் அறிவூட்டுவதாக உள்ளது :

“பாஸிச விஷக் கிருமிகளுக்கு அபாயகரமாக இடந் தரக்கூடியதாகவுள்ள மனோநிலையில், **1933**-இல் ஜெர்மன் மக்கள் இருந்தனர். சகஜ வாழ்க்கையையும், தேசீயத் தன் மதிப்பையும் திரும்பப் பெற வேண்டுமென்று அவர்கள் முயன்றனர்; ஆனால் வெறுப்பும், குருட்டுத்தனமான தப்பபிப்ராயமும் தங்களுக்கு முட்டுக்கட்டையாக நிற்கக் கண்டனர். பெரும் நாடுகள் யுத்த நஷ்டஈடுகளில் மட்டுமே அக்கறை காட்டின. ஜெர்மன் தொழிலாளர் நலக்கட்சிகள் உதவியிருக்கக் கூடும்; ஆனால் அவை ஒன்றுக்கொன்று சச்சரவிட்டுக் கொண்டு, ஆறு முகாம்களாகப் பிரிந்து கிடந்தன. இவையெல்லாம், ஒரு நூற்றாண்டுக் காலமாக இருந்துவந்த மிகுதியான தேசிய உணர்ச்சி படர்ந்த நிலைக்களனில் நிகழ்ந்தன. அரசியல் சுதந்திரமெனில் சண்டைகளும், ரத்தக் களறியும் என்று பொருள் கொள்ளும் நிலையில் இருந்தமையின், ஒழுங்கும், பாதுகாப்புமே அதிக முக்கியமாகத் தோன்றும் எல்லையை ஜெர்மன் மக்கள் அடைந்திருந்தனர். ஹிட்லர் இதையெல்லாம் புரிந்து கொண்டு, தம் நோக்கங்களை ஈடேற்றிக் கொள்வதற்குப் ஈடேற்றிக் கொள்வதற்குப் பயன்படுத்திக் கொண்டார். இணையற்ற ஸ்தாபனத் திறனும், பிரசாரத்திறமையும், அவருடைய இயக்கங்களுக்கு நிதி உதவி புரிவதற்குப் பெருந்தொழில் அதிபர்கள் தயாராக இருந்ததும் அவருக்குத் துணைபுரிந்தன. ஸ்தாபிக்கப்பட வேண்டியதுதான் தாமதம்; பின்னர் பாஸிஸத் தலைமையை நிலைநாட்டுவதை, அதிகாரத்திற்கு மரியாதை காட்டும் ஜெர்மன் மக்களின் உடன்பிறந்த சுபாவம் சுலபமாக்கி விட்டது.

‘மைன் காம்’பின் ஒரே பல்லவி இனம், இனத் தூய்மை, இனமேன்மை என்பதே; இவை திரும்பத் திரும்ப வந்தாலும், இனம் என்பதற்கான இலக்கணத்தை ஓரிடத்திலாவது கூற ஹிட்லர் முயலவில்லை. மனித இனம் மூன்று வகையாகப் பிரிந்துள்ளதென்று அவர் சொல்கிறார்; நாகரிக சிருஷ்டியாளர்களில் ஒரே ஒரு வகைதான் உண்டு; அவர்கள் ஆசிரியர் அல்லது நார்டிக் (அதிலும் குறிப்பாக ஜெர்மானியர்); நாகரிகத் தூதர்கள் ஜப்பானியர்

போன்றவர்கள்; நாகரிக நாசகாரிகள்; உதாரணமாக, யூதர்களும் நீக்ரோக்களும். தனி நபர்கள் எவ்விதம் சரி சமமானவர்களல்லரோ, அதைவிட எல்லா இனத்தினரும் சமமானவர்களாக இருக்க வேண்டுமென்ற உத்தேசம் இயற்கையில் எப்போதும் இருந்ததில்லை என்று ஹிட்லர் உரிமையாடுகிறார். பிறரைக் காட்டிலும் சிலர் உயர்ந்தவர்களாகச் சிருஷ்டிக்கப்பட்டனர். உலகிலேயே சக்தி வாய்ந்த இனமான ஜெர்மானியர்கள், பூமியிலுள்ள கீழ்த்தர இனங்களை யெல்லாம் ஆள வேண்டும். 'கீழ்த்தர' இனங்கள் பற்றிய ஹிட்லரின் கருத்துகளை 'மைன் காம்'பின் சில பிரத்தியேகமான வாசகங்கள் விளக்கிக் காட்டும். ஆஸ்திரிய சாம்ராஜ்யம் பற்றி எழுதுகிறார்:

"செக், போல்" ஹங்கேரியர், ருதேனியர், ஸெர்புகள், குரோட்டுகள் கலப்புப் பூராவும், யூதர்களும், மேன்மேலும் வளரும் அழிவில்லாத மனிதக் காளான்கள். இவர்கள் எங்கும் காணப்படுவது சகிக்கக் கூடவில்லை. இத்தலைநகரம் காட்டிய இவ்வினங்களின் கதம்பம் என்னால் சகிக்க முடியவில்லை!

ஆப்பிரிக்கர்கள் பற்றி :

"...உயர்தரக் கலாச்சார இனத்தைச் சேர்ந்த லட்சக் கணக்கான அங்கத்தினர்கள் முற்றும் தகாத பதவிகளில் ஸ்திரமாக இருக்க வைத்துவிட்டு, அரைக் குரங்குப் பிறவியை வக்கீலாக்கி விட்டோமென்று மக்கள் நினைக்கும் வரையில், குரங்குப் பிறவிக்குப் பயிற்சி அளிப்பது குற்றமும், பைத்தியக்காரத்தனமுமாகும் ஹாட்டன் டாட்டுகளையும், ஜூலு காபிரிகளையும் அறிவியல் தொழில்களுக்குப் பயிலுவிப்பதும், இப்போதைய மக்களாதிக்கச் சேற்றில் நூறாயிரக் கணக்கில், ஆண்டவன் மிகுந்த அறிவுக் கூர்மையுடன் பிறப்பித்த ஜீவன்கள் சீரழியும்படி அநுமதிப்பதும், அழிவில்லாச் சிருஷ்டி கர்த்தாவின் சங்கற்பத்துக்கெதிராக இழைக்கும் பாவமாகும்."

"ஹிந்து தேசியவாதிகள் எவ்விதப் பிரத்தியட்ச நோக்கு நிலைக்களனுமின்றி, தனிப்பட்ட முறையில் பேச்சு வளர்த்தும் ஆடம்பரவாதிகளாக எப்போதுமே என்னைக் கவர்ந்தனர்."

அவர்கள் ஜெர்மனியில் பிறந்தவராயினும், ஜெர்மன் மொழி பேசுவோராயினும் போல்கள், செக்கர்கள், யூதர்கள், நீக்ரோக்கள், ஆரியர்கள் ஜெர்மன் பிரஜா உரிமைக்குத் தகாதவர்களாகக் குவிக்கப் பட்டுள்ளனர்.

பிரான்ஸிடம் தனிப்பட்ட வெறுப்புக் காட்டுகிறார் :

".....இனமுறையில் ... ஐரோப்பிய மண்ணில் ஓர் ஆப்பிரிக்க அரசாங்கம் எழும்பி வருகிறதென்று நாம் உண்மையிலேயே பேசும் வகையில், நீக்ரோ மயமாக்குவதில் பெரும் முன்னேற்றம் கண்டு வருகிறது பிரான்ஸ். இன்றைய பிரான்ஸின் காலனியாட்சிக் கொள்கையை முன்னாளைய ஜெர்மனியின் காலனி ஆட்சி முறையுடன் ஒப்பிடுவதற்கில்லை. இப்போதைய தோரணையிலேயே பிரான்ஸின் அபிவிருத்தி இன்னும் முந்நூறு ஆண்டுகளுக்கு நீடிக்குமானால், வளரும் ஐரோப்பிய - ஆப்பிரிக்க இனக் கலப்பில், கடைசித் துளிப் பிரெஞ்சு ரத்தமும் மூழ்கி விடும்.

யூதர்களைத் தாக்குவதில்தான் ஹிட்லரின் இன வெறுப்பு அதன் வெறிச் சிகரத்தை எட்டுகிறது; உதாரணமாக, இவ் வாசகத்தைக் காணலாம் :

"இதிலெல்லாம் யூதச் சிந்தனையின் போக்கு தெளிவாக இருக்கிறது. ஜெர்மனியைப் போல்ஷ்விக் மயமாக்குவது, அதாவது, யூத உலக நிதி நுகத்தடியின் கீழ், ஜெர்மன் பாட்டாளி மக்களின் உழைப்பைச் சாத்தியமாக்கும் வகையில், தேசீய கிராமிய யூத அறிவினத்தை ஒழிப்பது - உலக ஆதிக்கத்துக்கான யூதப் போக்கை மேலும் விரிவமைப்பதற்காகக் கருதப்பட்ட பூர்வாங்கமேயாம். இந்தப் பலமான போராட்டத்தில் ஜெர்மனியே பெரும் நடு மையம்; இது வரலாற்றில் அடிக்கடி கண்டதே. நம் மக்களும், நம் அரசாங்கமும், பல நாடுகளின் யூதக் கொடுங்கோலரின் ரத்த வெறிக்கும் பேராசைக்கும் பலியாகிவிட்டால், பூவுலகு முழுதும் இந்த இப்பெருங்கடல் மண்டலியின் (Octopus) வலைகளில் சிக்கிவிடும்; இவ்வாலிங்கனத்திலிருந்து ஜெர்மனி தன்னை விடுவித்துக் கொள்ளுமாயின், நாடுகளுக்கெல்லாம் பெருங்கேடெனத் தகும் ஒன்று, உலகம் முழுமைக்கும் தகர்க்கப்பட்டதாகி விடும்...'

"பொதுவாக, யூதர்கள் எப்போதும் பல்வேறு தேசீய ஸ்தாபனங்களுக்குள் இருந்துகொண்டுதான் போரிடுவார்கள்; இந்நாடுகளின் நன்கறிந்த அடிப்படையில், மிகவும் பயனளிக்கத் தக்கதும், மாபெரும் வெற்றியை உறுதி செய்வதுமான ஆயுதங்களைக் கொண்டு போரிடுவார்கள். ரத்த இனம் சம்பந்தமாக மிகப் பிளவுள்ளதும், அதனால் ஏறக்குறைய பல இனச் சேர்க்கை உள்ளதும், இவ்வுண்மையினின்றும் சமாதான லட்சியக் கருத்துகள் தோன்றுவதாக உள்ளதுமான நமது தேசிய ஸ்தாபனம் இருக்கிறது; அடுத்தடுத்து ஒவ்வொரு ராஜ்யமாக, தங்களுடைய சாசுவத யூத சாம்ராஜ்யத்தின் ஆதிபத்திய உரிமையை நிலை நாட்டக்கூடிய கற்குவியலாக்கும் வரையில், அவர்களுடைய ஆதிக்கப் போராட்டத்தில் இந்தச் சர்வதேச மனப்பான்மையை அவர்கள் உபயோகித்து வருவார்கள்.

"ஆரிய இனத்தின் (அதாவது ஜெர்மன் ஆளும் இனம்) தெள்ளத் தெளிவான தூய்மையைக் காக்கும் பொருட்டு, கீழினத்தின் கலப்பைக் கொண்டு, 'சண்டாளத்துவம்' செய்யக் கூடாது. ரத்தக் கலப்பும், இனத்தூய்மை இழந்தமையுமே முன்னாளில் பெரும்பாலும் பேரரசுகள் அழிந்தொழிவதற்குக் காரணமாக இருந்தன. "இப்படி ஹிட்லர் அழுத்தந்திருத்தமாக இயம்புகிறார்: "இத்தகைய விபரீதத்தைத் தடுக்கத் தலையிடுவது அரசாங்கத்தின் கடமையாகும். தங்களுடைய உரிமைகள் பறி போவதாகக் 'கோழைகளும், பலமற்றவர்களும்' ஆட்சேபித்த போதிலும், "மனித இனம் அதன் உயர்ந்த முன்னேற்ற நிலையை அடையும் பொருட்டு, நாட்டின் ரத்தத்தின் தூய்மையைக் காப்பது அரசாங்கத்தின் கட்டாயக் கடமையாகும். இன வெட்கக்கேட்டின் படுகுழியிலிருந்து திருமண முறையை அரசாங்கம் உயர்த்த வேண்டும்; மனிதர்களுக்கும், குரங்குகளுக்கும் கலப்பினால் உண்டான கோரங்கிகளுக்குப் பதில், ஆண்டவன் வடிவங்களைப் பிறப்பிக்கும் முறையாகத் திருமணங்களைப் புனிதப்படுத்த வேண்டும்."

எல்லோரையும் விட 'ஆரிய இனம்' இயற்கையாகவே மேம்பட்டதென்ற நம்பிக்கை வெறியாகியதால், அதன் சொந்த நலனைக் கருதி, மற்ற எல்லா இனத்தவரையும் வெல்வதும்,

சுரண்டுவதும், உரிமையற்றவராக்குவதும் அல்லது ஒழிப்பதும் ஆளும் இனத்தின் கடமையும், தனி உரிமையுமாகுமென்று ஹிட்லர் பிரச்சாரம் செய்தார். ஜெர்மனி ஜன நெருக்கமிக்கது; அதனால் லெபென்ஸ்ராம் அல்லது அதிக வாழ்வெளி வேண்டும்; ஆதலால், மாபெரும் நார்டிக் வல்லரசு என்ற வகையில், ஸ்லாவிய நிலங்களைப் பறிப்பதும், ஸ்லாவியரை ஒழிப்பதும், அந்நிலங்களில் ஜெர்மானியரைக் குடியேற்றுவதும் ஜெர்மனியின் உரிமையாகும். மேம்பட்ட இனம் பரவுவதாலும், உதிரியாகவுள்ள ஜெர்மானிய மக்கள் ஒரே ஆட்சியின்கீழ் ஒன்றுபடுவதாலும், நாளாவட்டத்தில் எல்லா மனிதவர்க்கத்துக்கும் நன்மை உண்டாகும். "இப்பூ மண்டலத்தில் போதிய பெருநிலம் இருந்தால் மட்டும், ஒரு நாட்டுக்குச் சுதந்திரமான வாழ்க்கை உத்தரவாதமாகி ஜெர்மனி ஒன்று, உலக வல்லரசாக வேண்டும்; இல்லையேல், ஜெர்மனியே இராது."

ஹிட்லர் உருவகப்படுத்திய பெருவாரி விஸ்தரிப்பு முக்கியமாக, ரஷியாவுக்கு நஷ்டமுண்டாக்கியே நடக்கவல்லது. ஆராப் பசியுடன் கிழக்கில் நோக்கினார்: 'எல்லையில்லா மூலப் பொருள்வளம் படைத்த யூரலும், எல்லையில்லா தானியக் கழனிவளம் படைத்த உக்ரேனும் ஜெர்மனி எல்லைக்குள் இருந்தால்' எதையெல்லாம் சாதிக்கலாமென்பதைப்பற்றிக் கற்பனை செய்து பார்த்தார். போல்ஷ்விக் தலைவர்களிடமிருந்து ரஷியமக்களை மீட்பது ஜெர்மனியின் கடமை. "இன்றைய ஐரோப்பாவில் நிலமென்று நாம் பேசப் புகின், ரஷியாவும், அதன் அடிவருடி அண்மை நாடுகளுமே மனத்தில் முதலெடுப்பில் தோன்றும். இங்கு விதியேதான் நமக்குச் சமிச்ஞை காட்ட விரும்புவது போன்றிருக்கிறது. முன்னாளில் ரஷியா ஓர் அரசாங்கமாவதற்கும், அரசாங்கமாக உயிர்தழைத்திருப்பதற்கும் உத்தரவாதமாக இருந்த அறிவினம், ரஷியாவை போல்ஷ்விஸத்துக்கு ஒப்படைத்ததன் மூலம், ரஷியாவிடமிருந்து பறி போயிற்று- கிழக்கிலுள்ள ராட்சஸ சாம்ராஜ்யம் அழிவதற்கெனப் பக்குவத்தை அடைந்துள்ளது" என்று ஹிட்லர் தொடர்ந்து கூறியிருக்கிறார்.

படையெடுப்பதற்கு அதிகாரந்தான் தக்க நியாயமாகும் என்று ஹிட்லர் சொன்னார்.

“இப்பூவுலகில், மேம்பட்ட விருப்பம் அல்லது மேம்பட்ட உரிமைபலத்தின் அடிப்படையில், எந்த மக்களும் ஒரு சதுர கஜம் நிலப்பிரதேசத்தைக் கூடப் பெற்றிருக்கவில்லை... அரசாங்க எலைகளை ஆக்குவதும் மனிதன்; அழிப்பதும் மனிதன். ஒரு நாடு நடைமுறையில், அதை நெடுங்காலத்துக்கும் அங்கீகரிக்க வேண்டுமென்ற பெருங்கடமையை உண்டாக்கி விடாது. அதிக பட்சம் படை கொண்டவர்களின் பலத்தையும் நாடுகளின் பலத்தையுமே ருசுப்பிக்கும். ஆகையால், இவ்விவகாரத்தில், இப்பலத்தில் மட்டுமே உரிமை குடிகொண்டிருக்கிறது.

ஜெர்மனியின் அதிவேகமான மக்கள்தொகை அதிகரிப்புக்குத் தீர்வு காண்பதில், பிரதேச விஸ்தரிப்பு முறையைத் தவிர வேறு சாத்தியமான வழிகள் இருப்பதையும் ஹிட்லர் அறிந்திருந்தார். அதற்குள்ள ஒரு மாற்று வழி பிறவிகளைக் கட்டுப் படுத்துவதற்கான கர்ப்பத் தடைமுறை; ஆனால் ஆளும் இனத் தத்துவத்துக்கு இணக்கமான வழியல்லவாதலால், அது தள்ளுபடியாகும். மற்றொன்று, யுத்தத்திற்கு முந்தியிருந்த ஜெர்மன் ஆட்சியாளர்கள் பின்பற்றியதாகும். அதாவது, அயல் நாடுகளில் விற்பதற்காகத் தொழிற்சாலை உற்பத்திகளை விஸ்தரிப்பதாகும்; அதாவது, அதிகரித்த அளவில் தொழில் மயமாக்குவதாகும்; ஆனால் ஜெர்மனி தன்னுடைய உணவை தானே தேடிக் கொள்வதாகவும், தன்னிறைவு எய்துவதாகவும் இருக்க வேண்டுமென்று விரும்பிய ஹிட்லருக்கு இத்தீர்வும் ஏற்கத் தக்கதன்று. மேலும், பெரிய தொழிற்சாலைகள் முறையின் விளைவாக, பெருவாரியான நகரக் குடிமக்களின் ஆதிக்கம் உண்டாவதை மிகவும் உக்கிரமாக உக்கிரமாக ஹிட்லர் எதிர்த்து வந்தார். ஏற்கனவே கைவசமுள்ள நிலத்தில் உற்பத்தி திறனை அதிகரிப்பது மூன்றாவது தீர்வு வழியாகும்; ஆனால் இது ஓரளவுக்குத் தற்காலச் சாந்தியாகவே இருக்குமென்று ஹிட்லர் வாதித்தார். ஒரே ஒரு பிரத்தியட்சத் தீர்வுதான் உண்டு என அவர் முடிவு செய்தார்; இப்போதைய எல்லைகளுக்கப்பால் ஜெர்மனி புது நிலப்பரப்பைப் பெற்று, இன்னும் அதிகமான ஜெர்மன் மக்கள் நிலத்தை அண்டி வாழ வழி செய்வதை உண்மைப் பரிகாரமென முடிவு செய்தார்.

மக்கள் தொகை, நிலப்பரப்பு சம்பந்தமான ஹிட்லரின் நெடுங்காலக் குறிக்கோள்கள் இப்பாராவில் சுருக்கமாக அமைந்துள்ளன; “இன்று ஐரோப்பாவில் நாம் எட்டுக் கோடி ஜெர்மனியர்கள் இருக்கிறோம். ஏறக்குறைய நூறு ஆண்டுகளுக்குப் பின்னால், உலகின் மீதிப் பகுதிகளுக்கு உழைத்துக் கொண்டு, தொழிற்சாலைக் கூலிகளாக பட்டிகளில் அடைபடுவதுபோல் இராமல், தங்கள் உழைப்பு மூலம் பரஸ்பரம் வாழ்வை உறுதி செய்யும் குடியானவர்களாகவும், தொழிலாளிகளாகவும், இக்கண்டத்தில் 25 கோடி ஜெர்மன் மக்கள் வாழ்வதற்கு வழி இருந்தால் மட்டுமே இந்த அயல் நாட்டுக் கொள்கை முறையானதென்று அங்கீகரிக்கப்படும்.”

சுருங்கக் கூறின், அடுத்த நூறு ஆண்டுகளில் ஜெர்மன் மக்கள்தொகை மும்மடங்கு மேலாகி விடுமென்றும், அப்போது கிடைப்பதைக் காட்டிலும் இரு மடங்கு நிலத்தைத் தலைக்குப் பெற நேருமென்றும் ஹிட்லர் எதிர்பார்த்தார். ‘ராணுவ-பூகோளத்துவ’ காரணங்களுக்காக, விரிவான நிலப்பரப்பில் மக்கள் தொகை அமைவதென்ற கருத்தும் ஹிட்லரைப் பெரிதும் கவர்ந்தது; ஏனெனில், எதிரியின் தாக்குதலுக்கு இலக்காவது குறையும். (மக்கிண்டர் - ஹாஷாபர் கருத்தின் சாயல்)

ஹிட்லர் தமது வானளாவும் பேராசையில் எழுந்த குறிக்கோள்களை எய்துவதற்கு மூன்று முறைகளைப் பின்பற்றக் கருதினார் : பிரச்சாரம், ராஜதந்திரம், படைபலம். நாஜிகளின் மிகவும் பயனுள்ள, வெல்வதற்கரிய ஆயுதங்களில் ஒன்றெனப் பிரச்சார நுட்பத்தை ஹிட்லர் நம்பியது மிகவும் பொருந்தும்; பிரச்சார நுணுக்கங்களை விவாதிக்கும்போது இருப்பதைப் போல், தம் உள்ளத்தையும், தம் தந்திரங்களையும் வேறெங்கும் மைன் காம்ப்பின் ஆசிரியர் பெரிதும் வெளிக்காட்டவில்லை எனலாம். “நவீன வரலாற்றில் பிரச்சாரத்திலும், ஸ்தாபன வியலிலும் தலைசிறந்த நிபுணர் ஹிட்லர்தான் போல் இருக்கிறது” என்று மாக்ஃலெர்னர் எழுதினார். “அவருக்கு இணையான வரைக் காண வேண்டுமெனில், மீண்டும் லயோலா, ஏசுதாஸர்கள் காலத்துக்குத் திரும்ப வேண்டியதுதான்” என்று அதோடு சேர்த்திருந்தார்.

பிரச்சாரக் கலையில், தம்முடைய அறிவைப் பூரண பக்குவம் செய்து கொள்வதற்காக, மார்க்ஸீயர்களின் பிரச்சாரக் கலை, கத்தோலிக்கத் திருச்சபையின் ஸ்தாபனம், முறைகள், முதல் உலகப் போர்க்காலத்திய பிரிட்டிஷ் பிரச்சாரம், அமெரிக்க விளம்பரக் கலை, ஃப்ராய்டிய உளவியல் முதலியவற்றை ஹிட்லர் ஆராய்ந்தார். அவர் எழுதினார்:

"பிரச்சாரத்தின் வேலை... பலதரப்பட்ட மக்களின் உரிமை களைச் சீர்தூக்கிப் பார்த்து, யோசித்துக் கொண்டிருப்பதன்று; எதற்காக வாதாட முனைகிறதோ, அந்த ஒரே உரிமையை மட்டும் தனியாக வற்புறுத்திக் கொண்டிருப்பதேயாகும். அது எந்த அளவுக்கு எதிரிக்குச் சாதகமாக இருக்கிறதோ, அந்த உண்மையை யதார்த்த நோக்குடன் ஆராய்ந்து கொண்டு, தத்துவ விசார நியாயத்துக்காக அதை மக்கள் முன்னிலையில் சமர்ப்பிப்பது அதன் வேலையன்று; நமது சொந்த உரிமைக்காக இடைவிடாமலும், இடங்கொடாமலும் பாடுபடுவதே அதன் வேலை போர் அனர்த்தம் தோன்றியதற்கு ஜெர்மனியை மட்டும் பொறுப்பாளி யாக்கக் கூடாதென்ற நிலையிலிருந்து யுத்தக் குற்றத்தைப் பற்றி விவாதிப்பது முற்றும் தவறு; உள்ளது உள்ளபடி நடந்த உண்மைத் தகவல்களுக்கு உண்மையில் பொருந்தாவிட்டாலும், பழியில் ஒவ்வொரு துளியையும் பகைவன் மீது சுமத்துவதுதான் சரியானது... படித்த இளங்கனவான்களுக்குச் சுவாரசியமான பொழுதுபோக்கை உண்டாக்கித் தருவது பிரச்சாரத்தின் நோக்கமன்று; ஆனால் நம்பிக்கையூட்டுவது அதாவது பொதுமக்களுக்கு நம்பிக்கை யுண்டாக்குவது என்பதுதான் நான் சொல்வதற்குப் பொருள்."

மும்முரமாகவும், பன்னிப்பன்னியும் (பிரசாரம்) செய்வதன் முக்கியத்துவமும் வற்புறுத்தப்பட்டது.

"வெகுஜன மக்களின் விஷய ஏற்புத்திறன் மிகக் குறைவு; அவர்களுடைய அறிவும் சிறிது; ஆனால் அவர்களுடைய மறதியோ பெரிது இவைகளையெல்லாம் உத்தேசித்து, திறமையான பிரச்சாரம் எல்லாம் ஒரு சில தகவல்களுக்குள் அடங்குவதாக அமைய வேண்டும்; உங்கள் கோஷத்தின் மூலம் ஒருவர் எதை அறிந்து கொள்ள வேண்டுமென்று விரும்புகிறீர்களோ, அதைப் பொது ஜனத்தின் கடைக் கோடியிலுள்ள கடைசி மனிதன் புரிந்து

கொள்ளும் வரையில், திரும்பத் திரும்பச் சொல்லிக் கொண்டிருக்க வேண்டும். இந்த கோஷத்தை நீங்கள் கைவிட்டு, பல விஷயங்களைச் சொல்ல முயல ஆரம்பித்தவுடன், பலன் கரைந்து போகும்; ஏனெனில், சொல்லப்படும் விஷயத்தை ஜீரணித்துக் கொள்ளவோ அல்லது நினைவு வைத்துக்கொள்ளவோ கூட்டத் தினால் முடியாது. இவ்வகையில் கோரிய பலன் ஊனமடைந்து, கடைசியில் அடியோடு மறைந்துவிடும்.

"சுவர்க்கம் நரகமென்றும், நரகம் சுவர்க்கமென்றும் மக்கள் நம்பும்படி, அறிவுடனும், இடைவிடாமலும் இயங்கும் பிரச்சாரத்தின் மூலம் செய்வது சாத்தியம்" என்ற ஹிட்லரின் வாக்கியம், பிரச்சாரத்தில் அவருக்குள்ள நம்பிக்கையை விளக்குவதாகும். மிகவும் சிறிய அறிவுக்கும் எட்டுவதாக அதன் மகத்தான சக்தி வாய்ந்த பிரச்சாரம் அமைய வேண்டும்; "எப்போதும் உணர்ச்சிகளையே முக்கியமான குறியாக வைத்துக் கொள்ள வேண்டும்; மனிதருக்கு இருப்பதாகச் சொல்லப்படும் பகுத்தறிவை மிகக் குறைவாகவே நாட வேண்டும். "சுவரொட்டி விளம்பரம் கலைக்கு எவ்விதம் சம்பந்தப்பட்டதில்லையோ, அதைவிட விஞ்ஞான முறை கறார் நிலையுடன் அதிக சம்பந்தமுடையதல்ல பிரச்சாரம்... எவ்வளவுக்கெவ்வளவு அதிகமான, மக்களுக்கு எட்ட வேண்டுமென்று எண்ணுகிறோமா, அவ்வளவுக்கவ்வளவு அதன் அறிவு அளவும் குறைவாக இருக்கவேண்டும்."

சில மனத்தத்துவ ஜாலவித்தைகளும் பிரசாரகனுக்கு உபயோகமானது. உதாரணமாக, காலை வேளைகளில், பெரும் ஜனத்திரளை வேறொரு கருத்துக்கு மாற்றுவதற்கு முயலக்கூடாது. மங்கலான வெளிச்சம் உபயோகமானது; ஆகையால், மாலை வேளைகளில், மக்கள் களைப்படைந்து, எதிர்ப்புத் திறன் மிகவும் குறைவாக இருக்கும்போது, அவர்களுடைய உணர்ச்சி பூர்வமான முழுச் சரணாகதியைப் பெறுவது மிக எளிது. மற்றொரு சக்தி வாய்ந்த கருவி, பொதுஜனங்களின் மொத்தக் கருத்துணர்த்தலாகும்; அணிவகுப்புகளிலும், கண்கவர் ஆர்ப்பாட்டங்களிலும் பொதுமக்கள் பங்குபெற்றும் வாய்ப்புக் கிடைக்கும் போது

வெகுஜனக் கருத்துணர்த்தல் நிகழ்கிறது; இது நாஜி ஆட்சியின் ஓர் எடுப்பான அம்சம் ஆகும். ஹிட்லரே பின்வருமாறு சொல்கிறார் : ... இந்தப் பிரம்மாண்டமான வெகுஜன ஆர்ப்பாட்டங்கள், நூற்றாயிரக் கணக்கான மனிதர்களின் அணிவகுப்புகள், சிறிய கேவலமான தனிநபர் உள்ளத்தில், அவன் சிறு புழுவாயினும், மாபெரும் யாளியில் ஓர் உறுப்பே என்ற பெருமித நம்பிக்கை கொழுந்துவிடச் செய்கிறது; மாபெரும் யாளியின் அனல் கக்கும் மூச்சுக் காற்றில் வெறுக்கத்தக்க பிரபுத்துவ உலகம் ஒருநாள் எரிந்து சாம்பலாகுமென்றும், வெகுஜன சர்வாதிகாரம் அதன் இறுதியான வெற்றியை முடிவில் கொண்டாடுமென்றும் தனிநபர் உள்ளத்தில் பெருமித நம்பிக்கை எழும்.

பொதுமக்களிடம் ஹிட்லருக்குள்ள பெரும் அலட்சியம் மீண்டும் மீண்டும் தலைதூக்குகிறது; "மூளையில்லாத ஆட்டு மந்தை," "மடமையின் அவதாரம்" என்ற சொற்றொடர்களிலும், வெகுஜனத்தின் இழந்துள்ள மனிதவர்க்கம் சோம்பலும், கோழைத் தனமும், பெண்மையும் வீண் உணர்ச்சியும், பகுத்தறிவுள்ள சிந்தைத் திறனின்மையும் நிறைந்ததென்று அடிக்கடி சொல்வதும் அவரது அபார அலட்சியத்தைக் காட்டும்.

ஹிட்லரின் பிரச்சாரக் கலையின் முடிவானது, பெரும் பொய்த் தத்துவமேயாகும். "பொய்யின் மகத்தான மகிமை, அதை நம்பச் செய்வதிலுள்ள அம்சமேயாகும்" என்ற தத்துவம் முழுவதும் சரியானது என்று ஹிட்லர் எழுதியுள்ளார்... பொதுமக்களின் இயற்கையான எளிமை காரணமாக, சிறு பொய்யை விடப் பெரும் பொய் மிகவும் பலன் தரத்தக்கதாகும்; ஏனெனில், அவர்கள் சாதாரணமாகச் சிறு விவகாரங்களில் பொய் சொல்லும் பழக்க முள்ளவர்கள்; ஆனால் மாபெரும் பொய்யைச் சொல்ல மிகவும் வெட்கப் படுவார்கள். ஆகையால், இவ்வளவு பெரிய பொய்யைச் சந்தேகிக்க வேண்டுமென்று வெகுஜனத்தில் பெரும்பாலோருக்குத் தோன்றாது. மேலும் உண்மையை இந்த அளவுக்குத் திரித்துவிடும் நரகாணவம் ஒருவருக்கு இருக்க முடியுமென்று பொதுமக்கள் நம்ப இயலாதவர்களாக இருப்பார்கள்." பொய் எவ்வளவுக்கெவ்வளவு பெரிதாக இருக்கிறதோ, அவ்வளவுக்கவ்வளவு பொது மக்கள் நம்புவது எளிது.

மற்றொரு பெரிய பிரச்சாரத் தத்துவம், ஒரே ஒரு பேய்தான் உண்டெனக் காட்டுவது. ஒரே சமயத்தில் வெறுப்பைக் காட்டுவதற்கு, அளவுக்கதிகமான பகைவர்களைத் தோற்றுவித்து, மக்களுக்குக் குழப்பத்தை உண்டாக்கக் கூடாது. ஒரே ஒரு பகைவனையே மும்முரமாகக் காட்டி, இந்த எதிரியிடம் மக்களுடைய வெறுப்பு முழுதும் குவியச் செய்ய வேண்டும். உண்மையில், ஹிட்லருக்கு யூதன் பிரபஞ்ச பலிக்கடாவாக இருந்தான்; ஜனநாயகம், மார்க்ஸியம், வெர்ஸெல்ஸ் சமாதான ஒப்பந்தம், பிரான்ஸ் அல்லது வேறு எந்த இலக்குக்கு எதிராக அவர் தமது வெறியைக் கொட்டிக் கொண்டிருந்தாலும், ஜெர்மனியையும், ஆரிய நாகரிகத்தையும் ஒழித்துக் கட்டத் தனது அரசுத் தந்திரத்தினால் திட்டமிட்டும், சதி செய்தும், முயன்று கொண்டும் யூதன் அதில் எப்போதும் தோன்றிக் கொண்டிருப்பான்! இந்தப் பேயாட்டத்திற்கு ஓர் உதாரணம் :

"... மிகவும் கோரமான பகைவனாக பிரான்ஸ் இருந்து வருகிறது. இம்மக்கள் அடிப்படையில் மேன்மேலும் நீக்ரோ மயமாகிக் கொண்டு வருவதாலும், யூதர்களின் உலக ஆதிக்க நோக்கங்களுடன் தொடர்பு கொண்டிருப்பதாலும், ஐரோப்பாவில் வெள்ளையர் இனம் உயிர்வாழ்வதற்கு நிரந்தர அபாயமாகும். ஐரோப்பாவின் இதய ஸ்தானம் போன்ற ரைன் (நதிப்) பிரதேசத்தில் நீக்ரோ ரத்தத்தைத் தொத்த வைப்பதானது, நம் மக்களின் பரம்பரை வைரி, பழி வாங்குவதற்காக வைத்துக் கொண்டுள்ள வக்ரமான சித்திரவதை வேட்கைக்கு மிகவும் பொருத்தமாக இருக்கிறது; மனிதருள் ஈன ஜாதியினருடன் தொத்த வைப்பதன் மூலம் ஆதிபத்திய உரிமை வாழ்வின் அடிப்படைகளை வெள்ளை இனத்திடமிருந்து பறிப்பதற்காக, அதன் ஆணி வேரிலேயே ஐரோப்பாக் கண்டத்தைக் கலப்புச் சண்டாளத்துவத்திற்குள்ளாக்க வேண்டுமென்று யூத மக்கள் நெஞ்சில் ஈரமில்லாமல் சூழ்ச்சி செய்வதற்கிணங்காகவே இது அமைந்துள்ளது."

கல்வியின் மீது அரசாங்கத்தின் கட்டுப்பாடு இருந்தால், பிரச்சாரகனின் பணிக்கு வசதியாக இருக்குமென்று ஹிட்லர் சொன்னார். அளவு மீறிய புஸ்தகப் படிப்பு தவறு. உடல்நலப் பயிற்சியும், உடல்நல வளமும் முதலிடம் பெறவேண்டும். இரண்டாவது ஒழுக்கவளம் அதிலும் முக்கியமாகக் கீழ்ப்படிதல்,

விசுவாசம், மன உறுதி, தன்னடக்கம், தியாகத் திறன், பொறுப்பில் பெருமை போன்ற ராணுவக் குணப் பண்புகள் அமைய வேண்டும். அறிவியல் செயல்களுக்கு மூன்றாவது ஸ்தானம் கிடைக்கிறது. பெண்கள், தாய்மைக்கான பயிற்சியே பெற வேண்டும். சர்வஜனக் கல்விக் கருத்து ஹிட்லருக்குக் கட்டோடு பிடிக்காது. அதன் சொந்த அழிவுக்காகத் தாராளச்சிந்தை இயக்கத்தினரால் கண்டுபிடிக்கப்பட்ட, பிரிவினை விஷமென்று ஹிட்லர் அதை வர்ணித்தார். ஒவ்வொரு வகுப்புக்கும் வகுப்பின் ஒவ்வோர் உட்பிரிவுக்கும் ஒரே ஒரு கல்வி தான் சாத்தியம். பெரும்பான்மைப் பொதுமக்கள் எழுத்தறிவின்மையின் வரப்பிரசாதங்களை அநுபவிக்க வேண்டுமென்று அவர் நினைத்தார்.

"மக்களின் உள்ளத்திலும், நினைவிலும் என்றைக்கும் அழியாதபடி திரும்பத் திரும்பச் சொல்வதன் மூலம் பொறிக்கப் பட்ட பொதுக் கருத்துகள்" ஊடுருவிச் செல்வதுடன் நிற்பதே கடைசித் தரத்தாருக்கான கல்வியாகும். எப்போதும் குழந்தை, அரசாங்கத்தின் சொத்து என்பதே வழிகாட்டிக் கொள்கையாக இருக்க வேண்டும்; எனவே அரசாங்கத்துக்கான கருவிகளைப் பயிலுவிப்பதே கல்வியின் ஒரே நோக்காக இருக்க வேண்டும்.

பொதுஜனக் கல்விபற்றிய ஹிட்லரின் கருத்துகள், பொதுவாக ஜனநாயகம் பற்றிய அவரது கருத்துக்கொப்ப உள்ளன. சந்தர்ப்பம் கிடைத்த ஒவ்வொரு சமயத்திலும், ஜனநாயக அர சாங்கத்தின் பலனின்மையை அவர் கேலி செய்தார்:

"இன்றைய மேலை நாட்டு ஜனநாயகம் மார்க்ஸீயத்தின் முன்னோடியாகும்; ஜனநாயகமில்லாத மார்க்ஸீயம் சிந்திக்க முடியாததாகும். ஜனநாயகம் இந்த உலகப் பிளேக்கிற்கு வேண்டிய கலாச்சாரத்தை ஈந்து, அதன் கிருமிகள் பரவுவதற்கு இடந்தருகிறது. அதன் மிகவும் தீவிர உருவத்தில், 'பார்லிமெண்டீயம்' ஜலமும் அனலுமான கோர சொரூபத்தைச் சிருஷ்டித்தது; ஆனால், இத்தருணத்தில் 'அனல்' எரிந்தணைந்து விட்டதென்று எனக்குத் தோன்றுவதை வருத்தத்துடன் சொல்ல வேண்டியிருக்கிறது. நாளும் நாம் மறக்கலாகாது... ஒரு விஷயமுள்ளது: அதை எந்நாளும் நாம் மறக்கலாகாது. இதில்கூடப் பெரும்பான்மையோர் என்பது எந்நாளும் மனிதனுக்குப் பதிலாக இருக்க முடியாது. இது

மடத்தனத்தின் பிரதிநிதி மட்டுமின்றிக் கோழைத்தனத்தின் பிரதிநிதியுமாகும். நூறு கோழைகளிடமிருந்து எவ்விதம் வீரத்தன முடிவு பிறக்காதோ, அதைவிட நூறு மூளையற்ற தலைகள் ஓர் அறிஞன் ஆகிவிட இயலாது."

"யூதன் தந்திரமாகப் புகுத்தும் ஏமாற்றுத் தத்துவம் - அதாவது எல்லா மனிதர்களும் சமமாகப் பிறப்பிக்கப்பட்டனர் என ஹிட்லர் ஜனநாயகத்தைக் கருதினார்; சர்வஜன வாக்குரிமையும், சமஉரிமையும் பற்றிய எந்தச் சித்தாந்தமும் பாவகரமும், அழிப்பதும்" ஆகும்.

ஜனநாயகத்திற்குப் பதில் தலைவர் சித்தாந்தத்தை ஹிட்லர் கொணர்ந்தார். மறு கேள்வியின்றிக் கீழ்ப்படிய வேண்டியவர்களெனப் பொது ஜனத்தைக் கருதி, அவர்கள் மீது தலைவர்களை ஏற்படுத்துகிறார். எல்லோருக்கும் மேலதிகாரியாக ஃபூரர்'; தம்முடைய எல்லாச் செயல்களுக்கும், அல்லது செய்யத் தவறியவைகளுக்கும் முழுப்பொறுப்பையும் ஏற்கிறார்.

மைன் காம்ப்பில் ஜெர்மனிக்கும், உலகத்துக்குமான தமது வேலைத் திட்டம் தீட்டிய ஹிட்லர், ஒரே ஒரு முக்கியமான அம்சத்தில் தவிர, அதன்படி தவறாமல் விசுவாசத்துடன் நடந்து கொண்டார். ஆனால் அந்த ஒன்றும் தாற்காலிகமான தவறுதலாகவே முடிந்தது. அதாவது, 1939-இல் செய்துகொண்ட நாஜி - சோவியத் ஒப்பந்தமேயாகும். **மைன்** காம்ப்பில் உள்ள இந்தக் கடும் வசைமாரியிலிருந்தே ரஷியாவின் ஒப்பந்தத்தை ஏற்பது அவருக்கு எவ்வளவு மனக்கசப்பாக இருந்திருக்குமென்பதைக் கண்டு கொள்ளலாம் :

"இன்றைய ரஷியாவின் ஆட்சியாளர்கள் பொது ரத்தக்கறை படிந்த குற்றவாளிகள் என்பதை என்றைக்கும் மறக்க வேண்டாம். அவர்கள் மனித இனத்தின் வண்டல் சாதகமான சூழ்நிலை வாய்த்தால், சோகமயமான வேளையில், மாபெரும் அரசாங்கத்தை வென்றனர்; காட்டுப் பிராயமான ரத்த வெறியில், அதன் முன்னணி அறிஞர்களை ஆயிரக்கணக்கில் வதைத்து, ஒழித்துக் கட்டினர்...

ஜெர்மனியில் ஹிட்லர் அதிகாரத்திற்கு வருவதற்குப் பல ஆண்டுகளுக்கு முன்னாலேயே, இரண்டாவது உலக யுத்தம் ஆரம்பிப்பதற்குப் பத்தாண்டுகளுக்கு முன்னாலேயே, மைன் காம்ப்பில் தம் எண்ணங்களையெல்லாம் ஹிட்லர் இவ்வளவு பச்சையாக வெளியிட்டிருக்கையில் அவருடைய எச்சரிக்கைகளுக்கு உலகத்தின் ராஜதந்திரிகள் ஏன் செவி சாய்க்காமல் இருந்தார்கள்? நயந்து போதல், சரியாகிவிடுமென்ற ஆசை சார்ந்த எண்ணம், எவ்விதத்திலேனும் சமாதானம் என்ற பொதுச் சூழ்நிலை பரவியிருந்ததால், அவரைக் கவனிக்கவில்லை. இது ஒரு பகுதியே. மற்றோர் அம்சம், சர்வதேசத் தணிக்கை என்ற அதிசயமான செய்தி. மைன் காம்ப் முழுவதையும் மொழி பெயர்த்து வெளியிடுவதற்கு ஹிட்லர் அநுமதிக்க மறுத்ததால், மிகவும் கழிக்கப்பட்டு. கத்தரிக்கப்பட்டு மொழிபெயர்த்த ஆங்கிலப் பதிப்புமட்டுமே 1939 வரையில் கிடைத்தது. போர் துவங்கவிருக்கும் தறுவாயில், இரு அமெரிக்கப் பிரசுராலயத்தினர் தணிக்கை செய்யப்படாத பதிப்புகளை வெளியிட்டனர்; அதில் ஒன்று ஹிட்லரின் அங்கீகாரத்துடன் வெளியிட்டதாகும்; மற்றொன்று அநுமதி பெறாதது. 1936-இல் பிரான்ஸில் காப்பி ரைட் உரிமை மீறப்பட்டதாக ஹிட்லர் தமது பிரசுரகர்த்தா மூலம் வழக்காடி, முழு மொழிபெயர்ப்பு நூல் வெளியாவதைத் தடை செய்தார். லண்டனில் ஒரு சுருக்கப் பதிப்பு வெளியாகியது; பிரான்ஸைத் தாக்கும் பெரும்பாலான பகுதிகள் அதில் இடம் பெறவில்லை; யுத்தத்திற்கான நியாயத்தை எடுத்துரைக்கும் பகுதி நீக்கப் பெற்றிருந்தது; அது பொய் போலவும், தவறான கருத்தை உண்டாக்குவதாகவும், தோன்றும் வகையில், நூலின் தொனி சமனப்பட்டுவிட்டது.

இதற்கிடையில், ஜெர்மனியில் முழு மைன் காம்ப் பின் கோடிக்கணக்கான பிரதிகள் விற்கவும், பரவவும் செய்தன. புதிதாக மணந்து கொள்ளும் ஒவ்வொரு தம்பதிக்கும் இதன் பிரதி அன்பளிப்பாகத் தரப்பட்டது. ஒவ்வொரு நாஜிக்கட்சி அங்கத்தினனும், ஒவ்வொரு ஸிவில் உத்தியோகஸ்தனும் இதன் பிரதியை வைத்திருக்க வேண்டும். ஆயினும், ஜெர்மனியில் வெளியான பிந்தின பதிப்புகளில், ரஷியாவையும், பிரான்ஸையும் திட்டும் பகுதிகள் அகற்றப்பட்டிருந்தன; ஹிட்லரின் நோக்கங்களை

ஒளிக்கவும், பகைவராகக் கூடியவர்கள் தூங்கும்படி செய்யவும் இவ்வாறு செய்யப்பட்டது.

மைன் காம்ப்பைப் பின்னோக்கி விமர்சிப்பதானால், சரித்திராசிரியர்கள், ஹிட்லர் சரித்திரத்தை உணர்ந்தவரல்லர் என நிலைநாட்டுவர்; மனிதவியல் நிபுணர்கள் அவரது இன சித்தாந்தம் வெறும் அபத்தக் களஞ்சியம் என்பர்; கல்வி சம்பந்தமான அவரது கோட்பாடு முற்றும் கழிந்தொழிந்த நாட்களைச் சேர்ந்ததென்றும், பிற்போக்கென்றும் கல்வி வல்லுநர் முடிவுரைப்பர்; அவரது சர்வாதிகார ஆட்சிக் அரசியல் கலைஞர்கள் ஆட்சேபிப்பார்கள்; ஒரு பாராவை எப்படி எழுதுவதென்றோ அல்லது அத்தியாயத்தை உருவாக்குவதென்றோ தெரியாதவரென்று இலக்கிய நிபுணர்கள் முடிவு கூறுவர், வைகர்ட் இதை இவ்வகையில் சுருக்கமாகச் சொல்லியிருக்கிறார் :

"அரைகுறைக் கல்விபெற்ற ஹிட்லர் பல செல்வாக்குகளின் கதம்பம்: மாக்கியவிலியின் ஒழுக்கமிலா ஆட்சிக்கலை, வாக்னெரின் மாயாவாத தேசியமும் உணர்ச்சி இயலும், டார்வினின் பொருள் பரிணாமமும், கொபினோவும், ஹௌஸ்டன் ஸ்டுவர்ட்டு சேம்பர்லீனும் வகுத்த மிகவும் மிகைப்பட்ட இனவியலும், பிகடேயும் ஹெகலும் கண்ட தேவதூத பிரமையும், டிரீட்ஸ்கே, பெர்ன்ஹார்டி ஆகியோரின் ராணுவ வீறாப்பும், பிரஷ்ய ஜங்கர் ஜாதிக்குள்ள நிதிச்சூழ்ச்சியும்... ஹாஷோபர் தத்துவத்தையும், செயலையும் பிணைக்கும் வழியாக அமைந்தார்.

இருந்தாலும், இவ்வளவு கண்ணுறுத்தும் குறைபாடுகள் இருந்த போதிலும், மைன் காம்ப் அதன் கடுமையான கண்டனக் காரர்களில் ஒருவரான ஹென்றிக் வில்லெம் வான்லூன் வர்ணித்தது போன்று, 'ஜான் - ஜோக்ஸ் - ரூஸோவின் எளிமையும், பழைய வேதாகம ஞானியின் ஆவேசமிக்க கோபமும் இணைந்த மிகவும் அசாதாரணமான சரித்திர சாஸனங்களில் ஒன்றாக எக்காலத்துக்கும் இருக்கும்.' நார்மன் கஸின்ஸ் "இருபதாம் நூற்றாண்டின் மிகவும் பயனிறைந்த நூல்... ஏனெனில், மைன் காம்பில் உள்ள ஒவவொரு வார்த்தைக்கும் 120 உயிர்களை இழக்க வேண்டும்; ஒவ்வொரு பக்கத்துக்கும் 4700 உயிர்கள் ஒவ்வோர் அத்தியாயத்துக்கும்

1,200,000 உயிர்கள்" என்று வர்ணித்திருக்கிறார். அது ஜெர்மன் மக்களின் அரசியல் வேதமாக இருந்ததாலும், 1933-ஆம் வருஷம் முதல் இரண்டாவது உலக யுத்தம் முடியும் வரையில் மூன்றாவது ரீச்சின் கொள்கைகளுக்கு வழிகாட்டியதாலும் சக்தி உடையதாகும்.

ஹிட்லரின் கருத்துகள் அவருடன் அழியவில்லை என்பது உலகின் துரதிருஷ்டம். அவற்றின் சீடர்கள் ஜெர்மனியில் இன்னமும் ஏராளமாக உள்ளனர்; கம்யூனிஸ்டு அரசாங்கங்கள் அவற்றிலிருந்து இரவல் பெற்று, அவற்றில் பெரும்பாலானதை விரிவாகப் பயன்படுத்தி வருகின்றன. கடந்த நான்கு நூற்றாண்டுகளாக, எங்குமுள்ள சர்வாதிகாரிகள் மாக்கியவிலியின் சித்தாந்தத்தைப் பயன்படுத்துவதைப் போலவே, அவர்கள் தங்களுடைய தீய நோக்கங்களுக்கான முதல் மூலாதார விஷயங்களை மைன் காம்ப்பில் தொடர்ந்து பெறுவார்கள்.

✦✦✦

XI

சுழலும் வானுலகு நிகோலஸ் கோபர் நிகஸ் டி. ரெவல்யூஷனிபஸ் ஆர்பியம் கொலஸ்டியம்

ஆதி காலந்தொட்டு, வானவெளி பவனி, மனிதனுடைய மனங்கவர்ந்து வந்துள்ளது; சூரியன், சந்திரன், கிரஹங்கள், நட்சத்திரங்கள் முதலியனவும், அவற்றின் இடைவிடாத சஞ்சாரமும் அவனது உளங்கிளர்ந்து வந்துள்ளன. சூரியன் உதயமாவது, அஸ்தமிப்பது; சந்திரனின் வளர்பிறை, தேய்பிறை; பருவங்கள் அடுத்தடுத்து வருவது; கிரஹங்கள் முன்னேற்றமும், பின்னடை வும் காணக்கூடிய உண்மை நிகழ்ச்சிகள் மட்டுமின்றி, மற்றும் பல விதங்களிலும் மனிதனுடைய அன்றாட வாழ்க்கையைப் பாதிப்பனவாகவும் அமைந்துள்ளன.

நாகரிகங்கள் முன்னேறுங்கால், வானியல் சஞ்சாரங்களின் பொருளை, அறிவியல் முறையில் விளக்க, தத்துவ - அறிஞர்கள் முயன்றார்கள். கி.மு. ஐந்தாம் நூற்றாண்டில் பித்தாகோரசும், நான்காம் நூற்றாண்டில் அரிஸ்டாடிலும் ஆரம்பித்ததிலிருந்து, வானியல் அறிவில் கிரேக்கர்தாம் பண்டைய விஞ்ஞானிகளிலும், சிந்தையாளரிலும் மிகவும் முன்னேறியவர்களாக இருந்தனர். சுமார் கி.பி. 150-இல் அலெக்ஸாண்டிரியாவில் வாழ்ந்த எகிப்தியரான கிளாடியஸ் டாலெமி (Claudius Ptolemy) தம்முடையதும், தமது முந்தின சகாப்தங்களில் இருந்தவர்களுடையதுமான பண்டைக் கலையியல் முழுவதையும் ஒழுங்குபடுத்தி, முறைப்படுத்தி, ஒரே தத்துவமாகத் தொகுத்தார். சுமார் 1500 ஆண்டுகளுக்கு, 'தி ஆல்மாகெஸ்ட்'டில் அமைந்திருந்த முறையில், டாலெமி தத்துவ முறைதான் மனிதர்களின் மனத்தில் ஓங்கியிருந்தது; பிரபஞ்சத்தின்

உண்மையான தத்துவமென்று எல்லோரும் ஒப்புக் கொண்டதாக இருந்தது.

பிரபஞ்சத்தின் நடுமையத்தில் பூமி ஸ்திரமாகவும், அசைவற்றதாகவும், அசைக்க முடியாததாகவும் உள்ள உருண்டை என்ற கருத்தில், டாலெமியின் சித்தாந்தம் அமைக்கப்பட்டிருந்தது; சூரியனும் நிலைகுத்தி நிற்கும் நட்சத்திரங்களும் உள்ளிட்ட எல்லாவான மண்டலப் பொருள்களும் பூமியைச் சுற்றி வருவதாக அத்தத்துவம் அமைந்தது. பல உருண்டைகளின் மண்டலத்திற்குப் பூமி அச்சாணி என்று நம்பினார்கள். இத்தகைய மண்டலத்தில் கிரஹங்கள் அசையாமல் ஒட்டிக் கொண்டிருக்கின்றன. நட்சத்திரங்கள் இம்முறைக்கு அப்பாற்பட்ட மற்றோர் உருண்டையில் சம்பந்தப் பட்டவை; எல்லாம் இருபத்து நான்கு மணி வீதம் சுற்றி வந்தன. கிரகங்களின் சிக்கலான சஞ்சாரங்கள் ஒன்றுக்கொன்று வட்டத்தில் நடுமையங்களைக் கொண்ட சூழ்வலங்களென்று விளக்கப்பட்டது. நட்சத்திரங்களின் கோளத்திலிருந்து நேர் எதிரிடையாகக் கிரகங்களின் கோளங்கள் வலம் வரும்; ஆனால் பலத்த சக்தி அதை இழுத்துச் செல்லும். சனிக் கோளம்தான் மிகவும் அருகில் இருந்ததாகக் கருதினர்; இதனால் ஒரு முழுச் சூழ்வலத்தை நிறைவேற்றுவதற்கு அதற்கு நெடுநாள் பிடிக்கிறது. சந்திரன் நடுமையத்துக்கு அருகிலிருப்பதால் விரைவில் முழுச்சூழ்வலத்தை நிறைவேற்றுகிறது. டாலெமியின் சித்தாந்தத்தைப் பின்வரும் முறையில் ரோஸன் (Rosen) வண்ணித்திருக்கிறார் :

"பெரும்பாலான காலங்களில் கிழக்கு நோக்கி வலம்புரியும் கிரகங்கள், பருவ வாரியாக மெதுவாக நகர்ந்துகொண்டே, போய், கடைசியில் நின்றுவிடுகின்றன; பின்பு இரண்டாவது தடவை யாகத் தாங்களாகவே பின்புறம் திருப்பிக்கொண்டு, கிழக்கு நோக்கிச் சஞ்சாரத்தை மீண்டும் தொடங்குகின்றன; இத்தகைய சூழ்வல மாறுதல்களை இடைவிடாமல் திரும்பத் திரும்பச் செய்து வருகின்றன. இதுதான் சித்தாந்தமரபு."

இவ்விதமாக, பிரபஞ்சம் கோளத்தினால் சூழப்பட்ட மூடுவெளியாகக் கருதப்பட்டது. இப்பிரபஞ்சத்திற்கப்பால் ஒன்றுமில்லை.

இரண்டு அம்சங்கள் டாலெமியின் சித்தாந்தங்களைப் பொதுவாக ஒப்புக்கொள்வதை எளிதாக்கின; அவையிரண்டும் மனிதனுடைய குணத்தைச் சார்ந்தவை; இயற்கையான தோற்றங்களின் அடிப்படையில் இம்முறை எழுந்ததென்பது முதலாவது; அதாவது, தற்செயலாக அதைப் பார்க்கும்போது உண்டாகும் பொருள்களின் தோற்றம்; இரண்டாவது, மனிதனுடைய அகந்தைக்கு உண்டாகும் ஊட்டம். வானுலகின் நடுமையம் பூமி; கிரகங்களும், நட்சத்திரங்களும் அதை வலம் வருகின்றன; இதை யெல்லாம் நம்பும்போது மனத்தில் எவ்வளவு இன்பமுண்டாகிறது! பிரபஞ்சம் முழுவதுமே மனிதனுக்காகப் படைக்கப்பட்டது என்று தோன்றுகிறது.

ஐரோப்பாவில், மாபெரும் அறிவியல் எழுச்சிச் சகாப்தம் - மறுமலர்ச்சி - உதயமாகும் வரையில் இவ்வழகிய மாளிகை அப்படியே உருவழியாமல் இருந்தது. ஆனால் அதை அழிக்கும் பணிபுரிந்தவர் நிகோலஸ் கோபெர்நிகஸ்; அவர் திருச்சபையாளர், ஓவியர், காவியர், மருத்துவர், பொருளாதார நிபுணர், ராஜதந்திரி, படைவீரர், விஞ்ஞானி, 'பிரபஞ்ச மனிதருள்' ஒருவர்; அவருக்காக மறுமலர்ச்சித் திருவிழா கொண்டாடப்பட்டது.

ஐரோப்பாவின் வரலாற்றில், கோபெர்நிகஸின் எழுபது ஆண்டு ஆயுட்காலம் *(1473-1543)*, மிகவும் பரபரப்பூட்டுவதும், துணிகரச் செயல் நிறைத்ததுமான காலமாகும். கொலம்பஸ் புதுக் கண்டங்களைக் கண்டுபிடித்தார். மாகெல்லன் பூமியைச் சுற்றி வந்தார். வாஸ்கோட காமா இந்தியாவுக்கு முதல் கடல் யாத்திரை புரிந்தார். மார்ட்டின் லூதர் ப்ராடெஸ்டன்ட் சீர்திருத்தப் பேராற்றல் உள்ளவர். மைக்கேலாஞ்சிலோ புதுக் கலையுலகைப் படைத்தார். பாராஸெல்ஸஸ், வேஸாலியஸ் நவீன மருத்துவமுறைக்கு அடிகோலினர். 'அம்மகத்தான சர்வவல்லமை பொருந்திய மேதை' லியோனார்டோ டா வின்சி ஓவியர், சிற்பி, என்ஜினியர், ஸ்தபதி, பௌதிகர், உயிரியல்வல்லார் தத்துவதரிசி எனப் பலகலையிலும் வல்லவராக ஓங்கியிருந்தார். பிரபஞ்சத்தின் புதுத் தத்துவத்தை உலகுக்கு வழங்குவதற்காக, மற்றோர் அறிவிற் சிறந்த மேதை கோபெர்நிகஸ் தோன்றுவதற்கு எத்தகைய பொருத்தமான சகாப்தம் இது !

பண்டைய ஹான்விய சங்க நகரான போலந்தின் டோரூனில் விஸ்டுலா ஆற்றங்கரையில் நிகோலஸ் கோபெர்நிகஸ் பிறந்தார். அவரது இளம்பருவம், அவரது செல்வாக்கான மாமன் லூகஸ் வாட்ஸெல் ரோடால் பெரிதும் உருவாக்கப் பெற்றதாகும். லூகஸ் பின்னாளில் எர்ம்லாந்து இளவரசர் - மேற்றிராணியாகத் திகழ்ந்தார். டோரூனில் அரிச்சுவடிப் பள்ளியில், நிகோலஸின் நீண்ட, பலதரப்பட்ட கல்வி துவங்கியது. 1491-இல், கிராகௌ சர்வகலாசாலையில் தொடர்ந்து இயங்கியது.

அந்நாளில் கணிதத்திற்கும், வானியல் நூலுக்கும் தலையாய கல்வி ஸ்தாபனங்களில் ஒன்றென ஐரோப்பாவில் கொண்டாடப் பெற்றதால், இந்த ஸ்தாபனம் அவருடைய மனங்கவர்ந்தது. ஐந்தாண்டுகளுக்கப்பால், இத்தாலியில் போலோக்னாவில் தம் கல்வியை மேலும் தொடர்ந்து பெறுவதற்காகச் சென்றார்; ஐரோப்பாவில் மிகவும் தொன்மையானதும், புகழ் நிரம்பியதுமான சர்வகலாசாலைகளில் அது ஒன்று. கிறிஸ்தவ வேதாகம சாஸ்திரப் பயிற்சியும், வானியல் நூலும் அவரது அவகாசத்தை நிரப்பின. அதையடுத்து ஓராண்டுக் காலம், கணிதத்திலும், வானியல் நூலிலும் சொற்பொழிவாற்றி ரோமில் வசித்தார். பாதுவா, பெர்ராரா நகரங்களில் ஐந்தாண்டுக் காலம் மருத்துவமும், திருச்சபைச் சட்டமும் பயின்றார்; இதோடு கோபெர்நிகஸின் கல்விப் பயிற்சி நிறைவு பெற்றது. 1503இல் பெர்ராராவில், திருச்சபைச் சட்டவியல் டாக்டர் பட்டம் (D.O.L.) பெற்றார்.

இதற்கிடையில், தம் மாமனின் செல்வாக்கைக் கொண்டு, கோபெர்நிகஸ் பிரான்பர்க் (Frauenburg) திருச்சபை ஆலயத்தில் அர்ச்சகராக (Canon) நியமிக்கப்பட்டார். 1506இல் இத்தாலி யிலிருந்து திரும்பியது முதல் அவரது ஆயுள் காலத்தின் மீதியுள்ள முப்பத்தேழு ஆண்டுகள் இங்கேதான் கழித்தார்.

கோபெர்நிகஸின் திருச்சபைக் கடமைகள் பல திறப் பட்டனவாக இருந்தன. திருச்சபையினரிடையிலும், சாதாரண மக்களிடையிலும் தீவிரமான மருத்துவம் செய்து வந்தார். போலந்தியர், பிரஷ்யர்கள், ட்யூட்டானியக் குதிரை வீரர்கள் முதலியவர்களுக்கிடையில் அடிக்கடி நடக்கும் போராட்டங்களில்,

தம்முடைய ஜில்லாவின் ராணுவத் தற்காப்பில் உதவியாக இருந்தார்; அதையடுத்து நடந்த சமாதான மகா நாடுகளிலும் பங்கு கொண்டார். நாணயங்கள், நாணயச் செலாவணி முறை குறித்த சீர்திருத்தங்களில் ஆலோசனை கூறினார். திருச்சபை மாகாணத்தில் தொலைவிலுள்ள பகுதிகளை நிர்வகித்து வந்தார். பொழுது போக்காகச் சித்திரம் பழகினார் : கிரேக்கக் காவியத்தை லத்தீனில் மொழிபெயர்த்தார்.

பல கலை வல்லுநரான கோபெர்நிகஸ் ஈடுபட்டிருந்த பலதரப்பட்ட செயல்களில், அந்நாளில் வானியல் நூலும் ஒன்றாக இருந்தது. ஆனால் வானியல் இயல்புகளைக் குறித்து அவருடைய கருத்துகள் வளர, வளர, வானியலே அவருக்கு மேன்மேலும் பிரதான நோக்கமாகிக் கொண்டு வந்தது; இக்கருத்துகள் அவருடைய இளம்பருவத்திலேயே உருவாகியிருக்க வேண்டும்; கிராகௌவிலும், இத்தாலியிலும் கல்வி பயின்றபோது அவை உரம் பெற்றிருக்க வேண்டுமெனத் தோன்றுகிறது. பிறர் உதவி அல்லது ஆலோசனை ஏதுமின்றி, அவர் தம் ஆராய்ச்சிகளை அமைதியாகவும், தன்னந்தனியாகவும் நடத்தி வந்தார். திருச்சபை ஆலயத்தைச் சுற்றியுள்ள மதில்மீது அமைந்த காவல் கோபுரத்தை வானிலை ஆராய்ச்சி நிலையமாகப் பயன்படுத்தினார்.

கோபெர்நிகஸிற்குக் கிடைத்த வானதரிசனக் கருவிகள் மிகவும் சாதாரணமானவை; தூரதிருஷ்டிக் கண்ணாடி கண்டு பிடிக்கப்படுவதற்கு ஒரு நூற்றாண்டுக்கு முன் அவர் பணியாற்றினார். கால-அளவைகளுக்கு சூரியக் கண்ணாடியைப் பயன்படுத்தினார். நட்சத்திரங்களும், கிரகங்களும் பூமியிலிருந்து உள்ள உயரத்தை அளக்க, தாமே செய்த 'திரிகோண'த்தை (Triquetrum) மூன்று பக்கங்கள் உள்ள மரச்சாமான் - பார்வைக்கு நன்றாக இல்லை. வைத்திருந்தார்; மற்றும் இதே அளவைக்காக, நெடுக்கு, குறுக்கு வளையங்களுக்குள் அமைந்த வானப்பந்து. மேலும் வானியல் தரிசனத்துக்குப் பருவங்களும் சாதகமாயில்லை. பால்டிக் கடலுக்கும் நதிகளுக்கும் அருகில் இருந்ததால், மூடுபனியும், மேகங்களும் சூழ்ந்தவண்ணம் இருந்தன. தெளிவான பகல்களையும், இரவு களையும் காண்பதரிது. இதையெல்லாம் பொருட்படுத்தாமல்,

சாத்தியப்பட்ட ஒவ்வொரு சந்தர்ப்பத்திலும், வருஷந்தோறும் தம் கணிதங்களில் கோபர்நிகஸ் உழைத்துக் கொண்டே இருந்தார்.

தமது நெடிய ஆராய்ச்சிமூலம், ருசுப்படுத்தவோ அல்லது பழைய கருத்தைத் தகர்க்கவோ கோபெர்நிகஸ் முயன்று உருவாக்கி வந்த புரட்சிகர சித்தாந்தம், காலத்தினால் பண் பட்டதும், மதிப்புப் பெற்றதுமான டாலமி முறைக்கு நேர் முர ணாக இருந்தது. சுருங்கக் கூறினால், பூமி நிலைகுத்தி நிற்ப தல்லவென்பதும், அச்சு ஒன்றுமீது தினமும் சுற்றி வருகிறதென்பதும், வருஷத்திற்கொருமுறை சூரியனைச் சுற்றி வருகிறதென்பதுமே அவரது சித்தாந்தம். பதினாறாம் நூற்றாண்டில் இத்தகைய கருத்து மிகவும் கற்பனைக் கெட்டாததாக இருந்ததால், தம் தகவல்கள் மறுக்க முடியாதவை என்கிற நம்பிக்கை அவருக்கே உறுதிப்படும் வரையில், கோபெர்நிகஸ் அதை வெளியிடத் துணியவில்லை. கோபெர்நிகஸின் சித்தாந்தம் உலகில் வெளியிடப்படுவதற்கு முப்பது ஆண்டுகளுக்கு மேல் தாமதமானதற்குக் காரணம் இதுவே.

உண்மையில், சில பண்டைய கிரேக்க வானியலார் நம்முடைய பிரபஞ்சம், பூமியை நடுமையமாகக் கொண்ட தென்பதைவிடச் சூரியனை மையமாகக் கொண்டதாக இருக்கலாமென்று கருதினார்கள். உதாரணமாக, கி.மு.மூன்றாம் நூற்றாண்டில் அரிஸ்டார்கஸ் என்ற ‘புராதன கோபெர்நிகஸ்’, தினமும் சூரியன் உதயமாகி, அஸ்தமிப்பதற்கு அதன் அச்சிலேயே பூமி சுற்றுவது காரணமாக இருக்கக்கூடும் என்று சொன்னார். ஆனால் அவரது சித்தாந்தமும், அவரைப் போல இதே கருத்துகளைக் கொண்ட மற்ற வானியலார்களின் சித்தாந்தமும், பூமைய தத்துவம் அல்லது பூமியை மையமாகக் கொண்ட முறைக்கு சாதகமாகவிருந்த அரிஸ்டாட்டில், டாலமி ஆகியவர்களால் நிராகரிக்கப்பட்டன. பண்டை இலக்கியங்களைக் கற்கையில் இத்தத்துவங்கள் கோபெர்நிகஸிற்குத் தெரிந்திருக்கும்; இப் பிரச்சினையை மீண்டும் ஆராய்ந்தறிய வேண்டுமென்று உணர்ச்சியை அவை புகுத்தி யிருக்கலாம். சிக்கலான டாலமி முறையைவிட, வான மண்டல ஸஞ்சாரங்களைக் குறித்து, 1800 ஆண்டுகளுக்கு முன்னமே, அரிஸ்டார்கஸ் இன்னும் எளிய விளக்கத்தைக் கொடுத்திருக்கிறா ரென்று கோபர்நிகஸிற்குத் தோன்றியிருக்கும்.

1510-இலேயே, கோபர்நிகஸ் தம் புதுச் சித்தாந்தத்தின் பொது விவரம் ஒன்றைச் சுருக்கமாக எழுதி வைத்திருந்தார். காமெண்டேரி யோலஸ் அல்லது 'சிறு விளக்கம்' என்ற இவ்வாராய்ச்சிக் கட்டுரை ஆசிரியரின் வாழ்நாளில் வெளியிடப்படவில்லை; ஆயினும் ஏராளமான கையெழுத்துப் பிரதிகள் வானியல் மாணவரிடையில் வழங்கப்பட்டன. இக்கையேட்டுப் பிரதிகளில் குறைந்தபட்சம் இரண்டேனும் இன்னமும் இருந்து வருகின்றன. டாலெமியின் வானியல் தத்தவங்கள் சிக்கலானவை; பகுத்தறிவுக் கொவ்வாதவை; வானியல் ஸஞ்சாரங்களின் இயல்புகுறித்துத் திருப்திகரமான விளக்கங்களை உரைக்கவில்லை; இதனால்தான் தாம் ஆராய்ச்சிகளை மேற்கொண்டதாகக் காமெண்டேரியோலஸ் நூலில் கோபர்நிகஸ் குறிப்பிட்டிருக்கிறார். கோபர்நிகஸ் முக்கியமாகக் கண்டுள்ள முடிவுகள் ஏற்கெனவே சொல்லப்பட்டுள்ளன. சூரிய மண்டலத்தின் நடுமையம் பூமி அல்ல; சந்திரமண்டலத்தில் வருவதாகும்; எல்லாக் கிரகங்களும் சூரியனை வலம் வருகின்றன. மகா வானியலாரின் கருத்து வளர்ச்சியில் 'சிறு விளக்கம்' குறிப்பிடத்தக்க கட்டத்தைக் குறிக்கும்.

இளம் ஜெர்மன் அறிவாளியின் முயற்சிகளில்லையெனில், கோபர்நிகஸ் முப்பதாண்டுகள் பாடுபட்டு உழைத்துத் தேடிய அரிய சித்தாந்தம், அச்சகத்தை எட்டிப் பாராமல், அதன் விளைவாக உலகத்துக்கே கிடைக்காமல் போயிருக்கும் என்பது அறியத்தக்க தாகும். 1539 கோடையில் பிரான்பர்க்கிற்கு, கோபெர்நிகஸைக் காண்பதற்காக, விட்டென்பர்க் சர்வகலாசாலையிலிருந்து இருபத்தைந்து வயது கணிதப் பேராசிரியர் ஒருவர் வந்தார். அவர்தாம் ஜார்ஜ் ஜோகிம் ரெடிகஸ். கோபர்நிகஸின் வளர்புகழ் அவர் மனங்கவர்ந்தது; அவரது புகழின் உண்மையான தகுதிகளை நேரில் அறிவதற்காக ரெடிகஸ் வந்தார். ஒரு சில வாரங்களே தங்கிப் போகக் கருதி வந்தார். ஆனால் அவரைக் கோபர்நிகஸ் உளக் கனிவுடன் வரவேற்கவே, இரண்டு ஆண்டுகளுக்கு மேல் தங்கினார். தம்மை விருந்தோம்பும் கோபர்நிகஸ் முதல்தரமான மேதை என்ற நம்பிக்கை வெகு விரைவில் ஏற்பட்டுவிட்டது. மூன்று மாதகாலம் கோபர்நிகஸ் எழுதி வைத்திருந்தவற்றை ஆராய்ந்தார்; அதைப்பற்றி யெல்லாம் அதன் ஆசிரியருடன் விவாதித்தார். கோபர்நிகஸின்

கருத்துக்களின் விவரத்தை எழுதி, ரெடிகஸ் நுரெம்பர்கிலுள்ள தம்முடைய பழைய ஆசிரியரான ஜோஹன்ஸ்கோனருக்கு கடித உருவில் அனுப்பி வைத்தார். 1540-இல் டான்ஜிக்கில் அக்கடிதம் அச்சடிக்கப்பட்டது. போலந்து வானியலாரின் உலகத்தையே கலங்க வைத்த தத்துவங்கள் முதல்முதலாகப் பிரசுரிக்கப்பட்டன; ரெடிகஸின் நேரேஷியா பிரைமா அல்லது 'முதல் வரலாறு' தான் அம்முதல் பிரசுரமாகும். நடைமுறையில், இச்சிறுநூல் கோபர்நிகஸ் சித்தாந்தத்தின் ஒரு பகுதியை மட்டுமே விவரித்திருந்தது. அதாவது, பூமியின் இயக்கங்களைப் பற்றிய விவரம் அது. தமது 'முதல் வரலாற்று'க்குப் பின் மற்ற 'வரலாறுகள்' வெளியிட வேண்டுமென்று ரெடிகஸ் எதிர்பார்த்தார். ஆனால் அது தேவைப்படவே இல்லை. தமது 'டோமினஸ் டாக்டர்' பற்றிய தத்துவ விளக்கம் பூராவும் நெஞ்சாரப் புகழ்ச்சியைத் தந்ததானது, அவருடைய பாராட்டுதல் ஏறக்குறைய வழிபாடாகி விட்டதை அறிவுறுத்துகிறது.

இதுவரையில், தமது முழுச் சித்தாந்தத்தையும் பிரசுரிக்க அநுமதிப்பதற்குக் கோபர்நிகஸ் அளவுகடந்து தயங்கி வந்தார். அவர் நிறைவுவாதி; ஒவ்வோர் ஆராய்ச்சி முடிவையும் தணிக்கைக்கு மேல் தணிக்கை செய்ய வேண்டுமென்று நினைப்பவர். சுமார் 300 ஆண்டுகள் இழந்திருந்து, பத்தொன்பதாம் நூற்றாண்டில், மீண்டும் பிரேசிலில் கண்டுபிடிக்கப்பட்ட கோபர்நிகஸின் அசல் கையேட்டுப் பிரதி, அது சுமார் அரை டஜன் தடவை விரிவான மறுபரிசீலனைக் குள்ளாகியிருந்ததைக் காட்டியது. இத்தயக்கங்கள் ஒருபுறம் இருந்தாலும், திருச்சபை எதிர்க்கக் கூடுமென்ற எண்ணத்தினாலும் கோபர்நிகஸ் தயங்கியிருக்கக் கூடும். ப்ராடஸ்டென்ட் கிறிஸ்தவச் சீர்திருத்தமும், மறுமலர்ச்சியின் அறிவியல் எழுச்சியும், போன்ற புரட்சிகரமான சித்தாந்தங்களைக் கண்டு மதச்சார்பினர் சந்தேகப் பட்டனர். அதேபோல மற்றும் சம்பிரதாயமான போதங்களிலிருந்து வழி மாறும் பிற கருத்துகளும் சந்தேகத்தை உண்டாக்கின. பக்தியுள்ள திருச்சபையாளரான கோபர்நிகஸ், நாஸ்திகன் அல்லது தியாகி ஆவதற்கு விரும்பவில்லை.

ஆயினும், நேரேஷியோ பிரைமா அவ்வளவு சாதகமான ஆதரவு பெற்றதும், முழுவதையும் பிரசுரிக்க வேண்டுமென்று

ரெடிகஸும், மற்றோரும் அவசரப்படுத்தியதும் சேர்ந்து கோபர் நிகஸைக் கடைசியில் இணங்கும்படி செய்தன. கையேட்டுப் பிரதி ரெடிகஸிடம் ஒப்படைக்கப்பட்டது; அவர் அதை நுரெம்பர்கிற்குக் கொண்டு போய், அச்சிட வேண்டும் என்பது ஏற்பாடு. ஆயினும், இப்பணியை நிறைவேற்றுவதற்குள், ரெடிகஸ்லீப்ஸிக் சர்வகலா சாலையில் பேராசிரியராக நியமிக்கப்பட்டார். அதனால் உள்ளூர் லூதர்னியப் பாதிரி ஆண்டிரியாஸ் ஒலியாண்டரிடம் இப்பொறுப்பு ஒப்படைக்கப்பட்டது.

கோபர்நிகஸ் தெரிவித்த புரட்சிகரமான சிந்தனைகள் குறித்து ஒலியாண்டர் கவலைப்பட்டிருக்கவேண்டுமென்று தோன்றுகிறது. எவ்வித முன் அனுமதியும் பெறாமல், அநாம தேயமாக, முதல் புத்தகத்துக்கு (Book I) கோபர்நிகஸ் எழுதியிருந்த முகவுரையை அகற்றலானார். அதற்குப் பதிலாக, அவராகவே சொந்த முகவுரையைச் சேர்த்தார்; வானியல் நூலோர்களின் சௌகரியத்துக்காக, ஆய்வுக்குரிய விஷயங்களை மட்டுமே இந்நூல் கொண்டுள்ளது என்று எழுதியிருந்தார்; பூமி இயங்குகிறதென்பது உண்மையாக இருக்க வேண்டுமென்பதோ அல்லது உண்மையாகக் கூடியதோ கூட இல்லை. அதாவது, இந்நூலைப் பெரிதாகக் கருத வேண்டுவதில்லை... விரோதமான விமர்சனம் வரக்கூடாதென்று ஒலியாண்டர் நல்லெண்ணத்துடன்தான் இவ்வாறு செய்தார்; ஆனால் மிஸ்வா குறிப்பிட்டது போல 'இம் மாபெரும் நூலின் பாதுகாப்புக்குத் தாம் உணர்ந்ததை விட மிகப் பெரிய தொண்டு செய்திருக்கிறார் ஒலியாண்டர்'. ஆசிரியர் எழுதியது போல, இந்நூலின் விஷயத்தைப் படிக்கும் வாசகனுக்கு மிகவும் சாமர்த்தியமாக எழுதப்பட்ட இப்போலியான, சந்தேகம் போக்கும் முகவுரை காரணமாக, 'டி ரெவல்யூஷனிபஸ்'ஸின் புரட்சிகர முக்கியத்துவத்தைத் திருச்சபை கவனிக்கவில்லை. 1616 வரையில் இந்நூலை விஷய அகராதியில் சேர்க்கவில்லை.

இந்நூல் அச்சாகி முடிவதற்குள்ளாக, கோபர்நிகஸிற்குக் கடுமையான பாரிச வாய்வு கண்டது. மிகவும் ஆதாரமான வரலாறு, சரித்திரத்தில் மிகவும் புல்லரிக்கக்கூடிய தருணமொன்றை வர்ணிக்கிறது. கோபர்நிகஸின் தலைசிறந்த நூலின் முதல் பிரதியுடன்

தூதனொருவன் நுரெம்பர்கிலிருந்து பிரான் பர்க்கில் வந்து சேர்ந்தான்; ஆசிரியனின் உயிர் பிரிவதற்குச் சில மணி நேரங்களுக்கு முன்புதான் அதை அவரது கரத்தினில் வைத்தான். அந்நாள் 1543-ஆம் ஆண்டு மே மாதம் 24-ஆம் தேதியே. டி ரெவல்யூஷினிபஸ் ஆர்பியம் கொலஸ்டியம் அதாவது 'வான மண்டல கோளங்களின் அயனங்கள் பற்றியது'. அந்நாளைய எல்லா அறிவியல் ஆராய்ச்சி நூல்களையும் போல இதுவும் லத்தீன் மொழியில் எழுதப் பெற்றிருந்தது.

போப்பாண்டவர் மூன்றாவது பால் என்பவருக்குக் கோபர்நிகஸ் தம் நூலை அர்ப்பணித்தது விவேகமும், இங்கிதமும் அறிந்த செயலாகும். கோபர்நிகஸ் சில சங்கடங்களை எதிர் பார்த்தார் என்பதைச் சமர்ப்பண அறிக்கை தெளிவுபடுத்துகிறது.

"மகா பரிசுத்தத் தந்தையே, நான் இயற்றியுள்ள இந்நூல்களில் பூமிக்கு இயக்கமுண்டு என்று நான் கூறுவதைச் சில பேர் கேள்வியுற்றார்களாகில், இத்தகைய கருத்தைத் தள்ள வேண்டுமென்று உடனே சொல்லி விடுவார்களென்பதை நான் நன்கறிய முடியும். பிறர் அவற்றை எவ்விதம் ஏற்பார்களென்பதைச் சிந்திக்காதபடி ஒன்றும், என்னுடைய தத்துவங்கள் அவ்வளவு திருப்தியளித்து விடவில்லை. பல நூற்றாண்டுகளாக இருந்து வரும் கருத்துகளால் ஊர்ஜிதம் செய்யப்பட்டுள்ளதையொட்டி, பூமி நிலைத்து நிற்பதென்ற தத்துவத்தை ஏற்றுக் கொண்டுள்ளார்கள். பூமி இயங்குகிறது என்று நிலைநாட்டும் போது என்ன சொல்வார் களென்பதை ஆலோசித்துப் பார்த்தால், பூமியின் இயக்கத்தை ருசுப்படுத்த நான் எழுதியுள்ளதைப் பிரசுரிப்பதா அல்லது பித்தாகோரியர்கள் உதாரணத்தைப் பின்பற்றி, தங்களுடைய உறவினருக்கும், நண்பர்களுக்கும் வாய்மொழியாகத் தத்துவ ரகசியங்களைப் போதிப்பதா என்று இந்நூலை இத்துணைக் காலமும் தயங்கினேன். என்னுடைய சித்தாந்தம் புதுமை என்பதாலும், பகுத்தறிவுக்கு முரண்பட்டதாகத் தோன்றுவதாலும், அலட்சியம் செய்யப்படுமென்று எதிர்ப்பார்க்கக் காரணம் இருந்ததால், முடிவுபெற்ற இப்பணியை முற்றும் ஒதுக்கிவிட வேண்டியதுதானென்று நான் நன்றாக ஆலோசனை செய்ததில் அநேகமாக முடிவுக்கு வந்தேன்.

“ஆயினும், என் நண்பர்கள் இத்தகைய முடிவிலிருந்து என்னைத் தடுத்தனர்; ஒன்பது ஆண்டுகளாக மட்டுமின்றி, ஒன்பதாவது ஆண்டைப் போல நான்கு மடங்கு காலம் ஏற்கனவே என்னுடைய கைவசம் மறந்து கிடந்த இந்நூலைப் பிரசுரித்தே தீரவேண்டுமென்று கூறி என்னைக் கண்டித்தார்கள். இன்னும் சில பிரபலஸ்தர்களும், கற்றறிந்த புலவர்களும் இவ்வாறே செய்ய வேண்டுமென்று கேட்டுக் கொண்டனர்; என்னுடை கவலை காரணமாக, கணிதமேதைகளின் பொதுசேவைக்கு என்னுடைய நூலை அர்ப்பணிப்பதில் இனிக் காலதாமதம் செய்யலாகாது என்று கூறினார்...

“நம் முன்னுள்ள நூலில், நான் காட்டியுள்ள பிரமாணங்களை உணர்ந்து, சிந்திப்பதற்கு முழு அளவுக்கு இணங்குவார்களாகில் அறிவிலும், கல்விகேள்விகளிலும் சிறந்தவர்கள் என்னுடைய சித்தாந்தத்தை ஏற்பாரென்பதில் எனக்கு சந்தேகமேயில்லை. அறிவாளிகளும், கல்வியற்றவர்களும் நான் எந்த மானிடரின் தீர்ப்பையும் கண்டு அஞ்சவில்லை என்பதைக் காட்டவே, வேறு எவருக்குமின்றி நான் இரவெல்லாம் பாடுபட்டு உழைத்தவன் பலனைத் தங்கள் புண்ணியத் திருவடிகளில் சமர்ப்பிக்க விழைகிறேன்; ஏனெனில், பூமியில் நான் வசிக்கும் இந்த மூலையில் கூட, பதவிக்குரிய கண்ணியத்திலும், எல்லா விஞ்ஞான, கணித சாஸ்திரங் களிடத்திலும் அன்பு மிகுதியிலும் மகிமை மிக்கவரென்று மதிக்கப் பெறுகிறீர்கள்; அதனால், அவதூற்றின் விஷக்கடியிலிருந்து விமோசனமில்லை என்று பழமொழிகள் சாற்றினும், தங்கள் அந்தஸ்தும், தீர்ப்பும் அவதூறுக்காரர்களின் விஷக்கடிகளை அடக்குமென்ற துணிவுடன் தங்கள் அர்ச்சிக்கத் தக்க சமூகத்தில் அர்ப்பணிக்கிறேன். கணிதமறியாத வீண் வம்புக்காரர்கள், தங்களுடைய நோக்கத்திற்குத் தகுந்தபடி இழிவான முறையில் வேதாகம நூலில் ஏதாவது சில வாசகங்களைத் திரித்துக் கூறும் காரணத்தால், என் நூலின் மீது தீர்ப்புக் கூறுவதாகப் பெருமைப் படுவதும் நடக்கக்கூடும். என்னுடைய திட்டத்தைக் கண்டிக்கவும், குறைகூறவும் இவ்வாறு எவரேனும் துணிந்தால், அவற்றைப் பொருட்படுத்தமாட்டேன்; அவர்களுடைய முடிவுகள் அவசரச் செயல் என்றும், அருவருக்கத் தக்கவை என்றும் கருதுவேன்.

தமது பிரபஞ்ச தத்துவத்தை கோபர்நிகஸ் பின்வரும் வாக்கியங்களில் சுருக்கமாகச் சொல்கிறார்:

"எல்லாப் பொருள்களையும் கொண்டதும், அக்காரணத்தாலேயே அசைக்கவொண்ணாததுமான அசையா நட்சத்திரங்களின் மண்டலமே, எல்லாவற்றையும் விடத் தொலைவிலுள்ளதாகும்; உண்மையில் பிரபஞ்சத்தின் அமைப்பாகும். மற்றெல்லா நட்சத்திரங்களின் இயக்கமும், ஸ்தானமும் இதனுடன் தொடர்புள்ளதாகும். இது வேறுவிதமாக இயங்குவதாகச் சிலர் நினைத்தாலும், நமது பூமியின் சஞ்சாரத் தத்துவத்தில் இவ்வாறு ஏன் தோன்றுகிறதென்பதன் வேறு காரணத்தைச் சொல்லியிருக்கிறோம். இவ்விதம் இயங்கும் பொருள்களில் முதல் முதலாக வருவது சனி ஆகும்; இது 30 ஆண்டுகளில் ஒரு முழுச் சுற்று வருகிறது. அதற்கடுத்தது குரு; இது பன்னிரண்டு ஆண்டுகளில் முழுச்சுற்று வருகிறது. பிறகு செவ்வாய்; இது இரண்டாண்டுகளில் சுற்றுகிறது. நான்காவது, ஒரு வருஷச்சுற்று வருவதில் பூமி உள்ளது என்று சொல்லியிருக்கிறோம்; வட்டத்துள் வட்டமாக இது சந்திர வட்டத்திலேயே சுற்றுகிறது. ஐந்தாவது ஸ்தானத்தில் வெள்ளி ஒன்பது மாதங்களில் சுற்றுகிறது. புதன் ஆறாவது ஸ்தானம் வகிக்கிறது; வானவெளியில் 80 நாட்கள் சுற்றுகிறது. இதற்கெல்லாம் நடுமையத்தில் சூரியன் உள்ளது. ஒரே சமயத்தில் எல்லாவற்றிலும் ஒளியைப் பரப்பக்கூடிய இந்த இடத்தைவிட வேறு எந்த இடத்தில், இவ்வழகிய தேவாலயத்தில், ஜோதியை ஒருவன் வைக்க முடியும்?-- இந்த ஒழுங்கான ஏற்பாட்டின் கீழ், பிரபஞ்சத்தில் அருமையான சீர்மையும், கோள்களின் இயக்கத்திலும் அளவிலும் நிர்ணயமான உறவுள்ள லயத்தையும் காண்கிறோம்; இத்தகைய ஒழுங்கை வேறு எவ்விதத்திலும் பெற இயலாது."

டி ரெவல்யூஷனிபஸ் உள்ளுறைகளின் வரைவடிவமே, அதன் வளர்ச்சியின் திட்டத்தைக் காட்டும். போப்பாண்டவர் மூன்றாம் பாலுக்கு அர்ப்பணித்த முன்னுரையை அடுத்தும், ஒலியாண்டரின் போலி முகவுரையை அடுத்தும், இந்நூல் ஆறு 'புத்தகங்கள்' அல்லது பிரதானப் பகுதிகளாக வகுக்கப்பட்டுள்ளது; ஒவ்வொரு புத்தகமும் அத்தியாயங்களாக உட்பிரிவு செய்யப்பட்டுள்ளது. முதலாவது

புத்தகத்தில் பிரபஞ்சத்தைப் பற்றிய கோபர்நிகஸின் கருத்துகள் அடங்கியுள்ளன; சூரியனை நடுமையமாகக் கொண்ட அவரது தத்துவத்துக்குச் சாதகமான வாதங்கள் இதில் உள்ளன; மற்றக் கிரகங்களைப்போல பூமியும் சூரியனைச் சுற்றுகிறது என்ற கருத்தும், பருவ மாறுதல்கள் குறித்த விவாதமும் இதில் இருக்கின்றன. இந்நூலின் முடிவிலிருக்கும் பல அத்தியாயங்கள் திரிகோணமிதி பாட நூல்போல் அமைந்திருக்கின்றன; கணித நூலில் ஓரம்-சமான தத்துவங்களைப் பின்னால் வரும் பகுதிகளில் கோபர்நிகஸ் பயன்படுத்தியிருக்கிறார்.

இரண்டாவது புத்தகம் வான மண்டலப் பொருள்களின் இயக்கங்களைச் சொல்கிறது. வான மண்டலப் பொருள்களைக் கணித முறைப்படி அளந்திருக்கிறார்; ஒவ்வொரு நட்சத்திரத்தின் ஸ்தானத்தையும் குறிக்கும் நட்சத்திரங்களின் பட்டியலுடன் இப்புத்தகம் முடிகிறது. இதில் பெரும்பாலும் டாலெமியின் பட்டியலிலிருந்து எடுத்தாண்டிருந்த போதிலும், சில திருத்தங்களுடன் அமைக்கப்பட்டிருக்கின்றன.

மற்ற நான்கு புத்தகங்களிலும் பூமி, சந்திரன், கிரகங்களின் சஞ்சாரத்தைப் பற்றிய விவரமான வர்ணனைகள் அடங்கியுள்ளன. ஒவ்வொரு கோள் சம்பந்தமான சஞ்சாரங்கள் விளக்கத்துடனும், கோபர்நிகஸ் கணித்துள்ள கணக்கு அடிப்படையில் ஒவ்வொரு கோளும் செல்லும் வழியைக் காட்டும் ஜியோமிதி - வரைபடம் உள்ளது.

பூமியின் சஞ்சார தத்துவத்திற்கெதிரான முக்கியமான காரணங்களில் ஒன்றை டாலெமி சொல்லியிருக்கிறார். பூமி நிலைகுத்திதான் நிற்கவேண்டுமென்பது அவரது வாதம்; இல்லையெனில், மேகம் அல்லது பறவை போன்ற எதுவும் காற்றில் பறக்கும்போது, பின்னால் நிற்க நேரிடும்; காற்றில் எறியப்பட்ட எந்தப் பொருளும், மேற்குத் திசையில் வெகுதூரம் இறங்கிப் போய்விடும் என்று கருதினார். பூமி இவ்வளவு வேகமாகச் சுழன்றால், அது தூள் தூளாகி, வெட்ட வெளியில் பறந்து போய்விடும்; இது எல்லாவற்றையும்விட மிகவும் விபரீதமாகும். கலிலியோ இது சம்பந்தமான விசையியல்களைக் கண்டுபிடிப்பதற்கு முன்னால்,

நியூடன் பூமியின் ஆகர்ஷண விதியைக் கண்டு பிடிப்பதற்கு முன்னால், டாலெமியின் பண்டைய வாதங்களை மறுப்பது கடினமாக இருந்தது. பூமியின் இயக்கம் பூமியைச் சுற்றியுள்ள காற்றை இழுத்துச் சென்றது; பிரபஞ்சம் முழுவதும் சுற்றுவதற்குப் பதிலாகப் பூமி சுழல்கிறது என்று வைத்துக் கொள்வது இன்னும் நியாயமாக இருக்கும்; ஏனென்றால், பூமி சுற்றவில்லையென்றால், இரவும் பகலும் உண்டாக்க, வானம் சுற்ற வேண்டியிருக்கும்; இக்காரணங்களைக் காட்டி (டாலெமியின் வாதங்களுக்குக் கோபர்நிகஸ் பதிலளித்தார்). இந்த நியாயத்தைத் தத்துவ வார்த்தை முறையில் மேலும் பலப்படுத்தினார்; இயற்கை தன்னைத்தானே அழித்துக் கொள்வதல்ல; ஏனெனில், தன்னைத் தானே அழித்துக் கொள்வதற்காக ஆண்டவன் ஒரு பிரபஞ்சத்தைச் சிருஷ்டித்திருக்க மாட்டார்.

டாலெமி பூமியை எவ்விதம் உருவகப்படுத்திக் கொண்டாரோ. அதேபோல், சுற்றிக்கொண்டு கிரகங்களிடையில், சூரியன் தன் விசையும் அசைவுமற்றதென்றும், ஒரே இடத்தில் நிலைத்திருப்ப தென்றும், கோபர்நிகஸ் கருதினார். ஒளியும், வெப்பமும் தருவதுமட்டுமே சூரியன் பணி. பிரபஞ்சம் என்பது உண்மையில் எல்லைக்குட்பட்டது. டாலெமி போதித்ததைப் போல, நட்சத்திர மண்டலத்திற்கப்பால், வெளி என்பதில்லை. அவருக்கு 1400 ஆண்டுகளுக்குமுன் வாழ்ந்த டாலெமியைப் போலவே, கோபர்நிகஸுக்கும், எல்லையற்ற வெளி என்ற தத்துவம் தெரி யாது. டாலெமியின் வட்டத்தின் சுற்றுக்கோட்டில் மற்றொரு வட்டத்தின் நடுமையம் உள்ளதென்ற டாலெமியின் வட்டத் தொடர்த் தத்துவத்தை அவர் கைவிடவில்லை. ஒவ்வொரு ராசிக்கும் தனித்தனி நடுமையம் உண்டு; எந்தக் கிரகங்களின் ராசிக்கும் உண்மையான நடுமையத்தில் சூரியன் இருக்கவில்லை. கோபர்நிகஸின் சித்தாந்தத்தின் அம்சங்கள் இவை; பிற்கால வானியல் அறிஞர்கள் இதைத் திருத்தியமைத்தனர்.

விஞ்ஞானிகளும், பொதுமக்களும் கோபர்நிகஸ் முறையை ஏற்றுக் கொள்வதற்கு நாள் பிடித்தது. ஒரு சிலர் நீங்கலாக, சமகாலத்தவரின் அபிப்பிராயங்கள் மிகவும் தீவிர எதிர்ப்பாக

இருந்தன. டிரெவல்யூஷினிபஸ் அச்சாகிக் கொண்டிருந்த அச்ச கத்தைச் சர்வகலாசாலை மாணவர்கள் தாக்கினரென்றும், அச்சு யந்திரங்களையும், கையேட்டுப் பிரதிகளையும் அழிக்க முயன்றன ரென்றும் ஒரு கதை உண்டு; அச்சகத்தார் சுற்றிலும் பாதுகாத்துக் கொண்டு, வேலையை முடித்தனர். எல்பிங்கில் ஊருக்கு ஊர் செல்லும் நடிகர் கோஷ்டியொன்று கோபர்நிகஸைக் கேலிசெய்யும் நையாண்டி நாடகம் ஒன்றை நடத்தியது. சாத்தானுக்கு ஆத்ம நிவேதனம் செய்தவராக வானியல் அறிஞரைச் சித்தரித்தது.

ஆனால், எல்லாவற்றையும் விட மிகக் கடுமையான ஆட்சேபம் சக்திவாய்ந்த திருச்சபை ஸ்தாபனத்திடமிருந்து வந்தது. இடைச் சகாப்தத்தில் எழுந்த நிர்ணய சித்தாந்தங்களையும், மத நம்பிக்கைகளையும் புதுத் தத்துவங்கள் கவிழ்த்தன. கோபர் நிகஸின் சித்தாந்தம் உண்மையாயின் பிரபஞ்சத்தில் மனிதன் தன்னுடைய நடுமையமதிப்பை இனி வகிக்க முடியாது. அவன் அவனுடைய ஆஸ்தான பீடத்திலிருந்து தள்ளப்பட்டான்; அவனது வாழகம், பல கிரகங்களில் ஒன்று என்ற நிலைக்குக் கீழிறக்கப்பட்டது.

கத்தோலிக்கத் திருச்சபை வேறு விஷயங்களில் ஈடுபட்டிருந்தாலும் ஓரளவுக்கு ஒலியாண்டரின் குழப்பத்தை உண்டாக்கும் முன்னுரையாலும் கோபர்நிகஸின் சித்தாந்தத்தைப் பற்றி உடனடியாக நடவடிக்கை ஏதும் எடுக்கவில்லை. சீர்திருத்தத் தலைவர்களும் அதைவிடக் குறைவான அடக்கத்தையே காண்பித்தனர். மார்ட்டின் லூதர் பல தடவைகளில் கோபர்நிகஸைக் கடுமையாகக் கண்டித்திருக்கிறார். "பூமிதான் சுற்றுகிறது, வானுலகும், சூரியனும், சந்திரனும் அல்லவென்று ருசுப்படுத்த முயலும் புது வானியல் அறிஞர், இயங்கிக் கொண்டிருக்கும் வண்டி அல்லது கப்பல் ஒன்றில் உட்கார்ந்திருப்பவன், தான் நிலைத்து நிற்பது போலவும், பூமியும், மரங்களுமே தன்னைத் தாண்டிக்கொண்டு ஓடுகின்றன வென்றும் நினைப்பது போலக் கருதுகிறார். ஆனால் இந்நாளில் இதுதான் வழியாக இருக்கிறது; தாம் அறிவாளியாக இருக்க விரும்பும் எவரும், தம்முடைய சொந்தமான கருத்து எதையாவது சொல்லத் தேவையாக இருக்கிறது; அவர் அதைப் படைத்து விட்டதாலேயே அது சிறந்ததாக இருந்தே தீரவேண்டும். வானியல்

விஞ்ஞானம் பூராவையுமே கோமாளி தலைகீழாகக் கவிழ்த்து விடுவான். ஆனால், புனித வேதம் பிரகடனம் செய்வதுபோல, ஜோஷ்வா நிலைத்து நில்லென்று கட்டளையிட்டது பூமியைத் தானாகும், சூரியனையல்ல' என்று அவரை லூதர் வர்ணித்தார். லூதரின் ஆப்த சீடர் மெலங்கதான் கோபர்நிகஸைப்பற்றி அமைதியாகச் சொன்னார்; "அவர் சூரியனை நிறுத்தி வைத்து, பூமியை நகர்த்தி விட்டார்" என்றார்.

ஜான் கால்வினும் இதேயளவுக்கு அழுத்தந் திருத்தமாகக் கண்டித்தார்; அவர் 93-ஆம் கீதத்தை மேற்கோள் காட்டி, "உலகமும் ஸ்திரப்படுத்தப்பட்டுள்ளது; அதை அசைக்க முடியாது" என்று கூறிவிட்டு, "புனித ஆவிக்கு மேலாக, கோபர்நிகஸின் அதிகாரத்தை ஸ்தாபிக்க எவர் துணிவது?" என்று ஆத்திரத்துடன் கேட்டார்.

1615 வரையில் கத்தோலிக்கத் திருச்சபை டிரெவல்யூஷனி பஸ்ஸிற்கு எதிராகக் கண்டிப்பான நடவடிக்கை எடுக்கவில்லை; அப்போதும் கலீலியோ, புரூனோ போன்றவர்கள் கோபர் நிகஸின் சித்தாந்தங்களை ஆதரிப்பதற்கெதிராக எடுத்த நடவடிக்கையாக இருந்தது. கோபர்நிகஸின் கோட்பாடுகள் இவ்வகையில் தீர்த்துக் கட்டப்பட்டன.

"சூரியன் நடுமையமென்றும் பூமியைச் சுற்றுவதில்லை யென்றும் கூறும் முதல் கோட்பாடு மடத்தனமும், அபத்தமும், மத சித்தாந்தத்தின்படி பொய்யுமாகும்; புனித வேதாகமத்துக்கு முரண்பட்ட கருத்தானதால், நாஸ்திகமுமாகும். பூமி சூரியனைச் சுற்றுகிறதென்றும், நடுமையமல்லவென்றும் கூறும் இரண்டாவது கோட்பாடு அபத்தமும், தத்துவத்தின்படி பொய்யானதும், மத சித்தாந்தக் கருத்து அளவில், உண்மைப் பக்திக்கு விரோதமு மாகும்.

அடுத்த ஆண்டில், 1616-இல் 'அவை திருத்தப்படும் வரையில்' கோபர்நிகஸின் நூல்கள் தடை செய்யப்பட்ட நூல்களின் பட்டியலில் சேர்க்கப்பட்டன; அதே சமயம் 'பூமியின் சஞ்சாரத்தை ஊர்ஜிதம் செய்யும் எல்லா நூல்களும்' கண்டிக்கப்பட்டன. இரண்டு நூற்றாண்டு களுக்கு மேலாக, கோபர்நிகஸ் தடைப்பட்டியலில் இருந்து வந்தார். 1835-இல்தான் கடைசியாகத் தடை நீக்கப்பட்டது.

கலீலியோவும், புரூனோவும் அடைந்த கதியானது, மற்றவர்கள் கோபர்நிகஸின் முறையைத் தழுவுவதிலிருந்து தடுத்திருக்கக்கூடும். கோபர்நிகஸை ஆர்வத்துடன் பின்பற்றிய ஜியோர்டானோ புரூனோ வானவெளி எல்லையற்றதென்றும், சூரியனும், மற்றக் கிரகங்களும், அதே போன்ற பல மண்டலங்களில் ஒன்று என்றும் சித்தாந்தம் செய்து, கோபர்நிகஸையும்விட முன்னேறினார். நமக்குச் சமமானவரோ அல்லது நமக்கு மேம்பட்டவர்களோ கொண்ட பகுத்தறிவுள்ள ஜீவன்கள் வாழும் வேறு பல உலகங்களும் இருக்கக்கூடுமென்றும் சொல்லி வைத்தார். இப்பாவச் செயலுக்காக, விசாரணை மன்றத்தில் புரூனோ விசாரிக்கப்பட்டார்; தண்டனை விதிக்கப்பட்டது; **1600**-இல் பிப்ரவரி மாதத்தில் சந்தையில் கொளுத்தப்பட்டார். மாபெரும் இத்தாலிய வானியலார் கலீலியோவுக்கு **1633**-இல் கிடைத்த தண்டனை சிறிதளவே கொடுமை குறைந்ததாக இருந்தது; விசாரணையின் சித்ரவதைக்கும், மரணத்துக்கும் உட்படும் பயமுறுத்தலின் கீழ், கோபர்நிகஸ் சித்தாந்தங்களின் அவருக்குள்ள எல்லா நம்பிக்கையையும் துறப்பதாக மண்டியிடும்படி கட்டாயப் படுத்தப்பட்டார்; மீதியுள்ள அவரது ஆயுள்காலம் வரையில் சிறைத் தண்டனை விதிக்கப்பட்டது.

கோபர்நிகஸின் சித்தாந்தத்தை ஏற்பதில் கத்தோலிக்க, ப்ராடெஸ்டன்ட் சித்தாந்தங்களின் தயக்கத்துடன் ஒப்பிடக் கூடியதாக, தத்துவாசிரியர்கள், விஞ்ஞானிகளின் போக்கும் அமைந்திருந்தது. உதாரணமாக, நவீன விஞ்ஞான முறைகளின் ஸ்தாபகர்களில் ஒருவரான பிரான்சிஸ் பேகன், இருசின் மீது பூமி சுற்றுகிறதென்பதையும், சூரியனை வலம் வருகிறதென்பதையும் எதிர்த்து வாதம் செய்தார். டி ரெவல்யூஷனிபஸ் வெளிவந்து நீண்டகாலத்துக்குப் பிறகும், ஐரோப்பிய சர்வகலாசாலைகளில் அரிஸ்டாடில், டாலெமியின் செல்வாக்கு அதிக நாள் நீடித்தது. உண்மையில், “கோபர்நிகஸ் முறையை மெல்ல மெல்ல ஏற்பது, எல்லா நாடுகளிலும் காணப்பட்ட இயல்பாகும். அமெரிக்காவில், ஹார்வர்டு, யேல் சர்வகலாசாலைகளில் டாலெமி தத்துவமும், கோபர்நிகஸ் சித்தாந்தமும் ஒரே காலத்தில் கற்றுத் தரப்பட்டன” என்று ஸ்டெபின்ஸ் எடுத்துக் காட்டியிருக்கிறார்.

ஆயினும் கோபர்நிகஸின் சித்தாந்தங்கள் நிதானமாகவும், படிப்படியாகவும் தவிர்க்க முடியாத அங்கீகாரத்தைப் பெற்றன. விஞ்ஞானத்துக்கே தம்மை அர்ப்பணித்த ஜியார்டானோ புரூனோ, டைகோ பிராயி, ஜான் கெப்ளர், கலீலியோ, ஐஸக் நியூடன் போன்ற விஞ்ஞானிகள் தொடர்ந்து ஆராய்ச்சிகள் நடத்தியதன் மூலம், அடுத்த பல பத்தாண்டுகளில், மறுக்க முடியாத அத்தாட்சிக் கோபுரத்தை எழுப்பி விட்டனர். வானதரிசனத்துக்கான சிறந்த கருவிகள் பரிபக்குவம் செய்யப்பட்டதாலும் தமக்கு முன்னிருந்தவர்களுக்கு மேலாக ஒவ்வொருவரும் ஆராய்ச்சிகளில் முன்னேற்றியதாலும், இவ்விஞ்ஞானிகளாலும், பிற ஆராய்ச்சியாளர்களாலும் கோபர்நிகஸ் சித்தாந்தங்களில் இருந்த குறைகள் அகற்றப்பட்டன.

கோபர்நிகஸிற்கு அடுத்தாற்போல உடனடியாகத் தோன்றிய மாபெரும் வானியலார், டேனிஷ்காரரான டைகோ பிராஹியே ஆவர். பூமி சூரியனைச் சுற்றி வருகிறதென்ற சித்தாந்தத்தை டைகோ ஏற்கவில்லை; ஆனால் டென்மார்க் மன்னர் வழங்கிய அருமையான கருவிகளை வைத்துக்கொண்டு, கோபர்நிகஸை விட மிகவும் மேன்மையான வானசஞ்சார கதிகளைக் கண்டார்; அவற்றைக் கணித்தார். இத்தகவல்களை அடியொற்றி, டைகோவின் மரணத்துக்குப் பின் அவரது ஜெர்மன் துணைவர் ஜான் கெப்ளர் மூன்று பிரசித்தமான விதிகளை வகுத்தார்; 1. சூரியனை ஒரே நடுமையப் புள்ளியாகக் கொண்டு, கிரகங்கள் முழுச் சக்கர வட்டங்களிலின்றி, கோழி முட்டை வடிவ வட்டங்களில் சுற்றுகின்றன; 2. பூமி அல்லது வேறு கிரகம் இவ்வாறு கோழி முட்டை வடிவ வட்டங்களில் சூரியனைச் சுற்றி வருவதால், அது ஒரே சீராக இயங்குவதில்லை; ஆனால் சூரியனுக்கு மிக அருகில் இருக்கும்போது மிக வேகமாகச் சுற்றுகிறது; கிரகத்துக்கும் சூரியனுக்குமிடையிலுள்ள தொலைவு, சூரியனைச் சுற்றி வருவதற்காகும் காலத்துக்கேற்ற விகிதத்தில் அமையும்.

வானியல் துறையில் தூரதரிசனக் கண்ணாடியை முதல்முதல் உபயோகித்த நோக்கர் கலீலியோவே. அவர் தூரதரிசனி மூலம் கண்டுபிடித்தவை கோபர்நிகஸின் முடிவுகளை ஊர்ஜிதம் செய்தன. இயக்கவியல் விஞ்ஞானத்தின் அடிப் படைக்கோட்பாடுகளை

ஸ்தாபிப்பதன் மூலம், கலீலியோ விஞ்ஞான அஸ்திவாரத்துக்கு அடிகோலினார். ஸர் ஐசக் நியூடன், ஆகர்ஷண சக்தி நியதியைக் கண்டுபிடித்தும், கிரகங்களின் சஞ்சாரத்தைக் குறித்த விதிகளை வகுத்தும், கோபர்நிகஸ் சித்தாந்தத்தின் செல்லுமானத்துக்கான முடிவான அத்தாட்சியை ஸ்தாபித்தார். இருபதாம் நூற்றாண்டில் ஐன்ஸ்டீன் எல்லா இயக்கமும் காலம்-பரிமாணம்-வெளி இயலுடன் இணக்க முடையதென்ற தத்துவத்தைக் கண்டுபிடித்ததால், பிரபஞ்சத்தின் மற்ற மறை தத்துவங்களும் வெளியாயின.

பிந்தின நூற்றாண்டுகளில், விஞ்ஞானிகள் இயற்றிய பலதரப்பட்ட திருத்தங்களைக் கருதி, ஒரு கேள்வி அடிக்கடியும் நியாயமாகவும் எழுப்பப்படுகின்றது: கோபர்நிகஸ் சித்தாந்தம் உண்மையா? கோபர்நிகஸ் தமது சித்தாந்தத்தை அரைகுறை யாகவும், பல அம்சங்களில் பிழையுள்ளதாகவும் விட்டுச் சென்றார் என்பதில் சந்தேகமில்லை. விண்கோள்கள் முழுச்சக்கர வடிவில் வானவீதியில் சுற்றுகின்றனவென்ற அவரது கருத்து பிழையுள்ள தென்று ருசுவாகியது; அதற்கு மாறாக கோழிமுட்டை வடிவ வட்டத்தில் சஞ்சரிக்கின்றன. கோபர்நிகஸ் இப்பிரபஞ்சம் மிகவும் திட்டமான எல்லைகள் உள்ளதென்று கருதினார்; அதற்கு மாறாக, எல்லையில்லாத பல சூரிய மண்டலத் தத்துவங்கள் உள்ளன வென்பது நவீன சித்தாந்தம். அதேபோல, விவரவாரியாகவும், நான்கு நூற்றாண்டுகளுக்கு முன், கோபர்நிகஸ் கண்ட கோட்பாடுகள் இன்றைய அறிவுக்குப் பொருந்தவில்லை. ஆனால் நம் கிரகங்கள் சஞ்சார முறையில் சூரியன் நடுமையம் என்ற அதன் உயிர்நாடியான அம்சத்தில், கோபர்நிகஸ், அடிப்படையான உண்மையைக் கண்டுபிடித்து, நவீன வானியல் விஞ்ஞானத்துக்கு அடிகோலினார்.

விஞ்ஞான வரலாற்றில் கோபர்நிகஸின் ஸ்தானம் என்றும் நிலைத்திருக்கும்படி ஸ்தாபிக்கப்பட்டது. சம காலத்தவரிடம் அவருக்கு இருந்த செல்வாக்கும், அதற்குப் பிந்தின காலச் சிந்தனையில் அவருக்கு இருந்த பங்கும். மிகவும் உயரிய ஸ்தானத்துக்கான உரிமையை அவருக்கு அளிக்கும், கதே (Goethe) எழுதியதுபோல :

“கோபர்நிகஸின் சித்தாந்தத்தைப்போல, மனிதனுடைய உணர்ச்சியைப் பெரும் அளவுக்கு, எல்லாக் கண்டுபிடிப்புகளிலும் அபிப்பிராயங்களிலும் வேறு ஏதும் உருவாக்கியதில்லை. பிரபஞ்சத்தின் நடுமையமாக இருக்கும் மகத்தான பெருமையைத் துறக்குமாறு கேட்டுக்கொள்ளப்பட்டபோது, உலகம் உருண்டையென்றும் எல்லையுள்ள பூரண வஸ்து என்றும் அவ்வளவு தெரியது. இதற்குமுன் மனித இனத்துக்கு இவ்வளவு பெரிய சோதனை வந்ததில்லைபோலும்; ஏனெனில் இதை ஏற்பதன்மூலம் பல விஷயங்கள், பனிப்புகைபோல மறைந்தொழிந்தன; நமது ஈடன், நமது கபடமில்லாத பக்தியும், கவிதையும் நிறைந்து உலகம், புலனறிவுகள் அத்தாட்சி, கவிதா - மதபக்தியின் நம்பிக்கை என்னவாயிற்று? அவரது சமகாலத்தவர் இதையெல்லாம் இழக்கத் தயாராக இல்லை; அதனால்தான் இதுவரை அறிந்திராத என் கனவில்கூடக் கருதியிராத கருத்துச் சுதந்திரமும், மகாசிந்தையும் கோருவதும், அதை அங்கீரித்தவர்களின் அதிகாரத்தைப் பெற்றதுமான இந்தச் சித்தாந்தத்தை எதிர்க்கலாயினர்; இதில் ஒன்றும் அதிசயமில்லை.”

கடைசியாக, இப்போது உயிருடன் இருக்கும் மூன்று பிரபல அமெரிக்க விஞ்ஞானிகள் தீர்ப்பையும் கவனிப்போம். ‘கோபர் நிகஸின் மகா விஞ்ஞான நூல் பிரசுரமானது, மனிதனுடைய சிந்தையில் ஒவ்வொரு வழியையும் உருவாக்க வல்ல மகத்தான முக்கியம் வாய்ந்த திருப்பமாகும். வருங்காலத்தில் அறிவின்மை, சகிப்பின்மையை வெல்லும் வகையில் மனிதனுடைய சிந்தையை விடுவித்து, அவனது கண்ணோக்கைத் தெளிவுபடுத்துவதில் விஞ்ஞான உண்மையின் நற்பலனுக்கு இது ஓர் இணையற்ற எடுத்துக்காட்டு ஆகும்’ என்று வானெவர் புஷ் எழுதினார். நோபல் பரிசாளர் ஹெரால்ட் ஸி ஊரே, “நிகோலஸ் கோபர் நிகஸின் பணியை விவரிக்குங்கால், எல்லாஅடைமொழிகளுக்கும் பற்றாக் குறையாகி விடுகின்றன. ஆயிரம் ஆண்டுகள் நிலைத்து நின்ற சூரியமண்டல சித்தாந்தக் கருத்தைத் தகர்த்தார்; சூரியனுக்கும், மற்றக் கிரகங்களுக்குமுள்ள உறவு சம்பந்தமான முற்றும் புதுக்கருத்தைக் கொணர்ந்தார். இவ்விதம் இயற்றுகையில், நவீன

விஞ்ஞான சிந்தனை பூராவையும் துவக்கி வைத்து, மனித வாழ்க்கையின் எல்லா நிலைகளிலும் நமது சிந்தனைமுறையை மாற்றி விட்டார் என்று ஊர்ஜிதம் செய்தார்."

கடைசியில், தலைசிறந்த வானியலார் ஹார்ஸான் ஸ்டெட்ஸன் கருத்தும் உள்ளது :

"உலக வரலாற்றில் விஞ்ஞான முன்னேற்றத்துக்காகப் பணியாற்றிய உண்மைப் பிரபலஸ்தர்களின் நீண்ட பட்டியலைப் பரிசீலித்து, அவர்களில் தலைசிறந்தவர்களென்று ஒரு சிலரின் சிறு பட்டியலைத் தருவது எப்போதும் தரும சங்கடமானதாகும். ஆயினும், மூன்று பெயர்களைத் தேர்ந்தெடுக்குமாறு என்னைக் கேட்கும்பட்சத்தில் கோபர்நிகஸ், நியூடன், டார்வின் என்று எவ்விதத் தயக்கமுமின்றிச் சொல்லி விடுவேன். முன்னேற்றத்தின் வெற்றியில், இம் மூவரையும் பிரிக்கவொண்ணாத பொதுமைச் சிறப்புகளை இவர்களிடம் காணலாம். கற்பனையும், அஞ்சா நெஞ்சும் படைத்த மேதை; கருத்தில் அசாதாரணமான அறியும் தன்மையைக் காட்டும் அறிவாற்றல் - இவைகளே பொதுச் சிறப்பியல்புகள். எல்லாவற்றையும் கருத்திற் கொண்டு இவர்களிடையில் மகான் யாரெனில், மாலைகள் கோபர்நிகஸிற்கே சேருமென்று நம்புகிறேன். ஏனெனில், நவீன வானியல் நூலுக்கு அடிகோலியவர் அவரே; அவரது வானியல் இல்லையெனில், நியூடன் அவரது பூமியின் ஆகர்ஷண நியதியை அமைத்திருக்க இயலாது; வைதிக வழியைச் சவாலுக்கு இழுத்து, புரட்சிகரமான சிந்தனைக்கான தலைவாயிலைத் திறந்துவிட்டார். இது நமது சிந்தனைத் துறையில் பரிணாம சித்தாந்தம் காலடி வைப்பதற்கு மிகவும் அவசியமானதாகும்."

✦✦✦

XII

விஞ்ஞானவியல் வைத்தியமுறை உதயம் வில்லியம் ஹார்வி டி மோடு கார்டிஸ்

கோபர்நிகஸ் காலத்துக்குமுன், வானவியல் ஆராய்ச்சி நிலை இருந்ததைவிட, பதினேழாம் நூற்றாண்டின் ஆரம்பக் காலத்தில் உயிரியல் விஞ்ஞானமும் ஆராய்ச்சியும் சற்று முன்னேற்றமாகவே இருந்தன. இரண்டாம் நூற்றாண்டில் வாழ்ந்த மாபெரும் கிரேக்க வைத்தியர் கேலன் வகுத்துச் சென்ற ஹிருதயம், ரத்தக்குழாய்கள், ரத்தம் பற்றிய உடற்கூறு, உடல்நலச் சித்தாந்தங்களைச் செயல்படுத்தியும் போதித்தும் வந்தனர் மருத்துவரும், வைத்தியப் பள்ளியினரும்.

ஆயிரம் ஆண்டுகளுக்கு மேலாக, ரத்த ஓட்டம் பற்றியும், இதயத்தின் இயக்கம்பற்றியும் மனிதனுடைய அறிவில் கணிசமான கூடுதல்கள் ஏதுமில்லை. ரத்தத்தின் மூலஸ்தானம் பித்தகோசம்; ரத்தம் அங்கிருந்து இதயத்துக்குச் செல்கிறது; பச்சை ரத்தக் குழாய்கள் வழியாக உடல் முழுதும் பரவுகிறது; இது அரிஸ்டாடில் போதித்ததாகும். உடலின் வெப்பத்திற்கு ஆதாரமும், அறிவின் இருப்பிடமும் இதயமே என்று அவர் நம்பினார். அலெக்ஸாண்டிரிய வைத்திய முறையைச் சேர்ந்த ஏராவிஸ்டிரேஸஸ், ரத்தக் குழாய்களில் நுட்பமான காற்றுக் குமிழ்கள் அல்லது ஆவிகள் இருப்பதாக நிலைநாட்டினார். ரத்தக் குழாய்களில் காற்று இல்லை; ரத்தம் ஓடுகிறதெனக் கண்டு பிடித்துக் கேலன், பழைய கருத்தைத் திருத்தினார். ஆனால் அவரது காலத்துக்குப் பிறகும் பல நூற்றாண்டுகள் வரையில், ரத்த ஓட்டத்தில், ஏன் இதயத்தை இயக்குவதில் கூட ஏதோ ஒருவகை ஆவி வேலை செய்கிறதென்று மருத்துவர்கள் நம்பி வந்தனர்.

ஆதிகாலத்திலிருந்து வரும் சம்பிரதாயங்களையும், வசனங்களையும் ஆட்சேபிப்பதெனில், விஞ்ஞானிகளுக்குள் மிகத் துணிந்தவர்களால் தான் அவ்வாறு செய்ய முடியும். கேலனுடைய எழுத்துக்கள் ஏறக்குறைய, தேவ வாக்காகவே மதிக்கப் பெற்றன; அவற்றை மறுப்பதற்கோ சந்தேகிப்பதற்கோ இல்லை. கேலன்கூட, ரத்தவியலுக்கு மூலஸ்தானம் பித்தகோசந்தான் என்று கருதினார். ஜீரணமாகும் உணவுப் பொருள் பித்தகோசத்துக்குப் போகின்றது; அங்கு ரத்தமாக மாறுகிறது; 'இயற்கை ஆவிகள்' அவ்வாறு செய்கின்றன கடலலைகள் நிதானமாகப் பொங்கிக் கழிமுகங்களில் புகுந்து வடிவது போல், சிரைகள், தமனிகள் வழியாக முன்னும் பின்னுமாக உடலில் ஓடி வடிகின்றன. தமனிகள் வழியாக இதயத்தின் ஒரு பக்கத்திலிருந்து வரும் ரத்தம் மறு பக்கத்திலிருந்து சிரைகளில் வரும் பச்சை ரத்தத்துடன் முக்கியத் துவாரங்கள் வழியாகக் கலந்து விடுகிறது.

பல நூற்றாண்டுகளாக, ரத்த ஓட்டம்பற்றி ஏராளமான மூட நம்பிக்கை மிக்க கதைகள், இயற்கை உண்மைகளுடன் சேர்க்கப் பட்டுவிட்டன. உடலில் உள்ள வேறு எந்த உறுப்பையும்விட ரத்தத்துக்குப் புனிதத் தன்மை உண்டு; மதச் சடங்குகளில் அதை உபயோகிப்பதும், தேவதைகளின் பலிபீடங்களில் ரத்தத்தை வார்ப்பதும் இதையே காட்டுகிறது.

1600-ஆம் ஆண்டுக்குள் எங்கும் மாறுதல் தென்பட்டது. ஐரோப்பிய மறுமலர்ச்சி, இலக்கியத்தைப் புதுப்பித்ததுடன் அறிவியல் விழிப்பையும் உண்டாக்கியது: இது உடனே இயற்கை விஞ்ஞானத்தையும் எழுப்பியது. அது கலீலியோ, கெப்ளர், ஹார்வி, பேகன், டெஸ்கார்டிஸ் சகாப்தம். இதற்கு ஐம்பது ஆண்டுகளுக்குமுன், இத்தாலியில், 'நவீன உடற்கூறு நூல் ஸ்தாபகர்' ஆண்டிரியாஸ் வெஸாலியஸ், கேலன் வர்ணித்த 'ரத்த நுணுக்கக் கால்கள்' இல்லை என்றும், இதயத்தின் இரு அறைகளுக்குமிடையில் நேரான வாயில்கள் இல்லையென்றும் நிரூபித்தார். அதே காலத்தில், ஸெர்விடஸ் ரத்தம் சுவாசப்பைகள் மூலம் ஓடுகிறதென்று நம்புவதாகச் சொன்னார்: ஆனால் ரத்தத்தை இறைக்கும் கருவியாக இதயத்தை அவர் கொள்ளவில்லை; இந்த ஸெர்விடஸைத்தான் பிற்காலத்தில் ஜான்

கால்வின் நடுச் சந்தையில் உயிருடன் கொளுத்தினார். இதே போல, சுவாசப்பை மூலம் ரத்த ஓட்டம் என்ற கருத்தை ரோமில் உடற்கூறுப் பேராசிரியர் ரியால்டோ கொலம்போவும் தெரிவித்தார். 1603-இல் பாதுவாவைச் சேர்ந்த ஃபப்ரீஷியஸ் இத் தத்துவத்தில் மற்றொரு முக்கியமான இணைப்புக் கணுவைக் கண்டுபிடித்துச் சொன்னார்; சிரைகளில் 'வில் கதவுகள்' (வால்வு) இருப்பதைக் கண்டுபிடித்தார். ஆனால் அதன் வேலை என்ன வென்பதைக் குறித்துத் தவறு செய்துவிட்டார். ரத்த ஓட்டத்தின் வேகத்தைக் கடைசிப்பட்ச அளவுக்குக் கட்டுப்படுத்தி மெதுவாக விடுவதே இக் கதவுகளின் வேலை என்று ஊகித்து விட்டார்.

இவ்வகையில் இடைச் சகாப்தம் முழுதும், வைத்தியமுறை முன்னேற்றத்தைக் கட்டிப் பிணைத்திருந்த பண்டை நம்பிக்கையைச் சந்தேகிக்கும் துணிச்சல், இவர்களுக்கும் இன்னும் சில வீராத்மாக்களுக்கும் இருந்தது. ஆயினும், எவரும் முழு உண்மையைக் கண்டுபிடிக்கவில்லை. ரத்த ஓட்டம், இதயத்தின் வேலை சம்பந்தமான மர்மத்தை அறிவதற்கு ஒவ்வொருவரும் குறிப்பிடத்தக்கப் பங்காற்றினர்; ஆனால் ஒவ்வோர் அம்சத்திலும், அரைகுறையான, பூர்த்தி பெறாத பதிலுடன் நின்று விட்டனர். ஒழுங்காகவும், முறைப்படியும், விஞ்ஞான ரீதியிலும் அமைந்த கோட்பாடுகளைக் கண்டுபிடிக்கவும், வகுத்துத் தரவும் பணி புரியும் பேறு ஆங்கில மருத்துவர் வில்லியம் ஹார்விக்குக் கிடைத்தது; இவர் அருமையான, கூரிய அறிவுத் திறம் படைத்தவர்.

ஐரோப்பாக் கண்டத்தைவிட, குறிப்பாக இத்தாலியை விட, பிந்திதான் இங்கிலாந்தில் கல்வியறிவு மறுமலர்ச்சி தோன்றியது; ஆயினும், 1578-இல் ஹார்வியின் பிறவிக் காலத்தில், இந்நாடு அதன் மாபெரும் நல்ல தசையை அடைந்து கொண்டிருந்தது. வருகிற நூற்றாண்டில் ராணி எலிஸபெத் ஆளவிருக்கிறார்; 'ஆர்மேடா' என்ற ஸ்பெயின் கப்பற்படையைத் தோற்கடித்து, பிரிட்டனின் இணையிலாக் கடற்படைப்பலம் நிலை நாட்டப்பட இருக்கிறது; ஆங்கிலக் கண்டுபிடிப்பாளர்கள் புதுப்புது நிலங்களைக் காண இருக்கிறார்கள்; ஷேக்ஸ்பியர், டான்னி ஸ்பென்ஸர், டிரைடன், மில்டன், ஜான்ஸன், பேகன் இலக்கிய

உலகில் பிரகாசிக்க இருக்கிறார்கள். இத்தகைய நூற்றாண்டுக்கு முந்தின நூற்றாண்டுகளில் சிந்தனை ஒடுக்கப்படுவது தனிப்பட்ட தன்மையாக இருந்தது. இப்போது குறித்த வரம்புக்குள் மனிதர்களின் மனம் சுதந்திரம் அடைந்தது; சிந்தனை ஒடுக்கம் விலகத் தொடங்கியது; புதுக் கருத்துக்களைப் படைக்கவும், புதுத்துறைகளைத் திறக்கவும் வழி உண்டாயிற்று.

வைத்தியக் கல்விக்காக, ஹார்வி இத்தாலிக்குப் போவது இயற்கையாக இருந்தது. பிரபலப் பாதுவா சர்வகலாசாலை, மறுமலர்ச்சியின் கலாநிலையமெனப் பெயர்பெற்றது; பல தலைமுறைகளுக்கு ஐரோப்பாவின் வைத்தியக் கலைக் கேந்திரமாக விளங்கியது. கேம்பிரிட்ஜ் (சர்வகலாசாலைப்) பட்டம் பெற்ற பின்பு, இளம் ஹார்வி நான்கு ஆண்டுக் காலம், பெரும்பாலும், சிரைகளில் வில் கதவுகள் இருப்பதாகக் கண்டுபிடித்து, பிரபலமான, உற்சாகமூட்டும் ஆசிரியரான ஃபப்ரீஷியஸின்கீழ்க் குருகுல வாசம் செய்தார். பலவகைப் பிராணிகளின் உடல்களை அறுத்து, ஆராய்ச்சிகள் செய்ய ஹார்வி கற்றுக் கொண்டார். ஃபப்ரீஷியஸின் ரத்த ஓட்டத் தத்துவங்களிலிருந்து முதன்முதலாக எழுந்த ஊக்கந்தான், ஆயுள் நாள் பூராவும் அதில் அக்கறை நீடிப்பதற்கும் காரணமாக இருந்திருக்கக் கூடும்.

1602-இல் ஹார்வி இங்கிலாந்துக்குத் திரும்பினார். ஹார்வி அன்று தொடங்கிய தொழில் அடுத்த ஐம்பது ஆண்டுகளில் மருத்துவராகவும், விரிவுரையாசிரியராகவும், எழுத்தாளராகவும் அவர் விளங்கும்படி செய்தது. எலிஸபெத் ராணியின் அந்தரங்க வைத்தியரின் புதல்வியை அவர் மணந்தார். பிற்காலத்தில் அரசர் மருத்துவக் கல்லூரிப் பேராசிரியராகவும், அர்ச் பார்த்த லோமியோ ஆஸ்பத்திரியின் வைத்தியராகவும், மன்னர் முதலாவது ஜேம்ஸ், மன்னர் முதலாவது சார்லஸ் ஆகியோரின் ராஜ வைத்தியராகவும் பணியாற்றினார்.

ஆயினும், அவரது ஆயுள் காலம் முழுதும், வைத்தியம் புரியும் தொழிலைவிட, வைத்திய ஆராய்ச்சியிலும் சோதனையிலும் ஹார்விக்கு அதிகக் கவர்ச்சி ஏற்பட்டிருந்தது. 1616-இல் மருத்துவக் கல்லூரியில், ரத்த ஓட்டம்பற்றி விரிவுரையாற்றலானார். அவரது

சொற்பொழிவுகளின் கையேட்டுக் குறிப்புகள் இன்னமும் உள்ளன; அநேகமாகப் புரியாத லத்தீன், ஆங்கிலம் கலந்த மணிப்பிரவாளத்தில் இக் குறிப்புகள் உள்ளன. அவருடைய சோதனைகளில் சிலவற்றை இக்குறிப்புகள் விவரிக்கின்றன. ரத்த ஓட்டம் பற்றிய அவருடைய சித்தாந்தங்கள் இப்போது கொண்டாடப் பெறுகின்றன; அவை பிரமாணமானவை என்ற நம்பிக்கை அவருக்கு இத்தருணத்தில் ஏற்பட்டுவிட்டதென்பதை அவருடைய சோதனைகள் சம்பந்தமான குறிப்புகள் காட்டுகின்றன. "ரத்த ஓட்டம் இடைவிடாமல் வட்டத்திலேயே இயங்குகின்றன; இதயத் துடிப்பு ரத்த ஓட்டத்துக்குக் காரணமாகும்" என்று எழுதினார்.

ஹார்வி தம் ஆராய்ச்சி முடிவுகளைப் பிரசுரிப்பதற்குத் தயாராவதற்குள் பன்னிரண்டு ஆண்டுகள் கழிந்துவிட்டன. இத்தகைய குறிப்பிடத்தக்க கண்டுபிடிப்பை உலகுக்கு அறிவிப்பதற்கு ஏன் இத்துணை நீண்ட காலதாமதம்? இதைக் குறித்துப் பலதரப்பட்ட ஊகங்கள் காண்கின்றன. ஸா வில்லியம் ஆஸ்னர், 'கோபர்நிகஸ் தமது வானியல் சஞ்சார சித்தாந்தத்தை முப்பதாண்டுக் காலம், தாம் குளிக்கும் அறையில் ஒளித்து வைத்திருந்ததற்குக் காரணம், மனிதர்களின் விருப்பு வெறுப்புகளைக் கண்டு அவ்வளவு பயந்திருந்ததே எனலாம்' என்று ஊகிக்கிறார். 'பொது ரத்த ஓட்டம் பற்றிய சித்தாந்தம்' மிகவும் நூதனமானதும், முன்பின் கேட்டிராததுமாகும்; ஒரு சிலருடைய பொறாமையால் என் உடலுக்கு நேரிடக்கூடிய தீங்கைப்பற்றி மட்டுமின்றிப் பரவிக் கிடக்கும் மனிதவர்க்கம் என்னுடைய பகைவராகி விடுவதைப் பற்றியும் நான் நடுங்குகிறேன்; ஏனெனில், அவ்வளவு தூரம் பழக்க வழக்கங்கள் மற்றொரு மனித இயல்பாகி விட்டன; ஒரு தடவை வித்தூன்றி விட்டால், அது ஆழமாக வேர்விட்டு, பண்டைக் காலத்தில் இருந்தாற் போலவே நிலைத்து விடுகிறது: இதுதான் எல்லா மனிதரிடையிலும் செல்வாக்கும் பெறும் என்று ஹார்வியே தமது சொந்த வார்த்தைகளில் எழுதி வைத்திருக்கிறார்.

ஹார்வி மேலெழுந்த வாரியாகக் கவனித்து, பிரசுரத்திற்கு அவசரப்படுபவரல்ல. அறிவில்லாத கிறுக்கெழுத்தாளர்களின் கூட்டம், கோடைக்காலத்தின் உச்சத்தில் மொய்த்துக் கொண்டு

வரும் ஈக்களை விடக் குறைந்ததன்று; புகை (மூச்சுத் திணற அடிப்பது) போல, தங்களுடைய கரடுமுரடான, விஷயமற்ற பிரசுரங்களைக் கொணர்ந்து இக்கூட்டம் திணற அடித்துவிடும் என்று ஹார்வியே கருதுகிறார்.

ஆனால் கடைசியில், பல ஆண்டுக்காலம் மேலும் சோதனை நடத்தியும், அவற்றைக் கண்காணித்தும் வந்த பிறகு பக்குவமான காலம் வந்துவிட்டதென்று ஹார்வி முடிவு செய்தார். 1628-இல் ஜெர்மனியிலுள்ள பிராங்க்பர்ட்டில், எழுபத்திரண்டு பக்கங்கள் கொண்ட சிறு நூல் ஒன்று வெளிவந்தது; இதுவரையில் காணாத மிகவும் முக்கியமான வைத்திய நூல் என்று எந்நாளிலும் எதையும் மிகைப்படுத்தும் குணமில்லாத அறிஞர் பலர் மதித்தனர். அந்நாளில் உலகில் கற்றறிந்த பெரியோர்களின் மொழியான லத்தீனில் இந்நூல் இருந்தது சகஜமே. அதன் முழு லத்தீன் பெயர்: எக்ஸெர்ஸைடேஷியோ அனாடமிகா டிமோடு கார்டிஸ் எட் சாங்குனிஸ் இன் அனிமலிபஸ். அதாவது 'பிராணிகளின் இருதயம், ரத்த இயக்கம் பற்றிய உடற்கூறு பயிற்சிப் பாடம்.' இந்நூல் ஏன் ஜெர்மனியில் வெளியிடப்பட்டதென்பதற்குச் சரியான காரணம் தெரியவில்லை: ஆனால், பிராங்க் பாட்டில் கடந்த வருஷாந்தரப் புத்தகக் கண்காட்சியில் வைத்தால், கண்டத்தில் இருக்கும் விஞ்ஞானிகளிடையில் மிகத் துரிதமாகப் பரவுமென்று ஒருவேளை நினைத்திருக்கலாம். எண்ணற்ற எழுத்துப் பிழைகளுக்கு, ஹார்வியின் ஹார்வியின் சகிக்க முடியாத கையெழுத்து காரணமாக இருந்திருக்கலாம்.

டி மோடு கார்டிஸ் நூலை இரு சமர்ப்பணங்கள் அலங்கரிக்கின்றன. முதலாவது, மன்னர் முதலாம் சார்லஸுக்காகும்; சாம்ராஜ்யத்தில் மன்னன் ஸ்தானத்துடன், உடலில் இதயத்தின் ஸ்தானம் ஒப்பிடப்படுகிறது. இதையடுத்து அரசர் கல்லூரி அதிபர் டாக்டர் ஆர்ஜெண்டுக்கும் 'மற்றுமுள்ள டாக்டர்கள், மருத்துவர்கள் போன்ற அவருடைய மிக மதிப்புக்குரிய சகாக்களுக்கும்' அர்ப்பணித்துள்ளார். அதன் மூலாதாரத்தைப் பொருட்படுத்தாமலே உண்மையை ஏற்க வேண்டுமென்ற கருத்தை ஹார்வி, இரண்டாவது சமர்ப்பணத்தில் வெளியிட்டிருக்கிறார்; ஏனெனில், பழமையை

விட உண்மை அதிக மதிப்பு உயர்ந்ததாகும். நூல்களிலிருந்தன்றி, பிராணிகள் அறுவை முறைமூலம், உடற்கூறு தத்துவத்தைக் கற்கவும், போதிக்கவும் செய்கிறேன்; தத்துவ தரிசிகளின் நிலையிலிருந்தன்றி, இயற்கையின் அமைப்பிலிருந்து செய்கிறேன்.' இவ்வாக்கியத்தில், நவீன விஞ்ஞான முறையில் நோக்கு, உணர்வு இரண்டையும் அவர் பற்றிக் கொண்டிருப்பது விளங்கும்.

இந்நூலில் முக்கியமான பகுதியில் ஒரு முகவுரையும், பதினேழு சிறு அத்தியாயங்களும் அமைந்துள்ளன; ஹிருதயம் செயல்படும் முறை, உடல்முழுதும் ரத்தம் வட்டமிடும் இயக்கம் பற்றித் தெளிவாகவும் இணக்கமாகவும் தரப்பட்டுள்ளது. முகவுரையில் கேலன், ஃபப்ரீஷியஸ், ரியால்டோ கொலம்போ, மற்றுமுள்ள முந்தின எழுத்தாசிரியர்களின் சித்தாந்தங்களை விமர்சித்து, அவர்களுடைய பிழைகளை அத்தாட்சி பூர்வமாக நிலைநாட்டியிருக்கிறார்.

ஹார்வி தம் ஆராய்ச்சியின்போது, தமக்கு நேர்ந்த பிரச்னைகள் சிலவற்றை, முதல் அத்தியாயத்தில் விவரித்திருக்கிறார்:

'ஹிருதயத்தின் இயக்கத்தையும், உபயோகங்களையும் பற்றிக் கண்டுபிடிப்பதற்கான சாதனமாக, அறுவை முறையில் எனது மனத்தை முதல்முதலாக ஈடுபத்தியபோது, பிறருடைய எழுத்துக் களிலிருந்தன்றி, கண்கூடாகச் சோதித்துக் கண்டுபிடிக்க முயன்ற போது இவ்வேலை உண்மையாகவே கடினமாகவும், சங்கடங்கள் நிறைந்ததாகவும் இருக்கக் கண்டேன்; இதையெல்லாம் கண்ணுற்ற பின் பாராகாஸ்டோரியஸ் போலவே, ஹிருதயத்தின் இயக்கம் ஆண்டவனுக்கு மட்டுமே விளங்குமென்று நினைத்துவிடலா மென்று தோன்றியது. எப்போது ஹிருதயம் சுருங்கியது? அல்லது எப்போது பருத்தது? அல்லது எங்கு, எப்போது பருத்துச் சுருங்கியது? இதையெல்லாம் என்னால் முதல்முதலில் சரியானபடி கண்டு கொள்ள முடியவில்லை; ஏனென்றால், பெரும்பாலான பிராணி களிடத்தில், இமைகொட்டும் நொடிக்குள், மின்னல் தோன்றி மறைவதுபோன்று அவ்வளவு வேகமாக இது நிகழ்ந்து விடுகிறது.'

நாளடைவில், ஹிருதயத்தின் இயக்கத்தை உஷ்ணவியல் பிராணிகளை விடத் தவளைகள், தேரைகள், பாம்புகள், சிறுமீன்கள், நண்டுகள், சென்னாக்குனி, நத்தைகள், சிப்பி மீன்கள் போன்ற குளிர்ந்த உயிரினங்களிடம் எளிதில் ஆராயலாம் என்ற நம்பிக்கை ஹார்விக்கு ஏற்பட்டது. உஷ்ணரத்தம் மிகுந்த உயிரினங்களை விட இதில் சுலபமென உணர்ந்தார்: குளிர்ந்த உயிரினங்களின் ஹிருதயங்கள் 'மெதுவாகவும் அசாதாரணமாகவும் இயங்குவதைக் கண்டார். உஷ்ணமான உயிரினங்கள் இறந்தபின், அவற்றின் ஹிருதயங்களின் செயல் நிதானமடையும் போது, இதே தத்துவத்தைக் கண்டார்.

தம் சோதனைகளின் அடிப்படையில், ரத்தத்தை வெளியில் இறைக்கும்போது ஹிருதயம் சுருங்குவதை ஹார்வி கண்டார்; ஹிருதயம் சுருங்கும்போது தமனிகள் ரத்தத்தை ஏற்றுக்கொள்வதற்காக விரிவதைக் கண்டார். இறைவைக் கருவிபோன்ற தசையினாலான ஹிருதயம், ரத்த ஓட்டம் தொடர்ந்து நிகழ்வதற்கான நிர்ப்பந்தத்தை உண்டாக்குகிறது. 'கையுறைக்குள் காற்றை ஊதும்போது' ஏற்படுவதைப் போல, தமனிகளில் திணிக்கப்படும் ரத்தம் நாடியைத் தட்டி எழுப்புகிறது. அலைபொங்கி வடிகிறதென்ற பண்டைய நம்பிக்கைக்கு மாறாக, இயக்கம் முழுதும் ஒரே திசையில் இருக்கிறது. ஹிருதயத்தின் இடதுபுறத்திலிருந்த கிளம்பும் ரத்தம் தமனிகளின் வழியாகக் கோடிவரையில் சென்று, சிரைகளின் வழியாகத் திரும்பி, ஹிருதயத்தின் வலதுபுறம் வந்தடைகிறதென்பதை ஹார்வி கண்கூடாகக் காட்டினார். தமனிகளிலும், சிரைகளிலும் ஆங்காங்கு நரம்பு நார்களைக் கட்டி வைப்பதன் மூலம், ரத்த ஓட்டத்தின் திசையை நிர்ணயித்தார். தமனிகளால் வெளியேற்றப்படும் அதே ரத்தம், பச்சை ரத்தக் குழாய்கள் வழியாகத் திரும்பி, ஒரு முழுச்சுற்று வந்துவிடுகிறதென்பதுதான் முக்கியமான கண்டுபிடிப்பு ஆகும்.

ஹார்வி இம்முறையைப்பற்றி அழகாக வர்ணித்திருக்கிறார்:

இதயத்தின் மேலறைகளில் ஒன்றும், கீழறைகளில் ஒன்றும் ஆக இரண்டு இயக்கங்கள் ஒன்றையடுத்து ஒன்றாக நிகழ்கின்றன. ஆனால் அவ்வியக்கங்களிடையில் ஒருவித ஒருமைப்பாடும்,

லயமும் காண்கின்றன; ஒரே இயக்கம்போலத் தோன்றும் வகையில், இவ்விரு இயக்கங்களும் ஒருமிக்கின்றன; குறிப்பாக, வெப்பமான பிராணிகளிடம் பிரஸ்தாப இயக்கங்கள் மிகத் துரிதமாக உள்ளன. ஒரு யந்திரத்தில், ஒரு சக்கரம் மற்றொரு சக்கரத்தை இயக்கினாலும் ஒரே சமயத்தில் எல்லாச் சக்கரங்களும் இயங்குவதாகத் தோன்றுவது போல், இதில் அதைவிட வேறு காரணம் ஒன்றும் இல்லை. அல்லது துப்பாக்கியிலுள்ள விசையைப் போன்றது; வில்லை இழுத்தவுடன் சக்கிமுக்கிக் கல் இரும்பில் போய் அடித்ததும், தீப்பொறி உண்டாகிறது; தீப்பொறி வெடிமருந்தில் விழுகிறது; வெடிமருந்தில் தீப்பிடித்து, தீ குழைக்குள் பரவி, வெடியதிர்ச்சியை எழுப்பி, குண்டை எய்கிறது; குண்டு இலக்கில் போய் பாய்கிறது - இத்தனை நிகழ்ச்சிகளும் நடக்கும் வேகம் காரணமாக, அனைத்தும் இமை கொட்டும் நேரத்தில் நிகழ்ந்து விடுவதாகத் தோன்றுகிறது; இதேபோல்தான் இதய இயக்கமும்.

ரத்த ஓட்டங்கள் வட்டமிடுவதாக நினைப்பதில், அரிஸ்டாட்டில் போன்ற பண்டைத் தத்துவாசிரியர்களின் கருத்து ஹார்வியின் சிந்தனையை உருவாக்கியிருக்கக்கூடும்; எல்லா இயக்கங்களுக்குள்ளும் வட்டவடிவ இயக்கம்தான் முழுமைத் தன்மை வாய்ந்ததும், தலை சிறந்ததுமாகும் என்று அரிஸ்டாட்டில் போதித்தார். ‘அண்டத்தில், எல்லா வாழ்வுக்கும், செயலுக்கும் அடிப்படையான சின்னமும், அமைப்பும் வட்ட வடிவேயாகும்’ என்று ஹார்வியின் சம காலத்தவரான வானியல் வல்லார் ஜியோர்டானோ புரூனோ அறுதியிட்டார். ஹார்வியும் தம் விரிவுரைக்களில் ‘வட்டவடிவம் போன்ற இயக்கம்,’ ‘ரத்தத்தின் ஓட்டத்தை வட்ட வடிவானதென்று அழைக்கலாம்’ என்றெல்லாம் உபயோகித்திருப்பது குறிப்பிடத்தக்கது.

ரத்தவோட்டம்பற்றிய ஹார்வியின் காரணமுறை மொத்தத்தில் சரியாக அமைந்திருப்பது அருமையாக இருந்தது; ஆனால் அதில் ஒரே இணைப்புக் கணு காணப்படவில்லை. ரத்தம் தமனிகளிலிருந்து சிரைகளுக்கு எப்படி வந்தது? இதயத்தின் இடது பக்கத்திலிருந்து ரத்தம் தமனிகளுக்குச் சென்றதும், சிரைகளிலிருந்து

இதயத்தின் வலப்புறத்தில் வந்து சேர்ந்ததும் ஹார்விக்குத் தெரியும். ஆயினும் 'அவற்றின் வாய்களின் நேரிடையான உடற் கூறியலின் மூலம் தமனிகளுக்கும், சிரைக்குமிடையில் தொடர்பு இருப்பதைக் கண்டுபிடிப்பதில் என்னால் வெற்றிபெற இயலவில்லை' என்று ஹார்வி சொன்னார். ரத்த ஜீவ அணுக்கள் தமனிகளிலிருந்து சிரைகளுக்குத் தந்துகிகள் என்ற நுண்ணிய ரத்தக்குழாய்கள் வழியாகச் செல்வதைக் கண்டுபிடிப்பதற்கான நச்சுக் குழல் பூதக் கண்ணாடி அந்நாளில் இல்லை. ஹார்வியின் மரணத்துக்குச் சில ஆண்டுகளுக்குப் பின், மார்ஸெல்லோ மால்பைகி என்ற போலோனா உடற்கூறுப் பேராசிரியர் இப்புதிரை அவிழ்த்தார். புதிதாகக் கண்டுபிடிக்கப்பட்ட நச்சுக் குழல் பூதக்கண்ணாடி மூலம், தவளையின் சுவாசப் பையை மால்பைகி பரிசோதித்தார். ஹார்வி எதிர்பார்த்துக் கூறியது போலவே, தமனிகளையும், சிரைகளையும் இணைக்கும ரத்தக் கால்கள் வரிசையாக அமைந்திருப்பதை மால்பைகி கண்டார். ரத்த ஓட்டத்தின் முழு வட்டத்தையும் அத்தாட்சியுடன் காட்டும் பகுதி இறுதியாகப் பூர்த்தி செய்யப்பட்டது.

அவநம்பிக்கையாளரின் கருத்தை வெல்லும்பொருட்டு ஹார்வி ரத்த ஓட்டத்தைப்பற்றி மேற்கொண்டு பிரமாணங்களைக் கொணர்ந்தார். விஞ்ஞானிகள் தொகையியல்முறை என்றழைக் கும் முறையைப் பிரயோகிப்பது அதில் ஒன்று. ஒரு மணி நேரத்தில், ஹிருதயம் அதன் சுமார் 4,000 தடவைத் துடிப்புகளில், உடலில் இருக்கும் மொத்த ரத்தத்தையும்விட அதிகமான ரத்தத்தை இறைத்துத் தள்ளுகிறது என்று கண்கூடாகக் காட்டினார். ஒரு நாளில் ஹிருதயம் வெளியில் இறைத்தனுப்பும் ரத்தத்தை அளந்தால், உட்கொண்டு ஜீரணித்த உணவையெல்லாம்விட அளவு மிஞ்சியிருக்கும்-இதன்மூலம் பண்டைய கேலன் தத்துவம் தவறானதென்று ருசுப்படுத்தினார். 'சுருங்கச் சொன்னால், சுற்றிக் கொண்டு, திரும்பி வருவதைத் தவிர, வேறு விதத்தில் ரத்தத்தை வழங்க முடியாது' என்று ஹார்வி எழுதினார்.

ரத்த ஓட்டம் பற்றிய அதிகப்படி அத்தாட்சி, உடலில் விஷத்தினால் உண்டாகும் மாறுதல்களிலிருந்து கிடைக்கிறது.

தொத்து நோய்கள், விஷக் காயங்கள், பாம்புக்கடி அல்லது வெறி நாய்க்கடி, பிரெஞ்சு அம்மை போன்றவைகளில், உடல் முழுதும் நோயுற்றபோதிலும், கடி இடம் பாதகமடையாமல் அல்லது ஆறியிருப்பதை நாம் காண்கிறோம்... ஒரு குறித்த இடத்தில் தொத்துநோய் இறங்கியதும், அதை இதயத்துக்குத் திரும்பும் ரத்தம் கொண்டு செல்கிறது; இதயத்திலிருந்து நோய் உடல்முழுமைக்கும் பரப்பப்படுகிறது.... சில வகை மருந்துகளைச் சருமத்தின்மீது பூசினாலுங்கூட, வாயினால் உட்கொள்வதைப் போன்ற அதே பலனை ஏன கொடுக்கின்றனவென்பதையும் இது விளக்கும்.

பரிசோதனைகளுக்காகப் பிராணிகளை ஹார்வி உபயோகித்தது புது முறையேயாகும். ‘உடற்கூறு வல்லுநர்களுக்கு மனித உடலை அறுத்துப் பார்ப்பதுபோல, கீழ்த்தரப் பிராணிகளைக் கீறிப் பார்க்கும் முறையில் பழக்கம் இருந்திருந்தால், இதுவரையில் அவர்களைச் சந்தேகக் குழப்பத்தில் சிக்க வைத்திருந்த விவகாரங்கள் அவர்களை ஒவ்வொரு விதமான சங்கடத்திலிருந்தும் விடுவித்திருக்கும் என்று நினைக்கிறேன்’ என நம்பினார். ஒப்பியல் உடற்கூறு விஞ்ஞானத்தின் ஸ்தாபகர்களில் ஒருவரென்று ஹார்வியை மதிப்பது பொருந்தும். உதாரணமாக, ஆடுகள், நாய்கள், மான், பன்றிகள், பறவைகள், முட்டைக்குள் இருக்கும் கோழிக்குஞ்சுகள், பாம்புகள், மீன்கள், விலங்குகள், தேரைகள், தவளைகள், நத்தைகள், சென்னாக்குனிகள், கடல் நண்டுகள், கிளிஞ்சில் பூச்சிகள், மடவைகள், கடல் பஞ்சுகள், புழுக்கள், தேனீ, குளவி, வண்டுகள், கொசுக்கள், ஈக்கள், பேன்கள் பற்றிய பரிசோதனைகளை அவர் குறிப்பிட்டிருக்கிறார்.

“அரிஸ்டாடில் கூறுவது போன்று ரத்தமுள்ள பெரிய பிராணிகளில் மட்டுமின்றி, ரத்த ஓட்டமில்லாத சிறிய ஜந்துக்களான நத்தைகள், மேலோடு இல்லாத நத்தைகள், நண்டுகள், சென்னாக்குனி போன்ற ஏறக்குறைய எல்லாப் பிராணி களிடத்திலும் ஹிருதயம் ஒன்று இருப்பதைக் கண்டேன். குளவிகள், வண்டுகள், ஈக்கள் ஆகியவற்றின் வால்புறத்திற்கு மேல் ஹிருதயம் துடிப்பதைப் பூதக்கண்ணாடியைக் கொண்டு பார்த்திருக்கிறேன். இதை மற்றவர்களுக்கும் காட்டியிருக்கிறேன். இந்த ரத்தமில்லாப்

பிராணிகளிடம் ஹிருதயங்கள் மிகவும் மெல்ல அடித்துக் கொள்ளும்; உயர்தரப் பிராணிகளின் ஹிருதயங்கள் சாகுந்தறுவாயில் அடித்துக் கொள்வதுபோல மிகவும் மெதுவாகச் சுருங்கும். இதை நத்தையிடம் சுலபமாகக் காணலாம், அதன் வலப்புறத்தில் திறந்த இடத்தின் அடிப்பாகத்தில் ஹிருதயம் உள்ளது; உமிழ்நீர் வெளிப்படும்போது அது திறந்து மூடுவது போலத் அளிக்கிறது. ஒருவகைச் சிறு கண்ணாடி மீன் உள்ளது.- கடலிலும், தேம்ஸ் ஆற்றிலும் பிடிக்கப் பட்டது; அதன் உடல் முழுதும் பளிங்குபோல வெளியில் தெரிகிறது. இந்த ஜீவனைத் தண்ணீரிலிட்டு, இதன் ஹிருதயம் இயங்குவதை மிகத் தெளிவாக என் நண்பர்கள் சிலருக்குப் பல தடவை காட்டியிருக்கிறேன்."

அவரது அரிய கண்டுபிடிப்புகள் ஒருபுறம் இருக்க, பரீட் சார்த்த அல்லது சோதனாலய முறைகளைக் கொணர்ந்ததுதான் விஞ்ஞான, வைத்திய ஆராய்ச்சிகளுக்கு ஹார்வி இயற்றிய மாபெரும் உதவியாகும். அவர் அடிகோலிய கடைக்கால் மீதுதான் மூன்று நூற்றாண்டுகளுக்கு மேலாக உடலியல் நூலும், வைத்திய இயலும் வளர்ந்தோங்கியிருக்கின்றன. பரிசோதனை மூலம் இயற்கையின் ரகசியங்களைக் கண்டுபிடித்து ஆராய்வதுதான் இதன் சாராம்சம் என்று ஹார்வியே கூறியிருக்கிறார். அவர் பிறப்பதற்கு முன் பல்லாயிரம் ஆண்டுகள் கால வரலாற்றுச் சிறப்புடையது வைத்தியம். மனிதர்களைப் பீடிக்கும் முக்கியமான நோய்களைக் கண்டுகொள்ளவும், கறுக்காக விவரிக்கவும் மருத்துவர்கள் கற்றுக் கொண்டனர். கண்டு கொள்ளல் முக்கியமானதே; ஆயினும் அது போதுமானதல்ல; ஏனெனில், அடிக்கடி தவறான முடிவுகளுக்கு வரச் செய்து விடுகிறது. ஹார்விக்கும், அவரது முந்தின காலத்தவருக்கும் பெரும் வேற்றுமை இதுவே யாகும். மேலெழுந்த வாரியாக நோக்கும் முறையைக் கடந்து, மூடநம்பிக்கைகளினாலோ அல்லது பண்டையத் தத்துவங்கள் என்ற மரியாதையாலோ தடைப்படாமல், ஆதாரம் வைத்துக் கொண்டு, அவற்றைப் பரிசோதனைகள் மூலம் பரீட்சித்தார். உயிரியல் பிரச்னைகள் தீர்வுக்கு விஞ்ஞான முறையை முதல் முதலாகப் பின்பற்றியவர் ஹார்வியே. 1628-இலிருந்து அவரையடுத்துத் தோன்றிய குறிப்பிடத்தக்க அனைவரும் அவரது வழியைப் பின்பற்றினர்.

ஹார்வியின் கண்டுபிடிப்புக்களைச் சம காலத்தவர் வரவேற்றமுறை சுவாரசியமானது. அவரது நூல் பரபரப்பூட்டு இலக்கியமாக இருக்கவில்லை; அதன் ஆழ்ந்த உட்பொருளை ஹார்வியே உணர்ந்து கொள்ளவில்லை எனத் தோன்றுகிறது. பழமைவாதிகளிடமிருந்தும், அசூயையிலிருந்தும் எழுந்த எதிர்ப்புச் சிறிது வெளிவந்தது. சம காலத்தவர் வால்டர் விஞ்செல்; ஜான் ஆப்ரே, 'ரத்த ஓட்டம் பற்றிய அவரது நூல் வெளிவந்தபின், அவரது வைத்திய வருமானம் வெகுவாகக் குறைந்துவிட்டது என்று அவர் (ஹார்வி) சொல்லக் கேட்டேன்; அவருக்குக் கிறுக்கு மூளை என்றும், எல்லா மருத்துவர்களும் அவருக்கு எதிராக இருந்தனர் என்றும் பாமரர் நம்பலாயினர்' என்று எழுதினார்.

அந்நாளைய அறிஞர்களில் ஒருவரான ஸர் வில்லியம் டெம்பிள் என்பவர் கோபர்நிகஸ், ஹார்வி பணிபற்றி எழுதியதைக் கொண்டு அந்நாள் மனநிலையை அறியலாம்:

"இவற்றில் இரண்டும் நவீனக் கண்டுபிடிப்புகளா அல்லது பழைய ஆதாரங்களிலிருந்து பிறந்தனவாவென்பது ஏன் ஆட்சேபிக்கப்படுகிறது? இவை உண்மையா அல்லது இல்லையா வென்பதுங்கூட ஆட்சேபிக்கப்படுகிறது; எதிர்மறைக் கருத்துக் களைவிடக் காரண நியாயம் அவர்களுக்குச் சாதகமாக இருந்தாலும், இருதரப்பும் ஒன்றாக இருக்க வேண்டுமென்று உணர்ச்சி அநுமதிப்பது இயலாது; மனிதவர்க்கத்தைத் திருப்திப்படுத்த வேண்டுமென்பதும் முடியாது. ஆனால் அவை உண்மையாக இருக்கும்பட்சத்தில், வானியல் நூலின் முடிவுகளில் அல்லது வைத்திய முறையில் இவ்விரு மகா கண்டுபிடிப்புகளும் மாறுதல் இயற்றாததால், உலகத்துக்கு உபயோகமாக இல்லை ஆயினும், ஒருகால், அதன் கர்த்தாக்களுக்கு பெரும்மதிப்பை உண்டாக்கி யிருக்கலாம்.

பெரும்பாலும் ஹார்வி தன்னைக் குறை கூறுவோரைப் பொருட்படுத்தவில்லை. ஆயினும் பாரிஸ் சர்வகலாசாலை வைத்தியப் பள்ளி நீண்டநாள் காட்டிய பகைமை, அவரது மௌனத்தைக் கலைக்குமாறு கடைசியில் தூண்டியது. பாரிஸ் பள்ளி உடற்கூறுப் பேராசிரியர் ஜான் ரியோலான், ஹார்வியின்

சித்தாந்தத்தைப் போதிக்கக் கூடாதென்று அத்துறையினரைத் தூண்டி விட்டார். அவரது ஆட்சேபத்தைச் சமனப்படுத்துவதற்கான முயற்சியில், ரத்த ஓட்டம்பற்றி இரண்டு உடற்கூறியல் வாதங்கள் என்ற கடிதங்களை ரியோலானுக்கு ஹார்வி அனுப்பினார். 1649-இல் இவை சிறு நூல் வடிவெடுத்தன; டி மோடு கார்டிஸ் வெளியான இருபத்தோரு ஆண்டுகளுக்குப் பின் பிரசுரிக்கப்பட்டன. அவரது சித்தாந்தத்தைக் கண்டிப்போருக்கு ஹார்வி அதில் விவரமாக பதிலளித்திருந்தார்.

ஹார்வி தமது இரண்டாவது வாதத்தில் வருத்தத்துடன் எழுதியிருக்கிறார்:

"ரத்த ஓட்டம் பிறந்த நாள்தொட்டு, எனது கண்டுபிடிப்புக் குறித்து நல்லதாகவோ அல்லது கெடுதலாகவோ கேள்விப்படாத நாளோ, அன்றி மணியோ கடந்ததில்லை. 'இது நோஞ்சல் குழந்தை; பிறக்கத் தகாதது" - இவ்வாறு சிலர் வைவர்; மற்றவர்கள் வளர்க்கத் தகுந்ததும், பாதுகாக்கத் தக்கதுமான குழவி' என்பர். மிக்க ஆணவத்துடன் இவர்கள் எதிர்ப்பதைப் போலவே, அதைப் போற்றுவோரும் அளவு கடந்து பாராட்டுவர். 'வாதத்தின் எல்லாச் சக்திக்கும், பலத்துக்கும் எதிராகப் பரீட்சைகள், கண்கூடாகக் கண்டவை, நேர்முகப்பரிசோதனை மூலம் நான் முழுவதையும் நிதரிசனமாகக் காட்டிவிட்டேன்' என்று ஒரு சாரார் நிலைநாட்டு கிறார்கள்; 'போதுமான அளவு ருசுப்பிக்க வில்லை' எனவும், 'எல்லா ஆட்சேபங்களையும் இன்னும் தெளிவுபடுத்தவில்லை' எனவும், மற்றவர் நினைக்கிறார்கள். உயிருள்ள ஜந்துக்களை அறுத்துப் பிரிப்பதில் நான் தற்பெருமை ஆசை கொண்டவனென்றும், இக்காட்சியில் கீழ்த்தர உயிரினத்தைச் சேர்ந்த தவளைகளையும், பாம்புகளையும், ஈக்களையும், மற்றப் பூச்சிகளையும் கொணர்ந்ததாகக் கேலி செய்வோரும் உண்டு.... ஆனால் அவச்சொல்லை அவச் சொல்லால் அடிப்பதென்பது தத்துவ ஞானிக்கும், சத்திய சோதகனுக்கும் தகாதெனக் கருதுபவன் நான். நம்பிக்கையானதும், முடிவானதுமான உண்மை ஒளியைக் கொண்டு, இத்தனை இழிபிறப்பு அறிகுறிகளையும் வென்றேனாகில், நான் மேம்பட்டவனாகவும், இன்னும் விவேகமுள்ளவனாகவும் இருப்பேன் என நம்புகிறேன்.

அவருடைய சித்தாந்தங்களின் மீது முடிவுகூறத் தகுதி யுடையவர்களிடையில், அவை பொதுவாக அங்கீகரிக்கப்படுவதை நேரில் காணும் நற்பேறு ஹார்விக்கு வாழ்நாளில் கிடைத்தது. அவரது மரணத்துக்கு மூன்று ஆண்டுகளுக்கு முன், 1654-இல் அவர் மருத்துவர்கள் கல்லூரித் தலைமைக்குத் தேர்ந்தெடுக்கப்பட்டது, அவரது தொழிலில் சகாக்களிடையில் அவருக்கிருந்த உயர்ந்த மதிப்புக்கு அடையாளமாகும்.

ஹார்வியின் கல்லறையில் லத்தீனில் பொறிக்கப்பட்டுள்ள சாஸனமும், சமகாலக் கருத்தைக் காட்டுவதாகும்:

"வில்லியம் ஹார்வியின் மாண்புமிகு நாமத்தைக் கேட்டதும் எல்லாக்கல்வி நிலையங்களும் மரியாதை செய்ய எழுந்து நிற்கின்றன; பல்லாயிரம் ஆண்டுகள் கழிந்த பின்னர் அன்றாட ரத்த ஓட்டத்தினை முதல் முதலில் கண்டுபிடித்தார்; இதன்மூலம் உலகுக்கு உடல்நலமும், தமக்கு அழியாப் புகழும் கண்டவர்; பிராணி இனத்தின் மூலாதாரம், தலைமுறை இயல் இவற்றைப் பற்றிய பொய்ச் சித்தாந்தத்திலிருந்து விடுவித்தவர் இவர் ஒருவரே; அறிவை மனித குலம் பெற்றதற்குக் காரணம் இவரே; இன்று வைத்தியமுறை இருப்பதற்கும் காரணம் இவரே; பிரிட்டிஷ் தீவுகளின் மன்னர்களான கலங்கா மாட்சிமை தாங்கிய ஜேம்ஸ், சார்லஸ் ஆகியோருக்குப் பிரதம மருத்துவரும் நண்பரும் இவரே; லண்டனிலுள்ள மருத்துவக் கல்லூரியின் சலியா உழைப்பாளரும், சிறந்த வெற்றி கண்டவருமான உடற்கூறியல், ரண சிகிச்சைப் பேராசிரியரும் இவரே; இக்கல்லூரிக்காகப் பிரபல நூலகம் கட்டித் தந்து, தமது சொந்தச் சொத்துரிமையை அதற்கே சாஸனம் செய்து, செழிப்புறச் செய்தவர் இவரே. பரிசோதனை, வைத்தியம், கண்டு பிடிப்புகளில் வெற்றிகரமான முயற்சிகள் கண்டபின், உள்நாட்டிலும், வெளிநாடுகளிலும் இவருக்குப் பல சிலைகள் நாட்டப்பட்ட பின், தமது வாழ்க்கையில் முழுமையும் வாழ்ந்த பின், மருத்துவம், மருத்துவரின் போதக ஆசிரியராக இருந்து, முடிவில் 1657ஆம் ஆண்டு ஜூன் மூன்றாம் தேதி, இவரது எண்பதாவது வயதில், பூரண ஆயுளும், புகழும் பெற்றும் வாரிசின்றி உயிர்நீத்தார்.

ஹிருதயம், ரத்தக்குழாய்கள், சுவாசப்பைகள், அமைப்பியல்புகள் பற்றி ஏராளமான அறிவு சேர்ந்தபோதிலும், ஹார்வியின் ரத்த ஓட்டக் கண்டுபிடிப்புடன் அடிப்படையான தன்மை வாய்ந்த ஏதும் பின்னர்ச் சேர்க்கப்படவில்லை. ஹிருதயத்தின் அமைப்பு, ஆரோக்கியமாக இருக்கும்போதும், நோயடைந்திருக்கும் சமயத்திலும் அதன் குணா குணம், அதன் சிக்கலான இயக்கங்கள், ரத்தத்தின் கடமைகள் சம்பந்தமாக இப்போது நிறைய விஷயங்கள் தெரிந்துள்ளன; ஹார்வியின் நாளில் இதையெல்லாம் கற்பனை கூடச் செய்ததில்லை.

இருப்பினும், சில்கோர் விமர்சித்தார்:

"வைத்தியத்துக்கும், ரண சிகிச்சை முறைக்கும் ஹார்வியின் கண்டுபிடிப்புகளால் கிடைத்த நேரிடையான உதவி அளவிடற்கரிது. சேதம் அடைந்த அல்லது நோயடைந்த ரத்தக்குழாய்கள் சிகிச்சை எல்லாவற்றுக்கும், உயர்ந்த ரத்தக்கொதிப்பு, மூளைக் கொதிப்பு ரணசிகிச்சைக்கும் பிரசித்திபெற்ற 'நீலக் குழந்தை' ரணசிகிச்சைக்கும், மற்றவற்றுக்கும் இதுதான் ஆதாரம். ஆயினும் பொது உடலியல் நூல்தான் அவருக்கு மிகவும் கடமைப்பட்டுள்ளது. ஏனெனில், உடலுக்குள் இருக்கும் தன்னாட்சிச் சூழ்நிலையைக் குறித்து நாம் இன்று அறிந்தவற்றுக்கு ஆதாரமாக அமைந்திருப்பது ரத்தம் சுற்றி வருகிறதென்ற கருத்தேயாகும். மனித அமைப்பு முறையின் இயக்கவியலில் மிகவும் முக்கியமான பங்கு வகிப்பது, ஹார்வியால் கண்டுபிடிக்கப்பட்ட திரவத்தின் சுற்று ஓட்டமேயாகும்; மகத்தான அறிவுக் கூர்மையின் சாதனையாக இக்கண்டுபிடிப்பு உள்ளது.

நம் காலத்துத் தலைசிறந்த வைத்தியத் தலைவரைவிட, வைத்திய சாஸ்திரத்தின் முன்னேற்றத்துக்கு ஹார்வியின் வாழ்க்கை எத்துணை பொருள் பொதிந்ததென்பதை வேறெவரும் சுருங்கக் கூறி விளங்க வைத்தவரில்லை எனலாம். 1906இல், லண்டனில், அரசர் மருத்துவக் கல்லூரியில் நிகழ்த்திய வருஷாந்தர ஹார்வியப் பேருரையில் ஸர் வில்லியம் ஆஸ்லர் டி மோடு கார்டிஸ் சொன்னார்:

"பழைய சம்பிரதாயங்களிலிருந்து நவீன உணர்ச்சி பிரிந்ததைக் குறிப்பதாகும். ஜாக்கிரதையான நோக்குடனும், சுறுக்கான வர்ணனையுடனும், அழகாகப் பின்னிய சித்தாந்தங்

களிலும் கனவுகளிலும் மனிதர்கள் இனித்திருப்தியடைந்து விடுவதற்கில்லை; அவை ‘பொது அறியாமையை மறப்பதற்கான சால்ஜாப்புகளாக’ உதவுகின்றன; அத்தாட்சியை மதிப்பிட்டு, அதற் கப்பால் போகாதவரும், கண்கூடான ருசுக்களிலிருந்து இயற்கை யாகவும், உறுதியாகவும் எழும் முடிவுகளைக் காட்டும் அறிவுள்ள வருமான ஒருவர், நவீன விஞ்ஞான மனநிலை படைத்த ஒரு மனிதன், பரிசோதனை அடிப்படையிலிருந்து மாபெரும் உடலியல் பிரச்னையை முதல் முதலாக அணுகுவதை இங்கே காண்கிறோம். மனிதர்கள் கேட்கமட்டுமே செய்த ‘கேட்பவர் சகாப்தத்தை அடுத்து, ‘கண்ணால் காண்பவர் சகாப்தம்’ பிறந்தது; இதில் மனிதர்கள் கண்கூடாகக் கண்டு, கண்ணால் காண்பதில் மட்டுமே திருப்தியடைவர். ‘கடைசியில் தோன்றியது கை சகாப்தம்’ - சிந்தித்து, வகுத்தப் பார்த்து, திட்டமிடும் கையின் சகாப்தம்; உள்ளத்தின் கருவியான கையை எழுபத்திரண்டு பக்கங்கள் கொண்ட அடக்கமான சிறுநூல் மீண்டும் உலகில் கொணர்ந்தது; அந்நாளில் பரிசோதனா வைத்திய முறை உதயமாகிறது.”

✦✦✦

XIII

உலக அமைப்பியல்
சர் ஐசக் நியூட்டன்
பிரின்ஸிபியா மாதெமாடிகா

மனித விவகாரங்களின் போக்கை விசேஷச் செல்வாக்குடன் உருவாக்கிய நூல்கள் பல உண்டு. அவற்றில் சர் ஐசக் நியூட்டனின் 'இயற்கைத் தத்துவத்தின் கணிதக் கோட்பாடுகள்' என்ற நூல் மிகமிகப் புகழ் பெற்றது. ஆனால் இதைப் படித்தவர்கள் வெகுசிலரே. வேண்டுமென்றே மிகக் கடினமான லத்தீன் சங்கேத பரிபாஷையில் இது எழுதப் பெற்றுள்ளன. புலமை மிகுந்த வான சாஸ்திரிகள், கணித நிபுணர்கள், பௌதிக சாஸ்திரிகள் போன்றோர் இவற்றை நேரடியாகப் படித்துப் பயனை அடைந்தவர்கள்.

17-ஆம் நூற்றாண்டின் இறுதியில் இது வெளியாயிற்று. அப்போது அதைப் புரிந்துகொள்ளக் கூடியவர்கள் மூன்று அல்லது நான்கு பேர்தான் இருந்தனர் என்று நியூட்டனின் வாழ்க்கை வரலாற்று ஆசிரியர்களில் ஒருவர் கூறுகின்றார். அவர்களுடைய எண்ணிக்கை பத்து அல்லது ஒரு டஜன் இருக்கலாம் என்று வேறு ஒருவர் தாராளமாகக் கூறியிருக்கிறார். அது மிகக் கடினமான நூல்தான் என்பதை ஆசிரியரே ஒப்புக் கொண்டிருக்கிறார். கணித அறிவிலிகளுக்காக அது வரையப் பெற்றதல்ல. ஆகையால்தான் திட்டமிட்டு அப்படிக் கடினமாகத் தாம் அதை எழுதியதாக அவர் கூறியிருக்கிறார்.

எனினும், எக்காலத்திலும் மகத்தான அறிவாற்றல் படைத்த வர்களில் நியூட்டன் ஒருவரென்று விஞ்ஞான வல்லுநர்கள் கருதுகின்றனர். 'மனிதனது மேதை படைப்பித்த எல்லாவற்றிலும் புத்தகங்கள் தலைசிறந்து நிற்கும் நூல்' என்று லா பிளேஸ் என்ற பிரெஞ்சு வானசாஸ்திரி அதைப் புகழ்ந்திருக்கிறார். 'அவரைவிடப்

பெரிய மேதை வாழ்ந்ததில்லை' என்பது புகழ்பெற்ற, கணித நிபுணர் லா கிராஞ்சேயின் கருத்து. 'பௌதிக வியலின் தத்துவ அடிப்படைகளைப்பற்றி வரையப் பெற்ற மகத்தான முதல் நூல்' என்று அதைக் கணிதவியல் பௌதிகத் துறையில் சிறப்பெய்திய போல்டஸ்மான் கருதுகிறார். 'வரலாற்றில் பௌதிக விஞ்ஞானத் துறையில் சர் ஐசக் நியூட்டன் முதன்மையானவர். வானவியல் பௌதிகத் துறையில் மகத்தான வழிகாட்டியாகத் தனிச் சிறப்புடன் விளங்கியவர் என்பதைப்பற்றி எனக்குச் சந்தேகமே இல்லை' என்று அமெரிக்க வானசாஸ்திரி கேம்பெல் கருதுகிறார். சென்ற இரண்டரை நூற்றாண்டுகளில் இதே ரீதியில்தான் புகழுரையை விஞ்ஞானிகள் அள்ளி வீசி இருக்கிறார்கள். இந்த முடிவுகளை, அவர்கள் சொல்கிறார்கள் என்பதற்காகவும், பயன்களின் அடிப்படையிலும், மதிப்பிட்டு ஏற்கத்தான் வேண்டும்.

கோபர்நிகஸ் காலமான தேதியிலிருந்து ஒரு நூற்றாண்டுக்குப் பிறகு நியூட்டன் பிறந்தார். அதே ஆண்டில் கலீலியோ இறந்து விட்டார். விஞ்ஞான உலகின் மாவீரர்களான இவ்விருவரும் சேர்ந்து சமைத்த அஸ்திவாரத்தின் மீதுதான் நியூட்டன் தமது கட்டுக்கோப்பை எழுப்பினார்.

கணித நிபுணர்கள் மிகுதியாக இருந்த காலம் அது. அதில் நியூட்டன் அற்புதங்களை நிகழ்த்தும் ஒரு கணித மாந்திரிகராகத் திகழ்ந்தார். "18-ஆம் நூற்றாண்டில் ரசாயனமும், 19-ஆம் நூற்றாண்டில் உடற்கூறு சாஸ்திரமும் மேன்மை கண்டது போல 17ம் நூற்றாண்டில் கணிதம் உயர்நிலையை அடைந்தது. அதன் கடைசி நாற்பது ஆண்டுகளில் ஏற்பட்ட முன்னேற்ற வேகம் வரலாற்றில் வேறு எப்போதும் காணக் கிடைக்காதது" என்று மார்வின் கூறுகிறார். கணிதம், ரசாயனம், பௌதிகம், வானவியல் ஆகிய பிரதான பௌதிக சாஸ்திரங்கள் அனைத்திலும் நியூட்டன் புலமை அடைந்திருந்தார். ஒரு துறையில்தான் ஒருவர் விசேஷமாக உழைத்துத் தகுதி பெறுவது என்ற தீவிர நிலை 17-ஆம் நூற்றாண்டில் ஏற்படவில்லை. எல்லாத் துறைகளிலுமே விஞ்ஞானி போதிய அறிவாற்றலுடன் விளங்கக்கூடிய காலம் அது.

1642-ஆம் ஆண்டு கிறிஸ்துமஸ் தினத்தன்று நியூட்டன் பிறந்தார். அவரது வாலிபப் பருவத்தில் பல சம்பவங்கள் நிகழ்ந் தன. ஆலிவர் கிராம்வெல்லின் பொதுநல ஆட்சி வளர்ந்தோங்கி வீழ்ச்சியுற்றது. லண்டனை மாபெருந் தீ அநேகமாக அழித்து விட்டது. நகர மக்களில் மூன்றில் ஒரு பகுதியினரைப் பிளேக் கொள்ளை கொண்டது. உல்ஸ்தோர்ப் என்ற குக்கிராமத்தில் முதல் 18 ஆண்டுகள் கழிந்தன. கேம்பிரிட்ஜ் சர்வகலாசாலைக்கு அவரை அனுப்பினார்கள். தகுதியும், உற்சாகமூட்டும் திறனும் மிகுதியாக இருந்த ஐஸக் பாரோ என்ற ஆசிரியர் வழிகாட்டியாக அமைந்தது நியூட்டனின் அதிருஷ்டமே. இந்தக் கணிதப் பேராசிரியரை நியூட்டனுக்கு ‘அறிவூட்டிய பிதா’ என்று கூறுவர். இளம் நியூட்டனின் மேதையைக் கண்டறிந்து தெம்பூட்டி உற்சாகப்படுத்தினார் பாரோ. காலேஜில் இருக்கும்போதே ‘பைனாமியல் தியரம்’ என்ற தேற்றத்தைக் கண்டுபிடித்தார்.

பிளேக் நோய் காரணமாக 1665இல் கேம்பிரிட்ஜ் சர்வ கலாசாலையை மூடிவிட்டார்கள். நியூட்டன் தமது நாட்டுப்புற வாசத்துக்குத் திரும்பினார். வெளி உலகுடன் அடியோடு தொடர்பின்றி அடுத்த இரண்டு ஆண்டுகளை விஞ்ஞானப் பரிசோதனைகளிலும் தியானத்திலும் அவர் கழித்தார். இதன்மூலம் கிட்டிய பயன்கள் பிரமாதமானவை. இருபத்தைந்து பிராயத்துக்குள் மூன்று விஷயங்களை அவர் கண்டுபிடித்து விட்டார். மகத்தான விஞ்ஞானிகளின் வரிசையில் முன்னணி ஸ்தானம் இதன் விளைவாக அவருக்குக் கிடைத்தது. முதலாவது ’பிளக்ஷன்’ என்று கூறப்பெறும் வேற்றுமைக் கணக்கீட்டு முறை (Differential Calculas). மாறி வரும் அல்லது தொடர்ந்து ஓடுகின்ற அளவைகளை மதிப்பிடுவதைப் பற்றிய வழிமுறையாகையால், பிளக்ஷன் என்ற பெயரை அதற்கு நியூட்டன் கொடுத்தார். எல்லா வகை ஓட்டங்கள், பலதரப்பட்ட பொருள்களின் சலனங்கள், அலைகளின் இயக்கம் முதலியவற்றை மதிப்பிட இந்தக் கணக்கீடு தேவைப்படுகிறது. எந்த விதமான இயக்கத்தையும் பற்றிய பௌதிகப் பிரச்னைகளுக்குத் தீர்வு காணவும் இது மிகவும் அவசியம். ‘விஞ்ஞானக் கருவூலங்களை அறம் செய்து காக்கும் தலைவாயிலின் திறவுகோலே இந்த மதிப்பீடு. கணித உலகை நியூட்டனின் காலடியில் அது கொணர்ந்து சேர்த்தது.’

நியூட்டனது இரண்டாவது முக்கியக் கண்டுபிடிப்பு, ஒளியின் அமைப்பு விதி. அதைக் கொண்டுதான் அவர் நிறத்தின் தன்மையையும் வெள்ளொளியின் தன்மையையும் ஆராயலானார். வானவில்லில் காணப்படும் எல்லா வர்ணங்களின் ஒன்றிய சேர்க்கையே கதிரவனது வெண்மையொளி என்பதைக் காண்பித்தார். எனவே, வர்ணமென்பது ஒளியின் ஒரு குணம் என்பதையும், பட்டகத்தின் உதவியுடன் சோதனைகளை நடத்தி, அதில் தென்படும் எல்லா வர்ணங்களின் கலவைதான், வெள்ளொளியைத் தோற்றுவிக்கிறது என்றும் ருசுப்பித்தார். இந்தக் கண்டுபிடிப்பின் விளைவாக ஏற்பட்ட ஞானத்தைக் கொண்டு, ஒளியைப் பிரதிபலிக்கும் முதலாவது டெலஸ் கோப்பை (தூரதிருஷ்டிக் கருவியை) அவர் நிர்மாணித்தார்.

நியூட்டனது மூன்றாவது கண்டுபிடிப்பு இன்னும் முக்கியத்துவம் வாய்ந்தது. அதுதான் ஆகர்ஷணசக்தியைப்பற்றிய பொதுப்படையான விதி. வேறு எந்தத் தற்காலத் தத்துவக் கண்டுபிடிப்பையும் விட விஞ்ஞானிகளின் கற்பனை அதிகமாகக் கிளர்ந்தெழச் செய்வது இதுவே. ஓர் ஆப்பிள் பழம் கீழே விழுந்ததைக் கூர்ந்து கவனித்தபோது சுயமாக அவரது மனத்தில் தோன்றிய கருத்துத்தான் இந்த விதியை உருவாக்குவதற்குக் காரணமாக இருந்தது என்பது எல்லோரும் நன்கு அறிந்த நிகழ்ச்சி. தனது மேல்பரப்புக்கு அருகாமையில் உள்ள பொருள்களைப் பூமி ஈர்க்கிறது என்ற கருத்தில் குறிப்பிடத்தக்க புதுமை எதுவும் இல்லை. ஆனால் ஆகர்ஷணவிதி எல்லாப் பொருட்களுக்கும் எக்காலத்திலும் பொருந்தும் என்ற நீதியைக் கண்டுபிடித்தது தான் அவரது பெரிய சாதனை. இந்த ஆகர்ஷண சக்தி பூமி விஷயத்தைப் போலவே பிற எல்லா வானவெளிக் கோளங் அவர் வழங்கினார். களுக்கும் பொருந்தும் என்பதற்குக் கணித ரீதியில் ருசுக்களை

சலனக்கணக்கீடு, நிறம், ஆகர்ஷண சக்தி ஆகிய மூன்று பொருள் படைத்த உண்மைகளைக் கண்டுபிடித்தபோது, எந்தப் பிரசுரத்தையும் நியூட்டன் தயாரித்து வெளியிடாதது ஆச்சரியமே. அவர் பெரிதும் கூச்சம் உள்ளவர். தனிமையில் இயங்கும் சுபாவத்தினர். பொதுஜன ஈர்ப்போ - சர்ச்சையோ அவருக்குக் கட்டோடு பிடித்தமற்றவை. எனவே, தம் பரிசோதனைகளின்

முடிவுகளை வெளியிடாது அமுக்கி விடவே அவரது மனம் நாடியது. பின்னர் அவர் வெளியிட்ட பிரசுரங்களுக்கு நண்பர்களின் நிர்ப்பந்தமே காரணம். ஏன் அவர்களுடைய வேண்டு கோளுக்கு இணங்கி எழுதினோம் என்ற வருத்தம், பிறகு அவருக்கு ஏற்பட்டது உண்டு. பிரசுரத்தை அடுத்த குணதோஷ ஆராய்ச்சியும் சர்ச்சையும் நடைபெற்றன. அதில் சக விஞ்ஞானிகளும் ஈடுபட்டனர். நியூட்டன் வெண்மையான உள்ளம் படைத்தவராகையால் விமர்சனங்களையும் சர்ச்சைகளையும் அடியோடு வெறுத்தார்.

பிளேக் காரணமாக நிர்ப்பந்தமாய் ஒதுங்கியிருந்த ஓய்வு நிறைந்த ஆண்டுகளை அடுத்து, நியூட்டன் கேம்பிரிட்ஜுக்குத் திரும்பினார். எம்.ஏ., பட்டம் பெற்றார். டிரினிடி காலேஜில் ஆசிரியரானார். அவருடைய பழைய ஆசிரியர் பாரோ விரைவில் பதவியிலிருந்து விலகவே, இருபத்தேழாவது வயதில் கணிதப் பேராசிரியர் பதவி அவருக்குக் கிடைத்தது. இருபத்தேழு வருஷ காலம் அப்பதவியில் நீடித்தார். முதல் 10, 20 வருட காலம் அவரைப்பற்றி அதிகம் வெளியில் தெரியாமல் இருந்தது. ஒளியைப்பற்றிய ஆராய்ச்சிகளை அவர் தொடர்ந்து நடத்தினார். வெள்ளொளியானது பிற வர்ணங்களின் கலவை என்ற தமது கண்டுபிடிப்பைப்பற்றி ஓர் ஆராய்ச்சிக் கட்டுரையை வெளியிட்டார். உடனடியாகவே சர்ச்சை எழுந்தது. ஒளியைப் பற்றிய அவருடைய முடிவுகள் அப்போது செலாவணியில் இருந்த கருத்துக்களுக்கு மாறானவை. மாறானவை. அது காரணமாகவும், தமது விஞ்ஞானத்தின் தத்துவத்தைப்பற்றிய ஒரு குறிப்பை அக் கட்டுரையில் அவர் சேர்த்திருந்ததாலும் சர்ச்சைகள் நிகழ்ந்தன. ஜாக்கிரதையாக ஏற்பாடு செய்து சோதனைகளை நடத்துவது, அவற்றில் காண்பவைகளைப் பதிவுசெய்வது, காணும் முடிவுகளை அடிப்படையாகக் கொண்டு கணித நீதிகளைத் தயாரிப்பது ஆகியவைதாம் விஞ்ஞானத்தின் பிரதானக் கடமை என்ற கருத்தைக் கட்டுரையில் அவர் கூறியிருந்தார். ‘பொருட்களின் குணங்களைப் பற்றிப் பரிசீலிப்பதற்கு ஒழுங்கான முறை, பரிசோதனைகளின் மூலம் அவற்றை தெளிந்து அறிதல்தான்’ என்றார் நியூட்டன். இந்தக் கோட்பாடுகள் நவீன விஞ்ஞான ஆராய்ச்சிக்கு முற்றும் இசைவானவை. ஆனால் நியூட்டன் காலத்தில் அவை முழுமையாக

ஏற்றுக் கொள்ளப்படவில்லை. தொன்மையான தத்துவ ஞானிகளின் மூலம் வழி வழியாக வந்த நம்பிக்கைகளே, பரிசோதனைகள் மூலம் கிடைத்த ருசுக்களை விட மேன்மையாக மதிக்கப் பெற்றன. இந்த நம்பிக்கைகள் கற்பனை, பகுத்தறிவு, வெளித்தோற்றம் ஆகியவற்றை ஆதாரமாகக் கொண்டவை.

ஹ்யூகென்ஸ், ஹூக் போன்ற புகழ்பெற்ற விஞ்ஞானிகள் அவரது ஆராய்ச்சிக் கட்டுரையைத் தாக்கி எழுதினர். அவருக்குக் கடுங்கோபம் வந்தது. மேற்கொண்டு எரிச்சல் விளையாமல் தவிர்ப்பதற்காகப் பிரசுரங்களையே இனி வெளியிடுவதில்லை என்று அவர் தீர்மானித்தார். 'ஒளியைப் பற்றிய எனது தத்துவத்தை வெளியிட்டதன் விளைவாக எழுந்த சர்ச்சைகள் என்னைச் சித்திரவதை செய்வதுபோல் இருந்தன. நிழலை நாடிச் 'சாந்தி' என்ற பொருளைக் கணிசமாக இழந்துவிட்டேன். எனது மடமைதான் இதற்குக் காரணம்' என்று அவர் கூறியுள்ளார். விஞ்ஞானத்தினிடமே தீவிர வெறுப்புத் தோன்றியதாகவும், அதனிடம் தமக்கு இருந்து வந்த பழைய நேசத்தை இழந்து விட்டதாகவும் அவர் கூறியிருக்கிறார். தமது பெருநூலாகிய பிரின்ஸிபியாவை எழுதுமாறு அவரைக் கெஞ்சிக் கூத்தாடி வேண்டும்படியாக நேரிட்டது. பிரின்ஸிபியாவின் படைப்பு ஏறக்குறைய அகஸ்மாத்தான ஒரு நிகழ்ச்சி என்று கூறுவதுதான் பொருந்தும்.

1684-ஆம் ஆண்டில் பிக்கார்டி மதிப்பீட்டின்படி பூமியின் சுற்றளவை முதல் தடவையாக நிர்ணயித்தார்கள். இந்தப் பிரெஞ்சு வான சாஸ்திரி கொடுத்த தகவல்களை ஆதாரமாகக் கொண்டு ஆகர்ஷண சக்தியைப் பற்றிய கோட்பாட்டை நியூட்டன் பிரயோகித்தார். பூமியைச் சுற்றிச் சந்திரனையும், சூரியனைச் சுற்றிக் கிரகங்களையும் இயங்கச் செய்வது ஆகர்ஷண சக்திதான் என்று அவர் நிரூபித்தார். இந்த வேகம், ஈர்க்கப்படும் கோணங்களின் நிறைக்கு ஏற்ப நேரடியாக வேறுபடுகிறது. அவற்றிடையே உள்ள தூரத்தைக் குறிக்கும் எண்ணிக்கையை அதனாலேயே பெருக்கிக் கிடைக்கும் தொகையின் நேர் எதிரிடை விகிதாசாரத்தில் அது செயல்படுகிறது. ஆகையால்தான் கிரகங்கள் நீள வட்டங்களில் சுற்றி வருகின்றன என்று நியூட்டன் காண்பித்தார். ஆகர்ஷண

சக்தியின் ஈர்ப்புத்தான் சந்திரனையும், கிரகங்களையும் அவற்றிற்கு உரிய பாதையில் சஞ்சரிக்க வைக்கிறது. பல திசைகளில் இழுக்கும் அவற்றின் சலனங்களை அதுவே சமநிலைப் படுத்துகிறது.

இயற்கையின் இந்த மகத்தான ரகசியத்தைப் பிரமிக்கத்தக்க வகையில் கண்டுபிடிக்கும் அதை அவர் வெளிப்படுத்தத் தவறி விட்டார். அதே பிரச்னைக்குத் தீர்வு காணும் சோதனையில் வேறு பல விஞ்ஞானிகள் ஈடுபட்டிருந்தனர். ஆகர்ஷண சக்திதான் சூரியனுடன் கிரகங்களைப் பிணைக்கிறது என்று பல வான சாஸ்திரிகள் சூசகமாகக் கூறியதுண்டு. இடையறாது கடுமையாக நியூட்டனைத் தாக்கி வந்த ராபர்ட் ஹூக் அவர்களில் ஒருவர். ஆனால் கணித ரீதியில் ருசு அளிக்க இந்தத் தத்துவ ஆசிரியர்கள் எவராலும் முடியவில்லை. இதற்குள் கணித நிபுணர் என்ற வகையில் நியூட்டன் பெரும் புகழ் எய்திவிட்டார். வான சாஸ்திர நிபுணர் எட்மண்ட் ஹாலி கேம்பிரிட்ஜுக்கு வந்து அவரது உதவியை நாடினார். தமது பிரச்னை ஹாலி எடுத்துரைத்தபோது இரண்டு ஆண்டுகளுக்கு முன்னரே நியூட்டன் அதற்குத் தீர்வு கண்டிருந்த நிலவரம் தெரிந்தது. மேலும், ஆகர்ஷண சக்தியின் கீழ் இயங்கும் பொருட்களின் சலனத்தைப்பற்றிய பிரதான விதிகளையும் நியூட்டன் ஏற்கனவே உருவாக்கி வைத்திருந்தார். ஆனால் தாம் கண்டறிந்த முடிவுகளைத் தம் சுபாவத்திற்கேற்பப் பிரசுரிக்கும் உத்தேசம் அவருக்கு இல்லாமல் இருந்தது.

நியூட்டனது சாதனையின் விசேஷ முக்கியத்தை உடனடியாக ஹாலி கண்டுகொண்டார். தாம் கண்டுபிடித்த உண்மையை மேலும் விரிவாக ஆராய்ந்து பயன்படுத்த வேண்டும் என்று பிடிவாதக்காரரான நியூட்டனை நம்ப வைப்பதற்கு, தமது வாசாலகம் அனைத்தையும் அவர் பயன்படுத்தினார். ஹார்வியின் உற்சாகமும் கிளர்ந்தெழுந்த சிரத்தையுமாகச் சேர்ந்து தமது மாபெரும் நூலாகிய பிரின்ஸிபியாவை எழுதும்படி நியூட்டனைத் தூண்டின. 'இயந்திர இயக்கத் தத்துவத்தின் நிறைகடல், முக்காலத் திலும் தனிச்சிறப்புடன் விளங்கக்கூடிய முதல் நூல்' என்று அதை லாங்கர் புகழ்ந்தார்.

பிரின்ஸிபியா பல தனிச் சிறப்புகள் கொண்டது. பதினெட்டே மாதங்களில் அதை நியூட்டன் எழுதி முடித்தார். அதில் மிக எடுப்பான அம்சம், அதை இயற்றியபோது வேலையிலேயே அவர் முழுக்க முழுக்க ஆழ்ந்திருந்ததே. பல தடவை ஊணையும் உறக்கத்தையும் மறந்து உழைத்தார். மிகத் தீவிரமான மன ஒருமைப் பாட்டுடன் உழைத்துத்தான் இத்தகைய மகத்தான மதியூகப் படைப்பை அவ்வளவு குறுகிய காலத்தில் உருவாக்கியிருக்க முடியும். இந்தப் பெருமுயற்சி காரணமாக அவர் மன அயர்வும் துர்ப்பலமும் நிறைந்தவராகிவிட்டார்.

மேலும், நூலை அவர் எழுதி வந்த காலை, வாலாயமான சர்ச்சைகள் கிளம்பி, சிறிதும் மன அமைதியில்லாமல் அவரை அடித்துவிட்டன முக்கியமாக ஹூக் ஓர் ஆட்சேபத்தைக் கிளப்பினார். கிரகங்களின் கதியை நிர்ணயிப்பது, அவற்றின் பரஸ்பரக் கவர்ச்சி இரண்டிற்குமிடையே உள்ள தூரத்தைக் குறிக்கும் எண்ணிக்கையை, அதனாலேயே பெருக்கிக் கிடைக்கும் தொகையின் நேர் எதிரிடை விகிதத்தில் இதை மதிப்பிட வேண்டும் என்பது நியூட்டன் அறிவித்த தீர்மானங்களில் ஒன்று. முதலாவதாக இந்த உண்மையைப் புலப்படுத்திய பெருமை தமக்குத்தான் சேர வேண்டும் என்று ஹூக் வாதித்தார். அப்போது பிரின்ஸிபியாவில் மூன்றில் இரண்டு பகுதியை நியூட்டன் எழுதி முடித்திருந்தார். ஹூக் வற்புறுத்திய உரிமை நியாயமற்றது. எனவே, நியூட்டனுக்கு அது ஆத்திரமூட்டியது. தமது ஆராய்ச்சி நூலில் மிக மிக முக்கியமான கடைசிப் பகுதியை எழுதாமல் விட்டுவிடப் போவதாக அவர் பயமுறுத்தினார். மீண்டும் ஹார்வி குறுக்கிட்டு தமது செல்வாக்கைப் பிரயோகித்து, முதலில் திட்டமிட்டபடி நூலை அவர் எழுதி முடிக்கும்படி செய்தார்.

பிரின்ஸிபியா வரையப் பெற்ற வரலாற்றில் ஹார்விக்குப் பெரிய பங்கு உண்டு. இப்பணியை மேற்கொள்ளுமாறு நியூட்டனை முதலாவதாகத் தூண்டியவர் அவரே, மேலும், அதை ராயல் ஸொஸைடி வெளியிடுவதற்கு ஓர் ஒப்பந்தத்தையும் அவரே செய்து முடித்தார். தமது சொந்த நலனைச் சிறிதும் கவனியாமல் நூல் இறுதியாக அச்சேறுவதை அவரே மேல்பார்த்தார். அந்த

வெளியீட்டிற்கான பண உதவியை வாக்களித்திருந்தும், ராயல் ஸொஸைடி பின் வாங்கிய போது, தாமே முன் வந்து வெளியீட்டிற்கான செலவு முழுவதையும் ஹாலி கொடுத்து உதவினார். அவர் தனவந்தரல்ல; பிள்ளைகுட்டிக்காரர்.

எல்லா இடையூறுகளையும் சமாளித்துச் சிறிய பதிப்பாக 1687-இல் பிரின்ஸிபியா பிரசுரமாயிற்று. ஒரு பிரதியின் விலை பத்து அல்லது பன்னிரண்டு ஷில்லிங் இருக்கும். ஸொஸைடியின் அப்போதைய தலைவரான ஸாமியூல் பெப்பீ ஸின் அங்கீகார முத்திரை அதன் முகப்பேட்டில் காணப்பெற்றது. ஆனால் ஒரு விமரிசகர் கூறியபடி, 'புகழ்பெற்ற அந்தக் குறிப் பேட்டாசிரியருக்கு அந்நூலில் ஒரு வாக்கியமாவது புரிந்திருக்கக் கூடுமா?' என்பது சந்தேகமே!

கணித பரிபாஷையை விலக்கி, நூலைச் சுருக்கி விளங்க வைப்பது மிக மிகச் சிரம சாத்தியமானது. சில பிரதான அம்சங்களைக் குறித்துக் காட்டலாம். பலவகைப் பொருட்களின் சலனங்களைப் பற்றியது இந்த நூல். சூரியனைக் கேந்திரமாகக் கொண்ட பிரபஞ்ச விஷயத்தில் இயக்கத்தை பற்றிய நியதிகளையும் ஆகர்ஷண நியதியையும் கணித ரீதியில் அது விவரிக்கிறது. தம் கணக்கீடுகளுக்கு இந்நூலில் நியூட்டன் உப யோகிக்கும் சாதனம் 'பிளக்ஷன்' என்கிற வேற்றுமைக் கணக்கீட்டுமுறை (Differential Calculas) இதற்கு ஒரு விளக்கத்துடன் இது தொடங்குகிறது. இடம், காலம் ஆகியவற்றின் பொருள்களுக்கு விளக்கம் தரப்படுகிறது. நியூட்டன் உருவாக்கிய சலன நியதிகளைப் பற்றிய குறிப்பும் அவற்றைப் பயன்படுத்திக் கொள்வதற்கான உதாரணங்களும் தரப்படுகின்றன. ஜடப் பொருளின் ஒவ்வொரு துகளும் வேறு துகள்கள் ஒவ்வொன்றினாலும் ஈர்க்கப்படுகிறது. இவை இரண்டுக்கும் இடையேயுள்ள தூரத்தைக் குறிக்கும் எண்ணிக்கையை அதனாலேயே பெருக்கிக் கிடைக்கும் தொகையின் நேர் எதிரிடை விகிதாசாரத்தில் இந்த ஈர்க்கும் சக்தி செயல்படுகிறது என்ற அடிப்படை கோட்பாடு இதில் தரப்படுகிறது. பொருட்கள் ஒன்றுடன் ஒன்று மோதும் பிரச்னையைப் பற்றிய விதிகளும் தரப்படுகின்றன. எல்லா விதிகளுமே சம்பிரதாய ரீதியில் ஜியோமிதி வடிவங்களில் வழங்கப்படுகின்றன.

நிர்ப்பந்தமில்லாத வெளியில் பொருட்கள் எப்படி இயங்குகின்றன என்பதைப் பற்றியது பிரின்ஸிபியாவின் முதல் பகுதி. இரண்டாவது பாகம், நீர் போன்ற எதிர்ப்புத் தன்மையுள்ள சாதனத்தூடே காணப்பெறும் இயக்கத்தைப் பற்றியது. திரவங்களின் சலனத்தைப்பற்றிய சிக்கலான பிரச்னைகளை ஆராய்ந்து, இரண்டாவது பகுதியில்தீர்வு காணப்படுகின்றது. சப்தத்தின் வேகத்தை நிர்ணயிக்கும் முறைகள் விவாதிக்கப் பெறுகின்றன. அலைகளின் இயக்கம் கணித ரீதியில் வருணிக்கப்படுகிறது. கணிதவியல், பௌதிகம், திரவ பதார்த்தங்களின் சாமியம், சலனமற்ற நிலையிலுள்ள திரவங்களின் அழுத்தம் இவற்றை விவரிக்கும் ஹைடிரோஸ்டாடிக்ஸ், திரவங்கள் மீதான அழுத்தங்கள் முதலியவற்றை விவரிக்கும் ஹைடிரோ டைனாமிக்ஸ் ஆகியவையும் நவீன விஞ்ஞானம் எனப்படுபவை. அவற்றிற்கான அஸ்திவாரத்தை இந்நூலில் அமைத்துக் கொடுத்தார் நியூட்டன்.

அக்காலத்தில் பொதுஜனங்களிடையே செல்வாக்குப் பெற்றிருந்த டெஸ்கார்டிஸின் உலகவியல் முறையை தமது இரண்டாவது நூலில் நியுட்டன் திட்டவட்டமாகத் தகர்த்தெறிந்து விட்டார். வானத்தில் காணப்பெறும் பல்வேறு கோளங்களின் சலனங்களுக்குச் சுழல் - ஆகர்ஷணந்தான் காரணம் என்பது டெஸ்கார்டிஸின் தத்துவம். ‘இடைவெளி முழுவதுமே மெல்லிய திரவ பதார்த்தம் நிறைந்தது. சில இடங்களில் அந்தத் திரவத்தில் சுழற்சி இயக்கம் ஏற்படுகிறது. உதாரணமாக, சூரியனைக் கேந்திரமாகக் கொண்ட பிரபஞ்சத்தில் பதினான்கு திரவச் சுழற்சிகள் இருக்கின்றன. அவற்றில் மிகப் பெரிய சுழற்சி யொன்று சூரியனைச் சூழ்ந்து கொண்டுள்ளது. சுழற்சியுள்ள நீரில் சிறு மரத்துண்டுகள் வளையவளைய வருவதுபோல, கிரகங்களை இந்த வட்டச் இந்தத் திரவச்சுழற்சிகள் இயக்குகின்றன. சுழற்சிகள்தான் ஆகர்ஷணம் ஏற்படுவதற்கு காரணம்’ என்பது டெஸ்கார்டிஸ் தந்த விளக்கம். திரவச் சுழற்சித் தத்துவம் வானவியல் உண்மைகளுக்கு முற்றும் முரணானது, கிரகங்களின் இயக்கங்களுக்கு, விளக்கம் தருவதற்குப் பதிலாக உண்மைக்கு அடியோடு மாறுபட்டு இருக்கிறது என்பதைப் பரிசோதனைகள் மூலமாகவும், கணித ரீதியிலும் நியூட்டன் கண்ணுக்கு மெய்யாக நிரூபித்துக் காட்டினார்.

உலகவியல் முறை என்ற தமது மூன்றாவது நூலில் நியூட்டன் தலைசிறந்து விளங்குகிறார். ஆகர்ஷண நியதியின் வானவியல் விளைவுகளை அவர் இதில் ஆராய்கிறார் :

"முந்திய நூல்களில் நான் விஞ்ஞானக் கோட்பாடுகளை தீர்மானித்துக் கூறியுள்ளேன். இவை தத்துவக் கோட்பாடுகளல்ல. கணிதக் கோட்பாடுகளே... சில இயக்கங்களின், அகதிகளின் நிலைமைகளையும், நியதிகளையும் பற்றியமை இந்தக் கோட்பாடுகள்... இங்குமங்கும் மேற்கோள்கள் கூறியுள்ளேன். பொருள்களின் கனஅழுத்தம், அடர்த்தி எண், எதிர்ப்பு இயல், எப்பொழுதுமில்லாத இடைவெளியில் இயக்கம், ஒளியின் சலனம், சப்த இயக்கம் ஆகிய பொதுத்தன்மையுள்ள விஷயங்களைக் கொண்டு அவற்றை விளக்கியிருக்கிறேன். அதே கோட்பாடு களை வைத்துக்கொண்டு உலக அமைப்பியலை நிரூபணம் செய்கிறேன்."

பொதுஜனங்களுக்கு புரியக்கூடியவாறு தமது நூலை ஏன் எழுதவில்லை என்பதற்கு நியூட்டன் தரும் விளக்கமாவது :-

"இவ்விஷயமாக மூன்றாவது புத்தகத்தை ஏராளமான பேர் படிக்கவேண்டும் என்பதற்காக, பொதுஜனங்களுக்குப் புரியும் ரீதியில் எழுதினேன். ஆனால் இந்தக் கோட்பாடுகளைப் போதியவாறு புரிந்து கொள்ளாதவர்கள். அவற்றின் விளைவுகளைக் கண்டறிவதற்கான தகுதியற்றவர்களாக இருப்பர். வருஷக் கணக்கில் பழக்கப்பட்டுப் போன விருப்பு வெறுப்புகள், அவர்களுடைய மனத்தைவிட்டு அகலமாட்டா. எனவே, பொதுஜன ரஞ்சகமான விளக்கங்களின் அடிப்படையில் சர்ச்சைகள் எழக்கூடிய நிலைமையைத் தடுக்கவே, கணித ரீதியில், பிரேரணைகள் வடிவத்தில், இந்நூலைச் சுருக்கி வரைய வேண்டியதாயிற்று. முந்திய நூல்களில் விளக்கப்பட்ட தீர்மானங்களைக் கசடறக் கற்றவர்கள் மட்டுமே மூன்றாவது நூலைப் படிக்க வேண்டுமென்று கருதினேன். அந்த நூல்களில் செப்பியுள்ள ஒவ்வொரு பிரேரணையையும் முன்கூட்டியே கற்றறிய வேண்டும் என்று எவரையும் வற்புறுத்துவது என் நோக்கமல்ல. கணிதப் புலமை வாய்ந்த வாசகர்கள் கூட நெடுநேரம் செலவிட்டால் தான், அவற்றை நன்கு புரிந்துகொள்ள இயலும். அவை ஏராளமாக இருக்கின்றன." இக்காரணத்தால் பிரின்ஸிபியாவின் நடை,

ஒதுக்காக உள்ள ஒரு பெரிய மதகுருவின் தன்மையில், பனி நீரோட்டம் போல, தனிப்போக்கில் இயங்குகிறது என்று விமரிசகர்கள் கூறியிருக்கிறார்கள்.

பூவுலக நிகழ்ச்சிகளுக்கும் விண்ணுலக நிகழ்ச்சிகளுக்கு மிடையே வேறுபாடு கிடையாது என்று வலியுறுத்திக் கூறி, பழங்கால தத்துவ அடிப்படையை அவர் மீறிக் கொண்டு முன்னேறினார். 'இயற்கையில் ஒரே மாதிரியான விளைவுகளை, ஒரே மாதிரியான காரணங்கள்தாம் தோற்றுவிக்கின்றன. மனிதனும் மிருகமும் மூச்சு விடுவது ஒரே மாதிரிதான். ஐரோப்பாவிலும், அமெரிக்காவிலும் கற்கள் ஒரே மாதிரி விழுகின்றன. அடுப்புத் தீயின் ஒளி, சூரிய ஒளி ஆகிய இரண்டும் ஒன்றே. உலகிலும் பிற கிரகங்களிலும் ஒளியின் பிரதிபலிப்பு ஒரே மாதிரியாகத்தான் இருந்து வருகிறது' இவ்வுலகம் ஒன்றில்தான் சீர்மை குறைவு. பிற உலகங்களெல்லாம் அப்பழுக்கற்றவை என்ற புராதன நம்பிக்கையை அவர் இதன்மூலம் திண்ணமாக நிராகரித்தார். பகுத்தறிவின் மூலம் விளக்கக்கூடிய நியதிகள் தான் எல்லா உலகங்களையும் இயக்கு கின்றன; 'குழப்பமும், மர்மமும் முன்னர் இருந்த இடத்தில் இப்போது ஒழுங்கும் முறையும் இருந்து வருவது அவற்றின் விளைவே' என்கிறார் மாக்மர்ரே.

மூன்றாவது புத்தகத்தில் கூறியுள்ள விஷயத்தைப் பட்டியல் போட்டாலே அது மிகக் கவர்ச்சிகரமாக இருக்கும். கிரகங்களின் கதியும் அவற்றைச் சுற்றியுள்ள உப கிரகங்களின் சலனமும் நிர்ணயிக்கப்பட்டுள்ளன. சூரியன், கிரகங்கள் ஆகியவற்றின் பரிமாணங்களை அளவிடுவதற்கான முறைகள் விளக்கப் பட்டுள்ளன. உலகின் அடர்த்தி எண், பகலும் இரவும் சமமாக இருக்கும் தினங்களின் தோற்றுவாய்க்கு மூலமாக உள்ள காரணங்கள், அலையெழுச்சித் தத்துவம், வால் நட்சத்திரங்களின் யாத்திரைப் பாதை, சந்திரன் இயக்கம் ஆகியவையும், சம்பந்தப்பட்ட பிற விஷயங்களும் ஆராயப் பெற்று தீர்மானிக்கப்படுகின்றன. அதேமாதிரி அதிர்ச்சிகளைப் பிற கிரகங்களும் அநுபவிக்கின்றன.

கிளர்ச்சிகளைப்பற்றி நியூட்டன் ஒரு தத்துவத்தை உருவாக்கினார். அதன்படி சந்திரனைப் பூமி மட்டுமின்றி சூரியனும்

ஈர்க்கின்றது. எனவே சூரியனின் இழுப்புக் காரணமாக, சந்திரனது கதியில் அதிர்ச்சிகள் ஏற்படுகின்றன. அதேமாதிரி அதிர்ச்சிகளைப் பிற கிரகங்களும் அநுபவிக்கின்றன. சூரியன் இந்தப் பிரபஞ்சத்தின் நிலையான கேந்திரம் என்பது பழைய நாபிக்கை, நியூட்டனது தத்துவம் அதற்கு நேர்மாறானது. சூரியன் கிரகங்களை ஈர்ப்பது போலவே கிரகங்களும் சூரியனை சாக்கின்றன, அவற்றின் வழியே சூரியன் இயங்குகிறது என்று அவர் கூறினார். இந்த அதிர்ச்சித் தத்துவத்தைப் பயன்படுத்திப் பிந்திய நூற்றாண்டுகளில் நெப்டியூன், புளூட்டோ ஆகிய கிரகங்கள் கண்டுபிடிக்கப் பெற்றன

பூமியின் நிறையை நிர்ணயிக்கும் முறைகளைக் கொண்டு சூரியனின் நிறையையும் வெவ்வேறு கிரகங்களின் நிறையையும். நியூட்டன் நிர்ணயித்தார். ஜலத்தின் அடர்த்தி எண்ணைப்போல் பூமியின் அடர்த்தி எண் ஐந்துக்கும் அறுக்கும் இடையே இருக்கும் என்பது அவரது மதிப்பீடு (இது 5.5 என்று விஞ்ஞானிகள் இன்று கூறுகிறார்கள்). இந்த அடிப்படையிலே சூரியன், உபகிரகங் களுடன் கூடிய கிரகங்கள் ஆகியவற்றின் அடர்த்தியை அவர் மதிப்பிட்டார். அது மனிதனின் பகுத்தறிவையும், அநுபவத்தையும் மீறிய சாதனையென்று ஆடம் ஸ்மித் கூறியுள்ளார்.

பூமியானது வட்ட வடிவமான கோளமல்ல, சற்றிச் சுற்றி வருவதன் காரணமாகத் துருவப்பகுதிகளில் சப்பையாகி விட்டிருக்கிறது என்பதை நியூட்டன் விளக்குகிறார். அந்தச் சப்பையின் அளவையும் மதிப்பிட்டிருக்கிறார். துருவங்கள் சப்பையாய் இருப்பதால், பூமத்திய ரேகைப் பகுதியில் விரிவு கண்டதால் பூமத்தியரேகைப் பகுதியில் இருப்பதை விடத் துருவப் பகுதிகளில் ஆகர்ஷண சக்தி குறைவாக உள்ளது என்று அவர் அநுமானித்தார். இரவு பகல் சமநிலைத் தோற்றங்களில் முன்னோடிகள், பூமியின் அச்சானது கூம்பாக இயங்கி கைரோஸ் கோப்பைப் போல் காட்சியளிப்பது ஆகியவை அவருடைய மற்ற அநுமானங்கள். கிரகத்தின் வடிவத்தை ஆராய்ந்தறிந்தால் அதில் பகல் இரவு எவ்வளவு என்பதை மதிப்பிட முடியும் என்பதை அவர் காட்டினார்.

ஆகர்ஷண நியதியின் அடிப்படையில் அலைகளின் எழுச்சியை நியூட்டன் ஆராய்ந்தார். பௌர்ணமியன்று பூமி மீதுள்ள

ஜலத்தைச் சந்திரன் அதிக பட்சமாக ஆகர்ஷிக்கிறது. அதன் விளைவாகப் பெரிய அலைகள் கிளம்புகின்றன. சூரியனும், அலைகளைப் பாதிக்கவே செய்கிறது. சந்திரனும், சூரியனும் ஒரே வழி இருக்குங்கால் அலை உச்ச கட்டத்தை அடைகிறது.

வால் நட்சத்திரங்களைப் பற்றி நியூட்டன் கொடுத்த புதிய விளக்கம் பொதுஜனங்களைப் பெரிதும் கவர்ந்தது. வால் நட்சத்திரங்கள் சூரியனது கவர்ச்சியில் இயங்குகின்றன. அவை நம்பத்தகாத அளவுள்ள நீளவட்டங்களில் சஞ்சரிக்கின்றன. ஒரு வட்டத்தைப் பூர்த்தி செய்ய அவற்றிற்குப் பலப்பல ஆண்டுகள் ஆகின்றன. பழங்காலத்தில் மூட நம்பிக்கை உள்ளவர்கள் வால் நட்சத்திரங்கள் தோன்றுவதைக் கெட்ட சகுனங்களாகக் கருதினர். ஆனால் அவை அழகான, தீமையற்ற வானவெளித் தோற்றங்கள் என்பதை நியூட்டன் காண்பித்தார். வால் நட்சத்திரங்களைப் பற்றிய அவருடைய தத்துவங்களை வைத்துக் கொண்டு ஹாலியின் காமெட் என்று பின்னர்ப் புகழ் பெற்ற வால் நட்சத்திரத்தை எட்மண்ட் ஹாலி அடையாளம் கண்டு கொண்டதுடன், அது எழுபத்தைந்து ஆண்டுகளுக்கு ஒரு முறை வீதம் தென்படுகிறது என்பதைப் புலப்படுத்தினார். ஒரு தடவை ஒரு வால் நட்சத்திரத்தைக் கண்டுகொண்டு விட்டால் அதன் எதிர்காலச் சஞ்சாரத்தைச் சிறிதும் பிசகின்றி நிர்ணயிக்க முடியும்.

அசைவற்று இருக்கும் ஒரு நட்சத்திரம் எவ்வளவு தூரத்தில் இருக்கிறது என்பதை மதிப்பிடுவதற்கு நியூட்டன் கண்டுபிடித்த முறை மிகமிக வியக்கத்தக்கது. சூரிய ஒளியை வாங்கிக் கொள்ளும் ஒரு கிரகம் அதில் எந்த அளவை வெளிவிடுகிறது என்பதை அடிப்படையாகக் கொண்டது இந்த முறை.

பிரபஞ்சம் எவ்வாறு அமைந்துள்ளது என்பதைத்தான் பிரின்ஸிபியா கூறியதே தவிர அது ஏன் இயங்குகிறது என்பதை விளக்குவதற்கு முயலவேயில்லை. நியூட்டனது திட்டம் முற்றும் இயந்திர ரீதியில் இயங்குவதாகவும், மூல காரணங்களைக் கண்டறியவோ எல்லாவற்றிற்கும் மேலான ஈசுவர தத்துவத்துக்கோ அதில் இடமே இல்லையென்றும் குறை கூறினார்கள். புத்தகத்தின்

இரண்டாவது பதிப்பில் தமது தெய்வ நம்பிக்கையை அறுதியிட்டுக் கூறும் குறிப்பொன்றை அவர் சேர்த்திருக்கிறார்:

"மதிநுட்பமும் மகத்தான சக்தியும் உள்ள ஒரு தத்துவத்தின் ஆதிக்கமும், அனுக்கிரஹமும்தான் சந்திரன், கிரகங்கள், வால்நட்சத்திரங்கள் போன்ற மிக அழகான அமைப்புகளுக் கெல்லாம் மூல காரணம்... வர்ண விசித்திரங்களைக் குருடன் அறிய மாட்டான். எனவே, திரிகாலஞானியாகிய இறைவன் எவ்வாறு இவற்றையெல்லாம் நினைத்து உணர்ந்து இயங்குகிறான் என்பதைப் பற்றி நாம் ஒன்றும் அறிய மாட்டோம்."

விஞ்ஞானத்தின் ஜோலி, அறிவை வளர்த்துக்கொண்டே போவதுதான். இயற்கையின் உண்மையான நியதிகளைத் துல்லியமாகக் கண்டறிவதற்கு மனிதனால் ஒருகாலும் இயலாது போகலாம். அறிவானது முழுமையை நெருங்க நெருங்க மூல காரணமாகிய அந்த நிறைத் தத்துவத்தை நாம் நெருங்கி வருகின்றோம்.

பிரின்ஸிபியாவை இயற்றியது மிக உயர்ந்த சாதனைதான். ஆனால் அது முந்தைய ஆதாரங்கள் இல்லாமல் உருவான படைப்பு அல்ல என்பதை, அவரை விசேஷமாகப் போற்றுபவர்களும் ஒப்புக்கொள்கின்றனர்.

கோஹன் கூறுகிறார் : -

"நியூட்டன் உருவாக்கிய மகத்தான இணைந்த தத்துவம் முன்னோடிகளின் பணியை அடிப்படையாகக் கொண்டது. டெஸ்கார்ட்டிஸ், பர்மாட் ஆகியோரின் ஆராய்ச்சித் துறை ஜியோமிதி, ஆட்ரெட்டின், ஹாரியட், வாலிஸ் ஆகியோர் உருவாக்கிய அக்ஷர கணிதம், கெப்ளரின் சலன நியதி கலீலியோ வின் விண்வெளி நியதி ஆகியவை ஆதார நூல்களாகப் பயன்பட்டன. வேகத்தைப் பற்றிய கலீலியோவின் நியதியும் அதற்குமுன் வெளியாகிவிட்டது ஒரு சலனத்தை அதில் சேர்த்துள்ள பல்வேறு உட்பகுதிகளாகப் பிரிக்க முடியும். அவை தனித் தனியாக இயங்கக் கூடியவை என்று அந்த நியதி கூறுகிறது. உதாரணமாக ஒரு ராக்கெட் இயக்கத்தில் ஒரே சீராக முன்னோக்கிச் செல்லும் வேகமும், தானாகக் கீழ்நோக்கி

விழும் ஒரு பொருளுக்குரிய அதிகப்படியான வேகமும் சேர்ந்து இணைந்திருக்கின்றன. மேலே குறிப்பிட்ட பல்வேறு சாதனைகள் தனித்தனியாக இருந்தன. அவற்றை ஒருமிக்கச் சேர்த்து, கம்பீரமான முறையில், இசைவாகத் தொகுத்தது நியூட்டனின் பெரும் பணி. இந்தப் பிரபஞ்சத்தின் இயக்கத்தைக் கணித நியதி எவ்வாறு ஒழுங்குபடுத்துகிறது என்பதைத் தமது மேதாவிலாசத்தைக் கொண்டு இறுதியாக, எக்காலத்துக்கும் செலவாணியாகக் கூடிய வகையில் அவர் புலப்படுத்தினார்.

ஏற்கனவே தெளிந்தறிந்தவைகளை வகைப்படுத்தி இணைத்து விரிவாக்கக்கூடிய ஒரு மானிடன் தேவைப்பட்டான். அத்தகைய முதன்மையான சிறப்பு நியூட்டனிடம் குடி கொண்டிருந்தது என்று ஜீன்ஸ் எழுதியிருக்கிறார்.

தனது உலகவியல், பிரபஞ்ச இயக்க விதிகள் ஆகியவை கோபர் நிகஸின் பணியில் தொடங்கி, டைகோபிராஜி, கெப்ளர், கலீலியோ ஆகியோரிடம் வளர்ச்சி கண்டது என்பதை நியூட்டன் தாமே அங்கீகரித்து எழுதியிருக்கிறார்: “மற்றவர்களை விட இன்னும் சற்று அதிகமாகக் கண்டறிய என்னால் முடிந்தது என்றால், அதற்குக் காரணம், அந்த மாவீரர்களின் தோள்மீது நின்று காணும் வாய்ப்பு எனக்குக் கிட்டியதுதான்” என்று நியூட்டன எழுதியிருக்கிறார்.

நியூட்டன் வாழ்ந்தது அறிவாளிகளிடையே ஒரு பெரிய சிந்தனைக் கொந்தளிப்பு மிகுதியாக இருந்த காலம். அந்தக் கோளாறுதான் விடாது நியூட்டனைப் பல சர்ச்சைகளில் வாழ்நாள் நெடுக ஆழ்த்தியது. புதிய தத்துவங்கள் ஏராளமாகக் கிளம்பிய வண்ணம் இருந்தன. திறமைசாலிகளான பல விஞ்ஞானிகள் அவற்றின் ஆராய்ச்சியில் ஈடுபட்டிருந்தனர். இரண்டு பேர் முற்றும் தனித்தனியாக உழைத்து ஒரே விஷயத்தை ஏறக்குறைய ஒரே சமயத்தில் கண்டுபிடித்ததால் அதைக் குறித்து யாரும் ஆச்சரியப்படாத நிலைமை இருந்து வந்தது. லீப்னிஸ், ஹூக் ஆகியோருடன் நியூட்டன் நடத்திய இரண்டு பிரதான சர்ச்சைகள் அந்த ரீதியைச் சேர்ந்தவை. வேற்றியல் கணக்கீட்டை லீப்னிஸும், ஆகர்ஷண தத்துவத்தை ஹூக்கும், நியூட்டனுக்குப் பிறகு, சற்றுக்

காலந்தாழ்ந்து கண்டுபிடித்தனர். ஆனால் தனது நூலை வெளியிடுவதில் நியூட்டன் காட்டிய அலட்சிய புத்தியின் காரணமாக, அவர்கள்தாம் இவ்விரண்டையும்பற்றி, முதன்முதலாக உலகிற்கு அறிவிக்க முடிந்தது.

பிரின்ஸிபியாவை இங்கிலாந்திலும் ஸ்காட்லாந்திலும் அன்புடன் வரவேற்றார்கள். ஐரோப்பாக் கண்டத்தில் அதற்கு அவ்வளவு வரவேற்பு இருக்கவில்லை. ஆனால் எல்லா இடங்களிலும் மெதுவாகத்தான் பாராட்டுகள் கிடைத்தன. விசேஷ கணிதப் புலமை இருந்தால்தான் அதைப் புரிந்து கொள்ள இயலும் என்பதை முன்கூட்டியே நியூட்டன் கூறியிருந்தார். நியூட்டனது சாதனையைத் தெளிவாகப் புரிந்து கொள்ள இயலாதவர்கள் கூட, அது ஓர் அசாதாரணமான பணி என்பதை ஒப்புக் கொண்டனர். படிப்படியாக எல்லா நாடுகளையும் சேர்ந்த விஞ்ஞானிகள் நியூட்டனின் முறையை ஏற்றுக் கொண்டனர் பதினெட்டாவது நூற்றாண்டுக்குள் விஞ்ஞான உலகில் அது பலமாக வேரூன்றி விட்டது.

பிரின்ஸிபியாவின் வெளியீட்டுக்குப் பிறகு விஞ்ஞான ஆராய்ச்சியில் சுறுசுறுப்பான அக்கரையை நியூட்டன் இழந்து விட்டதாகவே தோன்றியது. அதன் பிரசுரத்திற்குப் பிறகு அவர் நாற்பது வருட காலம் உயிர் வாழ்ந்து இருந்தார். இக்காலத்தில் விருதுகள் அவரை வந்தடைந்தன. நாணயச் சாலையில் முதல்வராக அவர் நியமனம் பெற்றார். ராணி ஆன் அவருக்கு ‘ஸர்’ பட்டம் வழங்கினார். **1703**-ஆம் ஆண்டில் ராயல் ஸொஸைடியின் தலைவரானார். **1727**-இல் காலகதி அடையும் வரையில் இந்தக் கௌரவம் நீடித்தது, பிரின்ஸிபியாவின் இரண்டாவது, மூன்றா வது பதிப்புகள் வெளியாயின. எல்லா இடங்களிலும் அவருக்கு விசேஷ மதிப்பும் மரியாதையும் கிடைக்கலாயின.

நியூட்டனது பணியில், குறிப்பாக வானவியல் துறையில் சில குறைபாடுகள் இருப்பதை இருபதாம் நூற்றாண்டின் கண்டு பிடிப்புகள் உணர்த்தின. ஐன்ஸ்டீனின் தொடர்புநிலைத் தத்துவம் வெளியாயிற்று. நியூட்டன் கூறியதுபோல இடமும் காலமும் முற்றும் தனித்தன்மை உள்ளவையல்ல என்பதை அது உணர்த்தியது.

எனினும் பல்வேறு விஞ்ஞான, தொழில் நுட்ப நிபுணர்கள் ஓர் உண்மையைத் தெள்ளத் தெளியக் கூறியிருக்கிறார்கள். வானை நோக்கி விம்முகின்ற, உயர்ந்த, பல-மாடிக் கட்டிடத்தின் அமைப்பு, ரெயில் பாலத்தின் பந்தோபஸ்து, மோட்டார் வண்டியின் இயக்கம், விமானம் வானத்தில் பறப்பது, கடலில் கப்பல் செல்வது, காலத்தின் அளவை, நமது தற்கால நாகரிகத்தின் பிறவெளிப்படை ருசுக்கள் ஆகிய எல்லாமே இன்னமும் நியூட்டனின் நியதிகளையே அடிப்படையாகக் கொண்டிருக்கின்றன என்று அவர்கள் கூறியிருக்கிறார்கள். தற்கால விஞ்ஞானத்தின் மிகத் துல்லியமான சில பாவங்களைக் கொண்டு மட்டுமே நியூட்டனது கோட்பாடுகளில் குறை காணமுடியும் என்கிறார் ஸர் ஜேம்ஸ் ஜீன்ஸ், "ஆனால் மாலுமிகளின் உபயோகத்துக்கான பஞ்சாங்கத்தைக் கணிக்க முற்படுகையிலும், கிரகங்களின் கதிகளை விவாதிக்கையிலும், நியூட்டனது ஏற்பாட்டைத்தான் வானசாஸ்திரி ஏறக்குறைய அப்படியே எடுத்துக் கொண்டு பயன்படுத்துகிறார். குறைபாடுகள் இருப்பதாக ருசுவானதற்கு முன் நியூட்டனது திட்டம் எவ்வாறு இருந்ததோ, அதையே வைத்துக் கொண்டுதான் பாலம், கப்பல் அல்லது ரெயில்வே எஞ்சினை அமைக்கும் எஞ்சினியர் இன்றுகூடச் செயலாற்றுகிறார். டெலிபோனைச் செப்பனிடுகின்ற அல்லது ஒரு விசை நிலையத்தை உருவாக்குகின்ற எஞ்சினியர் விஷயத்திலும் இது முற்றும் பொருந்தும், அன்றாட வாழ்க்கையைப்பற்றிய விஞ்ஞானம் இன்னும் முற்றும் நியூட்டனின் கோட்பாடுகளையே ஆதாரமாகக் கொண்டது. நியூட்டன் மனத் தெளிவுடன், ஊடுருவிக் காணும் விஞ்ஞான திருஷ்டியுடன், சரியான பாதையில் இதை உருவாக்கித் திருப்பி விட்டிருக்கிறார். மிக உறுதியாக, யாரும் சந்தேகிக்கக் கூடாத வழிமுறைகள் மூலம் இதை அவர் செய்து முடித்திருக்கிறார் என்கிறார் ஜீன்ஸ்.

இதில் போட்டித் தத்துவப்பிரச்னை எதுவுமில்லை என்பதை நியூட்டனுக்கு ஐன்ஸ்டீன் வழங்கியுள்ள பாராட்டுரை தெளிவாக்குகிறது. "இயற்கையானது, அவருக்குக் கண்முன் திறந்து காட்சியளித்த ஒரு நூலாகத் திகழ்ந்தது. சிரமமின்றி அதை அவர் படித்தார். பரிசோதகர், சித்தாந்தி, தொழில்துறை நிபுணர் தன்மையெல்லாம் அவரிடம் ஒன்றி இருந்தன. எல்லாவற்றிற்கும்

மேலாக, அவருடைய விளக்கங்களில் கலைஞனின் குரல் பேசியது என்கிறார் ஐன்ஸ்டீன்.

தமது விஞ்ஞான வாழ்வை நீண்டகால தேச யாத்திரையின் இறுதியில் நியூட்டனே சொந்தமாக மதிப்பிட்டு விமரிசித்துள்ளார். அவருக்கே உரித்தான தன்னடக்கத்தை அதில் காணலாம்.

"உலகம் என்னை எவ்வாறு காண்கிறதோ நான் அறியேன். ஆனால் கடற்கரையில் விளையாடும் சிறுவனாகவே நான் என்னைப் பற்றி எண்ணமிடுகிறேன். இங்கு ஓடி அங்கு ஓடி, இன்னும் வழுவழுப்பான கூழாங்கல் கிடைக்காதா, இன்னும் அழகான கிளிஞ்சில்கள் அகப்பட மாட்டாவா என்று தேடி அலைகிறேன். உண்மை என்ற பெருங்கடல் என் முன் முற்றும் கண்டறியாததாக அடங்கிக் கிடக்கிறது" என்று நியூட்டன் கூறி முடிக்கிறார்.

XIV

தகுதி மிக்கோர் மிஞ்சுவது சார்லஸ் டார்வின் உயிரினங்களின் தோற்றுவாய்

சரித்திரத்திலேயே வேறு எந்த ஆண்டிலும் காணாத எண்ணிக்கையில் மகான்கள் ஆயிரத்து எண்ணூற்று ஒன்பதில் பிறந்தார்கள். இது ஒரு விசித்திரமான சேர்க்கை. ஒவ்வொருவரும் அவரவர் துறையில் முதன்மை எய்தினர். 'ஜீவ சாஸ்திர நியூட்டன்' என்று கருதப்பெறும் சார்லஸ் டார்வின் அவர்களில் ஒருவர். விடுதலை தந்த மாவீரர் ஆபிரகாம் லிங்கன் மற்றொருவர். இருவரும் ஒரே நாளன்று ஏறக்குறைய ஒரே நேரத்தில் பிறந்தவர்கள். கிளாட்ஸ்டன், டென்னிஸன், எட்கர் ஆலன் போ, ஆலிவர் வெண்டல் ஹோம்ஸ், எலிசபெத் பாரட்பிரௌனிங், பெலிக்ஸ் மெண்டல்ஸான் ஆகியோர் இவ்வாண்டில் ஜனித்த பெரியார்களில் குறிப்பிடத்தக்க மற்றவர்கள்.

இவர்கள் எல்லோருமே புகழுடன் விளங்கியவர்கள். ஆனால் பத்தொன்பதாவது நூற்றாண்டில் பிறந்த கோடிக் கணக்கான மக்களில், கார்ல் மார்க்ஸைத் தவிர வேறு எவரும் டார்வினைப் போல் சிந்தனையின் போக்கை மாற்றி மனித விவகாரங்களில் ஒரு புது நோக்கைத் தோற்றுவித்ததாகச் சொல்ல முடியாது. மார்க்ஸியம், மால்தூஸியனிஸம், மாக்கிய வில்லியனிஸம் ஆகியவை போலவே டார்வினிஸம் என்ற கருத்தும் பொதுமக்கள் மனத்தில் உறுதியாகப் பதிந்துவிட்டது. டார்வினுடைய தத்துவங்களின் அடிப்படைக் கோட்பாடுகளை விஞ்ஞான உலகில் இன்று அநேகமாக எங்குமே ஏற்றுக் கொண்டுள்ளனர். ஆனால் கிட்டத்தட்ட ஒரு நூற்றாண்டுக் காலம் அவை விசேஷ சர்ச்சைக்குரிய விஷயங்களாக இருக்கின்றன. ஆயிரத்து எண்ணூற்று ஐம்பத்தொன்பதாம் ஆண்டில் இந்தப்

போராட்டம் தொடங்கியதாகக் கூறலாம். இதன் பல்வேறு அம்சங்கள் பரவலாக விளம்பரமானவை. அடிப்படைத் தத்துவங்களுக்கும் நவீன முறைவாதிகளுக்கும் ஆயிரத்துத் தொள்ளாயிரத்து இருபதாம் வருடத்தை அடுத்து நடைபெற்ற போராட்டம் டென்னஸியில், 'ஸ்கோப்ஸ் குரங்கு வழக்கு' என்பதன் விசாரணையுடன் முடிவு பெற்றது. அண்மையில்தான் தகராறிட்டுக் கொள்வதை இரு தரப்பினரும் நிறுத்திவிட்டிருக்கிறார்கள்.

உலகம் புகழும் விஞ்ஞானியாக டார்வின் சிறப்பெய்துவார் என்பதற்கான சூசகங்கள் இளமையில் காணப்படவில்லை. புலமைக் கீர்த்தியும், தொழில் துறையில் புகழும் அடைந்த பலர் வாழ்ந்த குடும்பத்தில் அவர் பிறந்தார். ஆனால் தம் மகன் வளர்ச்சி கண்டு புகழ் எய்தப் போகிறார் என்ற நம்பிக்கை அவருடைய தந்தைக்குச் சிறிதும் இல்லை. வழக்கொழிந்த மொழிகளைப் படிப்பதும், பெருநூல்களின் சுமை ஏறிய பாடத் திட்டமும், டார்வினுக்கு இலக்கணப் பள்ளிகளில் அலுப்பூட்டின. ரசாயன பரிசோதனைகளிலும், பூச்சிகளையும் தாதுப் பொருள்களையும் சேகரிப்பதிலும் அவர் காலத்தை வீணடித்துக் கொண்டிருப்பதாகச் சொல்லித் தலைமை ஆசிரியர், டார்வினைக் கடிந்து கொண்டார். தந்தையின் அடிச்சுவட்டில் சென்று வைத்தியம் பயில்வதற்காகப் பதினாறாம் வயதில் அவர் எடின்பரோ சர்வகலாசாலைக்குப் போனார். அங்கு இரண்டு வருஷம் பயின்ற பிறகு வைத்தியப் படிப்பு தமக்குச் சரிப்படாது என்று அவர் முடிவு கட்டினார். அதன் பேரில் ஆங்கிலத் திருச்சபை உத்தியோகஸ்தராகப் பயிற்சி பெறுவதற்கு அவரைக் கேம்பிரிட்ஜுக்கு அனுப்பினார்கள்.

முறையான படிப்பு சம்பந்தப்பட்டவரை, கேம்பிரிட்ஜில் தாம் கழித்த மூன்று ஆண்டுகள் வீண் என்பது டார்வினின் கருத்து. ஆனால் செல்வாக்குள்ள இரண்டு ஆசிரியர்களின் மாறாத நட்பு அதிருஷ்டவசமாக அவருக்குக் கிடைத்தது. தாவரவியல் பேராசிரியர் ஹென்ஸ்லோ பூகர்ப்பவியல் பேராசிரியர் ஸெட்ஜ்விக் ஆகிய இருவருடனும் வயல்வெளிகளைச் சுற்றுவதிலும், வண்டு வகைகளைச் சேகரிப்பதிலும், இயற்கையின் வரலாற்றைக் கண்டறிவதிலும் அவர் நெடுநேரம் செலவிட்டார்.

உலகின் தென்பகுதியை விரிவாக ஆராய்வதற்குப் 'பீகிள்' என்ற கடற்படைக் கப்பலில் ஒரு கோஷ்டி கிளம்பியது. இயற்கை இயல் விஞ்ஞானி என்ற வகையில் அதில் கலந்து கொள்ளுமாறு ஸெட்ஜ்விக் மூலம் டார்வினுக்கு ஓர் அழைப்புக் கிடைத்தது. இந்த யாத்திரைதான் 'என் வாழ்க்கையில் மிகமிக முக்கியமானதொரு நிகழ்ச்சி' என்று டார்வின் பிற்காலத்தில் எழுதி வைத்திருக்கிறார். அவரது வாழ்க்கைப் பணியையே அது நிர்ணயித்து விட்டது என்று கூறலாம். திருச்சபையில் சேருவது என்ற எண்ணம் பீகிள் யாத்திரையில் தானாகவே மரித்துவிட்டது.

ஆயிரத்து எண்ணூற்று முப்பத்தாறு வரை ஒவ்வொரு கண்டத்துக்கும் ஒவ்வொரு பிரதானத் தீவுக்கும் 'பீகிள்' சென்று உலகை வளைய வந்தது. பூகர்ப்ப சாஸ்திரி, பொது விஞ்ஞானி, தாவரவியல் நிபுணர், பிராணி சாஸ்திரி போன்ற பல வகைகளில் பணியாற்ற டார்வின் அழைக்கப்பெற்றார். பிற்காலத்தில் ஆராய்ச்சியில் ஈடுபடவும், எழுதவும் இது முதன்மையான முன்னேற்பாடாக அமைந்தது; சென்றவிடமெல்லாம் தாவரங்கள், மிருகங்கள் ஆகியவற்றை உயிருடனும், உயிரற்ற நிலையிலும், தரை வாழ்வன, கடல் வாழ்வன உட்பட அவர் நிறையச் சேகரித்தார். கடலிலும் தரையிலும் வாழும் தாவரங்களையும் மிருகங்களையும் இயற்கையியல் விஞ்ஞானிக்குரிய கண்ணோட்டத்துடன் அவர் ஆராய்ந்தார். அர்ஜெண்டைனாவில் மரமில்லாத புல்வெளிகள், வறண்டுபோன ஆண்டிஸ் மலைச் சாரல்கள், சிலி, ஆஸ்திரேலியா நாடுகளின் உப்பு ஏரிகள், பாலைவனங்கள், பிரேசில், டெர்ரா-டெல்-பியூகோ, டாஹிடி ஆகியவற்றிலுள்ள அடர்ந்த காடுகள், காடுகள் அழிந்த வர்டே முனைத் தீவுகள், தென் அமெரிக்கக் கடற்கரையும் மலைகளும் அமைந்துள்ள விதங்கள், தீவுகளிலும் கண்டங்களிலுமுள்ள அனல் கக்கும் எரிமலைகள், பவழப் படிவங்கள், படகோனியாவில் தொன்மையான மிருகச் சடலங்கள், பெருவில் அழிந்துபட்ட மனித இனம், டெர்ரா-டெல்- பியூகோ, படகோனியா பூர்விகக் குடிகள் ஆகிய எல்லாவற்றையும் அவர் மிக நுட்பமாக ஆராய்ந்தார்.

தென் அமெரிக்காவில் மேல் கரைக்கு ஐந்தாறு மைல் அப்பாலுள்ள காலபாகோஸ் தீவுகளைப் போல டார்வின் கண்ட வேறு எப்பகுதியும் அவ்வளவு பலமாக அவரை ஈர்க்கவில்லை. ஒதுக்கான, ஜனங்கள் வசிக்காத, தாவரமற்ற இந்த எரிமலைத் தீவுகளில் ராட்சஸ அளவில் உள்ள ஆமைகளை அவர் கண்டார். மிகப் பிரம்மாண்டமான பல்லிகளைப் பார்வையிட்டார். மிகமிகப் பெரிய நண்டுகளையும், கடல் சிங்கங்களையும் கண்டார். பிற இடங்களில் மரித்த சடலங்களாகத்தான் இந்த ஆமைகள் காணப்பெறுகின்றன. பெரிய பல்லியினம் உலகின் பிற பகுதிகளில் அற்றுப் போய்விட்டது. இத்தீவுகளில் உள்ள பறவைகள் தென் அமெரிக்கக் கண்டத்திலுள்ளவை போன்றவைதான். ஆனால் வேறுபாடுகளும் இருந்தன. தவிர, தீவுக்குத் தீவு பல்வேறு பறவையினங்களிடையே வேறுபாடுகளை அவர் கண்டார்.

காலபாகோஸ் தீவுகளில் தென்பட்ட விசித்திரமான தோற்றங்களும் ஏற்கனவே தென் அமெரிக்காவில் அவர் கண்டறிந்த சில உண்மைகளும் ஆகச் சேர்ந்து, உயிரினத்தின் வளர்ச்சிகளைப் பற்றிய அவருடைய கருத்துகளைப் பலப்படுத்தி அவருடைய மனத்தில் திட்டவட்டமாக உருப்பெறச் செய்தன. அவரே கூறுகிறார்:

“எலும்புக் கவசமுள்ள உடலும், தன்னை ஒரு பந்தாக உருட்டிக் கொள்ளும் சக்தியுமுள்ள ஆர்மடுல்லோ போல் கவசம் படைத்த பெரிய விலங்கினங்களின் சடலங்களைப் பாம்பியாவில் கண்டுபிடித்தேன். அவை என்னைப் பெரிதும் ஈர்த்தன. அக் கண்டத்தில் தென் திசையை நோக்கிச் செல்லுங்கால் ஒன்றுடன் ஒன்று நெருங்கிய உறவுமுறை உள்ளவை போன்ற நிலையில் மிருகங்கள் வளர்ச்சி கண்டிருக்கும் விதம் என்னைக் கவர்ந்தது. மூன்றாவதாக, காலபாகோஸ் தீவுத் தொடரில் தென்அமெரிக்கா விற்கே உரிய தனிப் பாணியில் தயாரிப்புகளின் இருக்கையைக் கண்டு வியந்தேன். அவற்றிடையே தீவுக்குத் தீவு காணப்பெறும் சிறு சிறு வேறுபாடு குறிப்பிடத் தக்கதாயிருந்தது. ஆனால் புவியியல் ரீதியில் பார்த்தால் இந்தத் தீவுகளில் எதுவும் மிகத் தொன்மையானது என்று சொல்வதற்கில்லை.”

படைப்புத் தத்துவத்தைப் பற்றிய ஜெனிஸிஸ் என்ற நூலில் கூறியுள்ளதை டார்வின் நம்பவில்லை. ஒவ்வோர் உயிரினமும் இப்போதைய முழு வடிவத்தில் முழுவதாகப் படைக்கப் பெற்றது, காலகதியில் மாறுதலின் இருந்து வந்திருக்கிறது என்பது ஜெனிஸிஸின் கூற்று.

இங்கிலாந்துக்குத் திரும்பியவுடன் பரிணாமத்தைப் பற்றி டார்வின் குறிப்பு எழுதி வைக்கலானார். உயிரினங்களிடையே யுள்ள வேறுபாடுகளைப் பற்றித் தகவல்களைச் சேகரித்து எழுதினார். 'உயிரினங்களின் தோற்றுவாய்' என்பது தொடக்கக் குறிப்பு. ஆயிரத்து எண்ணூற்று நாற்பத்திரண்டில் முப்பத்தைந்து பக்கங்களில் தமது தத்துவத்தை அவர் முதல் தடவையாக ஒரு மாதிரி வரைந்து வைத்திருந்தார். ஆயிரத்து எண்ணூற்று நாற்பத்து நாலில் அதை விரிவுபடுத்தி 230 பக்க நூலாக அமைத்தார். உயிரினங்களின் தோற்றத்தையும், மறைவையும் எவ்வாறு விளக்குவது என்பது முதலில் அவருக்குப் பெரும் புதிராக இருந்தது. உயிரினங்கள் ஏன் தோன்றின, காலப்போக்கில் ஏன் மாறுதல் கண்டன? எண்ணற்ற கிளைகளாக ஏன் விரிந்தன? ஏன் பல சந்தர்ப்பங்களில் அடியோடு அழிந்துபட்டன?

ஜனத்தொகையைப்பற்றிய மால்தூஸின் கட்டுரையைப் படித்துக் கொண்டிருந்தபோது இந்த மர்மத்துக்கு விளக்கம் டார்வினுக்குக் கிடைத்தது. நோய், விபத்துக்கள், யுத்தம், பஞ்சம் போன்ற தடைகள் காரணமாக மனித வர்க்கத்தின் வளர்ச்சி விகிதம் தடைப்படுகிறது என்பதை மால்தூஸ் காண்பித்திருக்கிறார். விலங்கினங்கள், தாவரங்கள் போன்றவற்றின் எண் ணிக்கையையும் இதே போன்ற அம்சங்கள் குறைத்துவிடக்கூடும் என்பது டார்வினுக்குப் புலப்பட்டது. அவர் கூறுகிறார்:

விலங்கினங்கள், தாவரங்கள் ஆகியவற்றின் பழக்க வழக்கங்களை நெடுநாள் கூர்மையாகக் கவனித்துப் பார்த்ததில் எல்லா இடங்களிலும் வாழ்க்கைப் போராட்டம் நடத்த எண்ணமிருக்கிறது என்பது புரிகின்றது. அதற்கு உரிய மதிப்புக் கொடுக்கும் மனத்தினன் ஆகையால் இந்தச் சந்தர்ப்பங்களின் கீழ் அநுகூலமான இனங்கள் இரட்சிக்கப் பெறும், பிரதிகூல மானவை

அடிக்கப் பெறும் என்பது புலனாயிற்று. இந்தப் போக்கின் விளைவாக புதிய இனங்கள் தோன்றுகின்றன. உழைத்துப் பார்ப்பதற்கு ஒரு தத்துவ அடிப்படை எனக்கு இதன்மூலம் கிடைத்தது.

‘இயற்கையின் தோற்றம்’, ‘வாழ்க்கைப் போராட்டம்’, ’தகுதி மிக்கோர் மிஞ்சுவது’ என்ற கருத்துக்கள் கொண்ட புகழ்பெற்ற டார்வினது சித்தாந்தம் இவ்வாறு பிறப்புக் கண்டது. ‘உயிரினங்களின் தோற்றுவாய்’ என்ற நூலுக்கு இதுவே அடிக்கல்லாக அமைந்தது.

தம் தத்துவங்களை நிரூபணம் செய்யும் குறிப்புகளை இருபது வருடகாலம் டார்வின் எழுதிச் சேர்த்து வந்தார். விரிவான பல விஷயங்களைப் பற்றிய பிரசுரங்களைப் படித்தார். சஞ்சிகைத் தொடர்கள், பயண நூல்கள், கேளிக்கைப் புத்தகங்கள், தோட்டக்கலை, விலங்குகளின் வமிச விருத்தி, உயிர் நூல்களின் வரலாறு முதலியன அவர் படித்த விஷயங்கள்.

“நாம் படித்துக் குறிப்பெடுத்து வைத்திருக்கும் நூல்கள், சஞ்சிகைகள், சர்ச்சைகள் ஆகியவற்றின் ஜாபிதாவைப் பார்க்கையில் என் உழைப்பு எனக்கே ஆச்சரியத்தைக் கொடுக்கிறது” என்று டார்வின் எழுதினார். விலங்குகளையும், தாவரங்களையும் படைப்பிக்கும் நிபுணர்களுடன் அவர் பேசினார். பயனுள்ள தகவலைத் தரக்கூடியவர்கள் எல்லோருக்கும் வினாக்களை அனுப்பி விடைகளைச் சேகரித்தார். பலவகை வீட்டுப் பறவைகளின் எலும்புக் கூடுகளைத் தயாரித்து அவற்றின் வயது, நிறை முதலியவற்றைக் காட்டுப் பறவைகளின் நிலவரத்துடன் அவர் ஒப்பு நோக்கினார். பழக்கிய புறாக்களை உப யோகித்து விரிவான கலவைச் சோதனைகளை நடத்தினார். கடல் நீரில் பழங்களையும் விதைகளையும் மிதக்க விட்டு, விதைகளின் போக்குவரத்தைப் பற்றிய பிரச்னைகளை ஆராய்ந்து அறிந்தார். ‘பீகிள்’ யாத்திரையில் தாவரவியல், பூவியல், விலங்கியல், எலும்பியல் துறைகளில் அடைந்த ஞானத்தைப் பயன்படுத்தி இப்பிரச்னைகளை ஆராய்ந்தார். தம் சொந்தக் கருத்துகளையும் இடையறாது சிந்தித்து இந்தத் தகவல்களுடன் இணைத்தார்.

செயற்கையாகப் பொறுக்கி வளர்ப்பதை விவரமாகக் கண்டறிந்தால் இயற்கை தானாகப் பொறுக்கி வளர்க்கும் கொள்கைக்கு நல்ல ஆதரவு கிடைக்கிறது என்று டார்வின் நினைத்தார். வீட்டு மிருகங்கள், செடி-கொடிகள், குதிரைகள், நாய்கள், பூனைகள், கோதுமை, பார்லி, நந்தவனத்துப் பூக்கள் முதலியவற்றைக் கவனித்தால், தனது தேவைக்கு மிகமிக அநுகூலமாக இருக்கும் வகைகளை மனிதன் பொறுக்கி எடுத்து வளர்த்தான் என்பது தெரியும். இந்த வளர்ப்பு முறையில் வீட்டுப் பிராணிகளும், பயிர் வகைகளும், பூக்களும் தீவிரமான மாறுதலை அடைந்திருக்கின்றன. தம்மிச்சையாக வளர்ந்த மூதாதையர் களான காட்டு வகைகளுடன் தமக்குள்ள உறவுமுறையை அடையாளம் கண்டுகொள்ள அவற்றால் இயலாது. பொறுக்கு முறையின்மூலம் புதிய உயிரினங்கள் அபிவிருத்தி அடைகின்றன. தான் விரும்பும் தன்மைகளைக் கொண்ட விலங்குகளையும் தாவரங்களையும் பொறுக்கி எடுத்து அவற்றை மட்டுமே தலைமுறை தலைமுறையாக அவன் வளர்க்கிறான். இறுதியாக முன்னர் இருந்த உயிர் வகைகளினின்றும் மாறுபட்டவற்றை அவன் தோற்றுவிக்கிறான். குள்ளக்கால் நாய் (டாஷ்கெண்ட்), ஆட்டுக்கடை நாய் (காலி), மயிர்க்குச்சுள்ள நெடுஞ்செவியன் (ஸ்பானியல்), வேட்டை நாய் (கிரே ஹவுண்ட்) ஆகிய வகைகள் அனைத்திற்கும் ஓநாய்தான் மூதாதை.

செயற்கையாகப் பொறுக்கி வளர்க்கும் முறையின்மூலம் படிப்படியான வளர்ச்சியை உண்டுபண்ண முடியுமானால், அதே மாதிரி, இயற்கையும் தனக்குரிய வகையில் பொறுக்கி வளர்க்கக் கூடுமல்லவா என்று வாதிக்கிறார் டார்வின். இயற்கை சம்பந்தப் பட்டவரை, பொறுக்கி வளர்க்கும் பணியை நடத்தி வைப்பது வாழ்க்கைப் போராட்டம். எல்லா வகையான உயிரினங்களிடையேயும் ஏராளமான எண்ணிக்கையில் அழிவு ஏற்படத்தான் செய்யும் என்றார் டார்வின். பிறப்பனவற்றில் ஒரு வீதாசாரம்தான் தப்பிப் பிழைக்கவல்லது. சில இனங்கள் மற்றவையின் ஊணாகி விடுகின்றன. முடிவின்றி இப்போராட் டம் நடந்துகொண்டே போகிறது. கடுமையான இந்தப் போட்டியில் தப்பிப் பிழைக்கத் தகுதியில்லாத மிருகங்களும் தாவரங்களும் அடிபட்டுப்

போகின்றன. தப்பிப் பிழைப்பதற்கு அவசியமான நிலைமைகளைச் சமாளிப்பதற்கு வேண்டிய மாறுதல்கள் உயிரினங்களிடையே ஏற்படுகின்றன. தம் சித்தாந்தங்களுக்கு மறுக்க முடியாத ருசுக்களைப் பெரிய அளவில் சேகரித்து வைப்பதில் முழு மூச்சுடன் ஈடுபட்டதன் காரணமாக, 1850-க்கு பிறகு வரை, தமது நூலை வெளியிடும் விஷயத்தில் டார்வின் அலட்சிய புத்தியுடன் காணப்பட்டார். பிறகு நெருங்கிய நண்பர்களுடைய வற்புறுத்தலின் பேரில் பல புத்தகங்களாக வெளியிடுவதற்கான ஒரு மாபெரும் நூலின் தயாரிப்பில் அவர் இறங்கினார். அப்பணி சுமார் பாதியளவு நடந்திருக்கையில் ஒரு பேரதிர்ச்சிக்கு அவர் உள்ளானார். மலாய்த் தீவுத் தொடரில் இயற்கைஇயல் ஆராய்ச்சியில் ஈடுபட்டிருந்த ஆல்பிரெட் ரஸ்ஸெல் வாலெஸ் என்ற சக விஞ்ஞானிகளிடமிருந்து அவருக்கு ஒரு கடிதம் வந்தது. உயிரினங்களின் தோற்றுவாயைப் பற்றித் தாமும் சிந்தித்து வருவதாகவும், டார்வினைப் போலவே தாமும் மால்தூஸைப் படித்து ஊக்கம் பெற்றதாகவும் அவர் எழுதியிருந்தார்: 'மூலத் தோற்றத்துக்கு மாறாக வரம்பின்றிப் பல்வேறு வினாக்கள் விலகிச் செல்லும் போக்கைப் பற்றிய கட்டுரையைக் கடிதத்துடன் அவர் வைத்து அனுப்பி இருந்தார். டார்வினது சித்தாந்தமும் அதையே தான் கூறியது. "1842-இல் நான் எழுதி வைத்திருந்த ஏட்டுக் குறிப்பை வாலெஸ் பார்வையிட்டிருந் தாரானால் இப்போது கட்டுரையில் கூறியிருப்பதை விடச் சிறப்பாக அதைச் சுருக்கி எழுதியிருக்க முடியாது. அவர் எழுதியிருக்கும் குறிப்புகளை என் அத்தியாயங்களின் முகவுரைப் பகுதிகளாகச் சேர்த்துக் கொள்ள முடியும்" என்று டார்வின் எழுதியிருக்கிறார்.

டார்வினுக்கு ஒரு தர்ம சங்கடம் ஏற்பட்டது. இருவரும் முற்றும் தனித்தனியாக உழைத்து ஒரே மாதிரியான முடிவுகளைக் கண்டனர் என்பது தெளிவு. ஆனால் டார்வின் வருஷக்கணக்கில் கற்றறிந்து சிந்தித்தவர். ஆனால் வாலெஸின் எண்ணங்கள் திடீரென உள்ளூறை ஜோதியாக வெளிப்போந்தவை. லின்னேயன் சங்கத்தின் அடுத்த கூட்டத்தில் டார்வின், வாலெஸ் ஆகிய இருவரின் ஆராய்ச்சிக் கட்டுரைகளும் சமர்ப்பிக்கப்பட வேண்டும் என்று இறுதியாக முடிவாயிற்று. இயற்கையானது பொறுக்கு முறைமூலம்

பரிணாம வளர்ச்சி காண்கின்றது என்ற தத்துவம் 1858 ஜூலை 1ஆம் தேதி முதல் தடவையாகப் பகிரங்கமாய் அறிவிக்கப்பட்டது. விரைவில் இரண்டு கட்டுரைகளும் அச்சங்கத்தின் சஞ்சிகையில் பிரசுரமாயின.

வாலெஸ் சம்பவத்தின் விளைவாகத் தாம் தயாரித்து வந்த மாபெரு நூலை முடித்து வெளியிடும் யோசனையை டார்வின் கைவிட்டு விட்டார். அதற்குப் பதிலாக ஒரு சுருக்கத்தை எழுத முனைந்தார். விஞ்ஞான வரலாற்றில் ஒரு சிறந்த கட்டமாக விளங்கும் அப்புத்தகம் 1859இன் இறுதியில் லண்டனில் ஜான் மர்ரே ஸ்தாபனத்தாரால் பிரசுரிக்கப்பட்டது. 1200 பிரதிகள் கொண்ட முதல் பதிப்பு வெளியான தினத்தன்றே செலவாகி விட்டது. வேறு பதிப்புக்கள் தொடர்ந்து வெளிவந்தன. 1882இல் டார்வின் காலமானார். அதற்குள் இங்கிலாந்தில் மட்டும் 24,000 பிரதிகள் விற்பனையாயின. அவர் உயிர் வாழ்ந்திருந்த போதே நாகரிக பாஷைகள் அனைத்திலும் அது மொழிபெயர்ப்பாகி விட்டது.

'உயிரினங்களின் தோற்றுவாய்: இயற்கையின் பொறுக்கு முறை மூலம் அல்லது வாழ்க்கைப் போராட்டத்தில் சாதகமான இனங்கள் காப்பாற்றப் பெறுவதன் மூலம்' என்பது நூலின் முழுப் பெயர். இந்த மிக நீளமான பெயரானது, காலப்போக்கில் 'உயிரினங்களின் தோற்றுவாய்' எனச் சுருங்கிவிட்டது.

நூலின் முதல் நான்கு அத்தியாயங்களில் டார்வின் சித்தாந்த அடிப்படைகள் விவாதிக்கப்படுகின்றன. அதற்கு எழக்கூடிய ஆட்சேபங்களைப்பற்றியவை அடுத்த நான்கு அத்தியாயங்களும், புவியியல், பூகோள ரீதியாகத் தாவரங்கள் மிருகங்கள் விநியோகம், பாகுபாடு செய்யும் முறையைப்பற்றிய பொருத்தமான தகவல்கள், வடிவங்களைப் பற்றிய உயிரியல், கருவின் வளர்ச்சி முதலியவை அடுத்த அத்தியாயங்களில் விவரிக்கப்படுகின்றன. கடைசி அத்தியாயத்தில் வாதப் பிரதிவாதங்கள் சுருக்கித் தரப்படுகின்றன.

மனித ஆதிக்கத்தின் பயனாக வீட்டுப் பிராணிகளிலும் தாவரங்களிலும் ஏற்பட்டுள்ள மாறுதல்களை உயிரினங்களின் தோற்றுவாய் ஆரம்பத்திலேயே விவரிக்கிறது. செயற்கையான

பொறுக்கு முறைமூலம் விளைந்த மாறுதல்கள், இயற்கையான அல்லது இயற்கையின் பொறுக்கு முறையின்மூலம் விளையும் வேறுபாடுகளுடன் ஒப்புநோக்கப்படுகின்றன. எங்கெல்லாம் உயிர் இருக்கின்றதோ அங்கெல்லாம் இடையறாது மாறுதல் நிகழ்ந்த வண்ணம் இருக்கிறது. எந்த இரண்டு தனி நபர்களும் எக்காலத்திலும் முற்றும் ஒருவர்போல் ஒருவர் இருப்பதில்லை.

வேறுபாட்டுடன்கூட வாழ்க்கைப் போராட்டமும் சேர்ந்து கொள்கிறது. தப்பிப் பிழைப்பதற்குள்ள தகுதிகளை விட வம்ச விருத்திக்கான தகுதியானது எல்லா உயிரினங்களிடத்திலும் மிகுதியாகக் காணப்படுகிறது என்பதை மெய்ப்பித்துக் காட்டுவதற்குச் சில உதாரணங்கள் தரப்படுகின்றன. வம்ச விருத்தி மிகமிக மந்தமாகக் காணப்பெறும் யானைகள் போன்ற விலங்குகள் கூட விரைவில் உலகை நிரப்பிவிடக் கூடியவை, பிறக்கும் ஒவ்வொரு யானையும் வயதடைந்து, இயற்கைக்கு ஏற்பக் குட்டி போட்டுக் கொண்டே போகும் பட்சத்தில், 740 அல்லது 750 ஆண்டுகளுக்குப் பிறகு முதல் இரண்டு யானைகளிலிருந்து தோன்றிய 190 லட்சம் யானைகள் உயிர் வாழ்ந்து கொண்டிருக்கும் என்கிறார் டார்வின். இதையும் பிற உதாரணங்களையும் கொண்டு அநுமானித்து அவர் மேலும் கூறுகிறார்:

"பிழைத்திருக்கக் கூடியவர்களை விட அதிகமான எண்ணிக்கையில் மக்கள் பிறக்கின்றனர். எனவே, ஒவ்வொரு நபர் விஷயத்திலும் வாழ்க்கைப் போராட்டம் இருக்கவே செய்யும். ஒவ்வொரு நபரும் வேறொரு நபருடன் அல்லது ஒவ்வோர் உயிரினமும் தனது உயிரினத்தைச் சேர்ந்த வேறு பிரகிருதியுடன் அல்லது தெளிவான வரையறை உள்ள பிறவகை நபர்களுடன், அல்லது சுற்றியுள்ள வாழ்க்கையின் சூழ்நிலையுடன் போராட்டத்தில் ஈடுபட்டே ஆக வேண்டும். ஒவ்வொரு செடி, மீன், பறவை, மிருகம் ஆகியவையும், ஒவ்வொரு மனிதனும், படைப்பிக்கும் ஜீவ வித்தானது ஜன நெருக்கம் மிகுதியாக உள்ள இவ்வுலகில் இருக்கக் கூடிய இடவசதியை விட எண்ணற்ற பன்மடங்கு அதிகப் படியானதாக இருக்கும். இது விலக்கே இல்லாத விதி. வளர்ச்சி விகிதமானது தன்னைத்தானே பெருக்கி வரும் எண்ணின் ரீதியில் ஏற்றம் காணும்.

உயிரினங்கள் ஒன்றையொன்று அடுத்திருக்கும் நிலைமைக்கும் பளிச்சென உதாரணங்கள் தரப்படுகின்றன. ஹார்ட்'யீஸ் என்ற வகையைச் சேர்ந்த பூக்களும் சிலவகைக் கிராம்புகளும் காயாக ஒதுங்குவதற்கு மகரந்தத் தூளை எளிய தேனீக்கள் கொண்டு சேர்க்க வேண்டியிருக்கிறது என்பதை டார்வின் கண்டறிந்தார்.

"ஒரு ஜில்லாவில் இருக்கக்கூடிய எளிய தேனீக்களின் எண்ணிக்கையானது, அங்கு வயல்வெளிகளில் இருக்கக்கூடிய எலிகளின் எண்ணிக்கையை முக்கியமாகப் பொறுத்திருக்கும். தேன் கூடுகளையும் அடைகளையும் இந்த எலிகள் அழிக்கக் கூடியவை.... எலிகளின் எண்ணிக்கை பெரும்பாலும் பூனைகளின் எண்ணிக்கையைப் பொறுத்தது என்பதை எல்லோரும் அறிவர்.. எனவே ஒரு ஜில்லாவில் எவ்வளவு பூனைகள் இருக்கின்றன என்பது (எலிகள், தேனீக்கள் மூலமாக) அங்கே சில வகைப் பூச்சிகளின் வியாபகத்தை நிர்ணயிக்கிறது."

இயற்கையின் பொறுக்குமுறை, ஜனத்தொகை வளர்ச்சியை எவ்வாறு கட்டுப்படுத்துகிறது என்பதை உயிரினங்களின் தோற்றுவாய் காண்பிக்கிறது. ஓர் இனத்தைச் சேர்ந்த தனிப் பிரகிருதிகள், அதைச் சேர்ந்த மற்றவைகளை விட அதிக சக்தியும், அதிக வேகமும், அதிகமான புத்திசாலித்தனமும், வியாதி அணுகாத தேக திடமும், கால நிலைமையின் கடுமைகளைத் தாங்குவதற்கான அதிகத் தகுதிகளையும் உள்ளவர்களாக இருக்கின்றனர். பலக் குறைவுள்ளவர்கள் அழிந்துபடுவர். மற்றவர்கள் தப்பிப் பிழைத்து விருத்தி அடைவர். ஆர்க்டிக் பிரதேசங்களில் வெள்ளை முயல் (தன் நிறத்தின் காரணமாகத்) தப்பித்துக் கொள்ளலாம். ஆனால் எடுப்பாகத் தெரியும் பழுப்பு நிற முயல்களைக் குள்ள நரிகளும் ஓநாய்களும் அழித்துவிடும். நீளக் கழுத்து உள்ள ஒட்டைச் சிவிங்கிகள், வறட்சி மிகுதியான ஆண்டு களில் மரத்தின் உச்சாணிக் கிளைகளில் இருக்கக்கூடிய உணவை எட்டிப் பிடித்து உண்டு பிழைத்துக் கொள்கின்றன. ஆனால் குட்டைக் கழுத்துள்ள ஒட்டைச்சிவிங்கிகள் பட்டினியால் தவிக்க நேரிடுகிறது. இவ்வாறாக, சாதகமான வேறுபாடுகள் அதிகத் தகுதியுள்ளவர்கள் பிழைத்துக் கொள்வதை உறுதி செய்கின்றன. பல ஆயிரமாயிரம்

ஆண்டுகளின் போக்கில் புதிய இனங்களின் சிருஷ்டிக்கு அவை காரணமாகின்றன.

பல், நகம், விஷப்பல் ஆகியவை எல்லா இடங்களிலும் எவ்வாறு செயல்படுகின்றன என்பதை டார்வின் மிகப் பொருத்தமாக நாடகப் பாணியில் கூறுகிறார்:

"இயற்கையின் பிரகாசமான வதனத்தைக் கண்டு களிக்கிறோம். மிதமிஞ்சிய உணவு இருப்பதை அடிக்கடி பார்க்கிறோம். ஆனால் நம்மைச் சுற்றிப் பாட்டிசைத்துச் சோம்பேறித் தனமாக வட்டமிட்டு வரும் பறவைகள் பூச்சிகளையும், வித்துக்களையும் தின்று ஜீவிக்கின்றன என்பதை நாம் காண்பதில்லை, அல்லது மறந்து விடுகிறோம். அவை இடையறாது உயிரை அழித்து வருகின்றன. இந்த வானம்பாடிகளையோ அல்லது அவற்றின் முட்டைகளையோ அல்லது கூட்டில் வதியும் குஞ்சுகளையோ வேறு பறவைகள் அழிக்கின்றன, மிருகங்கள் தின்று விடுகின்றன என்பதை மறந்து விடுகிறோம். இப்போது உணவு மிதமிஞ்சி யிருப்பதாகத் தோன்றலாம். ஆனால் அடுத்தடுத்து வரும் ஒவ்வோர் ஆண்டும், எல்லாக் காலங்களிலும் அது அப்படியே இருந்து வராது என்ற உண்மை நமது நினைவில் இருப்பதில்லை."

இயற்கையின் பொறுக்கு முறையில் டார்வின் சுட்டிக் காட்டியுள்ள ஒரு முக்கியமான அம்சம் ஆண்-பெண் உறவு முறையில் காணப்பெறும் பொறுக்கு முறை. "மிக வீரியவான்களாக விளங்கும் ஆண்கள், இயற்கையில் தமக்குரிய ஸ்தானங்களை வகிப்பதற்கு அதிகத் தகுதியுள்ளவர்கள். அவர்களுடைய சந்ததிகள் எண்ணிக்கையில் மிகமிக அதிகமாக இருக்கும்..... கொம்பில்லாத மானுக்கும், கொண்டையில்லாத சேவலுக்கும் பெரிய சந்ததி ஏற்படுவதற்கான வாய்ப்பு மிக மிக அரிது. பறவைகளிடையே காணப்பெறும் போட்டா போட்டி அதிக அமைதியானது. பல்வேறு இனங்களைச் சேர்ந்த ஆண் பறவைகள் அழகாகப்பாடி, படாடோபமாகச் சிறகை விரித்தாடி அல்லது விசித்திரமான லீலைகள் புரிந்து பெண் பறவைகளைக் கவர்கின்றன.

இயற்கையின் பொறுக்கு முறையில் ஒரு பிரதான அம்சம், வெப்பதட்ப நிலை, குளிர் அல்லது வளர்ச்சி மிகுதியாக உள்ள பருவங்கள், விருத்திக்கு இடையூறாகவுள்ள தடைகளில் மிகமிகப் பயனுள்ளவை. வாழ்க்கைப் போராட்டத்திற்கும் வெப்ப தட்ப நிலையின் விளைவுகளுக்கும் தொடர்பு எதுவும் இல்லை போலத் தான் முதலில் தோன்றும். ஆனால் உணவின் அளவை முக்கியமாகக் குறைத்துவிடக் கூடிய சக்தி கால நிலைக்கு உண்டு. எனவே, ஒரே விதமான உணவைக் கொண்டு பிழைக்கின்ற உயிரினங்களிடையே மிகக் கடுமையான போராட்டத்தை அது விளைவிக்கிறது. ஒரே இனத்தைச் சேர்ந்தவையும் வெவ்வேறு இனத்தைச் சேர்ந்தவையும் இப்போராட்டத்தில் ஈடுபட நேரிடுகிறது. குளிரையும் வெயிலையும் தாங்கி உணவைச் சம்பாதிப்பதற்கு அதிக பட்சத் தகுதியுடைய வீரியவான்கள்தான் பெரும்பாலும் தப்பிப் பிழைக்கக் கூடியவர்கள். டார்வின் எழுதுகிறார்:

"உலகெங்கும் ஒவ்வொரு நாளும் ஒவ்வொரு மணியும் காணப்பெறும் மிகச் சிறிய வேறுபாடுகளைக்கூட, இயற்கையின் பொறுக்கு முறை நுட்பமாகக் கவனித்து வருகிறது. கெட்டவற்றைப் புறக்கணித்து நல்லவற்றைக் காத்து விருத்தி செய்யும் பணியில் அது ஈடுபடுகிறது. அமைதியாக, பிரக்ஞையற்ற நிலையில் அப்பணியை அது நடத்தி வருகிறது. எங்கெல்லாம், எப்போதெல்லாம் வாய்ப்புக் கிட்டுகிறதோ அதைப் பயன்படுத்திக் கொண்டு ஒவ்வோர் உயிருள்ள ஜீவனும் தனது அமைப்பையும், புற வசதிகளையும் சீர்திருத்திக் கொண்டே வருகிறது. இந்த அபிவிருத்தியானது மெதுவான மாறுதல்களின் மூலம் ஏற்படுவது. நெடுங்காலத்துக்குப் பிறகுவரை இவை வெளிக்குத் தென்படமாட்டா. ஆனால் நெடு நாளைக்கு முன்னர், கடந்து சென்ற பிவியியல் சகாப்தங்களைப் பற்றிய நமது கருத்து சீர்மையுடையது அல்ல. உயிர் வடிவங்கள் முன்னால் இருந்தவற்றை விட இப்போது மாறுபட்டு இருக்கின்றன என்பதை மட்டுமே காண்கிறோம்."

இயற்கையின் பொறுக்கு முறைச் சக்தியானது பெரும்பாலும் வரம்பற்றது என்பதைக் கடைசி அத்தியாயத்தில் டார்வின் சூசகமாகக் கூறுகிறார். "முதலில் மூச்சு விட்ட ஏதோ ஓர் அடிப்படையான

உயிர்ப் பிராணியிலிருந்துதான் இவ்வுலகில் தோன்றியுள்ள எல்லா உயிர்ப்பிராணிகளும் சந்ததிகளாகத் தோன்றியிருக்கக் கூடும்" என்று ஒப்புமை மூலம் அவர் அநுமானிக்கிறார். வாழ்க்கையின் சிக்கல் நிறைந்த தன்மைகளுக்கெல்லாம் மூல காரணமாக இருப்பவை இயற்கையின் விதிகளே. இயற்கையின் பொறுக்கு முறை ஈந்த பயன்கள் ஊக்கம் அளிப்பனவாக இருப்பதை அவர் கண்டார்.

"இயற்கையின் போராட்டம், பஞ்சம், மரணம் ஆகியவற்றிலிருந்துதான் நமது கற்பனைக்கு எட்டக்கூடிய மிக உயர்ந்த பொருள் விளைந்தது. உயர்தரப் பிராணிகளின் சிருஷ்டியே அந்த விளைவு உயிரைப் பற்றிய இந்தக் கருத்தில் ஒரு பெருமை இருக்கிறது. சிருஷ்டி கர்த்தா ஒரு சில வடிவங்களிலோ அல்லது ஒன்றிலோ முதன்முதலாக உயிரை வைத்துப் படைத்தான் என்பது இக்கருத்தின் சாராம்சம். நாம் வசிக்கும் இந்தக் கிரகம், மாறுதல் இல்லாத ஆகர்ஷண நியதியின்படி வட்டமிட்டுக் கொண்டே வந்திருக்கையில், ஓர் எளிய தொடக்கத்திலிருந்து முடிவே இல்லாத மிக அழகான வடிவங்கள் மிகமிக அற்புதமான வகையில் தோன்றியுள்ளன; இன்னும் உண்டாக்கப்பட்டு வருகின்றன."

பரிணாமம் முடிவற்றது என்ற தத்துவத்தை இவ்வாறாக 'உயிரினங்களின் தோற்றுவாய்' என்ற நூலில் டார்வின் வழங்கியுள்ளார். பொதுஜனங்கள் நம்புவதுபோல் பரிணாம தத்துவத்தை முதன்முதலாக அளித்தவர் டார்வின் அல்ல. அரிஸ்டாட்டில், லுக்ரேஷியஸ் ஆகியோருக்கும் முற்பட்டது இந்தக் கருத்து. பப்போன், கெதே, டார்வினின் பாட்டனாராகிய எராஸ்மஸ் டார்வின், லமார்க், ஹெர்பர்ட் ஸ்பென்ஸர் ஆகியோர் இந்தத் தத்துவத்துக்கு ஆதரவு அளித்துள்ளனர். இரு வகைகளில் டார்வினது தத்துவம் முக்கியத்துவம் படைத்தது. தமக்கு முன் உழைத்தவர்களை விட அதிகமாக, ஆட்சேபிக்க இடமில்லாத ருசுவைத் திரட்டி வழங்கி, பரிணாமம் உண்மையானது என்பதை அவர் காண்பித்தார். இயற்கையின் பொறுக்கு முறையைப் பற்றிய புகழ்பெற்ற தமது தத்துவம் பரிணாமத்தின் நடைமுறையை நியாயவாத ரீதியில் விளக்குவதாக அவர் கூறினார்.

ஒரு நிறை களஞ்சியத்தில் மின்னல் தாக்கித் தீப்பிடித்தால் எப்படி இருக்குமோ அதனுடன் உயிரினங்களின் தோற்றுவாயை அது வெளிவந்த காலத்தில் ஒப்பிட்டுப் பேசினர்... புரட்சிகரமான இப்புதிய தத்துவம் செல்லத்தக்கது என்று ஏற்பட்டால், படைப்பைப் பற்றிப் பைபிளில் சொல்லியிருக்கும் வரலாறு இனிமேல் ஏற்கக்கூடாததாகி விடும். டார்வினின் ஆராய்ச்சிக் கட்டுரை சமயத்துக்கு அபாயம் விளைவிக்கக் கூடியது என்று திருச்சபை உடனடியாக நம்பியது. எதிர்ப்பு, புயலாகத் திரண்டு அடித்தது. டார்வின் தமது தத்துவத்தை மனித வர்க்கத்தின் விஷயத்தில் பிரயோகிக்காமல் ஜாக்கிரதையாக விலக்கி வைத்தார். எனினும் குரங்குகளிலிருந்து ஜனித்தது மனித பரம்பரை என்று நூலில் அவர் சொன்னதாகக் குற்றச்சாட்டைப் பரப்பினார்கள்.

கேலி செய்து டார்வின் மதிப்பை இழக்கும்படி பண்ண முயற்சிகள் நடைபெற்றன. 'குவார்ட்டர்லி ரெவியூ' என்ற சஞ்சிகை அவர் ஒரு நிலையில்லாத மனிதரென்றும் அநுமானத்தையும் கற்பனையையும் ஆதாரமாகக் கொண்ட தமது உதவாக்கரை அமைப்புக்கு இப்புத்தகத்தில் முட்டுக்கொடுக்க முயன்றிருக்கிறார் என்றும், இயற்கையை அவர் கவனித்து எழுதியுள்ள விதம் விஞ்ஞானத்தை அடியோடு அவமதிப்பதாக இருக்கிறது என்றும் ஒரு கட்டுரையில் கூறியது. 'ஸ்பெக்டேட்டர்' பத்திரிகைக்கும் அந்தத் தத்துவம் பிடிக்கவில்லை. இறுதியான காரணங்களை அது அடியோடு நிராகரிப்பதுடன், அதை எடுத்துரைப்பவர்களது விஷயத் தெளிவு நிலைகுலைந்திருப்பதே புலனாகிறது என்று எழுதியது 'ஸ்பெக்டேட்டர்'. பொய்யான ஒரு கோட்பாட்டை மெய்போல் அறுதியிட்டுக் கூறுவதற்காக ஏராளமான தகவல்களை டார்வின் சேகரித்ததாகவும் அது குற்றம் சாட்டியது. காற்றுக் குமிழிகளைக் கோத்து நல்ல கயிறாகத் திரிக்க முடியாது என்றார்கள். சாதகமான எல்லா முள்ளங்கி வகைகளுமே மனிதர்களாக மாறி வரும் போக்குள்ளவை என்பது நம்பக் கூடியதுதானா என்று கேட்டார் ஒரு விமரிசகர். இங்கிலாந்தில் (ஸ்பெயினில் போல) மத நிந்தனையில் ஒழுக்கமும், கொடுமை நியாய விசாரணை மன்ற முறையும், தெய்வத் திருக்கூடமும் இருக்கவில்லை. ஆகையால் டார்வினைத் திருச்சபை ஆசிரிய பீடங்களுக்கும், மியூஸியத்திற்கும்,

பள்ளி அறைக்கும் நியாயம் நாடி அனுப்பி வைக்க வேண்டியதுதான் என்று ஒரு விமரிசனத்தில் கடுமையாக அவர் தாக்கி எழுதினார்: இதைப்பற்றி டார்வின் கூறினார்:- “என்னை அவர் சுட்டெரிக்க மாட்டார். ஆனால் கொளுத்துவதற்கு வேண்டிய கட்டையைச் சேகரிப்பார். என்னை எப்படிப் பிடிப்பது என்பதை அந்தத் தீய விலங்குகளுக்கு சொல்லித் தருவார்.”

கேம்பிரிட்ஜில் டார்வின் படித்த டிரினிடி காலேஜில் அவரது நூலின் பிரதியொன்றை வைப்பதற்கு வேவல் அநுமதி மறுத்து விட்டார்.

சக விஞ்ஞானிகள் சிலர் டார்வினைப் பலமாக ஆதரித்தனர். சிலர் கடுமையாக எதிர்த்தனர். இங்கிலாந்தில் ஓவன், அமெரிக்காவில் அகாலிஜ் ஆகியோர் பழைய கருத்துகளில் மாறுதலை விரும்பாத அதிதீவிரவாதிகள். விஞ்ஞான நியதிகளுக்கு டார்வினின் கருத்துகள் முரண்பட்டவை. ஆகையால் அவற்றை விரைவில் மக்கள் மறந்து விடுவர் என்று அவ்விருவரும் கூறினர். டார்வினது தத்துவம்தான் தோன்றிப் போக்குள்ளது என்று ‘சர் ஜான் ஹர்ஷல்’ என்ற வான சாஸ்திரி கருதினார். டார்வினுக்குக் கேம்பிரிட்ஜில் பூகர்ப்ப சாஸ்திரம் கற்றுக் கொடுத்த பேராசிரியர் ஸட்ஜ்விக் அவருடைய தத்துவம் அபத்தமானது, விஷமம் நிறைந்தது என்று கூறினார். சந்திரனுக்கு இட்டுச் செல்வதற்காக பிஷப் வில்கின்ஸ் கற்பனையில் தோன்றிய எஞ்சினைப் போன்றது அவரது தத்துவ சாதனம் என்று சொல்லி, “புத்தகத்தைப் பார்த்து விலா வலியெடுக்கும்வரை சிரித்தேன்” என்று டார்வினுக்கு அவர் ஒரு கடிதம் எழுதினார்.

ஆனால் டார்வின் ஆதரவாளர்களில் பெரிய புள்ளிகளும் இருந்தனர். பூகர்ப்ப சாஸ்திரி சார்லஸ் லயல், உயிரியல் சாஸ்திரி தாமஸ் ஹக்ஸ்லி, தாவரவியல் நிபுணர் ஜோஸப் ஹூக்கர், புகழ்பெற்ற அமெரிக்கத் தாவரவியல் நிபுணர் ஆஸாக்ரே ஆகியோர் அவர்களில் முக்கியமானவர்கள். இவர்களில் பேராதரவாளராக மதித்தது ஹக்ஸ்லியைத்தான். தமது ஏஜென்ட்- ஜெனரல் என்று அவரை டார்வின் குறிப்பிட்டார். “டார்வினது காவல் நாய்” என்று தம்மைத் தாமே ஹக்ஸ்லி அழைத்துக் கொண்டார். டார்வின்

சர்ச்சையில் திளைப்பவர் அல்லர். தம் தத்துவங்களை அரண் செய்து காக்க அவர் மேடை மீது தோன்றியது இல்லை. வன்மையாகத் தாக்கி விவாதம் செய்வதில் நிபுணரான ஹக்ஸ்லிதான் இப்பணியைப் பெரும்பாலும் ஏற்று நடத்தினார்.

டார்வினது நூல் விஷயமாக ஒரு பரபரப்பான சர்ச்சை நிகழ்ந்தது. அதில் இரண்டு பிரதான பாத்திரங்களில் ஒன்றாகப் பங்கு பற்றினார் ஹக்ஸ்லி. 1860-இல் ஆக்ஸ்பார்டில் பிரிட்டிஷ் சங்கத்தின் கூட்டமொன்று நடைபெற்றது. டார்வினது தத்துவம் விவாத விஷயமாக அமைந்தது. எதிர்த் தரப்பில் பெரிய பீரங்கியாகத் தோன்றியவர் ஆக்ஸ்பார்ட் பிஷப் வில்பர்போர்ஸ். அவர் வன்மையான உரையொன்றை நிகழ்த்தினார். டார்வினது தத்துவத்தைத் தவிடுபொடியாக்கி விட்டதாக அவர் நம்பினார். மேடைமீது அமர்ந்திருந்த பேராசிரியர் ஹக்ஸ்லியை நோக்கி நையாண்டி செய்யும் வகையில் ஒரு கேள்வியைப் போட்டார்: "தாம் குரங்கின் வமிசாவளியில் தோன்றியது பாட்டனார் வழியிலா அல்லது பாட்டியார் வழியிலா என்று பேராசிரியர் ஹக்ஸ்லியைக் கேட்க விரும்புகிறேன்" என்பது அவருடைய கேள்வி. அருகிலிருந்த ஒரு நண்பரிடம், "கடவுள் அவரை என் கையில் சிக்க வைத்து விட்டார்" என்பதைத் தனிமையில் ஹக்ஸ்லி கூறினார். எழுந்திருந்து டார்வின் பின் வருமாறு பதிலளித்தார்: -

"குரங்கைப் பாட்டனாராகக் கொள்ள வேண்டியிருப்பதற்கு மனிதன் வெட்கப்பட வேண்டியதில்லை. யாராவது ஒருவர் எனது மூதாதையராக இருப்பதைக் குறித்து நான் வெட்கப்பட வேண்டி வந்தால் அது சாந்தியற்ற, ஆனால் பல துறைகளில் அறிவாற்றல் படைத்த ஒருவருக்குத்தான் பொருந்தும். தமது துறையில் வெற்றி கண்டதுடன் திருப்தி அடையாமல், உண்மையில் தமக்குப் பரிச்சயமில்லாத விஞ்ஞானப் பிரச்னைகளில் குதித்து, நோக்கமேதும் இல்லாத சொற்சிலம்பத்தால் அவற்றிற்குத் திரையிட்டு, மதத் துவேஷத்தைத் தூண்டியும், விவகார விஷயத்தினின்று கேட்போரின் கவனத்தைப் பொருத்தமில்லாத வெளிவிஷயங்களுக்குத் திருப்பியும் விடுகிறவரை என் மூதாதையராகக் கொள்வதற்கு வெட்கப்படுவேன்."

டார்வின் தத்துவத்தைப் பற்றி திருச்சபைக்கும் விஞ்ஞானத் துக்கும் இடையே எண்ணற்ற மோதல்கள் விளைந்ததுண்டு. அவற்றில் இது முதலாவது. அடுத்து வந்த ஆண்டுகளில் சர்ச்சை அனல் வீசியது.

வயதாக ஆக மதத்தைப் பற்றி டார்வின் கொண்டிருந்த கருத்துகள் திருந்தலாயின. இளைஞராக இருக்கையில் விசேஷ சிருஷ்டி என்னும் கருத்தை ஆட்சேபமின்றி அவர் ஏற்றுக் கொண்டார். 'பன்னெடும் எதிர் காலத்தில் மனிதன் இப்பொழுது இருப்பதை விட மிகச் சிறந்த சீர்மையுள்ள சிருஷ்டியாக இருப்பான்' என்ற நம்பிக்கையை 'வாழ்க்கையும் கடிதங்களும்' என்ற நூலில் அவர் வெளியிட்டுள்ளார். டார்வின் மேலும் எழுதுகிறார்:

"உணர்ச்சி பூர்வமாக இன்றி, பகுத்தறிவின் அடிப்படையில், கடவுள் உண்டு என்ற நம்பிக்கைக்கு மதிப்பு மிக்க ஆதாரம் ஒன்று எனக்குக் கிடைத்திருக்கிறது. மனிதன் பின் நோக்கவும், நெடுந்தூரம் முன் நோக்கிப் பார்க்கவும் சக்தி படைத்தவன். அவனும் இந்தப் பிரம்மாண்டமான அற்புதமான பிரபஞ்சமும் குருட்டுத்தனமான, சந்தர்ப்பச் சேர்க்கையின் விளைவு, அல்லது அவசியத்தினால் தோன்றியவை என்று கருதுவது மிகமிகச் சிரமம், அசாத்தியம் என்று கூடக் கூறலாம். இவ்வாறு எண்ணமிடுகையில் மூல காரணத்தைக் கண்டறிய வேண்டிய நிர்ப்பந்தம் ஏற்படுகிறது. மனிதனுக்கு உள்ளதுபோன்ற மதிநுட்பம் படைத்ததாக அந்த முதல் காரணம் இருக்கவேண்டும். தெய்வநம்பிக்கை உள்ளவன் என்று என்னைக் கருதவேண்டும். 'உயிரினங்களின் தோற்றுவாய்' என்ற நூலை எழுதிய தருணத்திலே, நான் அறிந்தவரை, இந்த நம்பிக்கையானது அதற்குப் பிறகுதான், பல்வேறு ஏற்றத்தாழ்வுகளிடையே பலக்குறைவு அடைந்திருக்கிறது. ஆனால் அதே சமயத்தில் ஓர் ஐயம் எழுகின்றது. மிகக் கீழ்த்தரமான மிருகங்களுக்கு இருப்பது போன்ற மட்டமான உள்ளத்திலிருந்து எனது முழு நம்பிக்கைக்குப் பாத்திரமான மனித உள்ளம் வளர்ச்சி கண்டிருக்க முடியுமா என்பதுவே அந்தச் சந்தேகம். அப்படி வளர்ச்சி கண்ட உள்ளம் இவ்வளவு மகத்தான முடிவுகளைக் காணவல்லது என்று நம்ப முடியுமா?"

இந்தக் கட்டத்தில் மேற்கொண்டு தர்க்கிக்க இயலாமல் முடிவுரை கூறுகிறார் டார்வின்:

"இத்தகைய அவ்யக்தமான பிரச்னைகளை விளக்கி ஒளிபெறச் செய்யும் தகுதி எனக்கு இருப்பதாகப் பாசாங்கு செய்யமாட்டேன். எல்லாப் பொருட்களின் மூலாதாரத்தையும் பற்றிய மர்மத்துக்குத் தீர்வுகாண நம்மால் இயலாது. என் சம்பந்தப் பட்டவரை ஈசுவர தத்துவத்தில் சந்தேகமுள்ளவனாகத்தான் நான் இருந்து வருவேன்."

உயிரினங்களின் தோற்றுவாயை அடுத்துச் சுறுசுறுப்பாகப் பல நூல்களை டார்வின் எழுதிக் குவித்தார். அவை குறிப்பாக, தனித்தனி விஷயங்களைப் பற்றியவை. ஆனால் உயிரினங்களின் தோற்றுவாயில் விரிவாகக் கூறப்பட்டுள்ள தத்துவமாகிய இயற்கையின் பொறுக்கு முறைமூலம் நடைபெறும் பரிணாமத்தை விரிவாக்கி, மேலும் விஷயங்களைச் சேர்த்து உறுதிப்படுத்தும் தன்மை உள்ளவையாகவே இருக்கின்றன. 'பூச்சிகள் பழத் தோட்டங்களை வளப்படுத்தும் பல்வேறு சாதனமுறைகள்', 'மேலேறிச் செல்லும் கொடி வகைகளின் இயக்கங்களும் பழக்க. வழக்கங்களும்' என்பன முதலில் வெளிவந்த இரண்டு சிறு நூல்கள். அடுத்து இரண்டு பெருநூல்கள் பிரசுரமாயின; பழக்கப்படும் சூழ்நிலையில் மிருகங்களிலும் - தாவரங்களிலும் காணப்பெறும் வேறுபாடுகள் என்பது ஒன்று. மனிதனது பாரம்பரியமும் பொறுக்கு முறையும், பாலுறவும் என்பன அந்த நூல்கள். மனிதனிடமும் - மிருகங்களிடமும் பூச்சிகளை விழுங்கும் தாவரங்களிலும் உணர்ச்சி வெளிப்படும் விதம், ஒட்டு முறையின் விளைவுகள், தாவரங்களின் இயக்க சக்தி, தாவரப் பூஞ் சாணத்தின் தோற்றம் முதலிய விஷயங்கள் பிறகு வந்த நூல்களில் இடம் பெற்றன.

'உயிரினங்களின் தோற்றுவாய்' என்ற நூலில் மனிதனின் தோற்றுவாயைப் பற்றிய சர்ச்சையை டார்வின் வேண்டுமென்றே அடக்கிப் பேசினார். பரிணாமத்தின் இந்த அம்சத்தை வலியுறுத்திக் கூறினால் தமது தத்துவம் பூராவுமே நிராகரிக்கப் படலாம் என்று அவர் நினைத்ததே இதற்குக் காரணம். மனிதனின் பாரம்பரியம் என்ற நூலில், கீழ் நிலைகளிலிருந்து பரிணாமம் வளர்ச்சியாகத்தான்

மனித இனம் தோன்றியது என்பதை மெய்ப்பித்துக் காட்ட, ஏராளமான நிரூபணத்தை அவர் வழங்கியுள்ளார்.

பின்னோக்கிப் பார்த்தால் பிரதானக் கல்வித்துறைகள் அனைத்திலும் டார்வினது முத்திரை பரவலாகக் காணப்பெற்றது, இன்னமும் காணப்பெறுகிறது என்பது புலனாகும். உயிர்ப் பிராணிகளின் பரிணாமத் தத்துவத்தை உயிரியல் நிபுணர்கள், பூகர்ப்ப-ரசாயன-பௌதிக-பழமைநிலை உளவியல் சாஸ்திரிகளும் கல்விமான்களும், தத்துவ ஆசிரியர்களும், சமூகவியல் துறையினரும், வரலாற்று ஆசிரியர்களும், அரசியல் விஞ்ஞானிகளும், மொழியியல் துறையினரும் உட்படப் பலரும் ஏற்றுக் கொண்டிருக்கிறார்கள். சார்லஸ் எல்வுட் கூறுகிறார்:

"மனிதனின் சிந்தனைக்குரிய எல்லாத் துறைகளிலும், குறிப்பாக, உயிரியல், உளவியல், சமுதாய விஞ்ஞானத் துறைகளில் டார்வினது நூல் எத்துணைச் செல்வாக்கு உடைத்ததாயிருக்கிறது என்பதை நினைத்துப் பார்க்கையில், ஒரே ஒரு முடிவுக்குத்தான் வந்தாக வேண்டும்... இங்கிலாந்தில் மட்டுமின்றி உலகம் அனைத்திலும் பத்தொன்பதாவது நூற்றாண்டில் தோன்றிய சிந்தனையாளரில் அதிகபட்சம் பயன்பட்டவராக விளங்கியவர் என்ற மிக உயர்ந்த கௌரவம் டார்வினுக்கே உரித்தானது. டார்வினின் போதனைகளின் சமுதாயப் பொருளை உணர்ந்தறியும் ஆரம்பக் கட்டத்தில்தான் நாம் இன்னும் இருந்து வருகிறோம். உயிரினங்களின் தோற்றுவாயிலும் இணக்கம் தெரிவித்து வெஸ்ட் எழுதுகிறார்: அதன் விளைவு உண்மையில் மிகப் பிரமாதமாக இருந்தது. விரிந்து வளர்ச்சி காணக்கூடிய ஒரு புதிய சித்தாந்த வழியை எடுத்துரைத்ததன் மூலம், வானவியல் முதல் சரித்திரம் வரை, கருவியல் முதல் சமயம் வரை, எல்லாத் துறைகளிலும் புரட்சிகரமான ஆராய்ச்சிக்கு அவர் அடிகோலினார்.

டார்வின் சற்றுக் கடுமையாகவே கண்டனம் செய்திருக்கக் கூடிய வகைகளிலும் அவருடைய தத்துவத்தைப் பிரயோகித்து இருக்கிறார்கள். சில இனங்களை ஒழித்துக் கட்டுவதற்கு நியாயம் கூறும் வகையில் இயற்கையின் பொறுக்குமுறை அல்லது தகுதியுள்ளவர்களே மிஞ்சுவது என்ற கருத்தை பாஸிஸ்டுகள்

பயன்படுத்துவது இதற்கு ஓர் உதாரணம். பலக்குறைவாக உள்ளவர்களை அகற்றிப் பலமுள்ளவர்களது ஆதிக்கம் நிலைக்கச் செய்வதற்காகத் தேசங்கள் யுத்தம் செய்வது நியாயம் என்று கூறவும் இதைப் பயன்படுத்திக் கொண்டிருக்கிறார்கள். மார்க்ஸீயவாதிகள் டார்வினது தத்துவத்தை மேலும் வளைத்து முறுக்கி வர்க்கப் போராட்டத்திற்குச் சாதகமாக அதைப் பயன்படுத்திக் கொண்டிருக்கிறார்கள். இதே ஆதாரங்களைக் காட்டிச் சிறிய கம்பெனிகளை நசுக்குவதற்கான முறைகளுக்கு ஈவிரக்கமற்ற பெரிய ஸ்தாபனங்கள் நியாயம் கூறியிருக்கின்றன.

டார்வின் எல்லாவற்றையும் கூர்மையாகக் கவனித்துப் பரிசோதனைகளை நடத்தும் அசாதாரணத் திறம் படைத்தவர். எனவே, விஞ்ஞான அறிவு வளர வளர அவரது பணியும் பெரும் பாலும் உறுதியாகவே நின்று கண்டனங்களைச் சமாளிக்க முடிந்திருக்கிறது. தற்கால விஞ்ஞானம் கண்டறிந்த முடிவுகள் டார்வினின் தத்துவங்களைத் திருத்தியுள்ளன. எனினும் பிறப்பியல் உட்படப் பல துறைகளில் இன்று ஒப்புக் கொள்ளப்பட்டிருக்கும் கருத்துகளை டார்வின் முன் கூட்டியே எடுத்துரைப் பதில் வெற்றி கண்டிருக்கிறார்.

டார்வினுடன் சேர்ந்துழைத்து அவரைக் கண்டனங் களினின்று காத்து, நண்பராக விளங்கிய ஹக்ஸ்லியின் பேரராகிய ஜூலியன் ஹக்ஸ்லி (மற்றொரு பெரிய உயிரியல் விஞ்ஞானி) விஞ்ஞானத்தின் வரலாற்றில் டார்வினின் ஸ்தானத்தைப்பற்றி மிகச் சிறந்த முறையில் சுருக்கமாகப் பின்வருமாறு எழுதியிருக்கிறார்:

"இயற்கையின் நியதி என்ற துறையில் உயிர்வாழும் உலகை டார்வினது பணி சேர்த்தது. ஒவ்வொரு வகைப் பிராணியும் தாவரமும் விசேஷமாகப் படைக்கப்பட்டது என்று இனிக் கற்பனை செய்து கொள்ள வேண்டிய அவசியமில்லை; அது சாத்தியமுமல்ல. அவை தமக்கு வேண்டிய உணவைப் பெறுவதற்கும் அல்லது பகைவர்களிடமிருந்து தப்புவதற்கும் கையாளும் அழகான, சாமர்த்தியமான உபாயங்கள் ஏதோ ஒரு அமானுஷ்ய சக்தி நினைந்து அளித்தவை என்றோ, பரிணாம நடைமுறையில் மெய்யுணர்வுடன் கூடிய நோக்கம் இருப்பனவென்றோ இனிக்

கருத வேண்டியது இல்லை. இயற்கையின் பொறுக்கு முறைத் தத்துவம் செல்லுபடியாகக் கூடியதாயின் - மிருகங்களும் தாவரங்களும் மனிதனுங்கூட இயற்கையான காரணங்களாலேயே இப்போதைய நிலையை எய்தியிருக்க வேண்டும். ஒரு மலையின் வடிவத்தை உருவாக்கியதும், பூமியும் பிற கிரகங்களும் சூரியனைச் சுற்றி நீள வட்டத்தில் சஞ்சரிக்கச் செய்வதுமான கண்மூடித் தனமான சுய இயக்க வழியில் அவையும் உருப்பெற்றிருக்க வேண்டும். வாழ்க்கைக்கான போராட்டம் குருட்டுத்தனமானது. பாரம்பரிய முறை குருட்டுத்தனமானது. இவற்றின் விளைவாக மிகச் சிறந்த வகைகள் தாமாகவே பொறுக்கப் பெற்று அபிவிருத்தி திசையில் அமைக்கப் பெறும் தன்மை படிப்படியாக வளர்ந்து கொண்டே போகிறது என்று ஏற்படும்..."

மனிதனது அந்தஸ்தையும், இப்போதைய நாகரிகத்தின் தன்மையையும் முன்னைவிட அதிகமான உண்மையொளியுடன் காண்பதற்கு டார்வினது நூல் நமக்குத் துணை புரிந்துவருகிறது. மேற்கொண்டு வளர்ச்சி பெறுவதற்குத் தகுதியில்லாத இறுதி வடிவத்தை மனிதன் அடைந்து விடவில்லை. அவனது வரலாற்றுப் பெருமை மிகமிக நீண்டது. அது வீழ்ச்சியின் வரலாறு அல்ல; ஏற்றத்தின் வரலாறு தான். எதிர்காலத்தில் மேலும் படிப்படியாக வளர்ந்தோங்கும் சாத்தியக் கூறுகள் படைத்தவன் மனிதன். பரிணாமக் கண்ணோட்டத்துடன் பார்த்தால் பொறுத்திருப்பதன் அவசியத்தை நாம் மேலும் கண்டறிகிறோம். மனிதன் இந்தப் பூமியில் பத்து லட்சம் வருஷம் வாழ்ந்திருக்கிறான். உயிரினம் நூறு கோடி ஆண்டுகளுக்கு மேல் வளர்ச்சி கண்டு வந்திருக்கிறது. பரிணாமம் புதிய உயிர்நிலைகளை அடையச் செய்யும் பாதையில் நாம் இன்னும் குறைந்தது நூறு கோடி வருஷம் செல்லக் கூடும் என்று வான சாஸ்திரிகள் உறுதி கூறுகின்றனர். எனவே, பொறுத்திருக்க நம்மால் இயலும்.

✦✦✦

XV

நினைவிழந்தோரின் உளவியலாளன் சிக்மண்ட் பிராய்ட் கனவுகளின் விளக்கம்

கலைகளின் கிளைகளுக்குள் உளவியல் மிகவும் மர்மமானது, தெளிவற்றது, விஞ்ஞானங்களுக்குள் விஞ்ஞான முறை, உரைகல்லுக்கு ஒத்து வராதது என்பது பொதுவாகத் தெளிந்தறிந்த விஷயம். இயற்கைத் தத்துவங்களுக்குள் மிகவும் மாயமான ஒன்றை, அதாவது மனிதனுடைய மனத்தை உளவியலாளன் கண்டுகொள்ளப் புகுவதால், எட்டாமையும், இன்னதென்று முன்கூட்டிச் சொல்ல இயலாமையும் தவிர்க்க முடியாமல் இருப்பது சகஜமே. ரசாயனத்தில் அல்லது பௌதிகத்தில் உள்ள தத்துவமாகில், சோதனைச்சாலை முறைகளைக் கொண்டு சரிபார்த்து விடலாம். அல்லது சரியல்லவென்று ருசுப்படுத்தி விடலாம். ஆனால் உளவியல் சித்தாந்தத்தின் செல்லுமானத்தைக் கண்கூடாக ருசுப்படுத்துவது இயலாது. இதனால் சிக்மண்ட் பிராய்டைக் குறித்தும் அவரது உளவியல், பகுத்தல் முறை குறித்தும் அறுபது ஆண்டுகளுக்கு மேலாக வாதப்புயல் கொந்தளித்துக் கொண்டிருந்தது.

கண்கூடாகக் காட்ட முடிந்தாலும் அல்லது காட்ட முடியா விட்டாலும் நவீன சிந்தனையில் பிராய்டிய சித்தாந்தங்களுக்குள்ள செல்வாக்கு இணையற்றதாகும். பிராய்டைப் போன்று, சம காலத்தவரின் கற்பனை அல்லது வாழ்க்கைகளை ஐன்ஸ்டீன் தொட்டவரல்ல. மனத்தின் இனந்தெரியாத பிராந்தியங்களை யெல்லாம் கண்டுபிடித்ததன் மூலம், நமது அன்றாட வாழ்க்கையின் அம்சங்களாகி விட்ட எண்ணங்களையும், உருவங்களையும் பிராய்ட் வகுத்துக் கொடுத்தார். அறிவுலகின் ஒவ்வொரு துறையிலும் - அதாவது இலக்கியம், கலை, மதம், பண்டை மனித ஆராய்ச்சி,

கல்வி, சட்டம், சமூகவியல், குற்றவியல், சரித்திரம், வாழ்க்கை வரலாறு, மற்றும் சமூக, தனி நபர்கள் ஆராய்ச்சிகள் ஆகியவற்றில் அவருடைய போதனைகளின் விளைவுகளைக் காணலாம்.

ஆயினும், இப்போதனைகளில் இனிமையோ, ஒளியோ இல்லை. சற்று நகைச்சுவையுள்ள ஒரு விமர்சகர் குறிப்பிட்டார்:

"பிராய்டின் சித்தாந்தங்கள் பரவப் பரவ, மனித சிந்தனையின் வளர்ச்சி வரலாற்றில், மாபெரும் இன்பக் கொலையாளியாக சாதாரண மனிதனது கண்முன் அவர் தோற்றமளித்தார்; மனிதனுடைய களிப்பையும், நயமான இன்பங்களையும், வறண்ட, மர்மமான அடக்குதல்களாக்கினார்; அன்பின் வேர்- ஆழத்தில் பகைகளைக் கண்டுபிடித்தார்; மென்மையான இதயத்தில் குரோதத்தைக் கண்டார்; பெற்ற பாசத்தில் காம இச்சையைக் கண்டார்; கருணையில் குற்றம் ஒளிந்திருக்கக் கண்டார். ஒருவன் தன் தந்தையிடம் பகையை அடக்கி வைத்திருப்பது, மனிதனுடைய சகஜமான பரம்பரைக் குணம் என்றார்."

ஆயினும், பிராய்ட் காரணமாக, இன்று மக்கள் தங்களைத் தாங்களே வேறுவிதமாக அறிய முடிகிறது. உணர்வின்மீது உள்ளுணர்வின் செல்வாக்கு; மூளை நரம்பு வியாதிக்கு மூல காரணம் காம உணர்ச்சி, இளம்பிள்ளைகளது காம இச்சையின் இருப்பும் முக்கியமும், கனவுகளின் செயல்பாடு, தாய்க் காதல், மன ஒழுக்கம், உள்ளெதிர்ப்பு, இடமாற்றம்-இவ்வாறு பலப்பல பிராய்டியக் கருத்துக்களை ஒப்புக் கொள்கிறார்கள். வாய் தவறி வரும் சொல், பெயர்கள் மறதி, சமூக நடப்புகளை நினைவு கொள்ளத் தவறுதல் போன்ற மனிதனுடைய சாதாரணக் குறைபாடுகள், பிராய்டியக் கண்ணோட்டத்துடன் நோக்குங்கால் புது முக்கியத்துவம் அடைகின்றன. பிராய்ட் தம் கோட்பாடுகளைப் பரப்புவதில் சமாளிக்க வேண்டியிருந்த வெறுப்புகள், கோபர்நிகஸ், டார்வின் போன்றோரின் அநுபவத்தை விடத் தீவிரமானவை.

மோராவியாவில் பிரைபெர்க்கில் அவர் பிறந்தபோது 'உயிரினங்களின் தோற்றுவாய்' என்ற நூல் தோன்றவில்லை. அது 6-ஆம் ஆண்டு. கார்ல் மார்க்ஸைப் போலவே பிராய்டின் மூதாதையரிலும் சில யூதச் சட்ட அறிஞர்கள் உண்டு; ஆனால்

மார்க்ஸைப் போலில்லாமல், பிராய்ட், 'நான் யூதனாகவே இருந்து வருகிறேன்' என்று எழுதினார். நான்காம் வயதில் வியென்னாவுக்கு அழைத்துப் போகப்பட்டார்; ஏறக்குறைய வாலிபதசையை அங்கேயே கழித்தார். அவரது தந்தை கம்பளி வியாபாரி. பிராய்டின் முக்கிய வரலாற்று ஆசிரியர் எர்னஸ்ட் கோன்ஸ், அவரது "வாழ்க்கையில் நிச்சயமில்லாத வாழ்வு தாழ்வுகளைப் பற்றி அறிவுமிக்க நம்பிக்கையின்மையும், யூதக் கதையைச் சொல்வதன் மூலம் நன்னெறியைக் காட்டும் பழக்கமும், மத விஷயங்களில் அவநம்பிக்கையும்" தந்தையிடமிருந்து பெற்றவை என எழுதியுள்ளார். பிராய்டின் அன்னை 95 வயது வரை வாழ்ந்தார்; அவர் குளிர்ந்த உள்ளமும், தெம்பான தோற்றமும் படைத்தவர். சிக்மண்ட் அவரது மூத்த மகன்; செல்லப் பிள்ளையுங்கூட. "தாய் தட்டிப் பேசாத செல்லப் பிள்ளையாக வளரும் மனிதன் ஆயுள் முழுதும் வெற்றி வீரனுடைய உணர்ச்சியுடன் இருப்பான்; வெற்றியில் அவனுக்கு உள்ள தன்னம்பிக்கை உண்மையான வெற்றிக்கான தூண்டுதலை அடிக்கடி உண்டாக்கும்" என்று பிராய்டு பின்னாளில் எழுதினார்.

ஆரம்ப வயதில், டார்வினுடைய சித்தாந்தங்கள் பிராய்டைப் பலமாகக் கவர்ந்திருந்தன; ஏனெனில், 'உலகத்தை நாம் புரிந்து கொள்வதில் அசாதாரணமான அளவுக்கு முன்னேறுவதற்கான நம்பிக்கையை அவை உண்டாக்குகின்றன' என்று அவர் நினைத்தார். வைத்தியராக வேண்டுமென்று கருதி அவர் மருத்துவம் படிக்க வியென்னா சர்வகலாசாலையில் சேர்ந்தார். 1881இல் எம்.டி. பட்டம் பெற்றார். ஜெனரல் ஆஸ்பத்திரியில் வாசஸ்தல வைத்தியராக இருந்தபோது, மூளை நரம்பியல், மூளை அமைப்பியல் ஆராய்ச்சிகளை நடத்தி வந்தார். சில ஆண்டுகளுக்குள் அவரது நற்பேறு திரும்பியது. அதுவே அவருக்கு உலகப் புகழைப் பின்னாளில் ஸ்தாபித்துக் கொடுத்தது அக்காலத்தில் பெயர் பெற்ற பிரெஞ்சு நோயியல், மூளை நரம்பியல் மருத்துவரான ஜீன் சார்காட்டின் கீழ்ப் பணியாற்றுவதற்கான உபகாரச் சம்பளம் அவரைப் பாரிஸில் கொணர்ந்து சேர்த்தது. பைத்தியத்தைக் குறித்துச் சார்காட் நடத்தி வந்த ஆராய்ச்சிகளையும், மனோவசிய முறையைக் கொண்டு அதற்குச் சிகிச்சை செய்யும் அவரது வழியையும் நேருக்கு நேராகப்

பிராய்ட் கண்டார். பிராய்டுக்குத் திருப்தி ஏற்படும் வண்ணம் 'பைத்தியத் தத்துவத்தின் உண்மை, மனிதர்களிடம் அடிக்கடி தோன்றும் தன்மை, பித்துப் பாரிச வாயு உண்டாகும் விதம், மனோவசியச் செயல்கள் மூலம் தசைநார்ச் சுருக்கம்' இவற்றை சார்காட் ருசுப்படுத்தினார்.

வியென்னாவுக்குத் திரும்பிய பிராய்ட், நரம்பு வியாதி களுக்கு மனோவசிய முறைகளின் மூலம் சிகிச்சை செய்யலா மென்பதற்கான விஞ்ஞானப் பிரமாணத்தைக் காட்டி, தம் வைத்திய சகாக்களுக்கு நம்பிக்கை ஊட்ட முடியவில்லை. புரட்சிகரமான கருத்துகள் காரணமாக, மூளை அமைப்பியல் சோதனைச் சாலைக்குள் அவரைச் சேர்க்காமல் தண்டிக்கவும் செய்தார்கள். அதன்பிறகு அவர் 'ஒண்டியாக' இருக்க நேர்ந்தது; கல்வித்துறை வாழ்க்கையிலிருந்து ஒதுங்கினார்; அறிவு சார்ந்த சங்கங்களின் கூட்டங்களுக்குச் செல்வது நின்றது. அவரது சொந்த வைத்திய சிகிச்சைகளில், பல ஆண்டுகளுக்கு மனோவசிய முறையைச் சோதிக்கலானார்; ஆனால் இதற்கேற்ற நபர்கள் அகப்படுவது குறைவென்பதாலும், மனோவசிய முறை சில சமயம் மனிதனுடைய தோற்றத்தில் துரதிருஷ்டமான விளைவுகளை உண்டாக்கியதாலும் அதைக் கைவிட நேர்ந்தது. சீர்மையான மனோதத்துவப் பகுத்தல் முறையை வகுத்ததுமுதல், 'சுயேச்சை யான (Free Association) சேர்தல்' என்ற உற்பத்தியை அபிவிருத்தி செய்யலானார்.

நவீன உளவியல் சிகிச்சை முறையின் ஸ்தாபகர் பிராய்டேயாவர்; இதில் கேள்விக்கிடமில்லை. அவரது காலத்துக்கு முன்னால், சாதாரண சித்தப்பிரமைக்கும், ஒரே பித்தினால் எழும் புத்திக்கோளாறுக்கும், ஏதாவதொரு விடுதியில் அடைத்து வைப்பதுடன் மட்டுமே உளவியல் சிகிச்சை நின்றது. மூளை நரம்பியல் வியாதிக்கான சிகிச்சையில், அடக்குதல்களுக்கும், முரண்களுக்கும் வைத்திய முறை ஆராய்ச்சியை ஆரம்பித்தபோது, இத்தகைய 'முரண்கள்' மூளை நரம்பியல் கோளாறுக்கு மட்டும் அலாதியாக ஏற்பட்டனவல்லவென்றும், சமநிலை நன்கு அமைந்த நபர்களுக்கும் அது உண்டு என்று முடிவு கட்டினார். மேலும் மூளை நரம்பியல் கோளாறு எல்லோரும் கருதுகிறபடி ஒரு வியாதியல்ல,

அது மனத்தின் உளவியல் நிலையே என்று அவர் கூறினார். கொந்தளிப்புகளுக்கு எவ்விதம் சிகிச்சை செய்வது என்பது பெரும் பிரச்னை. நூற்றாண்டின் திருப்பத்தில் வியென்னாவில் பல நோயாளிகளுக்குச் சிகிச்சையின்போது கண் கூடாகக் கண்டவை, நடத்திய சோதனைகள், நேர்ந்த அநுபவங்கள் ஆகியவற்றைக் கொண்டு பிராய்ட் உளவியல் பகுத்தல் முறைக்கு அடிகோலினார்.

நமது காலத்தில், நிறைய நூல்களை இயற்றிய விஞ்ஞான எழுத்தாளர்களில் பிராய்ட் ஒருவர். அவருடைய எழுத்துகளில் எழுந்த பல தரப்பட்ட புதுக்கருத்துகளும், உளவியல் சிந்தனைகளும் வேறு எந்தத் தனி நூலில் அல்லது பத்திரிகையிலும் காணப்பெறா. அவருக்குப் பிடித்தமான நூல், ஆரம்பத்தில் எழுதிய பெருநூலான 'கனவுகளின் விளக்கம்' என்பதேயாகும். இது 1900-இல் பிரசுரமாகியது. அவருடைய எல்லா அடிப்படையான முடிவுகளும், கருத்துகளும் அதில் அநேகமாக இருக்கின்றன. அதற்குமுன், 1895-இல் எழுதிய 'பைத்திய ஆராய்ச்சி'யில், 'மூளை நரம்பியல் கோளாறு, உளவியல் கோளாறு என்ற இரண்டு குறைபாட்டிலும் முக்கியமான அம்சம் ஆண் பெண் உறவுக் குழப்பங்களேயாகும்' என்ற தமது நம்பிக்கையை எடுத்துரைத்தார். இது உளவியல் பகுத்தல் சித்தாந்தத்தின் ஆதாரக் கல் ஆகும். அடுத்த சில ஆண்டுக்குள், உள்ளத்தின் எதிர்ப்பு, உளமாற்றம், வாலிபச் சிற்றின்ப உணர்ச்சி, வருத்த நினைவுகளுக்கும் வீண் கற்பனைகளுக்கு மிடையிலுள்ள ஒட்டுறவு, தற்காப்புச் சாதனங்கள், உள்ளொடுக்கம் என்பவை பற்றிய தத்துவங்களையும் பிராய்ட் வடித்து விட்டார்.

அதன் முக்கியக் கோட்பாடுகளைச் சுருங்கக் கூறினால், உளவியல் பகுத்தல் முறையின் சிக்கல் சிறிதளவு விளங்கும். உளவியலும், உளவியல் பகுத்தல் முறையும் ஒன்றல்ல. உளவியலின் ஓர் உட்பகுதியே உளவியல் பகுத்தல் முறை என்று கருதலாம்; மனிதத் தன்மையில் உண்டாகும் மிகவும் கடினமான விவகாரங்கள் விஷயத்தில் மட்டுமே உளவியல் பகுத்தல் முறையைக் கையாள முடியும். ஆகையால், நரம்பு வியாதி உளக்கோளாறு முதலியவற்றில் சிகிச்சை செய்வதற்கான வைத்திய முறை என்று, உளவியல் பகுத்தல் முறைக்கு இலக்கணம் கூறலாம். அமெரிக்காவில் (யு.எஸ்.)

அங்கீகாரம் பெற்ற உளவியல் சிகிச்சையாளர் 4,000 பேரில் 300 பேர் உளவியல் பகுத்தல் முறை வைத்தியர்களே.

தனி நபர்களின் வைத்தியத்தில் பிராய்ட் கொண்ட அக்கறை இரண்டாம் பட்சமானது. உலகில் அப்பொழுது உள்ள பொருளாதார, சமூக, கலாசார அமைப்பிலுள்ள குறைகளின் அறிகுறிகளே தனி மனிதர்களிடம் காணப்படும் உளக் கோளாறுகள் என்று பிராய்ட் கருதினார். அதனால் வேரிலேயே நோயை ஒழிக்க வேண்டும் என்பது அவரது நோக்கமாகும்.

நினைவிழந்த நிலையிலிருக்கும் உளவியலை உட்புகுந்து கண்டறிந்ததுதான் பிராய்டின் அழியாப் புகழுக்குக் காரண மென்பதைப் பெரும்பாலான விமரிசகர்கள் ஏற்பார்கள். ஒன்பதில் எட்டுப் பங்கு நீரில் அமிழ்ந்து கிடக்கும் பனிப்பாறையை ஒத்தது மனிதவுள்ளம் என அவர் ஒப்பிட்டார். நினைவிழந்த நிலையில் உளம் பெரிதும் ஒளிந்து கிடக்கிறது என்று முடிவு கூறினார். நினைவு மட்டத்தின் கீழ் நோக்கங்கள், உணர்ச்சிகள், விருப்பங்கள் எல்லாம் உள்ளன. தனி மனிதன் இவற்றைப் பிறரிடமிருந்து ஒளித்து வைக்கிறான். பிராய்டிய உளவியல் சித்தாந்தத்தில், நினைவிழந்த உணர்வுதான் மேல்நிலை வகிக்கிறது; நினைவுடனியற்றும் செயல் கீழ்நிலை வகிக்கிறது. நினைவிழந்த உணர்வின் இனந்தெரியாத பேராழத்தை அறிவதன் மூலம் மனிதனுடைய உள்தன்மையை அறிந்துகொள்ள முடியும். நம் சிந்தனையில் பெரும் பகுதி உணர்விழந்த நிலையில் நிகழ்கிறது; ஓரொரு சமயம் உணர்வு வருகிறது. இவ்வாறு பிராய்ட் மொழிந்தார். நினைவிழந்த உளம்தான் மூளை நரம்புக் கோளாறுக்கு மூலாதாரம்; ஏனெனில், தன்னுடைய பிடித்தமில்லாத நினைவுகள், நிறைவேறாத விருப்பங்கள் எல்லாவற்றையும் அப்பகுதிக்குக் கடத்த தனிநபர் முயல்கிறான்; ஆனால் பிற்காலத்திய சங்கடத்துக்கு இதையெல்லாம் சேர்த்து வைப்பதில்தான் அவன் வெற்றி பெறுகிறான்.

தனி நபரின் உளவியற் செயல் மூன்று நிலைகளில் இயற்றப் படுவதாகப் பிராய்ட் பாகுபாடு செய்தார்; உளக் கரு (ID), அக உணர்ச்சி (Ego), உயர் அக உணர்ச்சி (Super Ego) எனப் பெயரிட்டார். உளக்கரு முதன்மையான முக்கியத்துவம் வாய்ந்தது. "நமது

சொரூபத்தின் இருளடர்ந்த எட்டாத பகுதியே உளக் கருவின் ராஜ்யம். அதைப் பற்றிய நமது சிற்றறிவு கனவுகளின் ஆராய்ச்சி, மூளை நரம்பியல் கோளாற்றின் அறிகுறிகள் ஆகியவற்றினின்றும் கிடைத்ததே" என்று பிராய்ட் எழுதினார். மனிதனுடைய பண்டைய மிருகப் பிராயத்தை எட்டும் அநாகரிக உணர்ச்சிகளும், எழுச்சிகளும் ஒன்று கூடும் இடமே உளக் கருவுலகம்; இது மிருகத்தன்மை வாய்ந்தது; ஆண் - பெண் உணர்ச்சி இயல்புடையது. 'பரம்பரையாக வந்ததையெல்லாம் கொண்டது உளக் கரு; பிறவிக் காலத்தில் குடிகொண்டிருப்பது; இது உடலமைப்பில் ஊன்றிக் கிடப்பது' என்றும் பிராய்ட் எழுதியிருக்கிறார். உளக்கரு குருட்டுத் தனமானது; ஈவிரக்கமில்லாதது; விருப்பங்களையும், இன்பங் களையும் திருப்தி செய்து கொள்ளும் ஒரே நோக்கங் கொண்டது; விளைவுகளைப் பொருட்படுத்தாமல் இதையெல்லாம் செய்யும். தாமஸ்மான் சொல்வது போன்று 'அதற்குப் பண்புகளிடம் மதிப்பு, நன்மை தீமை, நல்லொழுக்கம் எதுவுமே தெரியாது.'

அன்று பிறந்த சிசு உளக்கருவின் வடிவாகும். சிசு வளர வளர அதனுடன் உளக்கருவும் வளர்ந்து அக உணர்ச்சியாகிறது. முற்றும் இன்பக்கோட்பாட்டின் வழியே செல்லாமல், அக உணர்ச்சி, பிரத்தியட்ச உண்மைக் கோட்பாட்டின் ஆட்சிக்கு உட்படுகிறது. தன்னைச் சுற்றியுள்ள நிலையை உணரும் அக உணர்ச்சியானது, சட்ட திட்டங்களுக்கடங்காத உளக்கருவின் தன்மையை உணர்ந்து, சமூக நியதிகளுக்கு உளக்கரு முரண்படுவதைத் தடுக்க முற்படுகிறது. 'உளக் கருவின் கண்மூடித்தனமான கோரிக்கைகளுக்கும், வெளிஉலகின் கட்டுப்பாடுகளுக்கும் இடையில்' மத்தியஸ்தனாக அக உணர்ச்சியை பிராய்ட் கருதுகிறார். ஆகையால், உளக்கருவின் ஆவேசங்களது தணிக்கையாளனாக இயங்கும் அக உணர்ச்சியானது, தண்டனையைத் தவிர்ப்பது அல்லது தன்னைப் பாதுகாத்துக் கொள்வதுகூட, இத்தகைய அடக்குமுறைகளையே பொறுத்திருக்கிறது என்று உணர்ந்து, அவற்றைப் பிரத்தியட்ச நிலைமைகளுக்கேற்பத் திருப்பி விடுகிறது. அகவுணர்ச்சிக்கும், உளக்கருவுக்குமிடையில் எழும் சச்சரவுகளின் விளைவாக, தனிநபரின் சொரூபத்தைக் கடுமையாகப் பாதிக்கும் மூளை நரம்புக் கோளாறு உண்டாகக் கூடும்.

கடைசியாக, உளவியல் முறையில் மூன்றாவது மூலமாக உள்ளது உயர் அகவுணர்ச்சி. இதை மனச்சாட்சி என்று பரவலாக அழைக்கலாம். அமெரிக்காவில் இருக்கும் பிராய்டியச் சீடர் ஏஏ பிரில் எழுதினார்.

மனிதன் எட்டக்கூடிய மனப் பரிணாமத்தின் உயர்ந்தநிலை உயர் அக உணர்ச்சியே; குழந்தையின் பெற்றோரும், பெற்றோரின் பிரதிநிதிகளும், குழந்தைக்கு உணர்த்தும் எல்லாக் கட்டுப்பாடுகளும், எல்லா ஒழுக்க விதிகளும் சேர்ந்ததே உயர்-அக உணர்ச்சி. மனச்சாட்சி எனும் உணர்ச்சி, உயர்-அகவுணர்ச்சியின் வளர்ச்சியையே முற்றும் பொறுத்திருக்கிறது.

உளக்கருவைப் போன்றே, உயர் அகவளர்ச்சியும் நினைவிழந்த நிலையாகும்; இரண்டும் நிரந்தரப் பகைமை கொண்டவை; அகவுணர்ச்சி இதற்கிடையில் மத்தியஸ்தமாக விளங்கும். தார்மீக லட்சியங்களுக்கும், ஒழுக்க விதிகளுக்கும் உறைவிடம் உயர்-அகவுணர்ச்சியேயாகும்.

உளக்கரு, அகவுணர்ச்சி ஆகியவை நியாயமான முறையில் ஒருமித்துவிடுங் காலையில், தனி நபர் சமநிலைப் பக்குவம் அடைந்து, இன்பமடைகிறான். விதிகளை உளக்கரு மீறுவதற்கு அகவுணர்ச்சி இடங்கொடுக்கும்போது, உயர் அகவுணர்ச்சி கவலையையும், குற்ற உணர்ச்சியையும் மற்றும் இதர மனச்சாட்சிக்குரிய விகாரங்களையும் உண்டாக்கும்.

உளக்கருவுடன் நெருங்கிய தொடர்புள்ள மற்றொரு கருத்தும் பிராய்டிடம் பிறந்தது. அவரது ஆசையியல் சித்தாந்தம் (Libido) உளக்கருவின் ஆவேசங்களனைத்தும் 'உளவியல் சக்தி' உருக் கொண்டவை என அவர் போதித்தார். இதன் பெயர் 'அசையியல்' ஆகும். இது அடிப்படையில் காம இச்சைத் தன்மை உடையது. 'உளவியல் பகுத்தல் கோட்பாட்டின் சாராம்சம்' என ஆசையியல் சித்தாந்தம் அழைக்கப்பட்டது. மனிதனுடைய பண்பாட்டுச் சாதனைகள், கலை, சட்டம், மதம் வகையறா அனைத்தும் ஆசையியல் வளர்ச்சி நிலைகளாகும். காம சக்தி என அழைக்கும் போது, 'காமம்' என்ற வார்த்தை அதன் பரந்த பொருள்களில்தான் உபயோகிக்கப்படுகிறது. விரல் சப்புதல், புட்டிப்பால் அருந்துதல்,

வெளிப்போதல் போன்ற குழந்தைகளின் செயல்களும் இதில் சேர்ந்தவையே. பிற்காலத்தில், திருமணத்தின்மூலம், இவ்வாசையியல் மாறுதல் அடையலாம், காமக்கிறுக்கு விளையலாம்; அல்லது கலை, இலக்கியம், இசைப்படைப்புகள் மூலம் மாறுதல் பரிமளிக்கலாம்; இம்முறை 'இடப்பெயர்ச்சி' எனப்படும். காம இச்சையே, ஆக்க முறைப் பணிகளுக்கெல்லாம் பெரும் மூலாதாரம் என்று பிராய்ட் கருதினார்.

ஆசையில் உந்த, குழந்தைக்கு அதன் பெற்றோர்பால் காம இச்சை வளருகிறது என்று பிராய்ட் சாதித்தார்; எல்லா உளவியல் சித்தாந்தங்களிலும் இதுவே மிகவும் சர்ச்சைக்குரியது. தாயின் மார்பகத்தில் பாலருந்தும்போது, குழந்தைக்கு முதல் இந்திரிய இன்பம் ஆரம்பமாகிறது; இதனால் தாயிடம் குழந்தைக்கு ஆசைப்பற்று உருவாகிறது. அவனுக்குப் பக்குவ வயது வரும் போது, இளம் வயதில், தாயிடம் பலமான காம இச்சை ஆண் குழந்தைக்கு வளருகிறது, தந்தையிடம் பகை பிறக்கிறது; தந்தையை தன்னுடைய போட்டியாளனாகக் கருதி அஞ்சுகிறான். அதற்கு மாறாக, பெண் குழந்தை அதன் தாயின் நெருங்கிய உறவிலிருந்து ஒதுங்கி, தந்தையிடம் காதல் கொள்ளுகிறது. அன்னையிடம் வெறுப்புக் கொண்டு, தனக்கு அவள் போட்டியெனக் கருதுகிறாள் பெண். ஆணைக் குறிக்கும்போது, இதை 'எடிபஸ் மனப்பிராந்தி' என்பர். பண்டைக் கிரேக்க இதிகாசங்களில் வரும் எடிபஸ் என்பவரை முன்னிட்டு இடப்பட்ட பெயர் இது. எடிபஸ் தன் தந்தையைக் கொன்று, அன்னையை மணம் புரிந்தான். 'எடிபஸ் மனப்பிராந்தி', பூர்விகர்களான மூதாதையரிடமிருந்து வந்த மரபியல் என பிராய்ட் கருதினார். பொறாமையால் எழுந்த ஆத்திரத்தில் அவர்கள் தம் தந்தைமாரைக் கொன்றார்கள். வயது ஏற, ஏற, மனிதன் எடிபஸ் பிராந்தியை இழந்து, சகஜநிலையை அடைகிறான். ஆனால் வலுவில்லாத தனி நபர்கள், பெற்றோர் பாலுள்ள இச்சையை வேரறுப்பதில் வெற்றி பெறுவதில்லை; அதனால் மூளை நரம்பியல் கோளாறுகள் வரிசையாகத் தோன்றுகின்றன.

'உண்மையில் மூளை நரம்பியல் கோளாறு, ஆண் பெண் இச்சையிலுண்டாகும் அவஸ்தையே; இதற்கு விதிவிலக்கே இல்லை'

என்று பிராய்ட் எழுதினார். மேலும், திருமணப் பொருத்தமின்மை அல்லது வாலிபக் காதலில் ஏமாற்றம் காரணமாக நரம்பியல் கோளாறு வந்துவிட்டதாகச் சொல்ல முடியாது; ஆனால் குழந்தைப் பருவத்தில் உண்டான காமக் கோளாறுகளின் விளைவே இது. பிராய்ட் தாம் எழுதிய 'டோடெம் அண்டு டாபூ' (இனச் சின்னமும், விலக்குகளும்) என்ற நூலில், மனிதவியல் வளர்ச்சியில் தமது சித்தாந்தத்தைப் பொருத்தி, ஆதி மனிதனுடைய இயற்கையும், மத மாயைகளும், தந்தை, தாய் இச்சைக் கோளாறுகளிலிருந்து பிறந்தனவாகும் என்று முடிவு கட்டுகிறார். தந்தையின்பால் இச்சை என்ற மனப்பிராந்தியின் பிரதிபலிப்பே மதம் என்று அவர் நம்பினார். அவரிடம் சிகிச்சைக்காக வருவோரின் நூற்றுக்கணக்கான கோளாறுகளை விவரமாகப் பாகுபடுத்திக் காட்டி, மனித சொரூபத்தை உருவாக்குவதிலும், மூளை நரம்பியல் கோளா றுக்கு மூலகாரணமாவதிலும் காம உணர்ச்சியும், காம இச்சைகளும் பெரும் பங்கு பற்றுகின்றன என்று அவர் சுட்டிக் காட்டுகிறார். வேறு சில பிரபல உளவியல் நிபுணர்கள் இம்முடிவை நிராகரித்திருப்பதை பின்னால் எடுத்துரைப்போம்.

மனிதன் அவனுடைய உணர்ச்சிகள் பலவற்றை அடக்கிக் கொள்ளும்படியான கட்டாயத்தைச் சமூகம் உண்டாக்கி விடுவதால், தனி நபர் தன்னை அறியாமலேயே பலவித 'தன்னடக்கு முறைகளை' வாழ்க்கையில் சேர்த்துக் கொள்கிறான். 'தன்னடக்கு முறை' (Repression) என்பது பிராய்ட் ஆக்கிய தனிச்சொல் ஆகும். சாதாரணமாக மீண்டும் வெளியெழ விடாமல் அடக்கி வைக்கப் பெற்ற 'இருள்சூழ் நினைவிழந்த சக்திகளை'த் தடை செய்வதில் நினைவுணர்ச்சி வெற்றி பெறுகிறது. இத்தகைய தணிக்கையால் ஆழ்ந்த உணர்ச்சிக்கோளாறுகளை நரம்பியல் நோயாளிகள் அநுபவிக்கக் கூடும். 'இத்தகைய அடக்கு முறைகளை வெளிப்படுத்தி, ஏற்கனவே நிராகரிக்கப்பட்டதைக் கொள்வதிலோ, அல்லது தள்ளுவதிலோ முடியக் கூடிய செயல்படு தீர்மானங்களை அங்கே பொருத்துவது' உளவியல் பகுத்தல் முறைச் சித்தாந்தத்தின் பணியாகும் என்று பிராய்ட் சொல்லியிருக்கிறார். தன்னடக்கு முறைப் பொருள்கள் வேதனை மிக்கவையாகும் ஆனால் நோயாளி சாதாரணமாக அவை வெளிப்படுவதைத் தடுக்க முயல்கிறான்.

இம்முயற்சிகளை 'உள் முட்டுக்கட்டைகள்' என்று பிராய்ட் அழைத்தார். இதை வெல்வது சிகிச்சையாளனின் நோக்கமாகும்.

தன் அடக்குமுறைகளையும், உள் முட்டுக்கட்டைகளையும் சமாளிப்பதற்கான வைத்திய முறையை பிராய்ட் கண்டுபிடித்தார்; இதைச் 'சுயேச்சையான நினைவுக்கோவை முறை' என்றழைக்கிறார்கள். லேசான வெளிச்சமுள்ள அறையில், உளவியல் பகுத்தல் சிகிச்சையாளர், படுக்கையில் சாய்ந்து கொண்டு, நினைவு-மடை-திறந்த வகையில் நோயாளி பேசுவதே இந்த முறை. 'நோயாளிகளின் எண்ணங்களுக்கு வெளிப்படையாக வழிகாட்டாமல், அவன் மூளைக்கு எட்டியதையெல்லாம் சொல்ல ஊக்கமளிக்க வேண்டும். மூளை நரம்பியல் கோளாற்றுக்குச் 'சுயேச்சை நினைவுக்கோவை' முறைதான் சரியான சிகிச்சையாகுமென்றும் பிராய்ட் கருதினார். உள்முட்டுக்கட்டைகளால் நிறுத்தி வைக்கப்பட்டிருந்த அடக்கு முறைப் பொருள்களை யெல்லாம் நினைவுக்குக் கொண்டு வருவதை, எதிர்பார்த்தபடி சாதிக்கிறது இம்முறை. நோயாளிகளிடம் பிராய்ட் பின்பற்றிய முறையை பிரில் விவரித்திருக்கிறார்: 'மனமறிந்து சிந்திப்பதை யெல்லாம் கைவிடுமாறு நயம்பட உரைப்பார்; அமைதியான மனக் கூம்புதலில் அலட்சியமாக ஈடுபடச் செய்வார்; அவர்கள் மனத்தில் தானாகவே தோன்றும் நிகழ்ச்சிகளைக் கவனிப்பார்; அவர்கள் ஒவ்வொன்றையும் அவருக்கு உணர்த்துவார்கள். இவ்விதமாக, நோய்களின் மூலாதாரத்தில் கொண்டு போய்விடும் சுயேச்சை நினைவுக் கோவைகளைக் கடைசியில் பெற்றுவிடுவார்.' தன்னுடைய நினைவிழந்த நிலையிலிருந்து நோயாளி கடைந்தெடுத்து வரும் மறந்துபோன விஷயங்கள், பல மாதகால பகுத்தல் சிகிச்சைமூலம் வெளியாகும்; இவை உளவியல் சாதாரணமாக, நோயாளி மனமறிந்து நினைவு கொள்ள விரும்பாத விஷயங்களாகவும், வேதனை தருவனவாகவும், பயங்கரமாகவும், அல்லது பழைய காலத்தில் அவன் வெறுக்கக் கூடிய அநுபவமாகவும் இருக்கும்.

இத்தகைய செய்முறையின்போது, சிதறியதும், சம்பந்தா சம்பந்தமில்லாததும், தெளிவாக உபயோகமற்றதுமான தகவல்-குவியலை, இந்நினைவுக் குறிகள் உண்டாக்குவது தவிர்க்க

முடியாததாகும். ஆகையால், இத் தகவல்களை உளவியல் - பகுத்தல் முறையில் சீர் தூக்கிப் பார்ப்பது மருத்துவனுக்குள்ள திறமையைப் பொறுத்திருக்கிறது. ஏனெனில், பலதரப்பட்ட விமரிசகர்கள், இத்தகவல்களை கணக்கற்ற வழிகளில் அர்த்தம் செய்து கொள்ளலாம் எனக் கருதுகிறார்கள். ஆகையால் உளவியல் பகுத்தல் சிகிச்சையாளனின் அறிவாற்றல் திறமையானது அடிப்படையான முக்கியத்துவம் வாய்ந்ததாகும்.

நோயாளிகளுக்கு உளவியல் - பகுத்தல் சிகிச்சை செய்யுங் காலத்தில் கனவிலும் கருதியிராத முக்கியமான அம்சம் ஒன்றைக் கண்டுபிடித்தார் பிராய்ட். நோயாளிக்கும், சிகிச்சையாளருக்கு மிடையில், மும்முரமான உணர்ச்சிபூர்வ உறவு ஏற்படுவதைக் கண்டார்; இது 'உளப் பெயர்ச்சி' எனப்படும்.

"உதவியாளனாகவும், இதம் உரைப்போனாகவும் பிரத்தியட்ச நிலையில் உளவியல் சிகிச்சையாளனைக் கருதுவதில் நோயாளி திருப்தியடைவதில்லை.. அதற்கு மாறாக, தன்னுடைய சிகிச்சையாளன் மூலம், தன்னுடைய குழந்தைப்பருவத்திலிருந்து அல்லது பழைய அநுபவத்திலிருந்து ஏதோ ஒரு முக்கியமான உருவம் திரும்புவதை - மறுபிறப்பை - அவன் காண்கிறான். அதன் பலனாக, சந்தேகத்துக்கிடமின்றி இந்த உருவத்திற்குரிய உணர்ச்சி களையும், பிரதிபலிப்புகளையும் சிகிச்சையாளனுக்கு மாற்றிக் கொடுக்கிறான்."

'மோகம் மிகுந்த, முற்றும் சிற்றின்ப உணர்வுள்ள காதல் என்ற அந்த நிலைக்கும், கங்குகரையில்லாத மனக் கசப்பு மிக்க பகையும்' வெறுப்பும் கலந்த அதீத நிலைக்குமிடையில் பல வேறுபாடுகளுடன், உளப்பெயர்ச்சி நிகழ முடியும். இந்த நிலையில், உளவியல் - பகுத்தல் சிகிச்சையாளர் 'நோயாளியின் பெற்றோர்களில் தந்தை அல்லது தாய், இதில் ஏதேனும் ஒரு ஸ்தானத்தில் வைக்கப்படுகிறார்.' 'உளவியல் சிகிச்சை முறையில் சிறந்த சாதனம் உளப் பெயர்ச்சியே' என்று பிராய்ட் கருதினார். ஆயினும், 'பகுத்தல் சிகிச்சை முறையில், அதைக் கையாள்வது மிகவும் கடினம் எனினும் அது மிகவும் முக்கியமான அம்சம்' என்றார். 'இளங்குழந்தைப் பருவத்திய உணர்ச்சிகளை மீண்டும் அநுபவிப்பதாக நோயாளிக்கு நம்பிக்கை

யூட்டுவதன் மூலம் பிரச்னை தீர்க்கப்படுகிறது' என்று பிராய்ட் சொன்னார்.

உள்ளத்தில் நிகழும் போராட்டங்களையும் உணர்ச்சிகளையும் உட்புகுந்து நோக்க, பிராய்ட் கண்ட மற்றொரு பயனுள்ள சாதனம், கனவுகளைப் பாகுபடுத்துவதேயாகும். இதிலும் பிராய்டே முன்வழி கண்டவர். அவரது காலத்துக்கு முன், கனவுகள் அர்த்தமில்லாதவை அல்லது உபயோகமற்றவை என்றே கருதப்பட்டன. கனவுத் தத்துவத்தை ஆழ்ந்த விஞ்ஞான முறையில் ஆய்ந்து உணரும் முதல் முயற்சி என அவருடைய 'கனவுகள் விளக்க'த்தைக் கருதலாம். இந்நூல் வெளியான முப்பத்தொரு ஆண்டுகளுக்குப்பின், 'நான் கண்டுபிடிக்கும் பேறு பெற்ற எல்லாவற்றிலும் இதுவே மிகவும் மதிப்புள்ளது, விஷயங்களைத் தந்துள்ளது என்று, இன்றைய நிலையிலிருந்தும் சொல்வேன்' என்று பிராய்ட் குறிப்பிட்டார். 'அடக்கி வைக்கப்பட்டிருந்த விருப்பத்தின் மறைமுகமான பூர்த்தியே கனவு என நாம் அழுத்தந் திருத்தமாகக் கூறுவது பொருந்தும்' என்று பிராய்ட் தெரிவித்தார். ஒவ்வொரு கனவும் உள்-உலகில் நிகழும் நாடகமாகும். 'போராட்டத்தின் பலனாகக் கனவுகள் உண்டாகின்றன' என உரைத்த பிராய்ட், 'உறக்கத்தின் போஷகனே கனவு' என்றார். கனவின் பணி தூக்கத்தைக் கெடுப்பதன்று, அதற்கு உதவி புரிவதே. எட்டாத விருப்பங்களிலிருந்து எழும் 'உள இறுக்கங்களை'த் தளர்த்தி உதவி புரிகிறது.

நினைவிழந்த உணர்வின் ஆதிக்கம் கனவுலகில் நடப்பதாக பிராய்ட் கருதினார். ஆகையால், நோயாளியின் நினைவிழந்த உணர்வின் உட்புறத்திற்கு வழி காட்டுவதால், உணவியல் பகுத்தல் சிகிச்சையாளனுக்குக் கனவுகள் முக்கியமாகும். அகநினைப்பும், உயரக நினைப்பும் நினைவுபூர்வ வாழ்க்கையிலிருந்து அடங்கியுள்ள எல்லா ஆதிகால விருப்பங்களையும், உணர்ச்சிபூர்வ இச்சைகளையும் கொண்டதே நினைவிழந்த நிலை. நினைவு மட்டத்துக்குக் கீழ் எப்போதும் மிருக இச்சைகள் குடிகொண்டிருக்கின்றன. அவை கனவுகளில் துருத்திக் கொண்டு மேலெழுகின்றன. ஆயினும், தூக்கத்திலுங்கூட, அக நினைப்பும், உயரக நினைப்பும் தணிக்கையாளர்களாகக் காவல் புரிகின்றன. இதனால் கனவுகளின்

பொருள் எப்போதும் தெளிவாக இருப்பதில்லை. அவற்றை அடையாளங்கள் மூலமே விளக்க வேண்டியிருக்கிறது. நிபுணரின் விளக்கம் தேவையாக இருக்கிறது. அடையாளங்கள் என்ற வகையில், அவற்றை அப்படியே எடுத்துக் கொள்வதற்கில்லை; குழந்தைகளின் எளிய கனவுகளில் மட்டுமே ஒருவேளை அவற்றை அப்படியே ஏற்கலாம். 'கனவுகளின் விளக்கம்' பலவகைக் கனவுகளை எடுத்துரைக்கிறது; பிராய்ட் அவற்றை உளவியல் முறையில் பகுத்துக் காட்டுகிறார்.

இதே போன்று சொல்பிழைகள், வாய்தவறி வெளிப்படும் வார்த்தைகள், மறதியினால் உண்டாகும் விந்தையான தவறுகள் எல்லாம் நினைவிழந்த உணர்வின், செயல்களின் அறிகுறிகளாம். கனவுகளின் விளக்கத்தை உளவியல் - பகுத்தல் முறை பயன் படுத்துவது போலவே, மக்கள் செய்யும் எண்ணற்ற சிறு வாய்த் தவறுதல்கள் பிழைகள்கூடப் பயன்படுகின்றன. இவை செயலறிகுறிகள் எனப்படும்' என்று பிராய்ட் சொன்னார். 'அன்றாட வாழ்க்கையின் உளவியல் வைத்திய மூலம்' என்ற நூலில் 1904இல் பிராய்ட் இவ்விஷயத்தினை ஆராய்ந்திருக்கிறார். இந்நூலில் 'இத் தத்துவங்கள் தற்செயலானவை அன்று.... அவற்றுக்குப் பொருளுண்டு; ஆகையால் விளக்கக் கூடியவை; அவற்றில் கட்டுப்படுத்திய அல்லது அடக்கி வைத்த உணர்ச்சிகளும், நோக்கங்களும் இருப்பதை அநுமானிப்பது பொருந்தும்' என்று பிராய்ட் ஸ்தாபித்தார். ஏதாவது ஒரு பெயர் மறந்து விட்டதெனில், அப்பெயருக்குடையவனை ஒருவருக்குப் பிடிக்கவில்லை என்று பொருள் செய்யலாம். ரெயில்களின் கால அட்டவணை சம்பந்தமான குழப்பத்தில், ஒருவருக்கு ரெயில் தவறி விடுமாகில், அவர் ரெயிலைப் பிடிக்க விரும்பவில்லை என்று அடையாளம். தன்னுடைய வீட்டுச் சாவியை கைசோர விடும் அல்லது மறந்துவிடும் கணவன், வீட்டில் சந்தோஷமற்றவனாக இருக்கலாம்; அதனால் வீட்டுக்குத் திரும்ப விரும்பாதவனாக இருக்கக்கூடும். இத்தகைய தவறுகளை ஆய்ந்துணர்ந்தால் நினைவிழந்த உளத்தின் கலக்கத்தை உட்புகுந்து காண உளவியல் பகுத்தல் சிகிச்சையாளனுக்கு வழி உண்டாகும்.

நகைச்சுவையும் இத்தகைய விடுதலை அளிக்கிறது. 'நவீன மனிதன் வகுத்துள்ள சிறந்த பாதுகாப்பு விசை' என்று இதை பிராய்ட் கருதுகிறார். பண்புள்ள சமூகம் மற்றப்படி மறைந்து வைக்கக் கோரும் தன்னடக்கு முறைகளிலிருந்து, நகைச்சுவை மூலம் நமக்குத் தற்காலிகமான விடுதலை கிடைக்கிறது.

முடிவு நெருங்குகிறது என்ற பிரக்ஞை முன்கூட்டியே தெரிந்ததாலோ, ஏமாற்றங்களை மிகுதியாகச் சுவைத்ததன் காரணமாகவோ அல்லது அவநம்பிக்கை மேலிட்டதனாலோ 'மரண உணர்வு'பற்றிய எண்ணங்களில் பிராய்ட் உழன்று கொண்டிருந்தா ரெனத் தோன்றுகிறது. கடைசியில் காம இச்சையைப் போலவே இதற்கும் சம முக்கியத்துவத்தை அவர் கொடுக்கலானார். எல்லா வாழ்பொருள்களும், அவை பிறந்த உயிரற்ற சடப் பொருள்களுக்குத் திரும்புமாறு உந்தித் தள்ளும் 'மரண உணர்வு' ஒன்று இருப்பதாக பிராய்ட் சாதித்தார். இக்கருத்தின்படி, உயிர் ஆவலுக்கும், அதாவது காம இமச்சைக்கும், அதற்கு நேர்எதிரிடையான அழிவு உணர்ச்சிக்கும், அதாவது மரண உணர்வுக்குமிடையில், மனிதன் இடைவிடாமல் தவித்துக் கொண்டிருக்கிறான். முடிவில், மரண உணர்வே வெல்கிறதென்பது தெளிவு. இவ்வுணர்வே போருக்குக் காரணமாகும்; இனங்கள், வர்க்கங்கள்மீது உண்டாகும் வெறுப்பு, குற்ற விசாரணைகள், காளைச் சண்டை, மனிதனை விரட்டிக் கொல்வது போன்ற 'துன்புறுத்தலில் இன்பம்' காணும் உதாரணங் களுக்கும் மரண உணர்வு காரணமாகும்.

பிராய்டிய சிந்தாந்தத்தின் பிரதான அம்சங்களே இதுவரை சுருக்கமாகச் சொல்லப்பட்டன. இன்றைய உளவியல் சிகிச்சை யாளர்கள் இரண்டு அல்லது பல எதிர்முகாம்களை அமைத்துக் கொண்டுள்ளனர். அவர்களில் ஒரு சாரார் பிராய்டின் ஆதர வாளர்கள்; மற்றொரு சாரார் எதிர்ப்பாளர்கள். கடந்த ஐம்பது ஆண்டுகளில், அவருடைய சீடர்களுங் கூட, முழு அளவுக்குத் தாமே முன்னர் அங்கீகரித்த பிராய்டியத் தத்துவங்களை மாற்றி அமைத்துள்ளனர். பிராய்டின் ஆரம்பச் சீடர்களில் ஒருவரான ஆல்பிரைட் ஆட்லர் பிராய்டின் கட்சியிலிருந்து பிரிந்துவிட்டார். ஆண் பெண் இச்சைகளை பிராய்ட் அளவுமீறி வற்புறுத்தி

விட்டதாக அவர் நினைத்தார். இதற்கு மாற்றுச் சித்தாந்தமாக, மனிதனுடைய நடத்தையில், தன் மேன்மையை நிலைநாட்டுவது ஒவ்வொரு மனிதனுடைய முக்கியமான விருப்பமாகும் என்று ஆட்லர் போதித்தார். ஏதாவதொரு செயலில் அங்கீகாரத்தைப் பெறத் 'தாழ்மை மனப்பிராந்தி' மனிதனைத் தூண்டுகிறது; இத் 'தாழ்மை மனப்பிராந்தி'க் கருத்தை அவர் மேலும் விரிவு படுத்தினார். பிராய்டிடமிருந்து பிரிந்த மற்றொரு பிரபலஸ்தர் கார்ல் ஜங். அவர் ஜாமுரிச்சைச் சேர்ந்தவர்; அவரும் ஆண் பெண் உறவின் பங்கைக் குறைக்க முயன்றார். மனித வர்க்கத்தில் இரு உளவியல் வகைகள் இருப்பதாகப் பிரித்தார்: 'ஆத்ம விசாரணை யற்றவன்', 'ஆத்ம விசாரணை உள்ளவன்' என இருவகை. ஆயினும் ஒவ்வொரு தனி மனிதனும் இரு அம்சங்களும் கலந்தவனென்பதை அவர் உணர்ந்திருந்தார். பிராய்டைப் போலன்றி, மனித ஆத்ம வளர்ச்சியில் பரம்பரை அம்சங்கள் இருப்பதை ஜங் வலியுறுத்தினார். குழந்தைப்பருவ நரம்பியல் கோளாற்றின் அடிப்படை முக்கியத்துவத்தை வற்புறுத்துவது, மனிதனை ஆதி காலத்து நீக்குப்போக்கற்ற உணர்ச்சிகள் ஆள்கின்றன என்ற அவரது நம்பிக்கை, இச்சை அல்லது ஆண் பெண் உணர்ச்சிச் சக்தியை மனித வளர்ச்சியில் நடுமையத்தை அடையும்படி உயர்த்துவது என்ற பிரச்னைகள் வருங்கால், பிராய்டின் விமரிசகர்கள் அவரிடமிருந்து பிரிந்து விடுகிறார்கள். நினைவிழந்த உணர்வு நிலையைக் கண்டு பிடிப்பதற்கான தவறாத முறை என்று சுயேச்சை நினைவுக் கோவையை பிராய்ட் நம்புவதையும் சிலர் ஒப்புக்கொள்வதில்லை; இம்முறையின்கீழ்க் கிடைக்கும் தகவல்களுக்குப் பொருள் காண்பதிலுள்ள சங்கடங்களை மிகவும் குறிப்பாக அவர்கள் எடுத்துக் காட்டுகிறார்கள்.

ஆயினும், ஓர் உளவியல் சிகிச்சையாளர் சொன்னார்:

அறுபது ஆண்டுகளில் நிகழ்ந்த மாறுதல்களும், வளர்ச்சிகளும் பிராய்டின் மதிப்பையோ, அன்றிச் செல்வாக்கையோ எவ்விதத்திலும் குறைக்கவில்லை. நினைவிழந்த உணர்வு நிலை. ராஜ்யத்தை அவர் திறந்து காட்டினார். நம்மை இன்றுள்ள நிலைக்குக் கொணர அது எவ்விதம் உதவுகிறது; அந்நிலையை எட்டுவது எங்ஙனம்? - இதை

அவர் எடுத்துரைத்தார். அவருடைய சிந்தனைகள், தத்துவக் கருத்துகள் பலவற்றை, மேற்கொண்டு உண்டான அநுபவத்தைக் கொண்டு மாற்றியமைக்க வேண்டியதாயிற்று. உளவியல் முறைக்கான புது வேதாகமத்தை அவர்கள் வரைந்தனரென்று சொல்லலாம். ஆனால் பழைய வேதாகமத்தின் ஆசிரியர் சிக்மண்ட் பிராய்டே. அவரது நூல் என்றும் அடிப்படையானது.''

சித்தப்பிரமை பற்றிய நமது நவீன மனோநிலையில் பெரும்பகுதிக்காக நாம் பிராய்டுக்கு மிகவும் கடமைப்பட்டவர்கள். 'மூளை நரம்பியல் கோளாறும், உளவியல் முறையும் நம்மைப் போலவே உள்ளன. அப்படித்தான் இருக்கின்றன' என்று சொல்வதற்கான மனோநிலை அதிகமாகக் காணப்படுகிறது. அலெக்ஸாண்டர் மார்ட்டின், 'ஏற்றாலும், ஏற்காவிட்டாலும், இன்று எல்லா உளவியல் சிகிச்சாலயங்களும், உளவியல் வைத்தியமுறை ஆஸ்பத்திரிகளும் பிராய்டிய உளவியல் நூலின் மூலகங்களையும், அடிப்படைகளையுமே பயன்படுத்துகின்றன. முன்பு அறிவிற்கெட்டாதது, வேண்டா வெறுப்பானது, கோணங்கி, பயனற்றது, பொருளற்றது என்றெல்லாம் கருதப்பட்ட உலகம், பிராய்டின் வாயிலாக அறிவுள்ளதாகவும், பொருள் நிறைந்த தாகவும் ஆகிவிட்டது. வைத்திய சாஸ்திரம் மட்டுமின்றி, எல்லாச் சமூக விஞ்ஞான வகைகளும் சிரத்தை காட்டி அதை அங்கீகரித்துள்ளன' என்று அழுத்தமாக இயம்பினார்.

இலக்கிய - கலைத்துறைகளில் பிராய்டிய சிந்தனை அடையும் பலன்கள் குறிப்பிடத்தக்கவையாகும். நவீனங்கள், கவிதை, நாடகம், முதலிய இலக்கியப் படைப்புகளில், சமீப ஆண்டுகளில் பிராய்டிய வேலைப்பாடுகள் வளர்ந்துவிட்டன. 'வேறு எந்த விஞ்ஞானியும், இலக்கியத் துறையில் இவ்வளவு பலமான, இவ்வளவு பரவலான செல்வாக்கை வகித்ததில்லை' என்று பெர்னார்ட் டி ஓடோ சொன்னார். ஓவியம், சிற்பம் உட்படப் டவுன்ஸ் பொதுக் கலை உலகில் விளைந்த பலனும் குறைவாக இருக்கவில்லை.

பிராய்டின் அக்கறைகளின் அளவையும், அவருடைய முடிவுகளின் வாதப் பிரதிவாதத்திற்குரிய தன்மையையும்

உத்தேசித்து, அவரது மேதை இயற்றியுள்ள பலதரப்பட்ட பணிகளை ஒருசேரச் சொல்வது கஷ்டம். ராபர்ட் ஹாமில்டன் என்ற ஆங்கில எழுத்தாளர் முயற்சி ஒன்று செய்தார்; அவர் செய்த முடிவு பின்வருமாறு:

“உளவியல் நூலுக்கு உலகில் இடம் வகுத்துக் கொடுத்தவர் பிராய்ட். அவர் மாபெரும் முன்னோடி; அவரது இணையிலா மூலக்கருத்தும், இலக்கிய நடையும்தான் அவரது வெற்றிக்குப் பெரும்பாலும் காரணமாகும். நாஸ்திகத் தன்மை கொண்டிருப்பினும், இதைவிடச் சுவைமிக்க அல்லது மூலக் கருத்து மிக்க முறை, வேறு ஒன்று இருந்ததில்லை; அசல் இலக்கியத்திற்கப்பால் இதைவிடக் கவர்ச்சிகரமான நடையும் இருந்ததில்லை. உலக முழுவதும் உளவியல் ரீதியில் சிந்திக்குமாறு செய்தார். இது நமக்கு காலத்துக்கு மிக அவசியத் தேவையாக இருந்தது; மேலும் மனிதனுடைய க்ஷேமநலத்துக்கு ஜீவாதாரமான கேள்விகளை மக்கள் தம்மைத் தாமே கேட்டுக் கொள்ளும் கட்டாயத்தை உண்டாக்கினார். பத்தொன்பதாம் நூற்றாண்டின் மலட்டு மனோதத்துவ வாதத்தின் சித்தாந்தத்திலிருந்து நேர்முரணான உளவியல் பகுத்தல் முறையை, அதன் இருண்ட மறுப்பியல்புகளுடன் வகுத்தார்.

பிரபல அமெரிக்க உளவியல் நிபுணர் பிரடெரிக் வெர்தாம் மற்றொரு கோணத்திலிருந்து கட்சியை எடுத்துரைத்தார்:

“நோயாளிகளிடம் அவர் கண்ட ஏராளமான புதுவைத் தியத் தகவல்கள் ஒருபுறம் இருக்க, மனிதனுடைய சொரூபத்தையும், மூலக்கூறு இயல்பையும் ஆராய்வதற்குப் பின்பற்றும் வழியில் மூன்று அடிப்படையான மாறுதல்களைப் பிராய்ட் இயற்றினார். முதலாவது, உளவியல் நடைமுறைகளையெல்லாம் சொல்வதாகும். பின்பு அவற்றை இயற்கை விஞ்ஞானத்தின் நியாயவாத முறையில் சிந்திப்பதாகும். நினைவிழந்த உணர்வு நிலையின் பிரத்தியட்சத் தத்துவத்தைக் கொணர்ந்து, அதை ஆராய்வதற்கான, காரிய சாத்தியமான முறைகளை பிராய்ட் புகுத்திய பின்னரே, மேற்சொன்னது சாத்தியமாயிற்று. உளவியல் வைத்திய முறையில் புது அளவையை, அதாவது குழந்தைப் பருவத்தைக் கொணர்ந்தது இரண்டாவதாகும். பிராய்ட் காலத்துக்கு முன், ஒவ்வொரு

நோயாளியும், குழந்தைப் பருவத்தையே காணாத ஆதாம் எனக் (ஆதிமனிதன்) கருதி, உளவியல் சிகிச்சை நடந்து வந்தது. மூன்றாவது, ஆண் பெண் இச்சையைப் பரம்பரைக் கண்ணோட்டத்துடன் அறிந்து கொள்ளும் முறையைக் கொணர்ந்ததாகும். அவரது உண்மையான கண்டுபிடிப்பு, குழந்தைகளுக்கும் சிற்றின்ப உணர்ச்சி உண்டென்பதல்ல; ஆனால் சிற்றின்ப இச்சைக்கும் ஒரு குழந்தைப் பருவம் உண்டு என்பதே,"

லண்டன் ராயல் சொஸைடிக்காகத் தயாரித்த இரங்கற் குறிப்பில் இதே போன்ற முடிவை ஏ.ஜி. டான்ஸ்லே உரைத்திருக்கிறார்:

முற்றும் முன்னால் கண்டிராத இடத்தில் அவர் ஆராய்ந்தார். மனிதனுடைய மனத்துக்குள் அதற்கு முன் எவரும் புகுந்து பார்த்ததில்லை. மனத்தின் வெளிப்படையான தோற்றங்கள் விளக்க இயலாதவை அல்ல, இழிவான வெறிச் செயல்கள் அல்ல, பலம் பொருந்திய மனிதக் கட்டுப்பாடுகளின்கீழ் இருந்தமையால் புறக்கணிக்கும்படியாக இருந்தன என்று கருதப்பட்டது. இதை யெல்லாம் நினைவு கூர்ந்தோமாகில், பிராய்டின் முடிவுகளின் புரட்சித்தன்மை நன்கு விளங்கும். இத்தகைய துறை ஒன்று இருப்பதையே அறிந்தாரில்லை. மனத்தில் நினைவிழந்த உணர்வு நிலை உண்மை எனக் கற்பனை செய்து கொண்டு, பின்பு, நினைவுடன் கூடிய உள நிகழ்ச்சிகளின் சங்கிலித் தொடரில் விடுபட்டுப் போன கணுக்களைக் கொண்டு, அதை (நினைவிழந்த உணர்வை) ஆய்ந்தறிய முற்படும் கட்டாயம் பிராய்டுக்கு ஏற்பட்டது.

கடைசியில், வின்பிரெட் ஓவர் ஹோல்ஸெர் "இன்னும் ஒரு நூற்றாண்டுக்குப் பின்னால், சிந்தனையில் புதுக் காட்சிகளைக் காட்டிய மனிதர்களில் ஒருவரெனக் கோபெர்நிகஸ், நியூட்டன் ஆகியவர்களுக்கு இணையாக பிராய்ட் போற்றப்படுவாரென்று நினைப்பது எல்லா வகைகளிலும் சிறந்தது. மனித மனிதனுடைய உளத்தின் செயல்களைப்பற்றி இவ்வளவு அறிவைப் புகட்டிய மனிதர், பிராய்டைப் போன்றவர் – நம் காலத்தில் பிறிதொருவர் இல்லை யென்பது திண்ணம்" என்றுரைத்தார்.

பிராய்ட், தமது நீண்ட வாழ்க்கையின் கடைசிச் சில மாதங்களை நாடு கடத்தப்பட்டவராகக் கழிக்க நேர்ந்தது. ஆஸ்திரியாவை நாஜிகள் ஆக்கிரமித்ததை அடுத்து, 1938-இல் அவர் வியென்னாவை விட்டு வெளியேற நேர்ந்தது. இங்கிலாந்து அவருக்குப் புகலிடம் ஈந்தது. ஆனால் 1939-ஆம் வருஷம் செப்டம்பரில் வாயில் அவருக்குப் புற்று நோய் வந்து அவரது உயிரை உண்டது. இங்கிலாந்துக்கு வந்து சேர்ந்த ஓர் ஆண்டுக்குப் பின் அவர் இறந்தார்.

XVI

அணுயுகத்தின் அபிமான பிதா ஆல்பர்ட் ஐன்ஸ்டீன் தொடர்பு நிலை (Relativity) விசேஷ, பொதுச் சித்தாந்தங்கள்

தம் வாழ்நாளிலேயே மாபெரும் வீரராகத் திகழ்ந்து வெற்றி கண்டவர்கள் வரலாற்றில் ஒரு சிலரே. அவர்களில் ஆல்பர்ட் ஐன்ஸ்டீன் ஒருவர். அவருடைய கருத்துகள் சாமான்யப் பொது மக்களுக்குப் புரியாத புதிர்களாக இருந்தன. ஆனால் புரியாத அந்தத் தன்மையின் காரணமாகவே அவற்றைச் சுவைக்க வேண்டும் என்ற அவா பெருகியது. ஏதோ எட்டாத் தொலைவிலுள்ள மாமலை மீதிருந்து உபதேசிப்பவராக அவர்களுடைய கண்களுக்கு ஐன்ஸ்டீன் தென்பட்டார். 'ஐன்ஸ்டீன் ஏதோ அற்புதத்தை நிகழ்த்தி யுள்ளார் என்று எல்லோரும் அறிவர். ஆனால் அவரது சாதனை என்ன என்று திட்டவட்டமாக அறிந்தவர் மிகமிகச் சிலரே' என்று பர்ட்ரான்ட் ரஸ்லெஸ் மிகப் பொருத்தமாகக் கூறினார். பிரபஞ்சத்தைப் பற்றி ஐன்ஸ்டீனின் தத்துவங்களை முற்றும் உணர்ந்தறிந்தவர்கள் ஒரு டஜன்பேர்கூட இருக்க மாட்டார்கள் என்று சொல்லப்படுவது உண்டு. இது அவ்வளவு சரியான அபிப்பிராயம் அல்ல. எனினும், இவ்வுரையானது லக்ஷக்கணக்கில் இல்லாவிட்டாலும், ஆயிரக் கணக்கில் மக்களை ஈர்த்துப் புதிர்போடச் செய்கிறது. மகத்தான இந்தக் கணித மேதை என்ன சொல்கிறார் என்பதைப் புரிந்து கொள்ள முயல வேண்டுமென அவர்கள் உறுதிகொள்கின்றனர்.

ஐன்ஸ்டீன் எடுத்துக்கொண்டுள்ள துறையின் வியாபகம் அசாதாரணமான சிக்கல்கள் நிறைந்தது. ஆகையால்தான் அவரைப் புரிந்து கொள்வது சிரமமாக இருக்கிறது. பெயர் தெரியாத ஓர் ஆங்கில விஞ்ஞானி நிலைமையை விவரித்துப் பின்வருமாறு கூறியிருக்கிறாரென்று டி. இ. பிரிட்ஜஸ் வாயிலாக அறிகிறோம்:

'பௌதிக நிகழ்ச்சிகளுக்கும், கணித நிகழ்ச்சிகளுக்கும் இடையே உள்ள உறவு முறையைப் பற்றியது இந்தச் சித்தாந்தம். அல்ஜீப்ராவைப் பற்றிய விசேஷ உயர் ஞானம் இல்லாதவர்கள் புரிந்து கொள்ளக்கூடியபடி எவ்விதத்திலும் இதை எடுத்துச் சொல்வது அசாத்தியம்.'

ஜியார்ஜ் டபிள்யூ. க்ரே அதே ரீதியில் பின்வருமாறு கருத்துரை வழங்கியுள்ளார்:

'தொடர்புநிலைத் தத்துவத்தை அதன் ஆசிரியர் கணித பரிபாஷையில் வழங்கியுள்ளார். வேறு எவ்வகையிலும் அதை எடுத்துரைக்க நிச்சயமாக இயலாது. எனவே, அதைப் பிற மக்களின் மொழிகளில் எடுத்துரைக்கப் பார்க்கும் ஒவ்வொரு முயற்சியும் ஓரளவு சொந்த ஊக்கங்களை அடிப்படையாகக் கொண்டு தான் இருக்க முடியும். சாகித்தியகர்த்தாவான பீதோவனது ஐந்தாவது ஸிம்ஃபனி இத்தகையது.

கணித சங்கேதங்களைக் கையாளாமலேயே பிரபஞ்சத்தைப் பற்றி ஐன்ஸ்டீன் கூறியிருப்பதில் சில அம்சங்களைச் சூசகமாக ஒருகால் எடுத்துச் சொல்ல இயலும். அது புலப்படுத்துவது முற்றும் விசித்திரமான ஓர் உலகம். பல நூற்றாண்டுகளாக உறுதியாக நிலைத்துவிட்ட கருத்துகளை அது அடியோடு கவிழ்த்து விடுவதாக இருக்கிறது. சாமான்ய மனிதன் சுலபமாக ஜீரணித்துக் கொள்ள இயலாத புதுமைப் பணியாரம் இது. நம்பத்தகாத பின்வரும் கருத்துகளை நாம் ஏற்க வேண்டும் என அவர் கூறுகிறார். உதாரணமாக இடைவெளி வளைவானது, இரண்டு புள்ளிகளிடையே மிகக் குறைந்த தூரம் நேர்க்கோடு அல்ல, பிரபஞ்சம் முடிவு உள்ளது; ஆனால் வரம்பு அற்றது. இணைக்கோடுகள் இறுதியாகச் சந்திக்கின்றன. ஒளிக்கிரணங்கள் வளைந்து செல்கின்றன; காலம் தொடர்பு நிலையைப்பற்றிய பரிணாமம்; எல்லா இடங்களிலும் ஒரேவிதமாக அதை அளவிடல் இயலாது. நீட்டலளவை வேகத்தைப் பொறுத்து மாறுதலடைகிறது; பிரபஞ்சத்தின் வடிவம் கோளமல்ல; உருளையே. இயங்கிக் கொண்டிருக்கும் ஒரு வஸ்து அளவில் சுருங்கும். ஆனால் கனத்தில் பெருகும்; உயரம் நீளம் அகலம் என்ற எல்லோரும் அறிந்த மூன்று பரிமாணங்களுடன் காலம் என்ற நான்காவது பரிமாணம் சேர்க்கப்படுகிறது.

ஐன்ஸ்டீன் விஞ்ஞானத் துறைக்கு அளித்துள்ள செல்வங்கள் எண்ணற்றவை. ஆனால் அவரது புகழ் முக்கியமாக அவரது தொடர்பு நிலைத் தத்துவத்தையே ஆதாரமாகக் கொண்டது. இந்தச் சாதனை மகத்தான சாசுவதமான தன்மை வாய்ந்தது. 'முக் காலத்துக்கும் முதன்மை வகிக்கும் ஐஸக் நியூட்டன், ஆர்க்கிமிடீஸ் போன்ற மகத்தான ஒரு சில விஞ்ஞானிகளிடையே அவருக்கு இடம் கிடைக்கச் செய்கிறது, இந்தச் சாதனை. கவர்ச்சிகரமான எதிர்மறை நிலைகளாலும் கண்கவர் வெற்றிகளாலும் மக்களின் கற்பனா சக்தியை அது ஊக்குவிக்கிறது' என்று பினேஷ் ஆப்மன் (Banesh Hoffiman) கூறியுள்ளார்.

'அன்னலேன் தர் பிஸிக்' என்ற ஜெர்மன் சஞ்சிகையில் 1905-ஆம் ஆண்டு வெளியான ஓர் ஆராய்ச்சிக் கட்டுரையில் ஐன்ஸ்டீன் புரட்சி தொடங்கியது. அக்கட்டுரை முப்பது பக்கம் கொண்டது. 'இயங்கும் பொருட்களின் மின்னியல் மாண்பைப்பற்றி' என்பது அக்கட்டுரையின் கவர்ச்சியற்ற தலைப்பு. அப்பொழுது ஐன்ஸ்டீனுக்கு வயது 26. ஸ்விட்ஸர்லாந்தின் உரிமைப் பதிவுக் காரியாலயத்தில் சிறிய அதிகாரியாகப் பணியாற்றி வந்தார். பவேனியாவைச் சேர்ந்த உல்ம் என்ற நகரில் ஒரு நடுத்தர யூத குடும்பத்தில் 1879இல் அவர் பிறந்தார். மாணவப் பருவத்தில் கணிதம் தவிரப் பிறவற்றில் மேதையாக விளங்கவில்லை. ஆனால் மிகச் சிறிய வியாபாரத்திலேயே கணிதத் துறையில் அவருடைய மேதாவிலாஸம் வெளிப்பட்டது. குடும்ப சொத்துகள் நஷ்டமாகி விடவே, பதினைந்தாம் வயதிலேயே பிழைப்புக்காக ஐன்ஸ்டீன் உழைக்க நேரிட்டது. ஐன்ஸ்டீன் பதினைந்தாம் வயதிலேயே குடும்பத்திலிருந்து வெளியேற நேரிட்டது. ஸ்விட்ஸர்லாந்துக்குக் குடியேறி, ஜூரித் நகரில் பாலி - டெக்னிக் கழகத்தில் சேர்ந்து தொடர்ந்து விஞ்ஞானம் பயின்றார். கூடப் படித்த மாணவியை மணந்து ஸ்விஸ் நாட்டுப் பிரஜையானார். சர்வகலாசாலை பேராசிரியராக வேண்டுமென்ற அவரது பேரவா பலிக்கவில்லை. உரிமைப் பதிவுக் காரியாலயத்துக்குப் புதிய கண்டுபிடிப்புப் பற்றி வந்த மனுக்கள் மீது பூர்வாங்க யாதாஸ்துக்களைத் தெரிவிப்பதும், மனுக்களைத் திருத்தமாக எழுதுவதும் அங்கே அவர் ஆற்றிய பணிகள், தத்துவதரிசிகள், விஞ்ஞானிகள், கணிதப் புரவலர்கள்

போன்றோரின் நூல்களைத் தீவிரமாகக் கற்று அறிவதில் ஓய்வு நேரத்தை அவர் கழித்தார். மிக விரிவான விளைவுகளுடன் கூடிய பல விஞ்ஞான விஷயங்களைச் சுயமாகக் கண்டறிந்து விளக்கும் அவருடைய கட்டுரைகள் பெருவெள்ளத்தை நிகர்த்த நிலையில் விரைவில் வெளிவரலாயின.

காலமும் பரிமாணம், ஜடப் பொருள், சக்தி ஆகியவற்றைக் குறித்து அப்பொழுது நிலவி வந்த கருத்துகளை அறைகூவி அழைக்கும் ரீதியில் விசேஷ உறவு அல்லது தொடர்பு நிலைத் தத்துவத்தை 1905ஆம் வருஷத்து ஆராய்ச்சிக் கட்டுரையில் ஐன்ஸ்டீன் விவரித்திருந்தார். இரண்டு அடிப்படைக் கருத்து களைச் செப்பித் தமது தத்துவத்திற்கு அஸ்திவாரத்தை அவர் அமைத்தார். தொடர்பு நிலைக் கோட்பாடு அவற்றில் முதலாவது. ஓடிக் கொண்டிருக்கும் ஒரு ரெயில் அல்லது கப்பலை மேற்கோள் காட்டி இக்கோட்பாட்டை விளக்கினார். ஓடும் ரெயிலில் ஜன்னல் களுக்குத் திரையிட்டு விட்டால் பரபரப்பு எதுவும் இல்லாத நிலைமையில் அதன் நிலை, செல்லும் திசை முதலியவற்றை உள்ளே இருப்பவன் அறிய மாட்டான். ரெயில் ஓடுகின்றதா என்று கூட ஒருகால் அறியாமலிருக்கலாம். சாளர வட்டங்கள் திரையிடப்பட்ட கப்பலிலுள்ள ஒரு மனிதனது அனுபவமும் அதைப் போன்றதே. சலனம் என்பதைத் தொடர்பு நிலையைக் கொண்டுதான், அதாவது பிற பொருள்களின் நிலையுடன் ஒப்பிட்டுத்தான் நாம் மனத்தில் வாங்கிக் கொள்கிறோம். இதையே பெரிய பரிமாணமாக்கிப் பார்த்தால், ஓர் உண்மை புலனாகும். ஒப்பிட்டுப் பார்க்க வானில் வேறு அமைப்புகள் இல்லாதிருக்கும் பக்ஷத்தில் பூமியின் முன்னோக்கிய இயக்கத்தைக் கண்டுபிடிக்க இயலாது.

ஐன்ஸ்டீன் இரண்டாவதாக எடுத்துரைத்த முக்கியமான அடிப்படை ஒளியைப் பற்றியது. ஒளியின் மூலாதாரம் எவ்வாறு நகர்ந்து கொண்டிருந்த போதிலும் அதிலிருந்து வெளிவரும் ஒளியின் வேகமானது மூல ஸ்தானத்துக்குச் சிறிதும் பொருத்தமாக இராது. ஒளியின் வேகம் விநாடிக்கு 1,86,000 மைல். இடம், காலம், திசை ஆகியவை எவ்வாறு இருந்தபோதிலும் இந்த வேகம் பிரபஞ்சத்தில் எல்லா இடங்களிலும் ஒரே மாதிரி இருக்கிறது.

உதாரணமாக, ரெயிலுக்கு வெளியே எந்த வேகத்தில் ஒளி பரவுகின்றதோ, அதே வேகத்தில்தான் ரெயிலின் உள்ளேயும் சஞ்சரிக்கிறது. எந்தச் சக்தியைக் கொண்டும் அதன் வேகத்தைக் கூட்டவோ, குறைக்கவோ இயலாது. ஒளியின் வேகத்தை விஞ்சக் கூடிய வேறு எதுவும் கிடையாது. இயற்கை அனைத்திலும் நிலையான மாறுதலே இல்லாத ஒரே அம்சம் ஒளிதான்.

ஒளியைப்பற்றிய ஐன்ஸ்டீன் தத்துவத்திற்கு அஸ்திவாரமாக அமைந்தது புகழ் பெற்றதோர் பரீக்ஷை. 1887இல் மிகல்ஸென், மார்லி என்ற இரு அமெரிக்க விஞ்ஞானிகள் இச்சோதனையை நடத்தினர். ஒளியின் வேகத்தைச் சிறிதும் பிசகின்றி அளப்பதற்கு ஒரு சாதகமான சாதனத்தை உருவாக்கினர். ஒவ்வொன்றும் ஒரு மைல் நீளமுள்ள இரண்டு குழாய்களை ஒன்றுக்கொன்று நேர்க்கோணத்தில் அவர்கள் பொருத்தி வைத்தனர். ஒரு குழாய் சூரியனை பூமி சுற்றி வரும் திசையை நோக்கி வைக்கப்பட்டிருந்தது. இரண்டாவது குழாய் பூமியின் இயக்கத்திற்கு நேர் எதிர்த் திசையைப் பார்த்துக் கொண்டிருந்தது. ஒவ்வொரு குழாயின் கோடியிலும் ஒரு கண்ணாடியை வைத்து ஒரே சமயத்தில் இரண்டு குழாய்களுக்கு உள்ளேயும் ஓர் ஒளிக்கிரணத்தைச் செலுத்தினார்கள். கெட்டியான பொருள்கள் அடைத்துக் கொண்டிருந்த இடம் தவிர மற்ற இடத்தையெல்லாம் கண்ணுக்குப் புலப்படாத ஆகாசம் நிரப்பிக் கொண்டு இருப்பதாக அதுவரை நிலவி வந்த தத்துவம் கூறியது. அது உண்மையாக இருக்கும் பக்ஷத்தில் ஒரு கிரணமாவது எதிர்நீச்சல் போடுபவனையும், மற்றொன்று நீரோட்டத்தைச் சார்ந்து செல்பவனையும் ஒத்தவையாகத்தான் இருக்க முடியும். ஆனால் ஒன்றாகக் குழாய்களிலிருந்து வெளிப்போவதை விஞ்ஞானிகள் கண்டு வியந்து பிரமித்தனர். சோதனை தோல்வி யுற்றதாகவே கருதப்பட்டது.

நிக்கல்ஸன், மார்லி அவர்களுடன் சேர்ந்து உழைத்த பௌதிக சாஸ்திரிகள் போன்றோர்க்குப் புரியாத புதிராக இருந்த கேள்விக்கு 1905-ஆம் ஆண்டில் தமது ஆராய்ச்சிக் கட்டுரையில் ஐன்ஸ்டீன் பதிலளித்தார். ஆகாசம் இடைவெளிகளை நிரப்பிக் கொண்டிருப்பதாகக் கூறிய தத்துவம் நிராகரிக்கப்பட்டது.

குழாய்களின் சோதனை, ஒளியின் வேகத்தை முற்றும் சரியாகவே அளந்து காட்டியது. ஐன்ஸ்டீன் செய்த தீர்மானத்தின் பிரதான அம்சம் இதுதான். எந்த நிலைமையின்கீழ் அளவிட்டாலும் எப்பொழுதுமே ஒளியானது ஒரே வேகத்தில் தான் செல்கின்றது. சூரியனைச் சுற்றிப் பூமி இயங்குவது ஒளியின் வேகத்தைச் சிறிதும் பாதிப்பதில்லை.

நியூட்டனது போதனைகளினின்றும் வேறுபட்டு மற்றொரு விஷயத்தை ஐன்ஸ்டீன் அடித்துக் கூறினார். முற்றும் சுயமான இயக்கம் என்று எதுவுமே கிடையாது. ஒரு பொருள் ஒளி வீசுவதில் சுயமாகச் சஞ்சரிக்கிறது என்ற கருத்தே பொருளற்றது. ஒவ்வொரு பொருளின் இயக்கமும் மற்றொன்றின் இயக்கத்துடன் தொடர்பு கொண்டது. சலனம் என்பது எல்லாப் பொருட்களுக்கும் இயற்கை யாகவுள்ள தன்மை. பூமியிலோ அல்லது பிரபஞ்சத்திலோ முற்றும் சலனமற்று இருக்கும் பொருள் எதுவுமே கிடையாது. அமைதியற்ற இப்பிரபஞ்சம் எங்கும், மிகமிகச் சிறிய அணுவிலிருந்து வான வீதியில் மிகப் பெரியதாக இரக்கும் கோளங்கள்வரை சலனம் இடையறாது இருந்தே வருகிறது. உதாரணமாக, விநாடிக்கு இருபது மைல் வேகத்தில் சூரியனை பூமி சுற்றி வருகிறது. எல்லாமே சலனத்தில் இருந்து வரும் பிரபஞ்சத்தில் ஒப்பு நோக்குவதற்கு ஸ்திரமான கேந்திரம் எதுவும் இல்லாத நிலையில் வேகம், நீளம், அளவு, கனம், காலம் ஆகியவற்றைத் தொடர்புநிலை இயக்கங்களைக் கொண்டே அளவிட முடியுமேயொழிய, திட்ட வட்டமான தர நிர்ணயம் எதுவும் கிடையாது. ஒளி ஒன்றுதான் தொடர்புநிலை உறவு அற்றது. அது எங்கிருந்து கிளர்ந்தாலும் பார்க்கிறவன் எங்கே இருந்தபோதிலும் அதன் வேகமானது மாறுதல் அற்றது. நிக்கல்ஸன்-மார்லி-சோதனையை இவை மெய்ப்பித்துக் காட்டின.

ஐன்ஸ்டீனின் கருத்துகள் அனைத்திலும் காலத்தின் தொடர்பு நிலைபற்றிய அவரது கருத்து, சந்தேகமற மிகமிகச் சிரமமானது. சம்பிரதாயமான நம்பிக்கைகளை அது மிகப் பெரிய அளவில் தகர்த்து விடுவதாக இருக்கிறது. வெவ்வேறு இடங்களில், ஒரே தருணத்தில் பல சம்பவங்கள் நிகழ்வதை ஒருவன் காண்கிறான். ஆனால் அவனுடன் ஒப்புநோக்குகையில் சலன நிலைமையில்

இருக்கும் வேறொருவனுக்கு, அதே கணத்தில் முதலாமவன் கண்டவையெல்லாம் தென்படமாட்டா. உதாரணமாக, தரையிலிருந்து பார்க்கும் ஒருவனது கண்களுக்கு ஒரே சமயத்தில் இரண்டு சம்பவங்கள் நிகழ்வதாகத் தோன்றுகிறது. ஆனால் சலனத்தில் உள்ள ரெயில் அல்லது விமானத்திலிருந்து நோக்கும் கண்களுக்கு அவை ஒரே தருணத்தில் நடப்பதாகப் புலப்படமாட்டா. எனவே, காலம் என்பது நோக்குகின்றவனின் இருப்பிடம். அவனது சலனத்தின் வேகம் ஆகியவற்றுடன் தொடர்பு உள்ளதே தவிரச் சுயமான நிலை அல்ல. இந்தத் தத்துவத்தைப் பிரபஞ்ச விஷயமாகப் பிரயோகித்துப் பார்க்கலாம். தொலைதூரத்திலுள்ள ஒரு நட்சத்திரத்தில் ஏற்படும் வெடி போன்ற ஒரு நிகழ்ச்சியைப் பூமியில் வசிக்கிறவன் பார்க்கிறான். ஆனால் அந்த வெடியானது பூமியில் வசிப்பவன் பார்க்கும்போது அந்த நட்சத்திரத்தில் ஏற்பட்டது அல்ல. அதற்கு நேர்மாறாக ஒளி ஒரு விநாடிக்கு 1,86,000 மைல் நகர்கின்றதாயினும் தொலை தூரத்திலுள்ள ஒரு நட்சத்திரத்தில் ஒரு நிகழ்ச்சி ஏற்பட்டால் அதைப்பற்றிய செய்தி நமது உலகை எட்டுவதற்குப் பல ஆண்டுகள் ஆகின்றன. நம் கண்களுக்கு இன்று தென்படும் நட்சத்திரத்தின் தோற்றம் நெடுங்காலத்திற்கு முன் அது எவ்வாறு இருந்ததோ அதையே குறிக்கும். நாம் காணும் தருணத்தில் அந்த நிலையானது நிகழாது நின்று போய்விட்டதாகவும் இருக்கக் கூடும்.

ஒளியைவிட அதிகமான வேகத்தில் செல்ல மனிதனால் முடியும் என்று விவகாரத்திற்கு வைத்துக் கொண்டு பார்ப்போம். தொடர்பு நிலைத் தத்துவத்தின்படி அவன் தனது கடந்த காலத்தை விஞ்சுவான். தனது பிறப்பையே வருங்கால நிகழ்ச்சியாகக் காண்பான். சலனத்தில் சஞ்சாரம் செய்துவரும் ஒவ்வொரு கிரகத்துக்கும் தனிக் கால பரிமாணம் உண்டு. அவை பிறவற்றிலுள்ள காலப் பரிமாணங் களுக்கு மாறுபட்டவையாக இருக்கும். நமது கிரகத்தில் ஒரு நாள் என்பது, பூமி தனது அச்சை ஒரு முறை சுற்றி வருவதற்குத் தேவைப்படும் காலத்தைக் குறிக்கும். சூரியனைச் சுற்றிவரப் பூமிக்கு ஆகும் காலத்தை விட ஜூபிடர் (வியாழன்) ஒருமுறை சுற்றி வருவதற்கு அதிக காலம் பிடிக்கிறது. எனவே பூமியின் வருஷத்தை விட வியாழனின் வருஷம் நீளமானது. வேகம் கூடுதலாக ஆகக்

காலம் மந்தகதி அடைகிறது. ஒவ்வொரு ஜடப் பொருளுக்கும் மூன்று பரிமாணங்கள் உண்டு என்பது நமக்குப் பழக்கப் பட்டுள்ளதோர் எண்ணம். ஆனால் காலமும் இடை வெளியின் பரிமாணங்களில் ஒன்று. இடைவெளியும் காலத்தின் பரிமாணங்களில் ஒன்று என்று சாதனை செய்கிறார் ஐன்ஸ்டீன். காலமோ இடமோ ஒன்றில்லாமல் மற்றொன்று இருக்கக் கூடியவையல்ல. எனவே, அவை ஒன்றை யொன்று சார்ந்து இருப்பவை. இயக்கம், மாறுதல் ஆகியவை நிலையானவை. எனவே, நாம் வசிக்கும் பிரபஞ்சம் நான்கு பரிமாணங்களைக் கொண்டது. காலம் என்பது நான்காவது பரிமாணம் என்கிறார் ஐன்ஸ்டீன்.

அரை நூற்றாண்டுக்கு முன் வழங்கப்பெற்ற ஐன்ஸ்டீனின் தத்துவம் இரண்டு அடிப்படைகளைக் கொண்டது. ஒன்று, எல்லாச் சலனங்களுமே ஒன்றுக்கொன்று தொடர்பு முறை உள்ளவை. இரண்டு, பிரபஞ்சத்தில் ஒளி ஒன்றுதான் மாறுதலே இல்லாது இருந்து வருவது என்ற கருத்து.

சலனத்தின் தொடர்புமுறைக் கோட்பாட்டை ஒருவகைப் படுத்தியதில் மற்றொன்று, பலமாக வேரூன்றியிருந்த நம்பிக்கையை ஐன்ஸ்டீன் கவிழ்த்துவிட்டார். நினைத்துப் பார்க்கக் கூடிய எல்லாச் சந்தர்ப்பங்களிலும் நீளமும் நிறையும் முற்றும் தனித்தன்மை படைத்தவை. நிலைத்து நிற்பவை என்று முன்னால் கருதப்பட்டு வந்தது. ஆனால் இப்போது ஐன்ஸ்டீன் வேறு ஒன்றைக் கூறினார். ஒரு பொருளின் நிறையும் நீளமும் அதன் சலனத்தின் வேகத்தையே பொறுத்துள்ளது என்றார் ஐன்ஸ்டீன். ஒளியின் வேகத்தில் ஐந்தில் நான்கு பங்கு வேகத்தில் ஓடும் ஆயிரமடி நீள ரெயில் வண்டித் தொடரை அவர் உதாரணமாக எடுத்துக் கொண்டார். ஓர் இடத்தில் நிலைத்து நின்று ரெயிலைப் பார்ப்பவன் கண்களுக்கு அதன் நீளம் அறுநூறு அடியாகக் குறைந்துவிடும். ஆனால் ரெயிலில் சவாரி செய்யும் பிரயாணிக்கு அது ஆயிரம் அடியாகவே தென்படும். அதேபோல வான வெளியில் சஞ்சரிக்கும் எந்த ஜடப்பொருளும் வேகத்திற்கு ஏற்பச் சுருங்குகின்றது. ஒரு கஜக் கோலை விநாடிக்கு ஒரு லட்சத்து அறுபத்தோராயிரம் மைல் வேகத்தில் வான வெளியில் சுட்டால் அதன் நீளம் அரை கஜமாகக்

குறைந்துவிடும். பூமி சுற்றி வரும் சலனத்தின் காரணமாக அதன் சுற்றளவானது சுமார் மூன்று அங்குலம் குறைந்துவிடும் விசித்திரமான விளைவு ஏற்படுகிறது.

நிறையும் மாறுபடக் கூடியது. வேகம் அதிகரிக்க அதிகரிக்க ஒரு பொருளின் நிறையும் கூடுதலாகிறது. சலனமற்ற நிலையில் ஜடப் பொருளின் துகள் என்ன நிறை இருக்கிறதோ அதைப்போல இருமடங்கு கனம் அதற்கு ஏற்பட முடியும். ஒளியின் வேகத்தில் 86 உள்ள வேகத்தில் அது சஞ்சரிக்கையில் நிறை இரட்டிக்கிறது. அணுசக்தியின் அபிவிருத்தி விஷயமாக இந்த உண்மை மகத்தான பொருள் படைத்ததாகியது.

1905ஆம் ஆண்டில் ஐன்ஸ்டீன் முதலில் வெளியிட்ட அறிக்கையின் பெயர் விசேஷத் தொடர்புநிலைத் தத்துவம். நேர்க்கோட்டில் ஒரே சீராக நடைபெறும் சலனத்தை மட்டுமே வைத்துக் கொண்டு அதன் முடிவுகள் உருவாக்கப்பட்டன. மற்ற வகை சலனங்களை அது அப்போது கவனிக்கவில்லை. ஆனால் நம் பிரபஞ்சத்தில் நக்ஷத்திரங்கள், கிரகங்கள், பிறவான ஊர்திகள் நேர்க்கோட்டில் ஒரே சீராகச் சஞ்சரிப்பது அபூர்வம். எனவே, ஒவ்வொரு வகைச் சலனத்தையும் சேர்த்து மதிப்பிடாத எந்தத் தத்துவமும் பிரபஞ்ச வருணனை சம்பந்தப்பட்டவரை முழுமை யற்றதாக இருந்திருக்கும். எனவே அடுத்தபடியாக ஐன்ஸ்டீன் பொதுத் தொடர்பு மறைத் தத்துவத்தை உருவாக்கலானார். பத்து வருஷ காலம் இதற்காக அவர் மிகத் தீவிரமாக உழைக்க வேண்டி நேரிட்டது, நக்ஷத்திரங்கள், வால் நக்ஷத்திரங்கள், விண்மீன் கொள்ளிகள், நக்ஷத்திரக் கூட்டங்கள் முதலியன இந்தப் பிரம்மாண்டமான பிரபஞ்சத்தில் வேகமாக வளைய வந்து கொண்டிருக்கும் இயக்கங்களை வழிகாட்டியாக இருந்து நடத்தி வைக்கும் மர்மமான சக்தியை ஐன்ஸ்டீன் தம் பொதுத் தத்துவ விளக்கத்தில் ஆராய்ந்தார்.

பொதுத் தொடர்புநிலைத் தத்துவம் 1915-ஆம் ஆண்டில் பிரசுரமாயிற்று. பூமியின் ஆகர்ஷண சக்தியைப்பற்றிய புதியதோர் கருத்தை ஐன்ஸ்டீன் வெளியிட்டார். சர் ஐசக் நியூட்டன் காலம் முதல் ஆகர்ஷண சக்தியையும் ஒளியையும் பற்றி நடைமுறையில்

இருந்து வந்த கருத்துகளில் அடிப்படையான மாறுதல்களை அவர் வெளியிட்டார். பூமியின் ஆகர்ஷணத்தை ஒரு சக்தி என மதித்தார் நியூட்டன். ஆனால் அது ஒரு காந்தத்தைச் சுற்றியுள்ள காந்த வயலைப் போன்றதுதான். பிரபஞ்சத்தில் ஒரு கிரகத்தையோ அல்லது வேறு வானிலைக் கோளத்தையோ சுற்றியுள்ள ஆகர்ஷண வயல் என்று நிரூபித்தார் ஐன்ஸ்டீன். சூரியனும் நட்சத்திரங்களும் மாபெருங்கோளங்கள். அவற்றைச் சுற்றியுள்ள ஆகர்ஷண வயல்களும் மிக மிக விரிவானவை. இதை ஆதாரமாகக் கொண்டுதான் சந்திரனைப் பூமி ஈர்ப்பதற்கு ஐன்ஸ்டீன் விளக்கம் கொடுத்தார். சூரியனுக்கு மிகச் சமீபத்திலுள்ள புதன் (மெர்க்குரி) கிரகத்தின் சஞ்சாரங்கள் தாறுமாறாக இருப்பதையும் இதே தத்துவம் விளக்குகின்றது. பல நூற்றாண்டுகள் வரை இந்தப் போக்கு வான சாஸ்திரிகளுக்கு ஒரு புதிராக இருந்தது. ஆகர்ஷண சக்தியைப் பற்றிய நியூட்டனின் விதியைக் கொண்டு இதற்குப் போதிய விளக்கம் தர இயலவில்லை. மாபெரும் ஆகர்ஷண மண்டலங்கள் மிகமிகச் சக்தி வாய்ந்தவை. ஒளியின் கிரணங்களையும் வளைக்க வல்லவை. பொதுத் தத்துவம் பிரசுரமான சில ஆண்டுகளுக்குப் பிறகு, **1919**இல் ஒரு பூரண சூரிய கிரகணத்தின் போட்டோ படங்கள் எடுக்கப்பட்டன. சூரியனின் ஆகர்ஷண மண்டலத்தின் வழியாகச் செல்லும் ஒளிக்கிரணங்கள் வளைகோடுகளில் சஞ்சரிக்கின்றன, அவ்வளவாக நேர்க்கோடுகளில் அல்ல என்ற ஐன்ஸ்டீனின் தத்துவம் ருசுவாயிற்று. இந்த அடிப்படையை ஆதாரமாகக் கொண்டு, வளைவாக இருக்கிற தென்பதை ஐன்ஸ்டீன் வெளியிட்டார். கடலை நோக்கி விரைந்தோடும் நதி சுலபமான இயற்கையான மார்க்கத்தில் நிலத்தின் அமைப்பை அனுசரித்துக் கொண்டுதான் போகிறது. அதைப் போலவே சூரியனின் சாயையில் சுற்றி வரும் மார்க்கங்களிடையே சஞ்சரிக்கின்றன. நமது பூலோக சஞ்சாரத்திலேயே கடலைக் கடந்து செல்லும் கப்பலோ, விமானமோ வளைகோட்டில்தான் செல்லுகிறது. அதன் கதி ஒரு நேர்க்கோடாக இல்லாமல் ஒரு வட்டத்தின் வில்லாகவே அமைகிறது. எனவே, இரண்டு இடங்களுக்குமிடையே மிகக் குறைந்த தூரமானது நேர்க்கோடாக இல்லாமல் வளைகோடாக

இருப்பது தெளிவு. ஒரு கிரகம் அல்லது ஒளிக் கிரணம் சஞ்சரிக்கும் விதத்துக்கும் இதைப்போன்ற விதியே பொருந்தும்.

வளைவான வெளிப்புறத்தைப்பற்றிய ஐன்ஸ்டீனின் தத்துவம் ஒப்புக் கொள்ளப்படுமாயின் வெளிப்புறமானது முடிவு உள்ளது என்ற தத்துவ ரீதியில் முடிவு கட்ட வேண்டும். உலகைச் சுற்றிவரும் பிரயாணி புறப்பட்ட இடத்திற்கே திரும்பி வந்து சேருவது போல ஒரு நக்ஷத்திரத்திலிருந்து கிளம்பும் ஒளிக்கிரணமானது பல கோடி ஆண்டுகளுக்குப் பிறகு இறுதியாகப் புறப்பட்ட இடத்திற்கே திரும்பி வந்து விடுகிறது. பிரபஞ்சமானது வரம்பின்றி வெளிப்புறத்தில் வியாபித்து இருப்பது அல்ல. அதற்கு முடிவான வரம்புகள் உண்டு. ஆனால் திட்டவட்டமான எல்லைகளை நிர்ணயிக்க இயலாது.

ஐன்ஸ்டீன் கண்டுபிடித்த மகத்தான உண்மைகள், முடிவுகள் ஆகியவற்றில் அணுசக்தியைப் பற்றிய தத்துவ வகையில் அவரது சாதனை இன்றைய உலகை நேரிடையாக மிகத் தீவிரமாகப் பாதித்துள்ளது. 1905ஆம் ஆண்டில் தொடர்பு நிலையைப் பற்றிய முதல் கட்டுரை வெளியானதை அடுத்துத் தனது தத்துவத்தை மேலும் விரிவாக்கும் ரீதியில் 'அன்னாலன் டெர் பிசிக்' என்ற அதே சஞ்சிகையில் சிறியதோர் கட்டுரையை ஐன்ஸ்டீன் வெளி யிட்டார். "ஒரு ஜடப்பொருளின் உறக்க நிலையானது அதன் சக்தியைப் பொறுத்ததா?" என்பது இக்கட்டுரையின் தலைப்பு. அணுசக்தியைப் பயன்படுத்த முடியும் என்று தத்துவரீதியில் அறிவித்தார் ஐன்ஸ்டீன். இந்த மகத்தான சக்தியை ஜடப்பொருளினின்று விடுவிக்கமுடியும் என்று கூறி அதற்கு ஒரு சூத்திரத்தையும் அவர் வழங்கினார். $E=MC^2$ என்ற இந்தச் சூத்திரம் வரலாற்றிலேயே மிகப் பிரசித்தி பெற்ற சாமியம். இதைப் பின்வருமாறு விளக்கலாம். சக்தி எதற்குச் சமம்? நிறையை ஒளியின் வேகத்தால் பெருக்கினால் கிடைக்கும் எண்ணுக்குச் சமம் சக்தி என்பது. எந்த ஜடப்பொருளையும் அரை ராத்தல் எடுத்துக் கொண்டால் அதிலிருந்து விளையக் கூடிய சக்தி அனைத்தையும் பயன்படுத்தக் கூடுமானால் அதன் சக்திக்குச் சமமானது என்று ஐன்ஸ்டீன் அறிவித்தார். ஐன்ஸ்டீனது சாமியத்தின் துணை இல்லாமலேயே யுரேனியத்தை அணுசக்தியாக மாற்றக்கூடிய பரீட்சைகளை நடத்தித் தட்டுத் தடுமாறி வெற்றி கண்டிருக்கக்

கூடும் என்று ஒரு விமர்சகர் கருதுகிறார். ஆனால் இவ்வளவு சக்தி இவ்வளவு வெடிகுண்டுக்கு இவ்வளவு வீர்யம் கிடைக்கும் என்ற ரீதியில் இந்த உண்மையை அவர்கள் கண்டறிந்திருப்பது சந்தேகமே என்று அதே விமர்சகர் கூறியுள்ளார்.

$E=MC^2$ என்ற புகழ்பெற்ற சாமியத்தின் மூலம் சக்தியும் நிறையும் ஒன்றேதான், தன்மையில்தான் அவை வேறுபட்டவை என்பதை ஐன்ஸ்டீன் நிரூபித்துக் காட்டினார். நிறை என்பது சக்தியின் ஒருமுகமான சேர்க்கையே. இந்தச் சூத்திரத்தை மிகச் சிறப்பாக மதிப்பிட்ட பார்னெட் பின்வருமாறு எழுதினார்: "நெடுநாளைய பௌதிக மர்மங்களுக்கு இத்தச் சூத்திரம் விளக்கம் தருகிறது. ரேடியம், யூரேனியம் போன்ற கதிரியக்கப் பொருள்கள் மிக பிரம்மாண்டமான வேகத்தில் துகள்களை எவ்வாறு வீச முடிகின்றது, பல கோடி வருஷம் எவ்வாறு அதே ரீதியில் இயங்க முடிகின்றது என்பதற்கு இந்தச் சூத்திரமே விளக்கம் தருகிறது. சூரியனும் நட்சத்திரங்களும் ஒளியையும் உஷ்ணத்தையும் எவ்வாறு கோடிக்கணக்கான ஆண்டுகள் வெளியிட்டுக் கொண்டே இருக்க முடியும் என்பதை அது விளக்குகின்றது. எரிந்து தணியும் சாதாரண வழிமுறைகளின்படி சூரியன் சேதாரமடைந்து கொண்டு வந்திருக்குமாயின் பல யுகங்களுக்கு முன்னரே இவ்வுலகம் பனியால் கட்டுண்டு இருள்படர்ந்து மரித்துப் போயிருக்கும். அணுவின் கருவூலத்தில் உறங்குகின்ற சக்தியின் அளவை அது வெளிப்படுத்துகின்றது. ஒரு நகரத்தை அழிப்பதற்காக வீசப்படும் ஒரு குண்டில் எவ்வளவு கிராம் யுரேனியம் சேரவேண்டும் என்பதை இந்தச் சூத்திரம் முன்கூட்டியே நிர்ணயிக்கிறது."

1939ஆம் ஆண்டுவரை ஐன்ஸ்டீனின் சாமியம் வெறும் தத்துவமாகவே இருந்து வந்தது. அதற்குள் அவர் அமெரிக்காவில் வசிக்கலானார். அமெரிக்கப் பிரஜா உரிமையும் அவருக்குக் கிடைக்கவிருந்தது. நாஜிகள் ஐரோப்பாவை விட்டு அவரை விரட்டி விட்டனர். யுரேனியத்தை ஜெர்மானியர் இறக்குமதி செய்கிறார்கள், அணுகுண்டு சோதனையில் ஈடுபட்டிருக்கிறார்கள் என்று அறிந்த ஐன்ஸ்டீன் ரூஸ்வெல்டுக்கு மிக அந்தரங்கமான கடிதம் ஒன்றை எழுதினார். அதில் அவர், கூறினார்:

"இ.பர்மி, எல்.ஜிலார்ட் ஆகியோர் அண்மையில் தயாரித்த ஒரு நூல் ஏட்டுப் பிரதியாக எனக்கு அனுப்பப்பட்டுள்ளது. எதிர்காலத்தில் யுரேனியத்தை புதிய முக்கியமான சக்திச் சாதனமாகப் பயன்படுத்துவர் என்று நான் எதிர்பார்க்கிறேன். இந்தப் புதிய நிகழ்ச்சியின் விளைவாக குண்டுகள் அமைக்கப் பெறலாம்.... இத்தகைய ஒரு குண்டை ஒரு கப்பலில் கொண்டு போய் எந்தத் துறையிலேனும் வெடிக்க வைத்தால் அந்தத் துறை பூராவும் அதைச் சுற்றியுள்ள பிரதேசமும் அழிந்து போய்விடக் கூடம்."

ரூஸ்வெல்டுக்கு ஐன்ஸ்டீன் எழுதிய கடிதத்தின் உடனடி விளைவாக அணுகுண்டுத் தயாரிப்புத் திட்டம் தொடங்கப் பெற்றுள்ளது. ஐந்து ஆண்டுகளுக்குப் பிறகு புது மெக்ஸிகோவில் அல்மகோர்போரிஸர்வில் முதல் குண்டு வெடிக்கப்பட்டது. சற்றுப் பின்னர் ஹிரோஷிமா மீது வீசிய குண்டு விளைவித்த பயங்கரமான நாசமானது ஐப்பானுடன் நடந்து வந்த யுத்தத்துக்குத் துரிதமான முடிவு கட்டியது.

ஐன்ஸ்டீனின் தத்துவங்கள் நடைமுறையில் பல துறைகளுக்குப் பயன்பட்டன. அவற்றில் மிக எடுப்பானது அணுகுண்டு. ஆனால் மற்றொரு பிரமிக்கத் தக்க சாதனை மூலம் அவருக்கு நிலையான புகழ் கிடைத்தது. 1905ஆம் ஆண்டில் விசேஷத் தொடர்புநிலைத் தத்துவத்துடன் கூட, போட்டோ எலக்டிரிக் நியதி என்பதை ஐன்ஸ்டீன் உருவாக்கினார். மின்-போட்டோவின் மர்மங்களை அது விளக்கியது. டெலிவிஷன், பேசும் படத்தின் ஒலிப்பதிவு, பல்வேறு பயன்களுடன் கூடிய மின்சார நயனம் ஆகியவை இந்த நியதியின் நேரடியான விளைவுகள். இந்தக் கண்டுபிடிப்புக்காகத் தான் 1922இல் பௌதிகத்துக்கான நோபல் பரிசு அவருக்கு வழங்கப் பெற்றது.

தமது கடைசிக் காலத்தில் ஐக்கிய மண்டல தத்துவம் என்ற நியதியை உருவாக்குவதில் ஐன்ஸ்டீன் அலுப்புச் சலிப்பின்றி ஈடுபட்டார். இயற்கையில் இணங்கியுள்ள இசைவையும், சீர்மையையும் இதன்மூலம் மெய்ப்பித்துக் காட்ட அவர் முயன்றார். சின்னஞ்சிறு அணுவைப் பற்றிய பௌதிக விதிகள்

பிரம்மாண்டமான வான வீதி கோளங்களுக்கும் பொருத்தமானவை என்பது அவரது கருத்து. எல்லா பௌதிக நிகழ்ச்சிகளையும் ஒரே ஓர் அமைப்பில் இணைத்துக் காட்ட வல்லது இத்தத்துவம். ஆகர்ஷண சக்தி, மின்சாரம், காந்தவியல், அணுசக்தி ஆகிய எல்லா வகைச் சக்திகளையுமே, இந்தத் தத்துவத்தின் கீழ்க் கொண்டு வர முடியும். ஒரு தலைமுறை ஆராய்ச்சி செய்த பிறகு 1950இல் அத்தகைய தத்துவத்தை அவர் உலகிற்கு வழங்கினார். பிரபஞ்சத்தின் திறவுகோலைத் தன்னுள் கொண்டது அத்தத்துவம் என்று அவர் கருதினார். அணுவினுள் உறையும் சலனமயமான உலகம், விண்மீன்கள் மலிந்த விரிவான வெளிப்புறம் ஆகிய இரண்டையும் ஒரே கருத்தில் ஒரு சேரப் பிணைக்கின்றது இத்தத்துவம். கணித முறைச் சிரமங்களின் காரணமாக, ஏற்கனவே தீர்மானமாயிருக்கும் பௌதிக உண்மைகளை இத்தத்துவ அடிப்படையில் பூராவாகச் சோதிப்பது இயலாது. ஆனால் சக்தி அணுவியல் தன்மைக்குக் காலக்கிரமத்தில் இந்தத் தத்துவம் விளக்கம் தரும், நல்ல முறையில் ஒழுங்காகப் பிரபஞ்சம் அமைந்திருக்கும் சீர்மையை மெய்ப்பிக்கும் என்பது ஐன்ஸ்டீனின் நம்பிக்கை.

எத்தனையோ பத்தாண்டுகள் தீவிரமாகப் புத்தி பூர்வமாகத் தாம் உழைத்ததை ஊக்குவித்துத் தமக்கு வழிகாட்டியாக இருந்த சித்தாந்தத்தையும் அதன் பலாபலன்களையும் விளக்கி, 1933-இல் கிளாஸ்கோ சர்வகலாசாலையில் தமது பொதுத் தத்துவத்திற்கு விளக்கம் தரும் வகையில் அவர் பேசினார். அவர் கூறியதாவது: 'இறுதி முடிவுகள் மிக எளிமையாகவே தென்படுகின்றன. அதிகச் சிரமமின்றி, பட்டத்திற்காகப் படிப்பவன் புத்திசாலியாக இருந்தால் இதை அறியலாம். இது உணர்ச்சிபூர்வமாக அறிந்த உண்மை, ஆனால் வெளிப்படையானது. வருடக்கணக்காக இருட்டில் தேடி அலைய வேண்டும். ஆர்வம் மிகுதி, நம்பிக்கையும், அவநம்பிக்கையும் மாறி மாறித் தாக்கும் நிலவரம்; கடைசியில் மதியானது ஊடுருவித் தெளிவையும், ஞானத்தையும் அடைகிறது' தாமே அநுபவித்த விளைவுதான் இவை.

தமது சுபாவம் ஆத்மார்த்தத்தில் ஆழ்ந்தது என்பதற்கு மற்றொரு சந்தர்ப்பத்தில் ஐன்ஸ்டீன் ருசுவளித்தார். அவர் கூறினார்:

"தெய்வானுபவம் ஏற்படுவதுதான் மிக ரம்மியமான, மிக பரிபூரணமான உணர்ச்சி நிலை. உண்மை விஞ்ஞானம் அனைத்திற்கும் வித்து இடுவது இதுவே, இந்த உணர்வு பெறாதவன், அதிசயப்பட்டு, மெய் மறந்து, பயந்து அடங்கத் தெரியாதவன் பிணத்திற்குச் சமமாவான். நாம் ஊடுருவிக் காண இயலாதது இருக்கத்தான் செய்கிறது என்பதை அறிவது மிக உயர்ந்த ஞான அநுபவம். அதுவே மிகப் பிரகாசமான எழில் நிலை. நமது மந்த புத்தியின் காரணமாக மிகப் புராதன வடிவங்களில்தான் இவற்றை நாம் காண்கிறோம். ஆனால் இந்த ஞானந்தான், உணர்வுதான் உண்மையான மதப்பற்றுள்ள வாழ்க்கைக்குக் கேந்திரமாக உள்ளது."

எண்ணற்ற விஞ்ஞானிகள் ஐன்ஸ்டீனுக்குப் புகழ்மாலை சூட்டியுள்ளனர். விஞ்ஞான உலகை அவர் எவ்வாறு தமக்கென உரிய வழியில் கடன்பட்டிருக்கச் செய்தார் என்பதை அவரது வரலாற்றை விவரிக்கும் இரு நூல்கள் தெரிவிக்கும். போல் ஓஸர் எழுதினார்:

"ஆல்பர்ட் ஐன்ஸ்டீனின் பணி, செல்வாக்கு மிகுந்தது என்று சொன்னால், அது மிகையாகாது. அவர் வழங்கிய தத்துவங்கள் புரட்சிகரமானவை. அவற்றிலிருந்துதான் அணுயுகம் பிறந்தது. அது மனிதனை எங்கு இட்டுச் செல்லும் என்பதை நாம் அறியோம். ஆனால் நமது நூற்றாண்டின் தலைசிறந்த விஞ்ஞானி, தத்துவ போதகர் ஐன்ஸ்டீன் என்பதை நாம் அறிவோம். நம் கண்களில் அவர் ஒரு தவயோகியாய்த் தென்படுகிறார். மனிதனின் மனம் எத்திசை நோக்கினும் இருபதாம் நூற்றாண்டின் பௌதிக சாத்திரத்தில் ஐன் டீனின் மேதை அழியாத முத்திரையை ஊன்றியிருப்பதைக் காணலாம்."

✦✦✦